ஆனந்தாயி

சிவகாமி

அடையாளம்

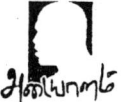

முதல் அடையாளம் பதிப்பு 2011
மறுஅச்சு 2013, 2015

© சிவகாமி

வெளியீடு: அடையாளம், 1205/1 கருப்பூர் சாலை, புத்தாநத்தம் 621310, திருச்சி மாவட்டம், இந்தியா. தொலைபேசி: 04332 273444

நூல் வடிவம்: த பாபிரஸ், அச்சாக்கம்: அடையாளம் பிரஸ், இந்தியா
ISBN 978 81 7720 172 7

விலை: ₹ 185

---

aananthaayi is a Tamil Novel by Sivakami, Published by Adaiyaalam, 1205/1 Karupur Road, Puthanatham 621 310. Thiruchirappali Dist., India, email: info@adaiyaalam.net

ஆனந்தாயி

1

ஆனந்தாயி இருளில் உலாத்திக் கொண்டிருந்தாள். பின்னிரவு நேரம். இரண்டாம் ஆட்டம் சினிமா முடிந்து செல்பவர்களின் சப்தம் சற்று முன்தான் ஓய்ந்தது. வலி கண்டுவிட்டது. ஆயிற்று. விடியற்காலை குழந்தை பிறந்து விடும். ஒரு வாரமாகவே ஆனந்தாயிக்கு விளங்கி விட்டது. நாட்களைச் சரியாகக் கணக்கிட முடியாத படிக்கு விலக்கு வருமுன் தரித்து விடுவாள் என்றாலும், நெற்கழனியில் துள்ளும் தலைப்பிரட்டை போல் வ்யிற்றுக்குள் துடித்துக் கொண்டிருந்த சிசு துள்ளல் அடங்கி, கருப்பை வாயில் தலையை நிறுத்தி வெளிவரத் தயாராகி விட்டது என்பது ஐந்தாம் முறையாகப் பிரசவிக்கும் ஆனந்தாயிக்குத் தெரியாதா?

அந்த ஆளிடம் சொன்னாள், ‘இந்த வாரம் ஆயிடும் போலிருக்கு, ஊரிலிருந்து முத்தாவுக்குச் சொல்லியனுப்பு’ என்று. முத்தக்கா வந்து விட்டாள் தவறாது.

அவனோடு கடந்த ஒரு மாத காலமாகவே தகராறு. ‘மச்சானைப் பட்டறைத் தெருவிலே பார்த்தேன். ஒரு பொம்பிளையோடு நெருக்கம்’ என்று தம்பி முறைக்காரன் தெருவிலிருந்து வந்து வத்தி வைத்து விட்டான். அன்றிலிருந்து இவள் புழுங்கிக் கிடந்தாள். அவனும் பிடிகொடுக்காமல் ‘ஏண்டி மூஞ்சை ஒன்றரை முழ நீளத்துக்குத் தூக்கி வச்சிருக்க’ என்று கேட்டு விட்டு, அவள் பேச ஆரம்பிக்குமுன் ‘சரி சரி’ என்று அவசர சோலியாகப் போவது போல் சாப்பிட்டு, சட்டுப் புட்டென்று கை கழுவிக் கொண்டு எழுந்து கொள்கிறான்.

முத்தக்கா... சும்மா சொல்லக்கூடாது. ஆனந்தாயிக் கென்றால் பிறத்தியார் வீட்டில் தலைகால் புரியாது. 'வச்சது வச்ச இடம் நின்னது நின்ன இடம்' என்று மசமசவென்றிருப்பாள். முத்தக்காவோ இந்த வீட்டில் ஆண்டு அனுபவித்தவள் போல் நேராகப் போவதும் வருவதும் வடித்து வட்டிலிலிடுவதும்... திறமைக் காரிதான். இவளும் தொடர்ந்தாற் போல் மூன்று பிரசவத்திற்கு வந்துவிட்டாள்.

கிழவிக்கு வயதாகி விட்டது. தொணதொணப்பு வேறு. 'நான் பதினொன்னு பெத்தேன், எனக்கு யார் தொணைக்கிருந்தா? பெத்து மூணாம் நாள் எந்திரிச்சு கஞ்சி வச்சிடுவேன். கைப்புள்ள பாட்டுக்கு 'ஙை...ஙை...'ன்னு கத்திக்கிட்டிருக்கும். இவுளுக்கு நின்னா ஆளு, நிமுந்தா ஆளு.'

மாமியார்... அப்படித்தான் பேசுவாள் என்று ஆனந்தாயி பழக்கத்தில் கண்டு கொண்டவளாதலால் அவளிடம் வாய் கொடுப்பதில்லை.

'பதினொன்னுல நிலைச்சது கடைசிதானே, பேச்சுக்குக் குறைச்சலில்லே' என்று நினைத்துக் கொள்வாள்.

வலியோடு உலாத்திக் கொண்டிருந்த ஆனந்தாயி முத்தக்கா எங்கே என்று தேடினாள். அவள் படுத்திருந்த படுக்கை காலியாக இருந்தது. கீழே விரித்திருந்த அழுக்குச் சீலைத்துணி சுருண்டு சுருட்டு போல் கிடந்தது.

சுரீர் என்று வலித்தது ஆனந்தாயிக்கு.

'நாடு மாறி...தாடவத்தி... அந்தாளுக்கு அக்கா மொறை வேணும். ஆனா அப்படியா நடந்துக்கறா. வெட்கப்படறதும் இளிக்கறதும் மாமன் மச்சான் மாதிரி கேலி பேசறதும்... அப்பவே எனக்குச் சந்தேகம்.'

தாழ்ப்பாளைப் பார்த்தாள். தாழ்ப்பாள் விலகி யிருந்தது. கதவைத் தள்ளினாள். திறக்க முடியவில்லை.

'வெளிப்பக்கம் கொண்டியப் போட்டுட்டு, சக்காளத்தி தம்பி கூட படுக்கப் போயிட்டாளா?' கறுவிக் கொண்டு 'வரட்டும் வரட்டும்' என மனதில்

ஆங்காரம் நிறுத்தினாள்.

பார்வை சன்னலை விட்டு அகலவில்லை.

'இந்தா போறா... என் வேச மவ... ஆனா... இது முத்தா இல்லையே. இந்த நெடுநெடு வளத்தி... இது எந்தச் சிறுக்கியோ தெரியல. யாராயிருப்பா? கோடாலிக் கொண்டை போட்டு மல்லியப்பூ வச்சிருக்கா... மினுக்கட்டாம் பூச்சியாட்டம் சாட்டின் லவுக்கத்துணி போட்ருக்கா... இருட்டுலகூட மினு மினுங்குது. மாடிப்படி ஏறுறாளே... ஏறிட்டா!'

வந்தவள் மாடிப்படியேறவும் முத்தக்கா அவள் பின்னாலேயே வருபவள் போல வந்து கதவைத் திறந்தாள்.

விழித்துக்கொண்டு சன்னலருகில் நின்ற ஆனந்தாயியைக் கண்டதும் முத்தக்காவுக்குத் தூக்கி வாரிப் போட்டது.

'ஏ புள்ள ஆனந்தாயி... வலிகண்டிருக்கா? ஏம்புள்ள இருட்டுல நிக்கற?'

ஆனந்தாயிக்கு அழுகையும் ஆத்திரமும் முட்டிக் கொண்டு வந்தாலும் பொறுத்துக்கொண்டு, 'எங்க போயிட்டு வாற?' என்றாள்.

'நல்ல படம் ஆடுதுன்னாங்க. நீ தூங்கிட்ட, ரெண்டாம் ஆட்டம் போயிட்டு வெளிக்காட்டுக்குப் போயிட்டு வாறேன்.'

'ரெண்டாம் ஆட்டம் விட்டு எம்புட்டோ நேர மாகுது. வீட்டுக்குப் பின்னால் கக்கூஸு கட்டிக்கிடக்கு. நீ பாட்டுக்குத் தன்னால் கதவைக் கொண்டி போட்டுட்டுப் போயிட்ட. சினிமாங்குற... வெளிக் காடுங்கற... யாராவது வேத்தாள் வந்து கதவைத் தெறந்தா...?'

'ஊடான ஊட்ல, ஆம்பிளையாளு மெத்தையில தூங்கக்குல வேத்தாளு எங்கருந்து வரப்போறான்?' மெதுவாக முனகியவள் 'வலி நொம்பம்னா வண்ணாத்திய அளைச்சுக்கிட்டு வாறேன்' என்றாள்.

'ஆமா மச்சுக்கு ஏறிப்போறாளே சிறுக்கி, அவ யாரு?'
'ஆரு?'

'ஆரா? கொண்டாந்து மெத்தையில ஏத்திப்புட்டு ஒன்னுந் தெரியாதவ மாதிரி ஆருன்னு கேக்குற. நீ புள்ளப் பேறு பாக்க வந்தியா? இல்லே எம்புருசனுக்கு அடைப்பு அடைக்க வந்தியா?'

'ஏ புள்ள... யாருகிட்ட என்ன பேசறோம்னு நெதானிச்சி பேசு - புள்ளத்தாச்சின்னு பாக்குறேன். இல்லாட்டினா கோபம் பொல்லச் சாயில வரும் எனக்கு.'

வலி கடுமையாகவே ஆனந்தாயி 'ஐயோ' என்று இழுத்தாள்.

'நாம் போயி வண்ணாத்திய அளச்சாரன்.'

'இந்த ராத்திரில வந்து வண்ணாத்தி கொட்டு கொட்டுன்னு முழிச்சிக்கிட்டிருப்பாளா? பொறக்கற துக்கு எப்படியும் விடியால ஆயிடும்.'

'அது சரி... தெருவுக்குப் போயி அளைச்சிக்கிட்டு வர வேண்டாம்?' சொல்லிக்கொண்டே குறட்டில் வெற்றிலை அடக்கிக் கொண்டு கிளம்பினாள் முத்தக்கா.

ஆனந்தாயி வெளியில் வந்து மாடிப்படி சந்தில் ஒளிந்துகொண்டு நின்றாள். அவள் கால் பக்கத்தி லிருந்து கடும் குறட்டையொலி கேட்டது. கிழவி தன் அங்காந்த வாயைத் திறந்து மூடி, பயப்படும்படியாகக் குறட்டை விட்டாள். மூலையில் அவளது தடி சாத்தி வைக்கப்பட்டிருந்தது. சாமி பிடித்தவள் கிழவி. 'தீட்டு தொடக்கு' அவளுக்கு ஆகாது. அவளுடைய பழைய காலத்து வெண்கலக் கும்பா, லோட்டா எல்லாவற்றை யும் சுத்தமாக விளக்கி மூலையில் சார்த்தி துணி போட்டு மூடிவிடுவாள். திருநீற்றுப் பெட்டி எப்போதும் கைவசம். பில்லி சூனியம் கண்டவர்களுக்கு 'மகமாயி' பெயரைச் சொல்லி அதிர்ந்த குரலில் 'ஃபூ' என்று ஊதிப் பட்டை யாகத் திருநீறு பூசினால் சொஸ்தமாகி விடும் என்று நம்பிக்கை. கழனிக்காட்டுக்கருகில் மச்சுவீடு கட்டி,

தெருவிலிருந்து வெகுதொலைவுக்கு வந்துவிட்டதால் அவ்வளவாக யாரும் வருவதில்லை. தூரம் காரண மில்லை என்றாலும் மச்சுவீடும், குடும்பத் தலைவன் பெரியண்ணனின் சிம்ம கர்ஜனையும் அவர்களைப் பயமுறுத்தின.

சாமி கடவுளே என்று சொல்லி திருநீற்றுப் பெட்டியி லிருந்து ஒரு பிடி திருநீறை அள்ளி நெற்றியிலிட்டுக் கொண்டாள் ஆனந்தாயி.

'வரட்டும் சிறுக்கி... மேலே ஏறுனவள் கீழே இறங்கித்தானே ஆவுனும்...'

வெகுநேரம் கழித்து, மாடியறைக் கதவு திறக்கும் சப்தமும், சன்னமான பேச்சுக்குரலும் கேட்டது. ஆனந்தாயி உஷாரானாள்.

நெடுநெடுவென வளர்ந்த உருவம் மாடிப்படியில் இறங்கியது. கீழ்ப்படியில் கால் வைக்கவில்லை. கோடாலிக் கொண்டையைத் தவ்விப் பிடித்தாள் ஆனந்தாயி.

'அடியே தட்டுவாணி... எங்கடி வந்துட்டுப்போற... சக்காளத்தி...' ஆனந்தாயி கைப்பிடிக்குள் தலைமுடி வசமாக மாட்டிக்கொண்டு சின்னாபின்னப்பட, எதிர் பாராத தாக்குதலால் நிலைகுலைந்து கீழே விழுந்தவள் 'ஐயோ' என்று சத்தமிட்டாள்.

அவ்வளவுதான், கிழவி கரகரத்த தொண்டையில் 'யாரது...' என்று தடியும் கையுமாக எழுந்து விட்டாள். மாடிப்படியிலிருந்து தடதடவென சட்டையில்லாத வெற்றுடம்போடு ஓடி வந்தான் பெரியண்ணன்.

ஆனந்தாயியை வேகமாகத் தள்ளி புதியவளை அவள் பிடியிலிருந்து தப்புவித்தான். கூச்சலிட்டுக் கீழே விழுந்தாள் ஆனந்தாயி.

'ஐயோ, புள்ளத்தாச்சியப் புடிச்சி கீழத் தள்ளிப் புட்டானே பாவீ... புள்ள போயிடுவாடா... வெறிபிடிச்ச படுவா.' கிழவி தடுமாறிக் கொண்டு ஆனந்தாயியை நெருங்கினாள்.

புதியவள் எழுந்து முடியைச் சிக்கலில்லாமல் தட்டி நிதானமாகக் கொண்டை முடிந்து முடிச்சுருளுக்குள் மாட்டியிருந்த ஆள்காட்டி விரலைப் பக்குவமாக வெளியே இழுத்து, மாராப்பை ஒரு பக்க மார்பு தெரியும் வண்ணம் சைஸாகப் போட்டுக் கொண்டு கிளம்பினாள்.

அவள் வெளிவாயிலைத் தாண்டியதும் பெரியண்ணன் மாடிப் படியேறிவிட்டான்.

கிழவி, சன்னலை ஒரு கையால் பற்றித் தெம்பேற்றிக் கொண்டு அடுத்த கையால் கீழே விழுந்திருந்த ஆனந்தாயியைத் தூக்கினாள்.

பனிக்குடம் உடைந்து தரையெல்லாம் ஈரக்கசிவு. தீட்டுத்துடக்கு பார்க்காமல் அவள் அருகில் உட்கார்ந்து அவளைச் சுவரோடு சார்த்திவிட்டு 'முத்தா முத்தா' என்று முத்தக்காவை விளித்தாள். பதில் ஏதும் வராமல் போகவே, 'தின்னுப்புட்டு தூங்குறா பாரு, ஏன்னு குரல் கொடுக்கறாளா பாரு, சக்காளத்தி. கூலிக்கு மாரடிக்க வந்தவள்தானே' என்று அவளைத் திட்டிக்கொண்டு, ஆனந்தாயின் கால் இரண்டையும் விரித்து 'முக்கு சாமி... முக்கு... முக்காயா...' என்றாள். பலம் கொண்ட மட்டும் முக்கவேண்டும். ஆனால் அவளோ ஜீவனற்றுக் கிடந்தாள்.

'அழுவாதடி... புள்ள பெக்குறவ அழுவலாமா?' கண்ணில் ஆறாய்ப் பெருக்கெடுத்த நீரையும், மூக்கில் வடிந்த கசிவையும் முந்தானையால் துடைத்துவிட்டு ஆறுதலாக அணைத்துக் கொண்ட கிழவி பழையபடி 'முக்காயா முக்...' சொல்வதற்குள், ஒரே முக்கலில் தலை வழுக்கிக் கொண்டு கீழே விழுந்தது. 'தாங்கிப் புடிச்சுக்க, தரை... புள்ள, தலை காயம் பட்டுடப் போகுது...' ஆனந்தாயி தன் இரண்டு கைகளைக் கொடுத்து குழந்தையை வெளியே இழுக்கவும் வண்ணாத்தி மதலையம்மாள் வாசலில் கால் வைக்கவும் சரியாக இருந்தது.

'கீ...கியா' குழந்தையொலி கேட்டது.

கருக்கரிவாள் எடுத்து கொடியைத் துண்டித்து, பழைய சீலைத்துணியால் குழந்தையைச் சுருட்டி முத்தக்கா கையில் கொடுத்துவிட்டு, உதிரமும் பிண்டமுமாக வெளித்தள்ளியிருந்தவற்றை இரும்பு வாளியில் வழித்தாள், மதலையம்மாள்.

குழந்தை பிறந்து அதன் குரல் கேட்டும் எழுந்து வந்து பார்க்காத தன் கணவனை நினைத்தவுடன் கண்ணில் பொங்கிய நீருடன் கண்ணை மூடினாள் ஆனந்தாயி.

2

வெளியே நடந்த களேபரத்தினாலும், விளக்கைப் போட்டு அணைத்து நடமாட்டம் கூட்டிய கலவரத் தினாலும் ஆனந்தாயின் முதல் மூன்று பிள்ளைகளும் விழித்துக்கொண்டனர். கடைக்குட்டியான தனம், கவுன்மேலேறிக் கிடக்க பாயை விட்டு உருண்டு தரை யில் கிடந்தாள். அவள் விழிக்க எந்த நேரம் ஆகுமோ?

பெரியவன் மணி. அவனைத் தனியாகப் படுக்க வைப்பதில் இறுதியாக வெற்றி கண்டாள் ஆனந்தாயி. இல்லாவிட்டால் அடுத்தவள் கலாவுடன் ஒரே சண்டை தான். அதற்கடுத்தவன் பாலன். பொழுதெல்லாம் அலையும் அலைச்சலில் இரவுச் சாப்பாட்டுக்கே சாமியாட ஆரம்பித்து விடுவான். அவனை எளிதாக ஓரங்கட்டி விடுவாள் அவனம்மா. விடிந்து வெகுநேரம் ஆகியும் யாராவது எழுப்பித்தான் எழுந்து கொள்வான். எழுந்து விட்டால் வானத்துக்கும் பூமிக்குமாக எம்பி எம்பிக் குதித்து, ஒரு மரம் மட்டை விடாமல் ஏறி இறங்கி, அடுக்குப் பானையை ஏற்றி இறக்கித் துழாவி ரகளை பண்ணிவிடுவான். இப்போதும் மணி எழுப்பித்தான் எழுந்து கொண்டான்.

‘எந்திரிடா! அம்மாவுக்குக் குழந்தைடா... டேய் குழந்தைடா.’

கண்ணை கசக்கிக் கொண்டு ஓடினான் பாலன்.

‘எலேய்! என்னாடா தொறந்து பாக்கற?’

‘ஆம்புளப் புள்ளயா பொம்புளப் புள்ளயான்னு பார்க்குறேன்.’

'எலே எங்கிட்டே கேட்டா சொல்லமாட்டனா?... துணியைத் தொறந்து பாக்குறியே. தொப்புள் கொடியில காத்து ஏறுச்சுனா பண்யாரமாட்டம் உப்பிக்கிடாது?' சத்தம் போட்டு அதட்டிய முத்தக்கா குழந்தையின் மேல் போர்த்தியிருந்த துணியைச் சரி செய்தாள்.

குழந்தை கண்களைச் சுருக்குவதும் திறப்பதுமாக முயற்சி செய்து, திறப்பது பிரம்மப் பிரயத்தனம் என முடிவு செய்து மூடிக்கொண்டது. முத்தக்கா குழந்தையை ஆனந்தாயின் மார்பருகில் வைத்து வாயை மார்போடு பொருத்தினாள். கண்ணைத் திறக்காமல் ஓசையின்றிச் சுவைக்க ஆரம்பித்து விட்டது குழந்தை. எங்கு கற்றுக் கொண்டதோ...?

விடிந்து வெகுநேரம் கழித்துக் கீழே இறங்கி வந்தான் பெரியண்ணன். இரவு களைப்பு நீங்காததுபோல் தூக்கமின்றி இருந்த முகம் வீங்கிக் கிடந்தது.

அடுப்பில் வெந்நீர் போட்டுக் கொண்டிருந்த முத்தக்காவிடம் 'என்ன புள்ள?' என்றான்.

'பொம்புளப் புள்ளதான்.'

'அஞ்சாவது பொண்ணு அதிர்ஷ்டம். பொறக்கும் போது அஞ்சு மணி இருக்காது?'

'சரியா மணி அஞ்சு. பால்காரன் மணியடிச்சுக் கிட்டுப் போனான்.'

'சரி, சரி! காயம் கீயம் அரைச்சுக்குடுத்து கவனிச்சுக்க. அழுதுக்கிட்டு கெடந்தான்னா ஜன்னி கண்டுடப் போவுது.'

அவன் காட்டிய கரிசனத்தால் முத்தக்காவுக்கு எரிச்சல் வந்தது.

'எண்ணி பத்து நாள்தான். நான் ஊருக்குப் போயிடுவேன்' என்றாள்.

'புருஷனா குட்டியா? இரு புள்ள கெடக்குது.' சொல்லிக் கொண்டே அவளருகில் சென்று அவள் கன்னத்தைத் தடவிக் கையைக் காண்பித்தான்.

'அடுப்புக்கரி.' நாணிச் சிரித்தாள் முத்தக்கா.

'இன்னைக்கி ராத்திரி அவ வருவா. கறிச்சோறு ஆக்கி மேல கொண்டாந்து நோகாம வச்சுடு. புள்ள பெத்த ராக்காச்சிக்கி இது தெரிய வேணாம்.'

'ராத்திரியே அந்தப் புள்ள எம்மேல சந்தேகப்பட்டுக் கேட்டுது.'

'அவ கெடக்குறா, இந்தப் பதினைஞ்சு ரூவா. காய்கறி வாங்கிக்க.' நோட்டை அவள் கையில் வைத்து அழுத்திவிட்டு 'மாராப்பை ஒழுங்கா போடு' என்று சொல்லி அவளை உராய்ந்து கொண்டு வெளிவந்தான் பெரியண்ணன்.

பல் விளக்கி வெளியே கிளம்பியவனிடம்,

'மத்யான சோறு?...' என்று இழுத்தாள் முத்தக்கா.

'நாம் புத்தூர்ல ரோடு வேல எடுத்திருக்கனே, வந்து சாப்ட்டுப் போவ முடியுமா? புள்ளங்க பசி தாங்காது. பள்ளிக்கூடம் உட்டு வாரதுக்குள்ள சாப்பாடு ரெடி பண்ணிடு. காலையில்கூட நான் ஓட்டல்ல பாத்துக்கறேன்.'

சொல்லிக் கொண்டே படியிறங்கியவனிடம்,

'வண்ணாத்தி போவுட்டுமான்னு கேக்குது' என்று வெளியில் மதலையம்மாள் காத்திருப்பதை ஞாபகப் படுத்தினாள்.

'போகச் சொல்லு. எல்லாம் புண்ணியாந்தானம் அன்னிக்கிப் பாத்துக்கலாம்னு சொல்லு; போறவனைக் கூப்பிடாத!' ரோடு போய்ச் சேர்ந்தான் பெரியண்ணன். அவன் மதலையம்மாளைக் கடந்து சென்றபோது அவள் சிரித்துக் கொண்டாள். எதற்கோ?

மதலையம்மா தீட்டுத் துணிகளைப் பெரிய மூட்டையாகக் கட்டிக்கொண்டு, பழையது கேட்டுச் சாப்பிட்டாள்.

'அவுருதான் அவுசரமா சோலிமேல போறாரு. நீயாவது வெறுங் கையா அனுப்பக்கூடாதுன்னு சொல்லக்கூடாது?' அழிச்சாட்டியம் செய்து நின்று கொண்டிருந்தாள் மதலையம்மா.

'இங்கபாரு... காய் வாங்க மட்டும் சரியா ரெண்டு ரூபா குடுத்திட்டுப் போயிருக்காரு. என்னை என்ன பண்ணச் சொல்ற?' ஒரு பழைய இரண்டு ரூபாய்த் தாளைக் காட்டினாள் முத்தக்கா.

'செத்த இரு வாரேன்.'

'ஏ புள்ள, ஆனந்தாயி! மதலையம்மா போவுட்டு மான்னு கேக்குது. சும்மா எப்படி அனுப்புறது?'

சுருக்குப்பையைத் தலைமாட்டிலிருந்து எடுத்துக் கொடுத்தாள் ஆனந்தாயி மௌனமாக.

ஐந்தும் பத்துமாக சில பழைய நோட்டுகள் கிடந்தன. ஒரு ஐந்தை எடுத்துக்கொண்டு வெளியே போனவள், ஐந்தை முந்தானையில் முடித்துத் தன்னுடைய இரண்டு ரூபாய்த்தாளை மதலையம்மாவிடம் நீட்டினாள்.

'வாய்க்கு இருக்கா... ஒருவடியா வருது.'

'இந்தப் புள்ளங்க பள்ளிக்கூடத்துக்குப் போவுனும்னு பறக்குது. நீ என்னடான்னா வாசப்படிய உட்டு நவுர மாட்டேங்குறியே!'

சலித்துக்கொண்டே காய்ந்து சருகாயிருந்த வெற்றிலையை நீட்டினாள் முத்தக்கா.

'போகும்போது பண்ணையாளு எதுப்புற வந்தா, வடக்கத்தியா வீட்டுல ரெண்டு பெட்டையாளுக்குச் சொல்லியிருக்கு. அளைச்சிட்டு வரச்சொல்லு. வயல்ல தழை செலுத்தி அப்பிடியே கெடக்குது. தழை மிதிக் கணும்.'

'யாரு சின்னச்சாமியா, சொல்றேன்.'

மதலையம்மாள் வாசலில் பூத்துக்கிடந்த வெளிர் மஞ்சள் துலுக்கஞ்சாமந்தியைப் பறித்துக் கசக்கி முகர்ந்து பார்த்துக்கொண்டே வெளியறேினாள்.

மணி, கலா, பாலன் மூவரும் சிலேட்டுப் புத்தகம், பைகளோடு ரோடு ஏறினர். ரோடு ஏறியதும் சங்கிலி போல் கைகோர்த்துக் கொண்டு புளியமரம் ஓரமாக அணிவகுத்துச் சென்றனர்.

கலாவின் தூக்கிக் கட்டிய இரட்டைச் சடை இறுகிக்

கோணலாயிருந்தது. இடையிடையே சிலும்பிக் கொண்டிருந்தது. ஆனந்தாயி என்றால் காலுக்குக் கால் நீவி அழகாகப் பின்னி விடுவாள். குழந்தை பிறந்த வீட்டில் வேலைக்கா பஞ்சம்? முத்தக்காவுக்கு நேரமேயில்லை.

சங்கு, காயம், சுக்கு, மிளகு, திப்பிலி இத்தியாதி வைத்து அரைத்துப் பனைவெல்லத்தைப் பொடித்துத் தூளாக்கிக் கலவையை இரண்டாக்கி உருண்டை களாக்கினாள். சுடுசோறு வடித்து, தாளிக்காத பூண்டு ரசம் வைத்து ஆவி பறக்க எடுத்துச் சென்றாள் ஆனந்தாயி படுத்திருந்த உள்ளறைக்கு. கொதிக்கக் கொதிக்க வெந்நீர் ஒரு லோட்டாவில்!

'இங்க பாரு ஆனந்தாயி, காயத்தை இப்படி முழுங்கணும்' என்று கொஞ்சம் வாயில் போட்டுக் காண்பித்தாள் முத்தக்கா.

'தெரியும் எனக்கு, கொண்டா இங்க.' ஆனந்தாயி காயத்தை வெடுக் வெடுக்கென விழுங்கினாள்.

'தண்ணி ஒரே மட்டா கொதிக்குது!'

குடி சூடா. பச்சைத்தண்ணி குடிச்சா சீப்புடிச்சுக்காது?

'அதுக்குன்னு இப்பிடியா, கை பொறுக்கலியே!'

'அப்புறம் உன்னிஷ்டம்.' சொல்லிக்கொண்டே தண்ணீரை ஆத்தினாள் முத்தக்கா.

சுடுசோற்றின் மணம் கிழவியை அடைந்திருக்க வேண்டும்.

'ஏ முத்தா... முத்தா...' கிணற்றுப் பக்கம் சென்று கைகால் கழுவி சுத்தி செய்து திருநீற்றை நெற்றி நிறைய இட்டுக் கொண்டு வந்தாள் கிழவி.

'என்னா பாட்டி?'

'என்னா பாட்டியா? நீச்சுத் தண்ணி இருந்தா குட்றி.'

'ஆமா... மணி பதினொன்னு ஆச்சு போலிருக்கே, பால்காரன் திரும்பிப் போறான். சுடுசோறு இருக்கு. ரசம் ஊத்திக் குடுக்கவா?'

'எதாச்சும் வையி. கெழடு கட்டைதானே?'

வறுத்த துவரம்பருப்போடு பெருங்காயம், உப்பு, புளி, மிளகாய் வைத்து அம்மியில் இரண்டு இழுப்பு இழுத்து அவசரமாக அரைத்தத் துவையலோடு திண்ணைக்கு வந்தாள்.

கும்பாவை நகர்த்தி விட்டாள் கிழவி. கும்பாவில் சாதத்தை நிறைத்து, சாதத்துக்கு மேலே நிற்கும்படி யாக ரசத்தை ஊற்றித் துவையலைக் கும்பாவின் ஓரத்தில் ஒட்ட வைத்துவிட்டு உள்ளே சென்றாள். அவள் செய்வதையெல்லாம் ஓரக்கண்ணால் பார்த்துக் கொண்டிருந்த கிழவி அவள் சென்றதும், 'வயசுக்குட்டி மாதிரி லவுக்கப் போட்டுத் திரியறா. மேலே ஏத்தி ஏத்திப் போட்டுக்கிட்டு' என்று நொடித்துவிட்டுப் பருப்புத் துவையலைக் கிள்ளி நாக்கில் வைத்தாள். சுரீல் என்று உறைத்தது. அந்த வேகத்தில் சுடுசோற்றைப் பத்திரமாக, சிந்தாமல் சிதறாமல் சீராக உண்டாள்.

'சோறு வச்சவ தண்ணி வச்சாளா... அடியே முத்தா...?'

'இதோ வந்துட்டம் பாட்டி.' தண்ணீரோடு வந்தாள் முத்தக்கா.

கும்பாவைக் கழுவி, வாசலில் ஊற்றிவிட்டு 'சுடு சோறாம் சுடுசோறு. கம்மஞ்சோத்தைக் கரைச்சி வெங்காயம் கடிச்சிக்கிட்டு சாப்டற மாதிரி ஆவுமா? இடிச்சுப் போடறதுக்குச் சோம்பல்பட்டுக்கிட்டு ஒண்ணுக்கும் ஒதவாத வெந்த சோத்தப் போடுறா...' முறையிட்டவளாய் நீட்டிப் படுத்தாள் கிழவி.

'காடு கரைய ஒழுங்காப் பாத்தா போதும். அத வுட்டுட்டு கான்ரைட்டு எடுக்கறானாம் கான்ரைட்டு. பொழுதுபோனா விடிஞ்சா வீடு தங்க மாட்டேங்கறான். வெள்ள நோட்டுக் கையில பொரளப் பொரளக் கூத்தியாளுவளோட இவன் அடிக்கிற கொம்மாளமும் சாஸ்தியாப் போச்சி. இவன் கெட்டுப்போனதுமில்லாம இந்தப் புள்ளிவளயும் பள்ளிக் கொடத்துல போட்டு உடம்பு வளையாது ஆக்கிப்புட்டான். இல்லாட்டினா

அந்தத் தண்டிப் பய மணி, பள்ளிக்கொடம் உட்டு வரும்போது ரோட்ல கெடக்குற சாணியப் பொறுக்கிட்டு வந்து போடக்கூடாது? கட்டி கட்டியா அப்பிடியே கெடக்குது. எங்கக் கெடக்கறவள்ளாம் வந்து இங்க சாணியப் பொறுக்கிட்டுப் போறாளுவ!'

வாயில் வந்து உட்கார்ந்த ஈயைத் துரத்திவிட்டுச் சிறிது நேரம் மௌனமாயிருந்தாள்.

'ஒரு சாமர்த்தியம் பாத்துக்க, புள்ளத்தாச்சிய நெறமாசத்துல அதுவும் வலியா துடிச்சிக்கிட்டிருக்கப்ப கீழப்புடிச்சுத் தள்ளிப்புட்டு, குழந்தைப் பெத்தவள எட்டிக்கூடப் பார்க்காத, என்னா ஏதுன்னு வெசாரிக்காத... வெள்ள வேட்டி சட்டை போட்டுக்கிட்டு போறான் வாரான் ஒரு ஆம்பிள. இவ சரியான பொம்பளச் சிறுக்கியா இருந்தா அவனைக் கிட்ட நாட உடக்கூடாது, சொல்றேன்!'

'ராத்திரி வீடு தேடி வந்து தூங்கிப்புட்டுப் போறா ஒருத்தி. எப்பேர்க்கொத்த பொம்பளையா இருப்பா? இந்த முத்தாகூட லேசுப்பட்டவ இல்ல. பலப்பட்டது. எல்லாம் இந்தப் பய குடுக்குற தகிரியம். இன்னைக்கி வரட்டும். அவளை இந்தத் தடியாலேயே சாத்துறேன். ஏண்டி உங்கப்பன் ஒன்னை ஊர்மேயச் சொல்லி அவுத்துட்டுட்டானாடின்னு நாக்கப் புடுங்கிக்கிற மாதிரி நறுக்குன்னு கேக்கமாட்டேன்?'

'அந்தச் சின்னசாமி பய எப்பிடி வரான், எப்பிடி போறான்னே தெரியல. தென்னை மட்டைவ விழுந்து மக்கிக் கெடக்குது. பின்னிப் போட்டா கீத்தாவும். வாய்க்கா முச்சூடும் புல்லு ஓரம்பாரம் கழிச்சா தண்ணி வேகனா பாயும். வெலாங்கு மீன் மாதிரி நழுவுறானே... கண்ல ஆம்பட மாட்டங்கறான்...'

கிழவியை நிறுத்துவதற்கு வழியே இல்லை. தூங்கும் சாப்பிடும் நேரம் தவிர தொணதொணத்துக் கொண்டேயிருப்பாள்.

3

ஒரு வாளியில் சாணியைக் கரைத்துக் குழாயில் ஊற்றி மோட்டாரை ஸ்டார்ட் செய்தான் சின்னசாமி. சாணித் தண்ணீர் மாறி பிறகு வெளேரென்று வேகத்துடன் பாய்ந்தது தண்ணீர். சின்னசாமியின் அழுக்குச் சட்டை கிணற்றருகில் நின்றிருந்த எலுமிச்சை மரத்தில் தொங்கியது. எலுமிச்சை பசிய எண்ணெய் இலைகளுடன் ஊட்டமாக நின்றது. பச்சையான புளிப்புக் காய்கள் மரமெங்கும் நிறைந்திருந்தன. இரண்டு மாதங்களுக்கு முன்னால்கூட அந்த மரம் ஒரு நாயைச் சாப்பிட்டிருந்தது. எப்படியாவது ஒரு நாய் அந்த வீட்டுக்குள் அடைக்கலம் தேடி வரும். கிழவியிடம் ஒரு வாய், பிள்ளைகளிடம் ஒரு வாய் எனச் சாப்பிட்டுப் பழகும். பின்னர் பிள்ளை களை ஏய்த்துத் தட்டோடு கபளீகரம் செய்து ராட்சஷன் போல் வளரும். போகும் வரும் பஸ்களைக் குரைத்துச் சென்று விட்டு வரும். என்றாவது ஒருநாள் குடல் வெளித் தள்ள, பார்வை நிலைகுத்தி நிற்க விறைத்துக் கொண்டு சாலையில் கிடக்கும். எல்லா நாய்களுக்கும் எலுமிச்சை மரம்தான் அடைக்கலம்.

தொட்டிக்குப் பக்கத்தில் நீரோட்டமான பகுதியில் நாற்று முடிகள் இறக்கப்பட்டிருந்தன. விடியற்காலை நடவு அது. மணி பன்னிரண்டு அடிக்கும்போது ஆட்களைக் கலைத்து விடுவார்கள். மச்சு வீட்டுக்குச் சற்று தூரத்தில் புறம்போக்கு நிலத்தில் குடிசைக் கட்டிக் கொண்டிருந்தனர் முத்துலிங்கம், வடக்கத்தியான், சுடலை, மகாலிங்கம் மற்றும் அவர்களது உறவினர்கள். கூலியாட்களுக்கா பஞ்சம்? கூப்பிட்ட நேரத்துக்கு

வருவார்கள். ஆண்கள் மண் வேலை, எருவடித்தல், உழவு வேலை என்று எல்லா வேலைகளும் செய்து வந்தார்கள். பெண்கள் பெரும்பாலும் வயல் வேலையே செய்து வந்தார்கள். காலையில் வந்து பன்னிரண்டு மணிக்குப் போவதானால் அவர்களுக்கு இன்னும் வசதிதான். சிறிதுநேரம் 'முடக்கி'யிருந்து விட்டு மொளவு செலவு வாங்கி, இடித்து அரைத்துச் சோறாக்கிக் குழம்பு வைக்க வசதியாக இருக்கும். ஒரு நேரம் பொங்கினால் 'பத்தும் பத்தாமல்' மூன்று வேளைக்குத் தாங்கும்.

வடக்கத்தியான் மனைவி வடக்கத்தியாள் தொய்ந்து கிடந்த பாலகனைக் கட்கத்தில் இடுக்கிக்கொண்டு தலையில் தட்டோடு வந்தாள். அவளின் ஓரகத்தி செல்லம்மாள், அவள் மகள் பாப்பாத்தி, முத்துலிங்கம் மனைவி பசூதி என நாலைந்து பேரும் வந்தார்கள். பின்னாலே மகனை இறக்கி விட்டு, சோற்றை எலுமிச்சை மரத்தடியில் வைத்தாள் வடக்கத்தியாள். அதற்குள் அவள் மகன் 'ஓ'வெனப் பெருங் குரலெடுத்தழுதான். அவள் அதைச் சிறிதும் கண்டு கொள்ளாமல் ஓர் அலுமினியத் தட்டை எடுத்துத் தண்ணீரில் ஊறிக் கிடந்த பழையதைப் பிழிந்து போட்டு கரேர் என்றிருந்த குழம்பை ஊற்றி, அழுகிறவனைப் பிடித்துச் சோற்றின் முன் உட்கார்த்தினாள். அவன் பித்தான்களறுந்த மேல் சட்டை மட்டும் போட்டிருந்தான். அது காற சட்டைக்கும் ஈடு கொடுத்து முழங்கால்வரை தொங்கிக் கொண்டிருந்தது. அந்தச் சட்டைத்துணியின் இரண்டு முனைகளையும் சேர்த்து முடிச்சுப் போட்டுவிட்டு வரப்போரமாக நடக்கத் தொடங்கினாள். இனி என்ன அழுதாலும் அம்மா வ்ரப் போவதில்லை என்று தெரிந்து கொண்ட அவனும் அழுவதை நிறுத்தி விட்டுச் சோற்றைப் பிசைந்தான். அது கையிடுக்குகளில் பிதுங்கி வழிந்து காரமும் புளிப்புமான நெடியை வீசிற்று. அவன் மூக்கில் தேனடைபோல் கோழை காய்ந்த வலை பின்னியிருக்க, மூக்கைச் சுற்றி வட்டம் போட்டன

நான்கைந்து ஈக்கள். பிறகு தட்டுக்கும் வாய்க்குமாகப் பறந்து விளையாட்டுக் காட்டின.

'ஏண்டா, சாப்பிடேன். ஏன் பௌஞ்சுகிட்டே இருக்க?' கடைசியாக வந்த பசூதி அவனை நெண்டினாள்.

அவன் கிள்ளிவிட்டது போல் 'யே...' என்று குரலெடுத்து அழுதான்.

'எலே! நான் ஒண்ணுஞ் சொல்லுலடா... தின்னா தின்னு, திங்காட்டிப் போ!' அவள் நடக்கத் தொடங் கியதும் அழுகையை நிறுத்தினான்.

சின்னசாமி வரப்போரமாக நாற்றுமுடிகளை இறக் கினான். 'நெல்லு முடிய வீசுறதுக்கு முன்ன காலாடுங்க. அங்கங்க துரும்பு நீட்டிக்கிட்டிருக்கு.' உத்தரவு பிறப்பித்தான்.

காலாட ஆட சேறு குழம்பி கறுத்த பால் போலானது வயல். இன்னும் சிறிது நேரத்தில் இளமஞ்சள் உடை யுடுத்து அழகு பார்க்கும். வேர் பிடிக்கும் சில நாட்கள் வரை வாடிய மஞ்சள் நிறத்திலிருக்கும் பயிர், வேர் பிடித்ததும் இனிய பச்சையாகும். காற்றில் வணங்கி நிமிர்ந்து நர்த்தனமாடும். பின் தண்டு தடித்து சூல் கொண்டு வணங்காமுடி போல் குத்திட்டு வானத்தை வெறிக்கும்.

வடக்கத்தியாள் குனிந்திருந்தாள். சட்டை போட வில்லையென்றாலும் துளிகூட தெரியாதபடிக்கு நேர்த்தியாக வரிந்து கட்டியிருந்தாள். சேதாரமில்லாத நல்ல கறுப்பு அவள். முற்றிய நெல்மணிபோல் வலுவான தாடை எலும்புகள் புடைத்துக் கொண்டிருந்தன. வெற்றிலைக் குழம்பிய வாய். புகையிலையின் கார நெடி எப்போதும் அவளிடம். தூக்கணாங்குருவியின் கூட்டைப் போல் சிடுக்குப் பிடித்திருந்த கூந்தலை பம்மென்று அள்ளிச் செருகியிருந்தாள்.

கடைசியாக வந்த பசூதி ஒரு நாற்றுக்கட்டைப் பிரித்துக் கையில் எடுத்த வண்ணம் 'ஆமா உம் மவன் சோத்தைப் பிசைஞ்சிக்கிட்டே இருக்கான். சாப்டு

டான்னேன். ராமாயணம் வச்சான். கெட்டசாதிப் பயலா இருப்பாம் போலிருக்கே. காலையிலேயே சோத்தப் போட்டு வச்சா எப்படி சாப்பிடுவான்?' கீச்சுக்குரலிட்டாள் பசூதி.

'எல்லாஞ் சாப்டுவான். காலையில் எந்திரிக்கும் போதே அம்மான்னுகிட்டா எந்திரிக்கிறான். சோறுன்னு கிட்டுதானே எந்திரிப்பான், அப்புறம் சோத்தைப் போடாம என்ன பண்றது?'

'என்ன கொழம்பு கறுப்பா இருக்கு?'

'புளியக்கரச்சி மொளவாத்தூள் போட்டுக் கொதிக்க வச்சி எறக்கினேன்... என்...ன...கொய்ம்பு?'

வடக்கத்தியாள் நிமிர்ந்து பார்த்தாள். பசூதி பழைய நைலக்ஸ் புடவை உடுத்தி எடுப்பான ரோஸ் கலர் பிளவுஸ் போட்டிருந்தாள். செம்பட்டைப் பாய்ந்த கூந்தலைப் பின்னி, பட்டு ரோஜாவைக் காதோரமாய் வைத்திருந்தாள். அது வெயிலுக்கு வாடியிருந்தது.

'வாறது லேட்டா தளுக்கிக் குலுக்கிக்கிட்டு... அப்புறமென்ன பேச்சு?' சின்னசாமி விரட்டினான்.

'யாரு லேட்டா தளுக்கிக் குலுக்கிக்கிட்டு வாரா? ஆனந்தாயம்மாவைக் கொழந்தை பெறந்ததிலிருந்து பாக்கல. அதான் வீட்ல ஒரு எட்டு நொளைஞ்சு பாத்துட்டு வந்தேன். லேட்டாப் போயிடிச்சாம்மே கேளுடியம்மா கதைய...'

'ஏ புள்ள பசூதி சோகை பிடிச்சவளாட்டம் இருக்கியே, சாப்டறயா இல்ல புருஷனுக்கு வளிச்சுப் போட்டுட்டுக் கரண்டிய மூந்து பாக்கறியா?' ஈர்க்குச்சி போல் சேற்றில் பதிந்திருந்த அவள் கால்களைப் பார்த்துக் கேட்டாள் செல்லம்மாள்.

'எத்தனைவாட்டி சொல்றது... ரத்தசோவை. இருவது வயசிலதான் நான் வயசுக்கு வந்தன்னு.' பசூதி அவளுக்கே உரிய கீச்சுக் குரலில் சொன்னாள்.

தலைவரம்பு செலுத்திக் கொண்டிருந்த சின்னசாமி நிமிர்ந்து பார்த்தான்.

பசூதியின் சூம்பிய மார்பகத்தில் ரவிக்கை குழிந்து சுருங்கியிருந்தது.

நடவு தொடங்கி விறுவிறுப்பாகப் போய்க் கொண்டிருந்தது. 'ஏ புள்ள பாப்பாத்தி, பீச்சக்கை நாத்து முடிய பிரிக்கணும், சோத்துக்கை அதை சேத்துக்குள்ள வக்கணும். ஒண்ணு ஒண்ணா பிரிச்சி எண்ணிக்கிட்டிருந்தா எப்ப ஆவுறது?' வடக்கத்தியான் அறிவுரை வழங்கியதோடு நில்லாமல் பாப்பாத்திக்கு நட்டுக் காண்பித்தான். சிறு பெண்தானே அவள்!

'ஏக்கா, பூங்காவனம் எப்பிடி படிக்குது?' செல்லம்மாள் வடக்கத்தியாளைக் கிளறினாள்.

'ம்... வடிக்குது.'

'ஏக்கா அப்பிடிச் சொல்ற?'

'படிக்கிறா. நம்ம படிக்க வைக்க முடியுமா? ஒங்க மாமன் பண்ற இமுசை பெரிய இமுசை. சம்பாதிக்றதெல்லாம் குடிச்சுத் தொலைக்குது...'

அதற்குள் இடைமறித்தான் அவள் கணவன் வடக்கத்தியான்.

'கதை கேட்ட நாயைச் செருப்பாலடி!' இருவரும் வாயை மூடிக் கொண்டார்கள்.

'சந்து போடாத! நெருக்கி நடு!' சின்னசாமி செல்லம்மாளைக் குறை சொன்னான்.

'எங்க சந்து கெடக்குது? கண்ணு பொட்டையா? கிட்ட வந்து பாரு!'

'கிட்ட வந்து என்னத்தைப் பாக்குறது? இங்கிருந்து பாத்தாலே எல்லாம் தெரியுதே.'

'என்னத்தை எல்லாந் தெரியுது... எல்லாந் தெரியுதாம்!'

சிறிது நேரம் மௌனம், பின்னர் ஏதாவது பேச்சு. நடவில் குற்றங்குறை, அறிவுரை, அதட்டு எனப் போய்க் கொண்டிருந்தது.

நடவு முடியப் போகிறது என்று தெரிந்தவுடன் வடக்கத்தியாள் மகன் வரப்பில் வந்து நின்று கொண்டான். இதற்குள் அவன் கைகளில் தென்னை

யின் உதிர்ந்த சிறு காய்கள், ஒரு கொட்டாங்குச்சி முதலியன விளையாட்டுச் சாமான்களாகக் குடியேறி விட்டன. அவன் 'யெம்மா... யெப்பா... யெம்மா... யெப்பா...' என்று இடைவெளி விட்டு விட்டு அம்மாவையும் அப்பாவையும் அழைத்துக் கொண்டிருந்தான். இடையிடையே அழுதான். என்றாலும் யாரும் அவனைக் கண்டுகொள்ளவில்லை.

மணி சரியாகப் பன்னிரண்டு. தூரத்துச் சர்க்கரை ஆலையின் சங்கொலி சன்னமாகக் கேட்டது.

அதற்குப் போட்டியாக, 'எலேய் சின்னசாமி ஓடியாடாப்பா... ஏ தம்பி நம்பள மோ்சம் பண்ணிட்டாளே... ஏலே ஓடியாடா...' வீட்டிலிருந்து அலறினாள் முத்தக்கா.

'எலேய் அம்மாளுக்கு ஜன்னி கண்டு இழுக்குதடா... ஓடிப்போய் டாக்டரை அளைச்சாடாப்பா...' நெஞ்சில் அடித்துக்கொண்டாள் முத்தக்கா.

சின்னசாமி சைக்கிளை வேகமாகத் தள்ளி ஓடிக் கொண்டே ஏறி காற்றாய் கடுகினான். வடக்கத்தியான் காட்டுக் கொட்டகையில் குடியிருந்த சித்த வைத்தியரை அழைத்து வர ஓடிவிட்டான்.

ஆனந்தாயி படுத்திருந்த அறையில் கூட்டம் கூடி விட்டது. கிழவி ஆனந்தாயி அருகில் உட்கார்ந்து அடிக்கொருதரம் சுண்டியிழுக்கும் அவள் தலையை அமுக்கிப் பிடித்திருந்தாள்.

சித்த வைத்தியர் வந்துவிட்டார். காற்று வரும்படி கூட்டத்தை விலக்கிவிட்டு ஏதோ சூரணத்தைக் குழைத்துக் கிட்டியிருந்த பற்களை விலக்கி நாக்கில் தடவினார். மீண்டும் பற்கள் கிட்டித்துக் கொண்டன. வாட்டிய வெற்றிலையில் காரமான மருந்து தடவிப் பாதங்களில் தேய்த்துப் பின்னர் பெருவிரலில் கட்டினார்.

சிசு பசியால் அழுதது. ஆபத்துக்குப் பாவமில்லை என வடக்கத்தியாள் குழந்தையை அள்ளியெடுத்து ஒரு மூலையாக அமர்ந்து பாலூட்டினாள்.

சிறிது நேரத்தில் டாக்டர் வந்தார்.

'தொப்புள் கொடியை அரிவாளால் அறுத்தாங்களா?' என்று கேட்ட பிறகு ஊசியைச் செருகினார் உடம்பில். பால் கட்டி கனத்திருந்த மார்பகங்களை பார்த்துவிட்டு, களிம்பு ஒன்றைத் தடவினார். சிறிது நேரம் கழித்து ஆனந்தாயி தன்னிலைக்குத் திரும்பினாள். சோப்பு கொண்டு கையைச் சுத்தமாகக் கழுவியபின் கிளம் பினார் டாக்டர். பள்ளிக்கூடம் விட்டுத் திரும்பியிருந்த பிள்ளைகள் அம்மாவுக்கு என்னவோ ஏதோ என்று 'அம்மா அம்மா' என்று கதறவும் கிழவியும் முத்தக்காவும் அவர்களைச் சமாதானப்படுத்தினர். கூலியாட்கள் கலைந் தனர். குழந்தைகள் சாப்பிட்ட பின் அரைநாள் பள்ளிக் கூடத்திற்கு மட்டம் போட்டு விட்டு வீடே இரண்டு படும்படி ஓடியாடிச் சத்தம் போட்டு விளையாடினர்.

மாலை வீடு திரும்பிய பெரியண்ணன் குழந்தை பிறந்தபின் முதன்முறையாக ஆனந்தாயின் அறைக்குள் நுழைந்தான். வாஞ்சையுடன் அவள் முடியைக் கோதினான். குழந்தையைத் தூக்கி மடியில் போட்டு சற்றே கண் கலங்கினான். விழித்திருந்த ஆனந்தாயி எவ்வித உணர்ச்சியும் காட்டாமல் அவன் செய்கை யைக் கவனித்தவாறிருந்தாள்.

'என்னா செருப்புக்கு அழுவுறங்கறேன்? எதுக்குப் புள்ள பெத்தவ பட்டினி கெடக்கனும்? புருஷன் கூத்தியா மேல போறானாம். அதுக்கு இவ பட்டினி கெடக்கிறாளாம். புருஷன் ஒன்னுதானா ஆயிசுக்கும்? புள்ளங்க இல்ல, சொத்து இல்ல, பத்து இல்ல? காடு கரையில்ல? ஆடு மாடு இல்ல? அவன் எவளோடயோ போனா இவ ஏங்கிச் சாவுறாளாம். அஞ்சு புள்ளை களாச்சு. அந்தக் கருமாந்தரத்தைக் தலை முழுவித் தொலைச்சாத்தான் என்ன?'

மகன் சென்றதும் கிழவி தொணதொணத்தாள்.

'நான்தான் இப்ப எங்கிட்ட படுபடுன்னு அலை யிறனா?' கேட்க வந்த கேள்வி தொண்டையோடு நிற்க திரும்பிப் படுத்தாள் ஆனந்தாயி.

4

அய்யர் திண்ணையில் உட்கார்ந்திருந்தார். அரைவட்ட மான வாசற்படி, இரண்டு அறைகள், மேலே ஒரு அறை என்று சிறிதாக இருந்த அந்த மச்சு வீடு முழுவதும் தண்ணீர் விட்டுக் கழுவப்பட்டிருந்தது. மா, வேப்பிலைத் தோரணம் நிலை வாயிலில் தொங்கியது.

கணிசமாக வெளுத்திருந்த ஆனந்தாயி தலைக்கு விட்டுக் கொண்டாள். 'இதுதான் கடைசித் தண்ணி சூடு பொறுத்துக்க, அப்பதான் ரணம் ஆறும்.' முத்தக்கா விசிறியடித்தத் தண்ணீரை சூட்டோடு கால்களுக் கிடையில் வாங்கிக் கொண்டாள் ஆனந்தாயி. கடைசிச் சொம்பு நீரில் கஸ்தூரி மஞ்சளை அரைத்துக் கலந்து மூன்று சுத்துச் சுற்றி தலையோடு விட்டாள் முத்தக்கா. ஒரு கற்றை முடி சுழன்று ஓடி சாக்கடையை அடைத்தது.

குழந்தை முன்னதாகவே குளித்துவிட்டுப் புதுத்துணி யில் சொகுசாக பதுமை போல் அடங்கியிருந்தது. உடம்பில் தோல் உரிந்து மீன் செதில் போல் துருத்திக் கொண்டிருக்க, கையில் பொக்கிஷம் வைத்திருப்பது போல் கொஞ்சமாகத் திறந்த பின் இறுக்கமாக மூடிக் கொண்டது. கழுத்தில் பச்சரிசி போல் பாலமணி போட்டிருந்தது. வசம்பைச் சுட்டுக் குழைத்து கன்னத்திலும் நெற்றியிலும் கறுப்பிடப்பட்டிருந்தது. பச்சைப்பால் நெடி வீசியது அதன் உடம்பில்.

கோமியச் சொம்பில் மாவிலை போட்டு அதைக் கையிலேந்திக் கொண்ட அய்யர் மந்திர உச்சாடனங்கள் சொல்லிக் கொண்டு ஒவ்வொரு அறையாக மாவிலை

யால் கோமியத்தைத் தெளித்துக் கொண்டு வந்தார். அதன் துளி மேலே பட்டதும் குழந்தைகள் சிலிர்த்துக் கொண்டனர். தனத்தின் உதட்டில் தெறித்தது ஒருதுளி. அதை அவள் நக்கிப் பார்த்து 'சீ' என்றாள்.

சாம்பிராணி புகைசூழ கற்பூரம் ஏற்றி மலர் தூவி வழிபாடு செய்தபின், அய்யர் காலில் விழுந்து ஆசீர் வாதம் பெற்று அடுப்படிக்குள் நுழைந்தாள் ஆனந்தாயி.

ஒரு பிராந்திக் குப்பியைத் தம்ளரில் கவிழ்த்து 'உடம்பு வலி தீரும்' என்று சொல்லி ஆனந்தாயிடம் கொடுத்தாள் முத்தக்கா. தம்ளரைப் பல்லால் கடித்துக் கண்ணை மூடிக் குடித்து விட்டு உடம்பைச் சிலிர்த்துக் கொண்டாள் ஆனந்தாயி. வட்டிலிலிருந்த சோற்றை விழுங்கி விட்டுக் குழந்தையை மார்போடு அணைத்துக் கொண்டு படுத்து விட்டாள். அதற்குப் பிறகு கை எந்தப் பக்கம் கால் எந்தப் பக்கம் என்று புரியவில்லை அவளுக்கு.

கிழவியும் குளித்துத் தூய வெள்ளுடை அணிந்து அய்யர்க்குப் பின்புறம் மாடிப்படியில் ஒதுங்கி உட்கார்ந்திருந்தாள்.

நேரம், நாழி, கிரகங்கள் அவற்றின் சஞ்சாரங்களைக் கணக்கிட்டு ஜாதகம் எழுதி முடித்தார் அய்யர்.

'என்ன அயிரே?' பெரியண்ணன் அவரெதிரில் பவ்யமாக உட்கார்ந்திருந்தான்.

'எல்லாம் நல்ல ஜாதகம்தான். கல்யாணம்தான் தள்ளிப் போகும் போல் தெரிகிறது. இந்தப் பிள்ளப் பிறந்த யோகம் அப்பனுக்கு அதிர்ஷ்டம்! தொட்ட தெல்லாம் பொன்னாகும். தனலாபம் பெருகும். சம்பத் துக்கள் கூடிவரும்' என்று ஒவ்வொரு புண்யஸ்நானத்தின் போதும் சொல்வது போல் சொன்னார்.

பெரியண்ணன் அகமகிழ்ந்து புஷ்பம், வாழைப் பழங்கள், தேங்காய் இவற்றோடு நெல் இரண்டு மரக்கால், கொட்டைப் புளி ஒரு தூக்கு, மிளகாய் கால் மணக்கு, உடைக்காத துவரை ஒரு படி என ஒரு சாக்கிலிட்டுக் கொடுத்தான். சமைத்த பொருட்களைத்

தொடமாட்டார் அய்யர். சின்னசாமி அவற்றை அய்யர் வீட்டில் கொண்டு சேர்த்தான்.

அன்று இரவு ஆனந்தாயிக்கு உறக்கம் பிடிக்கவில்லை. பகலில் நன்றாகத் தூங்கியதாலோ என்னவோ, இரண்டொரு முறை சன்னல் வழியாக எட்டிப்பார்த்தாள். மேலேறிக் கிடந்த தனத்தின் பாவாடையைக் கீழே இறக்கிவிட்டாள். ஓரத்தில் உருண்டு கிடந்த கலாவைத் தூக்கிப் பாயில் போட்டாள். விளக்கெண்ணெய் ஊற்றி விளக்கின் திரியைத் தூண்டிவிட்டாள். கையில் வழிந்த எண்ணெய்யைக் குழந்தையின் தலையில் தடவி நீவி விட்டாள். அது உதட்டைச் சுழித்துத் தனது சுகத்தைத் தெரிவித்துப் பின் தூங்கியது. கால்நீட்டிப் போட்டு உட்கார்ந்தாள். அடிவயிற்றைத் தொட்டுப் பார்த்தாள். வரிவரியாய் வெள்ளைக் கீற்றுக்கள் ஓடி தொளதொளத்துக் கிடந்தது. பிள்ளை பால் குடிக்கக் குடிக்க வற்றிப்போகும்.

ஏழாம் மாதத்திலிருந்து நடமாட்டத்தைக் குறைத்து விட்டதால் பயிர்பச்சையைப் பார்க்காமல் ஏக்கம் பிடித்திருந்தது. பிள்ளையைத் தூக்கித் தோள் மேல் போட்டுக் கொள்கிற வரைக்கும் கழனிப்பக்கமோ, தூரத்திலிருக்கும் மோட்டாங்காட்டுக்கோ போக முடியாது. ஆக்குவதும் இறக்குவதுமாக வீட்டுக்குள்ளே அடைந்து கிடக்க வேண்டும்.

கிழவியின் பலமான குறட்டையொலி கேட்டது. சாமக்கோழி 'கொக்கரக்கோ' என்றது. தெருநாய்கள் அங்கொன்றும் இங்கொன்றுமாய்க் குரைத்துக் கொண்டிருந்தன. தொடர்பில்லாத சம்பவங்கள் பல அவள் கண்முன் வந்து போயின. முத்தக்கா ஓரத்தில் சுவர்ப்பக்கம் திரும்பிப் படுத்திருந்தாள்.

திடீரென்று ஆனந்தாயி மடியில் நெருப்புப் பெட்டி விழுந்தது.

'யார்றாது?' அதட்டினாள் ஆனந்தாயி. பதில் குரலில்லை.

'ஷ்...ஷ்...' சன்னல் பக்கமாகச் சத்தம் வந்தது.

'யார்றாது?'

'ஏண்டி சத்தம் போட்ற, நாந்தான்.'

'என்னா, இந்த நேரத்தில?'

'காதுல எறும்பு கொடையுது, தண்ணி கொஞ்சம் கொண்டா.' பேசாமல் எழுந்து தண்ணீர் மொண்டு திண்ணைக்குப் போனாள். திண்ணையில் ஆளைக் காணோம். மெதுவாக மாடிப்படியேறினாள்.

'எறும்பு கொடையுது தண்ணி கொண்டான்ன, மேல வந்துட்ட?' அவன் காதில் இரண்டு சொட்டு நீர் விட்டுத் தலையைப் பிடித்துச் சாய்த்தாள். தண்ணென்ற மார்பகத்தில் அவன் தலை விழுந்ததும்... எல்லாம் வெட்கமின்றி முன் எப்போதும் போலவே...

இறங்கி வந்தாள் ஆனந்தாயி. உடம்பு வலித்தது. லேசாகக் காந்திற்று என்றாலும் அவளுக்கு வாழ்க்கை யில் நம்பிக்கை பிறந்தது. வந்து படுத்ததும் தூங்கி விட்டாள். அதற்குப் பிறகு இரண்டாம் ஜாமக் கோழி கூவியதோ தெருநாய்கள் குலைத்ததோ எதுவுமே காதில் விழவில்லை.

'இன்னம் பத்துநாள் இரேன். இப்பங்காட்டியும் ஓடுற?' ஆனந்தாயி தடுத்தாள், அடுத்த நாளே கிளம்பிய முத்தக்காவை.

இரவு நடந்த நாடகம் முத்தக்காவுக்குத் தெரியாமலா போகும்? 'அடுத்த புள்ளைக்குச் சொல்லியனுப்பு, வாரேன்.'

'எக்கா, அதுங்காட்டியுமா அடுத்த புள்ள?'

'ஆம்பிளையாளு அலையக்குள்ள பொட்டச்சி என்னா பண்ணுவா?'

'நீ என்னா சொல்ற? ராத்திரி காதுல எறும்பு பூந்துக்கிச்சுன்னு நின்னாரு. தண்ணி கொண்டு போயிக் கொடுத்துட்டு வந்தேன். சாமி சத்தியமா...'

'சாமி மேல ஏஞ் சத்தியம் பண்ற? பச்சப்பாலவன் நீ வாரதுக்குள்ள ரெண்டு வாட்டி அழுதது. என்னான்னு

பாத்தாக்க, மூஞ்சில துணி வாரிப் போட்டுக்கிட்டி ருந்தது. உங்க ஜோர்ல புள்ளய உட்ராதீங்க... நாஞ் சொல்லிட்டேன்.'

'சரி முத்தக்கா, இரு அதிகம் வேணா பத்து நாளு. எனக்கு யாரு இருக்கா. தாயா தகப்பனா? அண்ணனா? தம்பியா? உன்ன விட்டா எனக்கு வேற யாரு?'

நெகிழ்ந்து போன முத்தக்கா ஊருக்குப் போவதற் காகக் கையிலெடுத்த துணிச் சுருணையை திருவை சந்தில் மறுபடியும் திணித்தாள்.

என்றாலும் அவள் பெரியண்ணனிடம் முகம் கொடுத்துப் பேசவில்லை. ஏதோ கேட்டதற்குக்கூடப் பதில் சொல்லாமல் 'என்னைக் கேட்டாக்க...' என்று விடைத்தாள்.

முத்தக்கா பிள்ளையைக் காலில் கிடத்தி குளிப் பாட்டிக் கொண்டிருக்கும்போது அடுப்பில் கஞ்சி வடித்துக் கொண்டிருந்த ஆனந்தாயி கவனிக்காத வண்ணம், முத்தக்காவின் மார்பில் உரசியவாறு கையைக் கொண்டு சென்று குழந்தையைத் தடவினான். அவளுக்கு அதென்னவோ பிடிக்காததுபோல் 'கை எங்கே வருது பாரு' என்று உரக்கச் சொன்னாள்.

'என்னா முத்தக்கா, யாரைச் சொல்லுற?' ஆனந்தாயி உள்ளிருந்து கேட்டாள்.

பெரியண்ணன் தாவி தோட்டத்துப்பக்கம் ஓடினான்.

'நக்கியூட்டுப் பூனை...' சமாளித்தாள் முத்தக்கா.

5

தனத்துக்கு முழங்காலில் ஒரு சிறிய கட்டி வந்து வீங்கி யிருந்தது. மாலை முழுவதும் சுற்றும்போதென்னவோ வலி தெரியவில்லை. இரவானதும் 'வலி…வலி…க் குதும்மா' என்று ஆனந்தாயின் உயிரை வாங்க ஆரம்பித்து விட்டாள். சாலையை ஒட்டி நீண்டிருந்த ஓடையில் பொன்னரளி பூத்திருந்தது. ஒரு கொத்து இலை பறித்துக் கட்டியைச் சுற்றிப் பால் அடித்தால் வீக்கம் வாடும். வலி குறையும். இந்த இருட்டில் யார் இலை பறிப்பது? மணிக்கு ஒரு வேலை வைக்க முடியாது. எதற்கெடுத் தாலும் 'போம்மா, போம்மா'தான். கலா மும்முரமாகச் சிலேட்டில் கோலம் போட்டுக் கொண்டிருந்தாள். வெளியில் நடப்பது எதுவும் புரியாது இப்போது. பாலன் ஒரு மூலையாக உட்கார்ந்து வாயில் அரிசியை அடக்கிக் கொஞ்சம் கொஞ்சமாக மாவாக்கிக் கொண்டிருந்தான்.

'அந்தச் சின்னசாமிப் பயல் வக்கப்போருக்கு வைக்கப்புடுங்கப் போனான், வந்துட்டானா?'

வெளிநடமாட்டத்தை எப்போதும் உன்னிப்பாகக் கவனித்துக் கொண்டிருக்கும் கிழவி.

'பட்டிக்குப் போயிருக்கான் வருவான்' என்று மருமகளுக்குப் பதில் சொல்லிவிட்டு,

'பொழுதினிக்கும் லம்பாடி மாதிரி ரெட்டைச்சடை போட்டுக்கிட்டு கும்மாளம் அடிச்சியே அப்ப வலிக்கல… இப்பதான் வலிக்குதாடீ… லம்பாடிச்சி… என்று தனத்தை அதட்டினாள்.

'நீதாண்டி கிழவி லம்பாடி.' சத்தம் போட்டு அழுதாள் தனம்.

'சிறுசுகிட்டே வாய்க்குடுப்பானேன், சின்னப்பட்டுப் போவானேன்?' என்று பாட்டியைச் சொல்லிவிட்டு,

'ஏட்டி, பாட்டிய அடீங்கறே... தின்ற கொழுப்பா?' அதட்டினாள் தனத்தை.

'பின்ன என்ன, ஏன் லம்பாடிச்சிங்குது?'

'அதுக்குன்னு பாட்டி வயசும் ஒவ்வயசும் ஒண்ணா? வெளக்கமாறு பிஞ்சுடும்.'

ஓங்கியழ ஆரம்பித்தாள் தனம். உள்ளேயிருந்து ஓடி வந்தான் மணி. அழுது கொண்டிருந்த தனத்தின் முதுகில் குத்திவிட்டு, 'ரேடியோவில் பாட்டு கேக்க முடியல. ஏண்டி கத்துற நாயே' என்று கத்தியபடி வந்த வேகத்தில் ஓடி விட்டான். திடீரென்ற தாக்குதலால் பாவாடையோடு 'திருக்'கென்று ஒண்ணுக்கிருந்து விட்டாள் தனம். அதை அவள் அம்மா கவனித்தவுடன் தான் செய்வதை நியாயப்படுத்தும் பொருட்டும் தன்னைக் கண்டித்த எல்லோரையும் தண்டிக்கும் பொருட்டும் மீதியையும் காலோடு கழித்தாள்.

'இந்த அட்டகாசம் எங்கியாச்சும் நடக்குமா? இவ கூத்து கட்டி அடிக்கிறா. அந்தப் படவா வந்து குத்திப் பிட்டுப் போறான். அந்த மனுசன் ஊட்ல இல்லாட்டினா இதுங்க அவுத்தூட்ட கழுதைங்க மாதிரி... செவனே... நான் எங்க போயிச் சொல்லுவேன்.'

'எங்க போய்ச் சொல்லுவ. காலையில எந்திரிச்சவுன்ன தலையில தட்டைக் குடுத்து அந்தப் பயல சாணி பொறுக்கிப் போடச் சொன்னியின்னா அந்தாப்புல பதவிசா இருப்பான். ஊர்லேயே அதிசயமா புள்ள பெத்தவ மாதிரி போத்தி போத்தி வளத்தா இப்படித்தான் இருப்பான்.' கிழவி சந்தடிச்சாக்கில் ஆனந்தாயைக் குறை கூறினாள்.

சின்னசாமி 'ஆய்யாரே... ஆய்யாரே' என்று சாமி பிடித்த கிழவியைப் பயபக்தியால் விளிப்பது போல்

கிண்டலாகக் கூவிக் கொண்டு வந்தான் மாட்டுக் கொட்டிலிலிருந்து.

'என்னடா வச்சிருக்க ஆய்யாருக்கு? ஆய்யாரே பூய்யாரேங்கறான்.' கிழவி எரிச்சல்பட்டாள்.

'யாரூட்டுப் புள்ளிங்கள சாணி பொறுக்கச் சொல் றீங்க தெரியுதா? நம்ம கான்ரைட்டு பெரியண்ணன் புள்ளைங்கனா இந்த ஊருக்குக் கவர்னர் ஊட்டுப் புள்ளிங்க மாதிரி. அவங்களையா சாணி பொறுக்கப் போச் சொல்றீங்க?' என்று கிழவியின் அருகில் உட்கார்ந்தான்.

'எவன்டா இவன், கான்ரைட்டாம் கான்ரைட்டு... கால் செருப்புக்கு வருமாடா... ஏமாத்து படுவா.'

'ஏ சின்னசாமி... தனத்துக்கு ஒரு கொத்து அரளி இலை பறிச்சுட்டு வா... முழங்கால்ல கட்டி, பாலடிக்கணும்.'

கதவு மூலையில் ஒளிந்து தேம்பிக் கொண்டிருந்தாள் தனம்.

'தனம்... தனம்... தனம்மா... எங்கே... ஆனந்தா யம்மா பெத்தெடுத்த குலக்கொழுந்து எங்கே...' தேடிக் கொண்டே கதவருகில் போனான்.

'கிருத்துவக்கார படுவா!' ஆனந்தாயி முணு முணுத்தாள்.

'ஏம்மா அழுவுற...?' தனத்தைக் கையைப் பிடித்து இழுத்தான்.

'நான்... வர்...ல' தேம்பிக் கொண்டே மறுத்தாள் தனம்.

'சின்னப் பாப்பா, எங்கச் செல்லப் பாப்பா...' பாட்டுப் பாடிக் கொண்டே அவளை இழுத்துத் தூக்கிக் கொண்டான்.

'எங்க இருக்கு கட்டி?'

சமாதானமானவளாய் 'இங்க' என்று முழங்காலைக் காட்டினாள். வாழைத்தண்டு போலிருந்த அதன் காலை இதமாகத் தடவிக் கொடுத்தான்.

மரத்தடியில் அவளை இறக்கிவிட்டு ஒரு கொத்து அரளியை ஒடித்து 'முழங்காலுக்குப் போடட்டுமா' என்றான்.

'இருட்டாருக்கே?'

'பஸ் போவுது... வருது... அந்த வெளிச்சத்துல போட்டுருலாம்.' ஒரு இணுக்கைப் பிய்த்து, துளியாக வடிந்த பாலைக் கட்டியைச் சுற்றி வட்டம் போட்டான். 'ஆமா, ஓம் பாவாடை ஏன் ஈரமாயிருக்கு?'

தனம் ஒன்றும் பேசாமலிருந்தாள். அழுத களைப்பு அவளுக்குத் தூக்கமாக வந்தது.

ஒரு கை அரளிப்பாலைக் கட்டியைச் சுற்றிச் சொட்டுச் சொட்டாக வைக்க, இன்னொரு கை அவளது தொடையருகே சென்றது.

'இம்புட்டு நேரமா?' திரும்பி வந்த சின்னசாமியிடம் கோபம் காட்டினாள் ஆனந்தாயி.

கட்டியைச் சுற்றிப் போட்ட பற்று காய்ந்திருந்தது. அழுத பிள்ளைக்குப் பாலைக் கொடுத்துப் படுக்கும் சமயம் பெரியண்ணன் நுழைந்தான்.

'என்ன முத்தக்கா ஊருக்குப் போயாச்சா?'

'ம், காலையிலதான் வண்டியேத்திவிட்டான் சின்னசாமி.'

'என்ன சொல்லிச்சு?'

'என்ன சொல்வா, போறதுக்கு இஷ்டமில்ல. இங்க மாதிரி நல்லது பொல்லது எங்க கிடைக்கும்? விடிஞ் செந்திரிச்சா இனிமே வெய்யில்ல காயணுமில்ல.'

'இன்னம் பத்து நாளூ இருக்கச் சொல்லியிருக்கலாம மில்லே?'

'சொல்லுவேன், எல்லாஞ் சரியா நடந்துகிட்டா. இனிமே அவளை ஏன் நான் கூப்பிடறேன், இனிமே அவ சங்காத்தமே வேணாம்.'

'என்னடீ சொல்ற... நான் செத்து சுடுகாடு போகணும்; நீ நடுத்தெருவுல பிச்சையெடுக்கணும்.'

'எக்கல, எந்தப் பேச்சிக்கு எந்தப் பேச்சி வருது பாரு?

வெள்ளிக்கிழமையதுவுமா... ஒரு நல்ல வார்த்தை வாயில வருதா?'

'சரி, இந்தா!' ஒரு பணக்கட்டை அவள் மடியில் எறிந்தான் அவன்.

'ஏது?'

'ம்... திருடியாந்தேன்!'

'கேட்டாக்க நேரா பதில் சொல்வியா அத உட்டுட்டு...'

'கான்ட்ரைட்டுக் காசுடி... அட்வான்ஸ். ஜல்லி செங்கலுக்கு நாளைக்குப் பணம் தரணும்.'

'அதுதானே பாத்தேன். பொண்டாட்டி கிட்ட கரிசனமாகக் கொண்டு கொடுக்கிற ஆளைப்பாரு!'

சொல்லிக் கொண்டே பணத்தை வைத்துப் பூட்டி விட்டுக் கணவனுக்குச் சோறுபோட எழுந்தாள்.

'எல்லாம் இந்தப் புள்ள பிறந்த அதிர்ஷ்டம்தான்...' என்று வாய்விட்டுச் சொல்லி, தூங்குகிற குழந்தையை ஆசையாய் வருடிக் கொடுத்தான். மற்ற பிள்ளைகளையும் நிதானமாகக் கவனித்துப் பார்த்தான். மனதிற் குள்ளே திருப்தி பிறந்தது.

6

அந்த வருடம் நல்ல மழை. தொடர்ந்து மழை பெய்து கொண்டிருந்தது. சின்னேரி கரை பிடுங்கி விட்டது. பெரிய ஏரிக் கரையின் இருபுறமும் விளிம்பு வரை தொட்டுத் தளும்பிக் கொண்டிருந்தது. இன்னும் ஒரு நாள் பெருமழை பெய்தால் வயலெல்லாம் வெள்ளக் காடாகிவிடும்.

குடிசைகளின் மண்தரைகள் ஈரமாகிக் கிடக்க, நனைந்த விறகை வைத்துக் கொண்டு பூ...பூ வென ஊதி நெஞ்சுவலிகூட வந்துவிட்டது பெண்களுக்கு. ஆண்கள் பீடி குடித்துக் கொண்டு பெண்டுகள் மாதிரி அடைந்து கிடந்தார்கள். பார்த்த முகத்தையே பார்த்துக்கொண்டு குடிசைக்குள்ளேயே வட்டம் போட்டதில் பெண் களுக்குச் 'சை' என்றாகியது.'

'கோணிச்சாக்கை தலையில் எடுத்துப் போட்டுக் கிட்டு மணிக்கூண்டு வரை போய் வாரதுதானே' என்று ஆண்களை விரட்டினார்கள்.

கங்காணி வீட்டுக் கல்திண்ணையில் ஆண்கள் பட்டாளம் கூடியது. வாகாக உட்கார்ந்து கொள்ள விசாலமான திண்ணை. கங்காணியம்மாள் தேத் தண்ணீர் கலந்து கொண்டு வந்து அவருக்கு வெங்கலத் தம்ளரிலும் ஏனையோருக்கு அலுமினியக் கிளாசு களிலும் ஊற்றினாள். சர்க்கரையைக் குறைத்தே போட்டாள். நிரக்கப் போட்டுக் கட்டுப்படியாகுமா என்ன?

கூடத்தில் கடிகாரம் டிங் டாங் என ஐந்து முறை அடித்தது. பெரிய கடிகாரம் அது.

'மணி அஞ்சுதான் ஆகுதா? மானம் இருட்டி யிருக்கறதைப் பார்த்தா ஏழு இருக்கும்னு நெனச்சேன். மழை பெய்யாம இருந்தா நல்லது. பெஞ்சதுனா நெல் வயல் அம்புட்டும் போச்சு.'

'ஆனாலும் இந்த வருஷம் நல்ல மழைதான். கேணி யெல்லாம் ரொம்பிப் போச்சு.'

கங்காணி வீட்டு அடுக்களையிலிருந்து புகைச்சல் கிளம்பி குளிரை அடக்கி இதமாக்கியது.

கங்காணி அம்மாள் வகிர்ந்த வெள்ளரிப்பழம் போல் இடுப்புச் சதையுடன் அங்குமிங்கும் உலாத்திக் கொண்டிருந்தாள். சாக்கை எடுப்பதும், இரும்புச் சல்லடையை ஆணியில் மாட்டுவதும், கங்காணியின் வேட்டியை எடுத்துக் கொடியில் போடுவதுமாய் நடமாடிக் கொண்டிருந்தாள்.

அவள் தங்கை, வீட்டிலே எல்லோருக்கும் இளை யவள். இந்த ஊரிலேயே பேரழகி என்று பேசப்படு பவள். வெளியே வந்தால் ஆட்களும் பார்க்கலாம் என்று நினைக்கிறார்கள். ஆனால் அவளோ வெளியே வரக்காணோம். நல்ல உயரம். நல்ல சிவப்பு. திரட்சியும் சதையுமாக இருந்தாலும் முகத்திலே நல்ல பொலிவு. பல்வரிசை கச்சிதம். அடர்ந்த கூந்தல் நீளமாகவும் இருந்தது. சிலருக்குத்தான் இந்த எல்லாமும் பொருந்தி வருகிறது. பெயர் நீலவேணி. ஆனால் வீட்டில் வேணி, வேணி என்றே அழைக்கிறார்கள். வயது முப்பதாகியும் இன்னும் திருமணமாகவில்லை.

படிக்கும்போது பள்ளிக்கூடத்தில் ரெங்கசாமி வாத்தியார் அவள் பரீட்சை எழுதுவதைப் பார்க்கும் சாக்கில் உரசிக்கொண்டு நிற்பதும் விடை சொல்லித் தருவதும் அதிக மார்க்குகள் போடுவதுமாய்... 'நீலவேணிக்கும், ரெங்கசாமிக்கும்' என்று சேர்த்துப் பேச ஆரம்பித்து விட்டார்கள் ரகசியமாக. மற்ற பெண்கள் இவளிடம் இருந்து விலகினார்கள்.

'உன் நோட்புக் எங்கிட்ட இருக்கு. வகுப்பு

முடிஞ்சதும் ஸ்டாஃப் ரூமில் வந்து வாங்கிட்டுப்போ' என்பார். இவள் போகாமலிருக்கக் கூடாதா? முடியாது. துணைக்காவது யாரையாவது அழைத்துக் கொண்டு போகலாம். யாராவது வந்தால்தானே. இவள் தனித்துப் போவாள். 'இந்தா இதைப் படி' என்பார். ஸ்டாஃப் ரூமில் யாரும் இருக்க மாட்டார்கள்.

அவள் அதை வாங்கிப் படிக்காமல் குனிந்து கொண்டு காலால் அரைவட்டம் போடுவாள். ரெங்கசாமியும் பார்க்க அழகாயிருப்பார். ஆனால் திருமணமானவர். மேவாயை மெதுவாக நிமிர்த்தி 'ம்; படி' என்பார். இவள் எழுதியதில் தப்பு இருக்கும். ஆகையால் படிக்க மாட்டாள். உடனே படி... படி என்று பிடிவாதம் பிடிக்கும் குழந்தையைச் சரி செய்வது போல் காதைப் பிடித்துத் திருகுவார். வலிக்காது. என்னவோ போலிருக்கும். பிடரியில் கைகொடுத்துத் தலையை ஆட்டுவார், கூச்சமும் இதமுமாக இருக்கும். 'அடிச்சா படிக்க மாட்டே, உன்னை அன்பாலத்தான் திருத்தனும்' என்று சொல்லி அவள் உதடுகளில் முத்தமிடுவார். அப்படியே அவளை இறுகப் பிடித்துக் கொள்வார். 'படி... படி...' என்பார்.

அன்பால் அவளெங்கே திருந்துவது... கெட்டுப் போய்விட்டாள். ஒரு நாள் ரெங்கசாமி வாத்தியார் இவளைத் துவம்சம் பண்ணுகையில் பி.டி.மாஸ்டர் நுழைந்து விட்டார்.

'இப்படிச் சொன்னால் படிக்க மாட்டாள், பிரம்பால் அடிக்க வேண்டும்' என்று பிரம்பால் பின்னால் அடித்தார். ரெங்கசாமி விரைந்து தடவிக் கொடுப்பதற்குள் பி.டி. மாஸ்டர் முந்திக் கொண்டார். இப்படி எடுப்பார் கைப்பிள்ளையானாள்.

பத்தாம் வகுப்பில் பெயிலானதோடு வீட்டில் நின்று விட்டாள். கூலியாட்கள் வேலை செய்கையில் அரிதாக மேற்பார்வைக்குச் செல்வாள். மற்றபடி வீட்டில்தான் எப்போதும். இவளுக்குத் திருமணமாகாதது பற்றி

கங்காணியம்மாளுக்குப் பெருத்த கவலை. வருகின்ற மாப்பிள்ளையெல்லோரையும் ஏதாவது குற்றங்குறை சொல்லித் தட்டிக் கழித்து விடுவாள் நீலவேணி. இவள் அழகைப்பற்றிப் பேச்சு வெளிக்கிளம்புமுன் இவளுடைய நடத்தையைப் பற்றிய பேச்சு முந்திக் கொள்வதால் பல நல்ல வரன்கள் தட்டிப் போய்விட்டன.

வெளியே பொடிசாக விழும் மழைத்தூறல்... அடுப்பின் கணப்பு... இந்த வேணி வீட்டிற்குள்ளேயே அடைந்துகொண்டு என்னதான் பண்ணுகிறாள்? கசங்கிய படுக்கையில் படுத்துக்கொண்டு கைக்கண்ணாடியில் முகம் பார்த்து முகப்பருக்களைக் கிள்ளிக் கொண்டிருக்கிறாள். கண்ணாடி பார்க்க ஆரம்பித்துவிட்டால் பொழுது போவதே தெரியாது. விதவிதமான அலங்காரம் செய்வதும் முகம் துடைப்பதுமாக இருப்பாள்.

தாய் தகப்பன் இறந்தபிறகு அக்கா வீட்டில்தான் வாசம். கங்காணி அவளைத் தன் மகள் போல் கருதி வீட்டில் வைத்துக் கொண்டுள்ளார்.

ஏரியை ஒட்டினாற்போல் கழனி கங்காணிக்கு. ஏரிப் பெருக்கெடுத்தால் முதலில் இவருக்குத்தான் சேதம். அதே சமயத்தில் ஏரி வற்றினாலும் இவரது கேணி வற்றாது. தேங்காய்த் தண்ணீர் போல் தெளிவுடன் சுரக்கும் அடியூற்று, வருடம் முப்போகம் விளைச்சல். நெல் சேர் நிரம்பி வழியும். போதாதற்கு வாசல், திண்ணை என்று மூட்டைகளை அடுக்கி விடுவார். எலிகள் விட்டத்திற்கும், நெல் மூட்டைக்கும் சுவர்க் கடிகாரத்திற்குமெனப் பாய்ச்சல் கொடுக்கும்.

கங்காணிக்கு முதல் தாரம் இறந்தபின் இரண்டாம் தாரமாக கங்காணியம்மாளை மணமுடித்தார். முதல் தாரத்தில் மூன்று ஆண்கள். ஒருவன் படித்துவிட்டு உள்ளூர் ஆரம்பப் பள்ளிக்கூடத்தில் வாத்தியார் வேலை செய்தான். திருமணமாகி தனி வீட்டிலிருந்தான். இன்னொருவன் கண் பிறவியிலே ஊனமாகி, அன்புச் செல்வன் என்ற பெயரிருக்க 'நொள்ளைக்கண்ணுப்

பயல்' என்று அறியப்பட்டான். மூன்றாமவன் பெயர் மாணிக்கம். அரைகுறையாகப் படித்துவிட்டு, சுருட்டைத் தலைமயிரை முகத்தில் விட்டுக்கொண்டு ரவடிப்பயல் கணக்காக ஊர் இளம் பெண்களை முறையற்ற பார்வை பார்த்துக்கொண்டு அலைந்தான். தன் பெயர் மாணிக்கமில்லை, ராஜமாணிக்கம் என்று வேறு சொல்லிக் கொள்கிறான். கங்காணியம்மாவுக்கு ஒரே பையன், பெயர் தங்கதுரை. பத்து வயது வரைக்கும் அம்மாவிடம் பால் குடித்தான். பள்ளிக்கூடத்தில் நான்காம் அல்லது ஐந்தாம் வகுப்புப் படித்துக்கொண்டிருந்த போதுகூடப் பால் குடித்தான். பள்ளிக்கூடம் முடித்து வந்ததும் திண்ணையில் புஸ்தகங்களை விட்டெறிந்துவிட்டு கங்காணியம்மாளின் பிளவுஸ் பொத்தான்களைக் கழற்ற ஆரம்பித்து விடுவான்... எப்படியோ அந்தப் பழக்கம் மாறிவிட்டது. ஒருவேளை பீடி குடிக்கத் தொடங்கியதாலோ என்னவோ? ஒரு கட்டு பீடியைக் கண்மூடும் நேரத்தில் இழுத்து உறிஞ்சிப் புகையை வயிற்றுக்குக் கொண்டு போய்ச் சேர்த்து விடுவான். எல்லோரையும் பார்க்கச் சொல்லி ஒரு தம்ளர் தண்ணீர் குடித்து விட்டுப் பின்னர் ஐந்து நிமிடத்திற்கும் குறையாமல் புகையை வெளியிடுவான். 'என்ன பிள்ளையோ என்ன பழக்கமோ...' நொந்து கொள்வாள் கங்காணியம்மாள். தங்கதுரை இன்று கங்காணியம்மாள் பக்கத்தில் ஸ்டூல் போட்டு உட்கார்ந்திருந்தான். மழை விட்டால் வானம்பாடி போல் ஒரு வட்டம் போட்டுவிட்டு வரலாம். மழை வேறு 'சொணசொண'வென்று தூறிக் கொண்டிருக்கிறது.

'அந்த அய்யாக்கண்ணு பயலுக்கு எவ்வளவு நெஞ்ச ழுத்தம் இருக்கும். கூலிக்காரப்பய. கால் காணிக்கும் கம்மியா நெலத்தை வச்சிக்கிட்டுத் தய்யத்தக்கான்னு குதிக்கிறானாம்...ம்' கங்காணி உள்ளுக்குள் புகைந்து கொண்டிருந்த விஷயத்தை மெதுவாக இறக்கினார்.

'நெல்லு விளஞ்சி வீட்ல வச்சிக்கிட்டு சாப்டறான்ல...

துள்ளுவான்.' உள்ளிருந்து வெளியே வந்த அன்புச் செல்வன் என்னும் நொள்ளைக்கண்ணன் எடுத்துக் கொடுத்தான்.

'ஏரிக்கு ஓரமாகக் கொஞ்சம் பொறம்போக்கு கெடந்ததுல்ல, வேலி போட்டு ரொம்பநாளா மடக்கி வச்சிருந்தது. உழுது போட்டிருந்தோம். அதுக்குப் போன பட்டம் தண்ணி உட்டதுக்கு, மொதல்ல என்னுடைய நெலம் பாஞ்சிதான் பொறம்போக்குக்குப் பாயனும்னு மம்புட்டியும் கையுமா வந்து நின்னுக் கிட்டான். மடைவாசல மறிச்சுக்கட்ட...'

கங்காணி வயலில் வேலை செய்யும் தொழாவூரான் எல்லோருக்கும் புரியும்படியாக முண்டாசைத் தலையில் கட்டி எழுந்து நின்று நடித்துக் காட்டினான்.

'எலே கங்காணிடா... வேற யாருனாலும் நீ மோதுடாப்பான்னேன். நல்ல வேளை தம்பி வந்துதோ இல்லியோ இல்லாட்டினா என்ன மம்புட்டியாலே சீவியிருப்பான்' என்று அன்புச்செல்வனைக் கை காட்டினான்.

'எங்கிட்ட பலிக்குமா... நா ஒண்ணும் பண்ணலே, தழைக்கழிச்சிக் கிட்டிருந்தேன். கையில வீச்சருவாள் இருந்தது. அந்தப் பய துண்டக் காணோம் துணியக் காணோம்னு ஓடிட்டான்.' நொள்ளைக்கண்ணன் சர்வசாதாரணமாகச் சொன்னான்.

'அவன் லேசுப்பட்ட ஆளில்லீங்க, எமகாதகப் பேர் வழி. என்னைக்கா இருந்தாலும் தீத்துக்கட்டுவேன்னு சொல்லிக்கிட்டிருக்கான்.' சல்லி சொன்னான்.

'ஏண்டா சல்லி, அவன் தீத்துக்கட்டுவான். நாங்க கையப் பெனஞ்சுக்கிட்டிருப்பமா?' கங்காணி மறித்தார்.

'அதுக்கில்லிங்க, அவன் என்ன சொல்லி திரிஞ்சுக் கிட்டிருக்கான்னு உங்களுக்குத் தெரியானமா... அதுக்குத்தான் சொன்னேன்.'

'அவஞ் சொன்னாப்பில... அவன் ஏதோ உளறீட்டான் அய்யா.' சல்லிக்கு உதவியாக ஏழுமலை மழுப்பினான்.

‘அடிபட்டவன் பினாத்திக்கிட்டிருப்பான். காரியம் முடிஞ்சுதா அதோட நிறுத்திக்கிடுவேன் நானு,’ கங்காணி பெருந்தன்மையாகப் பேசினார்.

‘அய்யாவுக்கு இருக்க பெருந்தன்மை அந்தப் பயலுக்கு இல்லையேங்க... ஏதோ வாய்க்கா தண்ணித் தகராறுன்னு நிறுத்தாம அவன் வீட்டு சமாச்சாரத்தையெல்லாம் இழுத்துப் பேசுறுனாம்.’ ஏழுமலை கிண்டி விட்டான்.

‘என்னாடா, வீட்டு சமாச்சாரம்?’

‘ஒண்ணுமில்லங்க, எல்லாம் நம்ம வேணிப் பாப்பா வையும் மாணிக்கத்தையும் பத்தி அப்படி இப்பிடின்னு பேசறாங்க.’

‘ஆமாங்க, நாங்கூட எங்காதால கேட்டேன். கள்ளச் சாராயம் விக்கிறானே குள்ளன், அவனும் அய்யாக் கண்ணுப் பயலும் நம்ம கான்ரைட்டுப் பெரியண்ணன் கிட்டப் பேசிக்கிட்டிருக்கப்போ கேட்டேங்க. அவுரு அந்தப் பய அய்யாக்கண்ணுவைத் தூண்டி உட்டுக் கிட்டு இருந்தாரு.’

‘அந்தப் பெரியண்ணனுக்கு ரெண்டு மூணு கான்ட் ரேக்ட் நம்ம மாணிக்கம் பேர்ல எடுத்துட்டேன்னு... கடுப்பு... சரி பேசுறான், பேசட்டும். அவன் ரொம்ப யோக்யன்பாரு. மழைதான் விட்டுப் போச்சே; எல்லாம் அத்து வீட்டுக்குப் போங்க.’ கலைத்து விட்டார் கூட்டத்தை.

அவர்கள் சென்றதும் கங்காணியம்மாளை அழைத்து, ‘நம்ம நடந்துக்கற விதமா நடந்துகிட்டா ஏன் நாலு பேரு நம்மளப் பத்திப் பேசப்போறான். அந்தப்புள்ள வேணியக் கண்டிச்சி வையி’ என்றார்.

‘மாணிக்கம்... பொட்டச்சிங்கன்னா இளிச்சிக் கிட்டுக் கூத்தடிக்கிறான். அவங்கய்யாவுக்குத் தெரியாம மூட்டை மூட்டையா நெல்ல வித்துப்புட்டான். சொன்னா... சக்களத்திபுள்ளய வேணுமின்னே கொற சொல்றான்னு பேச்சு வரும். எதுக்குன்னு பேசாம விடப்போக இவரு என்னமோ வேணியக் கண்டிச்சு

வய்யிங்கறாரே. அது என்னப் பண்ணது... வீடுவாசல்னு இருக்குது. நல்ல மாப்பிள்ளையப் பாத்துக் கட்டிக் குடுக்கலேன்னாலும்...'

'என்ன மொண மொணங்கற?'

'இல்லே... இந்த எலிங்க சாக்கைக் கொதறி வச்சிருக்குன்னு சொல்றேன்.'

7

ஆனந்தாயின் ஐந்தாவது செல்ல மகளுக்கு அருள் என்று பெயர் வைத்தார்கள்.

'என்ன அப்படிப் பார்க்கிறே... அடிச்சா... அடிச்சா...' என்று கை ஓங்கினால்கூட அருள் சிரிக்கிறது. அப்படிச் சிரிக்கும்போது கன்னத்தில் குழி. அள்ளி அணைத்துக் கொள்ளலாம் போல் தோன்றும்.

ஆனால், அது எப்போதும் அக்கா கலாவின் மேல் தான் சவாரி. தலை சரியாக நிற்காத போதே கலா பத்திரமாய்த் தோளில் தூக்கிச் சார்த்திக் கொண்டாள். வெள்ளை வானம், கறுத்தத் தார்ச் சாலை, செடி, கொடிகள், சத்தம் போட்டு விரையும் பேருந்துகள் எல்லாமே அதற்கு விசித்திரம்தான். 'புளுக் புளுக்' என்று பார்த்துக்கொண்டு போகிறது. கலா வழியில் நிற்பாளானால் அவளை நடந்துகொண்டே இருக்கச் சொல்லிக் காலால் சீண்டுகிறது. அறிவுதான்!

கலா பள்ளியிலிருந்து திரும்பியவுடன் பரியாறி மாரியாயி வீட்டுக்குச் சென்று விடுவாள். மாரியாயி எப்போதும் மாலையில், தலை பின்னுவதற்குத் தயாரா யிருப்பதுபோல் விரித்துப் போட்டக் கூந்தலின் உச்சி யில் சீப்பைச் சிக்க வைத்து உள்ளுக்கும் வெளிக்குமாக ஆட்டம் போட்டுக் கொண்டிருப்பாள்.

வயதுக்கு வந்தால் பெண்கள் படிக்கக்கூடாது என்ற கட்டுப்பாட்டினால் நின்று விட்டாள். முன்னிரண்டு பற்கள் வெளியில் துருத்திக் கொண்டிருக்கின்றன. கல்யாணம் தட்டிப் போகிறது. கல்யாணத்திற்குக்

காத்துக் கொண்டிருக்கும் அவளுக்கும் அவளம்மைக்கும் ஒரே சண்டை... அக்கப்போர்தான்.

நல்ல தண்ணீர் ஒரு குடம் பிடித்துக்கொண்டு வைத்து விடுவதோடு சரி. ஒரு வேலை தொடமாட்டேன் என்று பிடிவாதம். வீட்டில் அம்மாக்காரி வேலை செய்துகொண்டே இவளை வைவாள். இப்படித்தான் சண்டை.

கண்ணாடியை எடுத்து முழங்காலில் தொற்ற வைத்துத் தலையைக் கலைத்துக் கலைத்து வாரி, பின்னிக்கொண்டு சீவாய்க் குச்சியால் நீளமாக மையிழுத்துக் கவனமாக மூன்று புள்ளியும் குத்துவாள். கலா அவள் பக்கத்தில் நின்றுகொண்டு கூர்மையாகக் கவனிப்பாள். எதற்காகக் கலா மாரியாயி வீட்டிற்குப் போகிறாளென்றால் சங்கதி இல்லாமலா போய்விடும்?

மாரியாயின் ஒரு அண்ணனுக்குப் பைத்தியம். பட்டப் பெயர் டிங்குமல்லி. யாரையும் தொந்தரவு செய்யமாட்டான். சுத்தத் தமிழில் பேசுவான். அவன் பேசப் பேசக் குழந்தைகளுக்குச் சிரிப்பு வரும். அவன் ஒருகாலத்தில் படித்தப் பழைய கதைப் புத்தகங்கள் நிறைய வீட்டிலிருக்கும். குழந்தைக்கு விளையாட்டுக் காண்பிக்கும் சாக்கில் அங்கு போய் நிற்பாள்.

ஆனால் ஒன்று, மாரியாயின் அண்ணனை 'அண்ணே... அண்ணே...' என்று அழைக்கும் வரைதான் சுத்தத் தமிழ்... சுத்தமான பேச்சு. 'ஏ டிங்குமல்லி' என்று பட்டப்பெயரைக் கூப்பிட்டு விட்டால் அவ்வளவு தான். வாயிலிருந்து 'அக்கா, அம்மா, ஆத்தா...' என்று இன்னதுதான் வருமென்று சொல்ல முடியாது. விளை யாட்டுப் பிள்ளைகள் 'சுத்தத் தமிழ்' கேட்டுக் கேட்டுப் போரடித்த பின் போகிற போக்கில் டிங்குமல்லி... என்று கூறிவிட்டுப் போய் விடுவார்கள். அவ்வளவு தான், அவர்கள் வீடு போய்ச் சேரும்வரையில் சிரித்துக் கொண்டிருக்கும் அளவுக்கு வசவுகளை வாரியடிப்பான். 'டிங்குமல்லி' என்று சொல்பவர்களை அவன் ஒரு

நாளும் ஏமாற்றியது கிடையாது. அவன் பேசுவது 'சுத்தத் தமிழ்' என்றும் பிற்பகுதி 'டிங்குமல்லித் தமிழ்' என்றும் பொதுவாக அறியப்பட்டு வந்தது.

இந்தா புஸ்தகம் என்றால் நிற்பான். கையில் புஸ்தகம் காணவில்லை என்றால் 'யு.. பிளடி ஃபூல்... நான்சென்ஸ்... இடியட், ஸ்டுபிட்...' என்று மூச்சுவிடாமல் சொல்லிக் கொண்டு போவான்.

என்றைக்காவது டவுனிலுள்ள சலூனுக்குப் போவான். கச்சிதமாக முடி வெட்டி விடுவான். சவரம் செய்வான். பலர் அவன் கையில் தலையைக் கொடுப்பதற்குத் தயங்குவதால் அவன் அண்ணனே அவனை சலூனுக்கு வரக்கூடாது என்று தடை செய்து விட்டான்.

அழுக்கு வேட்டியை அளவுக்கதிகமாகத் தூக்கிக் கட்டிக்கொண்டு, சட்டைப் பையில் எண்ணெய் பிசுக்குள்ள பல துண்டுக் காகிதங்களை நிரப்பி, காதில் பீடியைச் செருகிக்கொண்டு சாலையில் ஓரமாகச் செல்வான். குனிந்து குனிந்து எதையாவது எடுப்பான். பெரும்பாலும் அது துண்டுக் காகிதமோ அல்லது துண்டு பீடியாகவோ இருக்கும்.

அன்று அருளை இடுப்பில் தூக்கி வைத்துக்கொண்டு பரியாரி மாரியாயி வீடு சென்ற கலா...

'அண்ணே வணக்கம்' என்றாள்.

'வணக்கம், அன்புள்ள தங்கைக்கு வணக்கம். அக்கா வுக்கு வணக்கம். தமிழுக்கு வணக்கம். கொடி வணக்கம். கோடி வணக்கம்.' நிறுத்திவிட்டு வேறுபக்கமாய்த் திரும்பினான்.

'அண்ணே! ஏதாச்சும் புஸ்தகம் தாங்கண்ணே.' இழுத்தாள் கலா.

'என்னா புள்ள, எப்பப் பாத்தாலும் புஸ்தகம் புஸ்தகம்னு இங்க வந்து நின்னுகிட்டு... பரியாசம் பண்ண வந்திருக்கயா?' உள்ளே குடக்கல்லில் மாவு ஆட்டும் சப்தத்தோடு மாரியாயின் அம்மா குரலும் ஒலித்தது.

‘படிப்பவர்களைப் படிக்க விடு. மாவரைப்பதை நிறுத்தாதே... சிறியவர் விஷயத்தில் தலையிடாதே!’ என்று ஆரம்பித்த டிங்குமல்லி ‘வெள்ளத்தால் போகாது... வெந்தணலால் வேகாது... கொடுத்தாலும் குறையாது’ என்று கல்வியின் பெருமையை ராகமாகப் பெருங் குரலெடுத்துப் பாடினான்.

‘எல நிறுத்துரா... பாட வந்துட்டான் பாட்டு... டிங்குமல்லி.’

அவனது தாய் மாவாட்டுவதை நிறுத்திவிட்டு உரத்த குரலில் ஆரம்பித்தவள் ‘டிங்குமல்லி’ என்பதை மெதுவாகத்தான் சொன்னாள். எப்படி அவன் காதுக்குப் போய்ச் சேர்ந்ததோ தெரியவில்லை.

அவ்வளவுதான். குதித்தோடி வெளியே வந்தவன்,

‘எவடீ டிங்குமல்லின்னு சொன்னது... வானத்தைப் பாருடி, வைட்டமின் பறக்குது... உங்களுக்கெங்கடி...’

அருள் பயந்து அழ ஆரம்பித்ததும் நிறுத்திவிட்டு, திண்ணைக்குப் போய் உட்கார்ந்தான். எச்சில் நுரை வாயின் இருபுறமும் ஓரங்கட்டியிருந்தது.

‘ஒன்னால வர்றது இம்புட்டும்... ஏ புள்ள போமாட்ட... வேடிக்கை பார்க்க வந்துர்ராளுவ... வேடிக்கை... அதுக்கு... தடிமாடு மாதிரி இங்க இருக்கிற சிறுக்கி சேத்தாளி’ என்று மாரியாயியையும் சேர்த்து வைதாள் அவள் அம்மா.

கலாவுக்கு இதெல்லாம் பழக்கம்தான். கொஞ்சம் போவதுபோல் பாசாங்குக் காட்டிவிட்டு மறுபடியும் டிங்குமல்லியிடம் வந்து நின்று ‘அண்ணே, அண்ணே’ என்றாள்.

‘இந்தா புலிவேட்டைக்குப் போன புள்ளிமான்!’ அவன் நீட்டிய புத்தகத்தை வாங்கிப் பார்த்தாள் கலா. புலியையும் காணோம். புள்ளிமானையும் காணோம். பதிலாக அட்டையில் ஒரு பெண்ணை விரட்டியபடி ஓர் ஆண் நின்றிருந்தான். அவளுடைய ஆடை குலைந்து விரசமாயிருந்தது. அவள் கண்களில் பயமிரட்சி.

வெறிமிகுந்த ஆணின் கண்கள்.

'பேய்க் கதையல்ல குழந்தாய். இது துப்பறியும் கதை, புலி வேட்டைக்குப் போன புள்ளிமான்... வணக்கம்... வந்தேமாதரம்!' முடித்து விட்டான் டிங்குமல்லி.

புத்தகத்தை வாங்கிக் கொண்டு திரும்பினாள் கலா. மாரியாயி இவ்வளவு நேரமும் தலை சீவி, இறுதிவரை நைலக்ஸ் ரிப்பனால் முடிந்து, பவுடர் அடித்து, பொட்டு வைத்து, மையிழுத்துப் புள்ளி குத்தி முடித்திருந்தாள். ஒரு கணம் கவனம் அங்குமிங்கும் செல்லவில்லை. கலா நின்று பார்த்துவிட்டுக் கிளம்பினாள்.

'எம்மா புடிம்மா அருள, என்னோட தோப்பட்டை ஒடிஞ்சிடுச்சி!'

'தூக்குரெட்டுல போட்டு ஆட்டூடு கலா, தூங்கட்டும்!'

'ப்ஹூம் முடியாது...' துணியில் குழந்தையைக் கிடத்தி விட்டு... ஆட்டுக்கல் மேல் வசதியாக உட்கார்ந்து கொண்டு புத்தகத்தைப் பிரித்தாள். இனி அவளை ஒன்றும் செய்ய முடியாது. வானமே இடிந்து வீழ்ந் தாலும்... புத்தகத்தை முடித்துத் தூக்கிப் போடுகிற வரையில்...

ஆனந்தாயி சோற்றை வடித்துத் தாங்கடையில் கொட்டிக் குழம்புக் கரண்டிக் காம்பால் கட்டியை உடைத்தாள். பெரியண்ணனுக்கு ஒரு சாதத்தோடு ஒரு சாதம் ஒட்டக்கூடாது. புழுங்கலரிசிச் சாதத்தின் மணம் வீடெங்கும் பரவியது. அதன் ஆவி அடித்து ஆனந்தா யிக்கு வியர்வை முத்துக்கள் அரும்பின முகத்தில். அடுப்பிலே மிளகாய் புளியுடன் கத்தரிக்காய் வெந்து கொண்டிருந்தது. வெந்த பருப்பைக் கொட்டி, வடகம் போட்டுத் தாளித்து இறக்க வேண்டும். முருங்கைக் கீரையை உருவச் சொல்லி பாட்டியிடம் முறத்தைக் கொடுத்திருந்தாள். கிழவிக்குக் கண் பார்வை மங்கி விட்டது. புழுபூச்சியுடன் பழுப்பு இலைகளையும் சேர்த்து உருவிப் போட்டிருந்தது. பார்த்துக் களைந்து

விட்டு வதக்க வேண்டும்.

உப்புக் கண்டம் உறியிலிருந்தது. தீபாவளிக்கு ஆடு வெட்டிய போது போட்டது. எடுத்துப் போட்டு வறுத்து விட்டால் ஒரு படியரிசி சாதம் இறங்கும். கறந்தபால் குமுட்டியடுப்பில் எருமுட்டி நெருப்பில் காய்ந்து ஏடு கட்டியிருந்தது. இறக்கி, பிரை குத்தினால் காலை பழையதுக்கு ஜோராக இருக்கும். மரத்தில்தான் எலுமிச்சைங்காய் உண்டே. உப்பும் புளிப்புமாக ஊறுகாய்!

ஆனால் ஆனந்தாயிக்குக் கவனம் போதாது. எப்போதும் ஆக்குகிற சாதமும் குழம்பும் மிஞ்சிப் போகிற மாதிரி சமையல். இருக்கவே இருக்கிறான் சின்னசாமி. வாரி வழித்துப் போட்டுக் கொள்வான் என்ற நினைப்பா அல்லது 'காட்ல வெளையறதுதானே, கடையிலா வாங்குறோம்' என்ற செழிப்பா, அல்லது எப்படியும் ராப்பிச்சை, நரிக்குறத்தி, பைத்தியக்காரன் என்று எவனாவது வருவான் சோறு போடலாம் என்ற நல்லெண்ணம் காரணமா? தெரியவில்லை. எல்லாம் தண்ணீரைப்போல் தாராளம்.

அப்படியும் மிஞ்சி விட்டால் கம்மஞ்சோற்றைத் தடதடவென கரைத்துக் கழுநீர்த் தொட்டியில் விடுவாள். பசுமாடு குடித்துவிட்டு நிரக்கப் பால் கறக்கும்.

பிள்ளைகளுக்குப் அப்படித்தான். வெண்கல வட்டில் களில் காய் ஒதுக்கிவைக்க இடமில்லாமல் சோற்றை நிரப்பி விடுவாள். பெரியண்ணன் எவ்வளவோ சொல்லிப் பார்த்துச் சலித்து விட்டான். கம்மஞ்சோறு, சோளச் சோறு எந்தச் சோறு என்றாலும் கட்டி கட்டியாக மொண்டு வைத்து ஊற்றுவாள். பிள்ளைகள் வயிறு நிறைகிறதோ என்னவோ மனது நிறைந்து விடும். தட்டுக்குத் தட்டு சோறு மிஞ்சி விடும்.

பெரியண்ணன் கணக்கு வழக்கு தஸ்தாவேஜிகள், வரைபடங்கள் அடங்கிய ரிக்கார்டுகளோடு நுழைந்தான். வரும்போதே 'எங்க அந்தக் கலாக்குட்டி?' என்று

கர்ஜித்துக் கொண்டு வந்தான்.

கலாவுக்கு இன்னும் சுய உணர்வு வரவில்லை. கதையின் முதல் பாகத்துக் கதாநாயகியான புள்ளி மானைக் கொன்று புதைத்து விட்டார்கள். மோப்ப நாய் தேடிக் கொண்டிருக்கிறது. தேடிக் கொண்டே சிறிது தூரம் போய் ஏரிக்கரையருகில் நின்று விடுகிறது. இவளும் நிறுத்தினாள்.

'ஏன்... படிச்சுக்கிட்டிருக்கு?' கலாவுக்காக ஆனந்தாயி பதில் சொன்னாள்.

'என்னா புள்ள படிக்கிறது?'

புத்தகத்தை வெடுக்கென்று பிடுங்கி விரசமான அட்டையையும் தலைப்பையும் படித்து விட்டு 'புலி வேட்டைக்குப் போன புள்ளிமானா... புலி... புள்ளிமான்... புலி... புள்ளிமான்' என்று சொல்லிக் கொண்டே அந்தப் புத்தகத்தால் மாறி மாறி கலாவின் தலையில் அடித்தான். கலா இரண்டு கைகளையும் கொண்டு அடியை வாங்கிக் கொண்டாள்.

'இன்னும் இரண்டு வருஷம் போனா வயசுக்கு வந்துருவா, அவளப் போய் அடிக்கிறியே?' ஆனந்தாயி ஓடி வந்து தடுத்தாள்.

'ஏதுடி இந்தப் புஸ்தகம் இவளுக்கு?'

'பரியாரி மாரியாயி குட்டி குடுத்திருப்பா.'

'இல்லப்பா... டிங்குமல்லி அண்ணன்பா.' வாயில் ஒரு பக்கம் அரிசியை அடக்கிக் கொண்ட பாலன் கோள் மூட்டினான். தனமும் ஒத்து ஊதினாள்.

'ஆம்பிளப்பயக் கிட்டப்போய் புஸ்தகம் வாங்கிட்டு வர்ற அளவுக்கு ஒனக்கு தகிரியம் யாருடி குடுத்தது? ஒங்கம்மா ஒன்ன ஊர் பொறுக்கச் சொல்லித் தார வாத்துட்டாளாடி?' சொல்லிக்கொண்டே அடிக்கப் போனவன், கையை மடக்கிக்கொண்டு நெறுநெறு வென சத்தம் வரும்படியாக நாய் போல் பல்லைக் கடித்துக் காண்பித்து விட்டு இந்தப் பக்கம் திரும்பி,

'கொறட்ல என்னடா?' என்று பாலனின் குறட்டினை

நிமிண்ட தெறித்து விழுந்த அரைபட்ட அரிசியைப் பார்த்ததும் முதுகிலே 'பட்டாசு' கணக்காக 'டப்'பென அடித்து, 'அரிசி திங்கிறான்... ஏண்டா பொழுதினிக்கும் பட்டினியா கெடந்த... புள்ள வளக்கறா பாரு புள்ள...' என்று நின்று கொண்டிருந்த ஆனந்தாயின் முடியைக் கொத்தாகப் பிடித்து ஒரு உலுப்பு உலுப்பி விட்டு வேறு பக்கம் நகர்ந்தான்.

புயலடித்து ஓய்ந்தது போலிருந்தது.

ஆனந்தாயி கீரையைச் சுண்டப் போனாள். கலா நின்ற இடத்திலே ஆணியறைந்தவள் மாதிரி நின்றாள். அப்புறம் காணோம்.

சாப்பாடு போட்டுக் கொண்டிருந்த ஆனந்தாயி மகளைக் காணாமல் வீடு முழுக்கத் தேட ஆரம்பித்தாள். ஓடிப்போய் கிணற்றைப் பார்த்தாள். மாடியறைக்கு ஓடினாள். குறுகலான மரப்படியில் ஏறி மொட்டை மாடிக்குப் போனாள்.

அங்கே அவள் மகள் நட்சத்திரத்தை வெறித்துப் பார்த்துக் கொண்டு வெறுந்தரையில் படுத்திருந்தாள். ஆனந்தாயிக்குப் போன உயிர் திரும்பியது.

8

மணி சைக்கிள் விடப் பழகிக் கொண்டான். குரங்குப் பெடல் போட்டு மிதித்த மாதிரி இருக்கிறது. அதற்குள் கைகள் இரண்டையும் கட்டிக்கொண்டு விடுமளவிற்கு வந்துவிட்டான். சைக்கிளை வேகமாக மிதித்துவிட்டு ஹேண்டில் பாரில் தலைவைத்து வானத்தைப் பார்த்தாற் போல் படுத்துக்கொண்டு வித்தை காட்டுகிறான்.

அதுபோலவே இருந்தாற்போலிருந்து அப்பா பாக்கெட்டில் காசு எடுக்கவும் கற்றுக் கொண்டான். சட்டையைக் கழற்றி மாட்டிவிட்டு அந்தண்டை போவதற்குள் இந்தண்டை காசை எடுத்துவிடுகிறான். ஐந்து பைசா பத்துப் பைசா எடுத்தவன் ஐம்பது பைசா எடுக்குமளவிற்கு முன்னேறிவிட்டான். படிப்பில் சுமார்தான்.

கடைக்குப் போவது அவன்தான். அம்மாவிடம், காசு கொடுத்தால்தான் கடைக்குப் போவேன் என்று அடம்பிடிக்கிறான். அப்படிக் கொடுக்கவில்லை என்றால் செக்காங்கடையில் ஐநூறு மில்லி தேங்காயெண் ணெய்க்குப் பதிலாக நானூற்று ஐம்பது மில்லி ஊற்றச் சொல்லிக் கேட்பான். செக்கான் சந்தேகப்பட்டாலும் மீதி காசுக்கு அவன் கடையிலேயே கடலை உருண்டை வாங்கும்போது அவன் ஒன்றும் சொல்வதில்லை.

ஒருநாள் பாட்டிலைப் பார்த்த ஆனந்தாயிக்குப் பகீரென்றது. 'மணி ஏண்டா எண்ணெய் குறைவா இருக்கு?' என்று கேட்டாள்; பையன் நூறு மில்லியை ஏமாற்றியிருந்தான் அன்று.

‘எல்லாம் சரியாத்தானிருக்கு.’ அசட்டையாகப் பதில் வந்தது அவனிடமிருந்து.

‘இந்தா... ஒன்னத்தான். இதா அரை லிட்டர் எண்ணெய்?’ வாங்கிப் பார்த்த பெரியண்ணன் பாட்டிலோடு சின்னசாமியைக் கடைக்கனுப்பினான். சின்னசாமி வந்ததும் விஷயம் வெட்ட வெளிச்ச மாகியது.

‘எங்கே அந்தப் பயல்?’

‘குளிச்சிக்கிட்ருக்கான்.’

கிணற்றிலிருந்து அம்மணமாக மேலேறிய அவனை வேப்ப மரச்சிம்பால் வைத்து விளாசினான். குனிந்து காற்சட்டையை எடுத்தவன் அடிதாளாமல் காற்சட்டையைக் கழற்ற... அது மின் விசிறிபோல் அதிக வேகமாகச் சுழன்றது.

‘அடச்சீ... இப்படியா போட்டு அடிப்பாங்க அதுக்குன்னு?’

‘வாயை மூட்றி... செல்லங்குடுத்து அவனைக் குட்டிச் சுரவாக்கிப்புட்டு...’

கிழவி தடியை ஊன்றிக் கொண்டே பின்பக்கம் வந்து விட்டாள்.

‘காலையில் முழிச்சு எந்திரிச்சவுன்ன சாணித்தட்டை தலையில் ஏத்து. மூணு வேளையும் அடுப்பில பூந்துக் கிட்டு தாளிக்கறதும் இறக்கிறதுமா இருக்கிறியே, பழையது நீராகரம்னு குடுத்து வெய்யில்ல வேலை வாங்குனா எல்லாந் தன்னால அடங்கும். கடைக்குப் போச்சொன்னா சொக்கம் பிடிக்கிறானாம்... சொக்கம்... மூன்று வேளையும் முழுங்கறது... கொழுப்பு நெண்டுது போல.’

‘சரி... சரி... நீ போய் உக்காரு.’ அம்மாவை அதட்டி விட்டுப் பெரியண்ணன் முன் பக்கம் சென்றான். வீட்டு நிர்வாகம் சரியில்லாதது போல், பிள்ளைகள் தன்னிச்சைக்கு நடந்து கெட்டுப் போகிறாற் போல் தோன்ற மனதில் கவலையேற்பட்டது. கூடவே,

அடியாத மாடு பணியாது, எல்லாம் காலப்போக்கில் சரியாகப் போகும் என்று நினைத்துக் கொண்டான்.

மேற்கொண்டு எதுவும் நினைக்க முடியாதபடி ஏகப்பட்ட வேலைப்பளு அவனுக்கு. எள்ளுக்காய் களத்தில் வந்து இறங்கியிருந்தது. அடித்து எள்ளாக்கி எண்ணெய்யாக்கி வீடு கொண்டு சேர்க்க வேண்டும். நெல்லுக்கு உரம், பூச்சி மருந்து வாங்க வேண்டும். தைப் பொங்கலுக்குள் புதிய ரோடு போட்டாக வேண்டும். ஹைவேஸ் ஆபீஸிலும், கமிஷனர் ஆபீஸிலும் வர வேண்டிய பில் தொகையை வசூல் பண்ண வேண்டும்.

எமனேரி ஆற்றுக்குக் குறுக்கே பல லட்ச ரூபாய் அளவில் பாலங்கட்ட வேண்டுமென்று முடிவெடுக்கப் பட்டுள்ளது. இந்தக் கான்ராக்ட் மட்டும் கிடைத்து விட்டால் வருகின்ற தொகையில் ஒரு லாரி வாங்கி விடலாம், பார்ப்போம் எப்படி நடக்கிறதென்று. ஐந்தாவது பெண் பிறந்துள்ளது. அதிர்ஷ்டம் என்கிறார்கள். அதையும் சோதித்துப் பார்க்க வேண்டியதுதானே. இப்படிப் பல வகையில் அவன் சிந்தனை செய்து கொண்டிருந்தான்.

உடம்பு வார் வாராகத் தடித்துப் போய்விட்டது மணிக்கு. இரவு, அவனருகில் உட்கார்ந்து தடிப்புக்குத் தவிட்டு ஒத்தடம் கொடுத்தாள் ஆனந்தாயி. இளஞ் சூடு இதமாக இருந்தாலும் வலி குறையவில்லை. அவனைத் தூங்க வைத்துவிட்டு சூடாக இருந்த கம்மஞ் சோற்றில் குழி செய்து கீரைக் குழம்பை ஊற்றிக் கொண்டு திண்ணைக்கு வந்தாள்.

'ஏம்பாட்டி சோறு வேணாமா?' கிழவியைப் பார்த்துக் கேட்டாள். ஆனந்தாயி பாட்டியின் தங்கை யுடைய மகள் வயிற்றுப்பேத்தி. ஆகையால் அத்தைக்குப் பதிலாகப் பாட்டி என்றுதான் அழைத்தாள்.

'ஒரு மாதிரியா நெஞ்சக்கரிச்சுக்கிட்டு இருக்கு. புளிப்பு ஏப்பமா...' சொல்லிக் கொண்டே ஏப்பம் விட்டாள்.

'ஏதாவது மாத்திரை வாங்கிவரச் சொல்லட்டுமா?'

'வேண்டாம், விடிஞ்சா முடக்கத்தான் தழை ரசம் வச்சுக் குடு.' அரிப்பு எடுத்த முதுகை சுவரில் உராய்ந்து கொண்டு மீண்டும் ஏப்பம் விட்டாள்.

ஆனந்தாயிக்குப் பாதி சோற்றுக்கு மேல் இறங்க வில்லை. சோற்றில் கை வைத்துக் கொண்டு வெகு நேரம் உட்கார்ந்திருந்தாள்.

'முறம் ரெண்டும் பிஞ்சிக் கெடக்கு. குறத்தி வந்தா அதைச் சிம்பு வச்சிக் கட்டி வாங்கணும். புதுசா சந்தை யில ஒரு முறம் வாங்கினாப் பரவால்ல. பள்ளிக்கூடம் போற நேரம் பார்த்து ரிப்பனைக் காங்கல, பின்னூசி யைக் காங்கலன்னு கலாக்குட்டி அரிச்செடுக்கிறா. மொத்தமா ஒரு அட்டைப் பின்னூசியும் ரெண்டு ஜோடி ரிப்பனும் வாங்கினாத் தேவலை. எள்ளை வீடு கொண்டாந்து சேர்க்கணும். துவரை மிளாரு அம்பார மாகக் கெடந்து சரியுது. அத அரி அரியா எடுத்து அடுக்கி பட்டறை போடச் சொல்லனும். வாய்வு மாதிரி அடைச்சுக்கிட்டு மூட்டுக்கு மூட்டு வலி. சித்த வைத்தியர் கிட்ட சொல்லி மருந்து வாங்கித் தின்னா தேவலாம்...' என்று பலவாறாக எண்ணிக் கொண்டிருந்தாள்.

'சாமி எதுனாச்சும்... பிச்சப் போடு சாமி...' ராப் பிச்சைக்காரன் வந்து நின்றான். அவனுக்கு எச்சிலைப் போட மனம் வராமல் மீதிச் சோற்றைக் கழனித் தொட்டியில் போட்டுவிட்டுப் புதிதாகக் கம்மஞ் சோறு உள்ளிருந்து எடுத்து வந்தாள்.

இருட்டில் கிண்ணத்தில் 'பளக்' எனக் கட்டியாக விழுந்ததைக் கொண்டு அது என்ன சோறு என்பதை அறிந்து கொண்ட பிச்சைக்காரன்,

'பருக்க இல்ல?' என்று அடிக்குரலில் வினவினான்.

'அடி செருப்பாலே... கெட்ட கேட்டுக்கு நெல்லுச் சோறு கேக்குதோ? அவனவன் வேகாத வெய்யில்ல அளஞ்சுட்டு கால் வயித்துக்குக் கம்மங்கஞ்சி ஆம்ட்டா தான்னு ஆலாப் பறக்கிறான். ஒனக்குக் கெட்ட

கேட்டுக்கு நெல்லுப் பருக்க வேணுமா?' கிழவி திடீரெனப் பாய்ந்தாள்.

'ரெண்டு நாளா ஜொரம்... அதான்.' இழுத்துக் கொண்டே அங்கிருந்து நகர்ந்தான் பிச்சைக்காரன்.

'வாரவனுக்கு இல்லன்னு சொல்லேன். அவன் படியளக்கிறது தவறிப் போயிடுமோ. வாரானுவ பாரு... கையுங் காலும் சரியாயிருக்கப்ப... பிச்சை யெடுக்க...' கிழவி மருமகளைக் கடிந்தாள்.

வேஷ்டியை மடித்துக்கட்டி, கழுத்தில் துண்டைச் சுற்றி வளைத்துப் போட்டுக் கொண்டு மொட்டை யடித்த ஆள் ஒருவன் உள்ளே நுழைந்தான்.

விளக்கை அணைக்கப் போன ஆனந்தாயி கதவுச் சத்தம் கேட்டு 'ஆரது' என்றாள்.

'நாந்தாம்புள்ள.' சன்னமாக வந்தது குரல்.

'வாண்ணா, ஏது இந்த நேரத்தில?'

'வந்தேம் போ.'

'ஏண்ணா ஒரே சலிப்பு... நீ எப்பவும் இப்படித் தான்.' வந்தது பங்கும், பங்காளிகளில் அண்ணன் உறவு கொண்ட அய்யாக்கண்ணும்.

'எல அய்யாக்கண்ணு... வாரதுக்கு ஒரு நேரங்கால மில்லே?' கிழவி முணுமுணுத்தாள்.

'சம்சாரிக்கு எல்லாம் நேரந்தான்... காலந்தான் ஆய்யாரே...'

'இப்பத்தான் சோத்துப்பானையில தண்ணி ஊத்தி மூடுனேன். நீயும் நொளையற... கம்மஞ்சோறு தாண்ணா...'

'நம்மூட்லயும் கம்மஞ்சோறுதான். சாப்ட்டுதான் கிளம்பினேன். மாடு கறக்குமே, பாலிருந்தா குடேன்.'

'இல்லண்ணா இப்பத்தான் புரக்குத்தினேன்.'

'சரி. அப்ப உடு... எங்க மச்சான்?'

'நாக்கு செத்தப் பயல்' – கிழவி முணுமுணுத்தாள்.

'தூங்கப் போயிட்டாரு மேல. எழுப்பியுட்டா பொல்லா சாயில கோபம் வரும். இரேண்ணா காலை

யில போலாம்.'

'இல்ல புள்ள, மச்சாங்கிட்ட கேட்டு, செப்பலோட மாட்டை ஓட்டிக்கிட்டுப் போலாம்னு வந்தேன். கொஞ்சம் போய்ப் பாரேன் தூங்கிட்டாரான்னு.'

'ஏண்ணா, நீ போய்ப் பாரு. நாம் போணாக்க அவ்வளவுதான்.' கொடுப்பதற்கு ஒன்றுமில்லையே என்று ஆதங்கப்பட்டவளாய், கேழ்வரகு மாவை வெல்லம் போட்டு உருண்டைப் பிடித்திருந்தாள். மாலை, தனக்கென்று இரண்டு வைத்திருந்தாள். சாப்பிட மறந்து போனது. நல்ல வேளை அதைக் கொண்டு வந்து அய்யாக்கண்ணுவிடம் கொடுத்தாள்.

பாதிப்படியேறியவன் மேலிருந்து கேட்ட குறட்டைச் சத்தத்தால் கீழிறங்கினான். அவனுக்குப் பழைய பாயும், அழுக்குத் தலையணை ஒன்றையும் கொடுத்துத் திண்ணையில் படுக்கச் சொன்னாள்.

விளக்கணைப்பதற்கு முன், குழந்தைகளின் துணி களில் நல்லதாயிருப்பதை எடுத்து மரப்பெட்டியில் வைத்துப் பெட்டிச்சாவியைச் சுருக்குப் பையில் போட்டுக் கொண்டாள். ஏனென்றால் அய்யாக்கண்ணு வந்து போவதற்கும் துணிகள் காணாமல் போவதற்கும் சரியாக இருக்கும். காணாமல் போய்விட்ட பிறகு குறைபட்டுக் கொள்வதைவிட அதற்கு முன்னாலேயே அவற்றைப் பத்திரப்படுத்துவது நல்லதல்லவா? அதிலும் பள்ளிப்பிள்ளைகளுடைய யூனிபாரம் காணவில்லை யென்றால் இவள் என்ன செய்வாள்.

விடிந்தால் வேலை சரியாக இருக்கும். சீக்கிரம் படுத்தால் தேவலாம். 'தாயே.. ஈஸ்வரி... மகமாயி...'

வீடு இருளில் ஆழ்ந்தது.. அய்யாக்கண்ணுவுக்கு மனம் கனத்திருந்தது. 'மழை நல்லாப் பெஞ்சிருக்கு. உழுதுப் போடலாம்னு வாங்கிட்டுப் போறம் மாட்டை இந்தத் தங்கம் கங்காணி தண்ணி உடலன்னா கொடலை உருவி மாலை போடணும்...' ஆத்திரப்பட்டதால் தூக்கம் வரவில்லை. நெடுநேரம் விழித்துப் புரண்டு

ஆனந்தாயி ~ 53

கொண்டிருந்தான். நடுநடுவே ‘அங்கம்மாள் நான் வருவேன்னு காத்துக்கிட்டிருப்பா. நாம்பாட்டுக்கு இங்க மொடக்கிக்கிட்டேன். பயலுக நாலு பேருன்னாலும் சின்னஞ்சிறுசுதானே...’ என்று மனைவியையும் பிள்ளைகளையும் நினைத்துக் கவலைப்பட்டான்.

விடிவெள்ளி முளைத்தது.

‘அய்யாக்கண்ணு மழையக் கொண்டாந்துட்டான்!’ சொல்லிக் கொண்டே படியிறங்கினான் பெரியண்ணன்.

‘ரவத் தூத்தல்தான்; மழையெங்க பெய்யப் போவுது.’ திண்ணைத் தூணோரமாய்க் குத்துக்காலிட்டு உட்கார்ந்திருந்த அய்யாக்கண்ணு எழுந்தான்.

‘அது சரி. என்ன ராத்திரியோட ராத்திரியா... அந்த நொள்ளக்கண்ணு பயலுக்கும் ஒனக்கும் ஏதாவது தகராறா என்ன?’

‘இல்ல மச்சான். காடு நஞ்சையடிக்கணும்... கொஞ்சம் போல கட்டகாரு நாத்து உட்டு வச்சிருக்கேன். ரெண்டு நாளு போதும். மாட்டைக் குடுத்தா ஒழவு ஓட்டிக்கிட்டு கொண்டாந்து உட்ருவேன்.

‘ஒந்தங்கச்சிய வேணும்னாலும் அளைச்சிக்கிட்டுப் போ, ஆனா மாடுன்னு கிட்ட வராத. மாடு இல்லாம என்னை என்ன ம... என்னமா வருதுங்கற வாயில காலங்காத்தால...’

‘இன்னைக்கு ஓட்டிட்டுப் போயி நாளைக்கி சாயங்காலம் கொண்டாந்து பட்டியில கட்டிப்புடறேன்.’

‘இங்க புண்ணாக்குப் பருத்தியும் தவிடும் சரிசமமா கலந்து தெவிட்டிக்கிட்டுத் திங்கற மாடு ரெண்டு நாள்ல வத்திப் போகுது ஒங்கிட்ட வந்தா.’

‘இல்ல மச்சான். இந்தத்தக்க நாம் பாத்துக்கறேன். பருத்திப் புண்ணாக்கெல்லாம் வாங்கி வக்கிறேன்.’

‘சரி, நாளைக்கு வந்து ஓட்டிக்கிட்டுப் போ. இன்னைக்கி இருந்து இந்த எள்ளுக்காயை ஓர்சு பண்ணிக் குடுத்துட்டுப் போ.’

அய்யாக்கண்ணு சொன்னது சரிதான். சற்று நேரத்

திற்கெல்லாம் சுளீரென வெய்யிலடித்தது. எள்ளுக்காய் உலர்ந்துவிடும். அடிக்கிற வெய்யிலுக்குப் பட் பட் என வெடித்துச் சிதறும் எள். தெருவுக்குப் போய் தன் மனைவியையும் அழைத்துக் கொண்டு வந்தான்.

ஆனந்தாயிக்கும் வேலைதான். குந்தாணியில் மக்கட்டைச் சோளத்தைப் போட்டு நீர் தெளித்து 'மக் மக்'கென இடித்தாள். அடுப்பிலே உலை காய்ந்தது. மாவைக் கிண்டிப் போட்டு விட்டு, வாசல் தெளித்து, குவிந்திருந்த அடுப்புச் சாம்பலை வாரிக் குப்பைக் குழியில் தள்ளிவிட்டுப் பத்துப்பாத்திரங்கள் எடுத்துப் போட்டு விளக்கியபின் கலாவை காலால் சீண்டினாள்.

'ஏ புள்ள கலா எந்திரு. சாமான் வெளக்கிப் போட்டேன். எடுத்துக் கழுவி வை. மணி எழுந்திரு. மாட்டுக்குத் தண்ணி காட்டு.' இரண்டுக்கும் வேலை வைத்துவிட்டுக் களத்திற்குக் கிளம்பினாள். அய்யாக் கண்ணுவுக்கும் அங்கம்மாவுக்கும் உதவியாக எள்ளுக் காய்களைப் பிரித்து உலர்த்தினாள்.

கிழவி தடியை ஊன்றிக் கொண்டு களத்திற்கு வந்து சேர்ந்து விட்டாள். வாரத்திற்கு ஒருமுறை தண்ணீர் விட்டு, களைவெட்டி, பூப் பிடிக்க, காய் பிடிக்கப் பார்த்து வளர்த்து என்ன பிரயோஜனம், களத்துக்குப் போய் நின்று பார்த்தால்தானே பொருள், பொருளாய் வந்து சேரும்?

கலா பாத்திரங்களைக் கழுவி அடுக்கினாள். மணி மாடுகளைப் பிடித்துத் தண்ணீர் காட்டினான். தனம் அக்காவுக்கு உதவியாகப் பாத்திரங்களை உள்ளே அடுக்கினாள். கலா பெரிய குடத்திலும், தனம் சின்னத் தோண்டியிலுமாகக் குடிப்பதற்கு நீர் பிடித்து நிறைத்து விட்டு, கழுநீர்த் தொட்டியிலும் இரண்டு குடம் தண்ணீர் ஊற்றினாள்.

களத்து மேட்டிலிருந்து இவற்றைப் பார்த்துக் கொண்டிருந்த கிழவி, 'பாத்தியா, நீ நவுந்து இந்தப் பக்கம் வந்துட்ட, புள்ளைகப் பாட்டுக்கு வேலை

செய்யுது. நீ புள்ளங்க நொந்து போவும்னு போத்தி வளத்தா நாளைக்கு, போறவன் வீட்ல மொத்த மாட்டான்?' என்றாள்.

கலா நடுவீட்டில் படுத்திருந்த பாலனை எழுப்புவதில் தோல்வி கண்டவளாய் ஒரு துணியை எடுத்து துவைப்பது போல் அவன் மேல் அடித்தாள். அவன் லேசாகப் புரண்டு கொடுத்தான்.

'எலே எந்திர்ரா... எந்திர்ராங்கறேன்.'

எழுந்து உட்கார்ந்தான் பாலன்.

'குறட்ல என்னடா?'

அப்போதுதான் ஞாபகம் வந்தவன் போல தடவிப் பார்த்தான்.

'துப்புடா... துப்பு...'

'எம்மோவ்!' கத்திக் கொண்டே களத்திற்கு ஓடினாள்.

'பாலன் ராத்திரி வாயில அரிசிய அடக்கிட்டே தூங்கிட்டாம்மா. எனக்கென்ன போச்சி. பூச்சித்தான் புடிக்கப் போவுது.'

சொல்லி விட்டுக் களத்தில் உட்கார்ந்து உலர வைத்த எள்ளுக் காயை எடுத்துத் தலைகீழாகப் பாவாடையில் தட்டினாள்.

'இன்னும் காயணும். நீ பள்ளியொடத்துக்குக் கிளம்பு. நேராவுல.' ஆனந்தாயி கலா பள்ளிக்கூடம் விட்டுத் திரும்பும்போது எள்ளு மாவு இடித்து வைப்ப தாக வாக்களித்ததும் துள்ளிக் குதித்துக் கொண்டு ஓடினாள். பள்ளிக்கூடத்திற்கு நேரமாகி விட்டது அப்பொழுதுதான் அவளுக்குத் தெரிந்தது.

மணி குளித்துவிட்டுக் கண்ணாடி முன் நின்று சீப்பை அழுந்த வைத்து நெளி எடுத்துக் கொண்டிருந்தான்.

ஆளுக்கு ஒரு அகப்பை சூடான சோளக்கஞ்சியும் கரண்டி தயிரும் விட்டு உப்புப் போட்டு வைத்தாள் கலா. ஒரு கிண்ணத்தில் எலுமிச்சங்காய் ஊறுகாய். தனம் சோளச் சோறு வேண்டாமென்று அழுது அடம் பிடித்தாள். அருளும் துணைக்கு அழுதது. 'எப்படியாவது

போங்க' என்று அவர்களை வைது கொண்டு மற்ற மூவரும் பள்ளிக்குக் கிளம்பினர்.

குழந்தைகளின் அழுகைச் சத்தம் கேட்டு ஆனந்தாயி களத்திலிருந்து ஓடி வந்தாள். அருளுக்குப் பால் கொடுத்தாள். இட்லிக்கார ஆயா வந்ததும் கூப்பிடு என்றதும் தனம் ரோட்டில் வந்து நின்று கொண்டாள். இரட்டைச் சடையில் ஒன்றில் ரிப்பனைக் காணோம். கலா எடுத்துப் பின்னிக்கொண்டு போய் விட்டாள். ஒன்று குஞ்சம் அவிழ்ந்து ஏற்றமும் இறக்கமுமாகத் தொங்கியது. இட்லிக்கார ஆயா அங்கு வரும்போதே அங்கு தனத்துக்குக் கும்மாளம்.

'இட்லி... இட்லி..' கூவினாள்.

'போன வருசமே பள்ளிக்கொடத்துல போட வேண்டியது. இந்த வருஷமும் போச்சி. அடுத்த வருசம் புடி... ஒன்னை... பள்ளிக்கொடத்துக்குத் தொரத் தறேன்!' ஆனந்தாயி கறுவினாள்.

சோடா மாவில் வெந்த இழை போன்ற நான்கு இட்லிகளும் நீர்த்துப் போயிருந்த தேங்காய்ச் சட்டினி யும் வாங்கிக் கொடுத்து விட்டு தனத்தின் தலையில் குட்டு வைத்தாள் ஆனந்தாயி.

'இனிமே இட்லின்னு கேளு... சூடுதான் வப்பேன். சோளக்கஞ்சி தயிர்ல போட்டு சாப்ட்டா எறங்க மாட்டேங்குதா தொண்டைக் குழியில?'

'வாங்கிக் குடுக்கறதையும் குடுத்துட்டு ஏன்ட்டி அடிக்கிறது?' கிழவி குறுக்கிட்டாள்.

தனம் எதைப்பற்றியும் கவலைப்படாமல் அடியை வாங்கிக் கொண்டு கைவிரலில் ஒட்டியிருந்த சட்னியை நக்கினாள்.

'இட்லிக்குப் போட்டாக்க தேவல. ஆனா களத்து மேட்டுல வேலை கெடக்குது. எங்க இட்லிய சுட்டுக் கிட்டு அடுப்புக்கிட்ட ஒக்காந்திருக்கிறது. பாப்பம்.'

இருட்டிய பிறகு இரண்டு மரக்கால் அளவு எள்ளை முடிந்து கள்ளிவேலி மறைப்பில் போட்டு விட்டு,

'இரண்டு மூட்டையும் நாலு மரக்காலும்' என்று உள்வீட்டில் கொண்டு எள்ளைச் சாத்தினான் அய்யாக்கண்ணு. அவனுடைய கண் அங்குமிங்கும் அலை பாய்ந்தது. கதவுமேல் கிடந்த துண்டை எடுத்துத் தோளில் போட்டுக் கொண்டான். குழந்தைப் பிள்ளை அருளுக்காக வாங்கிய புதுத்துண்டு.

வேறு வழியில்லாமல், பெரியண்ணாவின் பழைய துண்டை எடுத்து அய்யாக்கண்ணுவிடம் நீட்டி, 'இந்தாண்ணா இதப் போட்டுக்க, அது புள்ளையிது' என்று வாங்கி வைத்துக் கொண்டாள் ஆனந்தாயி.

9

பெரியண்ணனின் முப்பாட்டன் இருந்ததெல்லாம் ஊருக்குள் ஏரிக்கரையோரமாயிருந்த பெயரில்லாத அந்தத் தெருதான். பெரியண்ணனின் தாத்தா வெள்ளையன் வெகுதூரத்திலிருக்கும் மணக்காட்டுக்குத் தினசரி போக வர சிரமப்பட்டு நெடுஞ்சாலையை யொட்டி குடிசை போட்டு மணக்காடுக்குக் காவலிருந்தான். நாளடைவில் ஒரு சிறிய கிணறு வெட்டி புன்செய் நிலத்தை நன்செய்யாகத் திருத்தினான். பெரியண்ணனின் தந்தை காலத்தில் கிணறு ஆழம் கண்டது. குடிசை கல்வீடானது. மணக்காடு முற்றிலும் நஞ்சையானது. தண்ணீரின் இருப்பைக் கொண்டு நெல் பயிருக்குப் பதிலாக இறைப்புச் சோளம், கம்பு, வாழை, வெங்காயம், எள், காய்கறிகள் எனப் பயிரிட்டு வந்தார்கள். பெரியண்ணன்தான் 'லோன்' போட்டு மோட்டார் போட்டான். கலா பிறந்ததும் கீழே இரண்டு, மாடியிலே ஒன்று என அறைகள் வைத்து மச்சு எழுப்பினான். விவசாயக் கடன் தள்ளுபடியாகி விட்டாலும், வீட்டுமேல் கடன் கொஞ்சம் இருந்தது. தெருவிலிருந்து காடு கழனிக்கு வருபவர்கள் மூக்கில் விரல் வைத்து அதிசயப்பட்டுப் போகிறார்கள். 'கான்ரைட்டில் கொள்ளக் காசு' என்கிறார்கள். 'கொள்ளக் காசோ அல்லது கொள்ளையடித்த காசோ' என்று வியாக்கியானம் செய்பவர்களும் உண்டு. அண்ட வேண்டியவர்களை அண்டி வெட்ட வேண்டியதை வெட்டிப் பிழைத்துக் கொண்டான் பெரியண்ணன்.

கமிஷனர் முதல் நாளே சொல்லி விட்டார்.

'பெரியண்ணா, வரப் போறது கலெக்டர். ரொம்பச் சிரமப்பட்டு எம்.எல்.ஏ. கூப்பிட்டு வந்திருக்கார். எமனேரிப் பாலத்துக்கான ஒப்பந்தம் கிடைக்கும்னு சின்ன வேலைகளக் கோட்டை உட்றாத. தெருவிலே நல்ல ரோடு இல்ல. ரேடியோ ரூம் கட்டணும். ஒரு சமுதாயக்கூடம் இருந்தா நல்லது. ஓர்க் இன்ஸ்பெக்ஷன் வர்றவங்க சாப்பிடறதுக்குக்கூட இடமில்லாம இருக்கு. அதுக்குப் பயன்படும். பொதுக்கிணறு சுத்துப் பாரு இடிஞ்சு கிடக்கு; எடுத்துக் கட்டணும், பெட்டிஷன் குடு; மீதிய நாங்க பாத்துக்கறோம்.'

'ஒங்களுக்கென்ன சார், சொல்லிட்டுப் போயிடுவீங்க. ஆறாயிரம் ஏழாயிரம் ரூபா வேலையெல்லாம் எடுத்து என்னத்தை சார் கட்டுபடியாகும்? கமிஷனர் ஆபீஸ் காரங் களுக்குச் சாப்பாடுகூடப் போட முடியாதே சார்.'

'அதான் நாம் பாத்துக்கறேங்கறேன். நீ எடுக்கலன்னா கங்காணி மகன் மாணிக்கம் எப்ப எப்பன்னு காத்துக் கிட்டிருக்கான். ஆனா ஒன்னு அந்தப் பயலுக கஞ்சனுங்க. எம்.எல்.ஏ. க்கு மட்டும் குடுத்துட்டு எங்களைக் கவனிக்க மாட்டானுவ. நீ பெட்டிஷன் குடு. ஓர்க் எஸ்டிமேட் போடும்போது ஆறாயிரம், ஏழாயிரம் வேலையெல்லாம் இருபது இருபத்தி ஐந்துன்னு அனுப்பறேன். நாந்தான் சொல்லிட்டனே நாம் பாத்துக்கறன்னு' என்று சொன்ன கமிஷனர், பெரியண்ணன் காதில் ஏதோ ரகசியம் சொன்னார்.

பத்திரம் எழுதும் தஸ்தகீரிடம் உட்கார்ந்து ஒரு இருபத்து ஐந்து மனுக்களை ரெடி பண்ணினான் பெரியண்ணன். மனுவுக்கு ஒரு ரூபாய் என்று இருபத்தி ஐந்து ரூபாய் கொடுத்தான். இருபது மனுக்கள் கமிஷனர் சொல்லிய பாணியில் ரேடியோ ரூம், சமுதாயக்கூடம், பொதுக்கிணறு, தார்ச் சாலை என்று இருக்க ஐந்து மனுக்கள் ஹைவேஸ் புறம்போக்கில் கட்டியிருக்கும் குடிசைகளுக்குப் பட்டா வேண்டுமென்றும் இருந்தது.

வடக்கத்தியானையும் முத்துலிங்கத்தையும் அழைத்து அந்த மனுக்களைக் கொடுத்துக் கலெக்டர் வரும்போது கொடுக்க வேண்டும் என்றான். முத்துலிங்கம் மனுவைப் படித்துவிட்டு 'இது என்னங்க சமுதாயக்கூடம்?' என்றான். 'கமிஷனர் சொன்னார், எழுதினேன். குடு பாப்பம். ஏதாவது ஆர்டர் வந்துச்சின்னா, உள்ளூர்ல வேலைக்கி ஒங்களைக் கூப்பிட்டுக்கிட மாட்டேனா' என்று மழுப்பினான் பெரியண்ணன்.

வடக்கத்தியானும், முத்துலிங்கமும் தங்கள் வீட்டார் களிடமும், கடலை மகாலிங்கம் வீட்டாரிடமும் புறம் போக்குக் குடிசைகளில் திண்ணையோடு திண்ணை யாய் ஒடுங்கியிருந்த கிழடு கட்டைகளிடமும் மனுவைக் கொடுத்து ஆட்களைத் திரட்டிவிட்டார்கள். தெருவுக்கும் சென்று சொந்தக்காரர்களிடமும் கொடுத்தார்கள்.

ஊரிலேயே வயதான பூண்டு கிழவியிடம் கொடுத்து இடது கைப் பெருவிரலில் மைதடவப் போக, 'எலே சாவப் போற கட்டைக்கு என்னாத்துக்குடா இதெல்லாம்?' என்று ராகமிழுத்தாள் அவள்.

'குடுத்துட்டு சாவு. குடுக்கும்போதெ செத்தாலும் பாதகமில்லை' என்று கிண்டலடித்தார்கள்.

'ஒனக்கு வீட்டு மனைப்பட்டா வரும்' என்றான் ஒருவன்.

'ஆமா, வீட்டு மனைப்பட்டா வந்து...' என்றதோடு இல்லாமல் ஏதோ கெட்ட வார்த்தை பேசினாள்.

'ஏ... பாட்டி.... புத்தியக் காமிச்சிட்ட பாரு.'

'பின்ன, காத்து போறது கூடத் தெரியாது படுத் திருக்கவள வந்து நலி பண்ணுனா?'

அன்று மாலை ஊர் விழாக் கோலம் பூண்டது. கங்காணி தன் மகன்கள் நால்வரோடும், மடிப்புக் கலையாத உடையோடு ஆஜராகி விட்டார். ஒரு பெரிய பூக்கூடையில் மாலைகள் மணத்தைப் பரப்பிச் சுருண்டிருக்க, தோளில் தொங்கிய அங்கவஸ்திரத்தோடு உலாவிக் கொண்டிருந்தார்கள். அவர்கள் பின்னால்

சல்லி, கஞ்சமாலை, ஏழுமலை, காத்தான் என்று ஒரு பெரிய பட்டாளமே கூடியிருந்தது. அவர்களுக்குப் பின்னால் பெண்டுகள் பிள்ளைகள். அவர்கள் கையிலும் இரண்டிரண்டு மனுக்கள். குடும்பக் கார்டுக்கும், குடிதண்ணீருக்கும் என்று சொந்த மனுக்களோடு கங்காணி எழுதிக் கொடுத்த மனுக்களும் இருந்தன. அந்த மனுக்களில் ஊரில் தண்ணீர்ப் பஞ்சம் தலை விரித்தாடுவதாகவும், மாலை நேரத்தில் ஏரிக்கரையி லுள்ள பொதுக் கிணற்றுக்குப் பெண்கள் தனியாக நீர் சேந்திவரப் பயப்படுவதாகவும், ஆதலால் ஊருக்குள் ஒரு மேல்நிலை நீர்த் தேக்கத் தொட்டி கட்ட வேண்டு மென்றும், ஏரிக்கரையோரமாக உள்ள ஏரிப் புறம் போக்கில் குடிசைவாசிகளுக்குப் பட்டா வேண்டு மென்றும் எழுதி மனுக்கள் கொடுத்திருந்தார்கள். பல ஆக்கிரமிப்புகள் கங்காணியால் மாட்டுக் கொட்டில் என்றும், குப்பைக்குழி என்றும், வைக்கோல்போர் என்றும் செய்யப்பட்டது. அது ரிக்கார்டுகளில் பினாமி பெயரில் குடிசை எனப் பதிவாகியிருந்தது.

இதுவல்லாமல் அய்யாக்கண்ணு இரண்டு மூன்று மனுக்கள் வைத்திருந்தான். ஒன்று, தான் குறு விவசாயி என்றும் நிலத்தில் கிணறு வெட்ட லோன் வேண்டு மென்றும், இரண்டு, தனக்குச் சேரவேண்டிய ஏரித் தண்ணீரைக் கங்காணி, தான் மடக்கி வைத்துள்ள புறம்போக்குக்குப் பாய்ச்சியதாகவும், கேட்டதற்கு அன்புச் செல்வன் அலயஸ் நொள்ளைக்கண்ணன் வீச்சருவாளால் வெட்ட வருவதாகவும், அதற்குப் போலீஸ் நடவடிக்கை எடுக்கவேண்டுமென்றும், மூன்றாவது, ஊரில் பெரியவர் என்று பெயர் பண்ணிக் கொண்டு திரியும் கங்காணி என்னும் கயவாளி பெரிய மனிதன் என்ற போர்வையில் சில தில்லுமுல்லுகள் செய்து வருவதாகவும் – உதாரணத்திற்கு ஏரிப் புறம் போக்கில் பல ஏக்கர் நிலத்தை மடக்கி வைத்திருப்ப தாகவும், அவருடைய மகன் மாணிக்கம் ஊர்ப் பெண்

களைக் கற்பழித்து வருவதாகவும், அவருடைய மச்சினிச்சியுடன் காட்டுக் கொட்டகையில் லீலைகள் நடத்துவதாகவும் இருந்தது. ஊரில் நேரில் விசாரித்தால் பல திடுக்கிடும் உண்மைகள் வெளிவரும் என்றும் எழுதியிருந்தது. மூன்றாவது மனுவில் மட்டும் இப்படிக்கு உண்மை விளம்பி என்று எழுதியிருந்தது. கையெழுத்தோ கைநாட்டோ எதுவுமில்லை.

அய்யாக்கண்ணு மனு எழுதிக் கொடுக்க வேண்டு மென்று ஊரில் கூத்துக்கட்டி நடித்துக் கொண்டிருந்த 'சிட்டு'விடம் கேட்டபோது அவன்தான் இந்த மனுக் களை எழுதிக் கொடுத்தான். அய்யாக்கண்ணு மூன்றாவது மனுவில் ஏன் கைநாட்டு வைக்க வேண்டாம் என்று கேட்டதற்கு 'நீங்க கொண்டு போயி குடுங்க, அப்புறம் நடக்கறதைப் பாருங்க' என்றான்.

கலாக்குட்டி சின்னாளப்பட்டிப் பாவாடை சட்டை அணிந்து, காதில் ஜிமிக்கி போட்டு, இரட்டை ஜடையில் கனகாம்பரம் வைத்துக் கொண்டு தெருவுக்கு வந்திருந் தாள். கலெக்டருக்கு முதலில் மாலை போடவேண்டு மென்று தயாராக இருந்தாள். கங்காணி தரப்பில் ஒரு சிறுமியை ஏற்பாடு செய்திருந்தார்கள். அதைக் கவனித்த பெரியண்ணன் முத்துலிங்கம் மனைவி பகூதியைக் கூப்பிட்டு ஆரத்தித் தட்டுத் தயார் பண்ணச் சொன்னான். 'ம்க்கும்... நான் வர்ல... எனக்கு பயமாயிருக்கு' என்று கிரீச்சிட்டாள்.

உடனே 'நான் செய்யிறேன்' என்று முந்தானையை வரிந்துகட்டிக் கொண்டு கிளம்பினாள் செல்லம்மாள். வடக்கத்தியாளின் ஓர்ப்பிடி.

'ஏட்டி, நீ போற வேகத்தைப் பார்த்தா மல்லுக் கட்ட கெளம்பிட்டவ மாதிரி இருக்கு, பாத்துடியம்மா' என்று பெண்கள் வம்பிழுத்தார்கள்.

'நீ எதுக்கு மனு குடுக்கற?' என்று ஒருவரையொருவர் கேட்டுக் கொண்டார்கள்.

சின்னசாமி பெரியண்ணன் தரப்பில் இளநீர்க்காய்

களையும், மாலைகளையும் வைத்துக் கொண்டு தயாராக இருந்தான்.

எல்லோருக்கும் தலைமை தாங்கி நிற்பதுபோல் பெரியண்ணனும் கங்காணியும் கார் வந்து நிற்கப் போகும் இடத்தில் நின்று கொண்டார்கள். இருவரும் ஒருவருக்கொருவர் குசலம் விசாரித்தாலும் அது ஒப்புக்குச் செய்யப்படுவது என்பதை ஊர் மக்கள் அறிந்திருந்தனர்.

முதலில் கமிஷனர் ஜீப்பில் வர, எம்.எல்.ஏ. ஒரு வாடகைக் காரில் பின்னால் வந்தார். அவரைச் சுற்றி ஒரு கூட்டம். பெரியண்ணன் ஒரு நாற்காலியைத் தூக்கிக் கொண்டு போக, கங்காணி மாலையிட்டார்.

'கலெக்டர் வந்துடுவார்ல?' இளநீரை உறிஞ்சியவாறு கமிஷனரைக் கேட்டார் எம்.எல்.ஏ.

'பி.டபிள்யு.டி. பங்களாவிலிருந்து கௌம்பிட்டாங்க. இன்னும் அஞ்சு நிமிஷத்தில வந்திடுவாங்க.' கமிஷனர் உறுதி செய்தார்.

பலமான ஹார்ன் ஒலி, விர்ரென வேகம், சரக்கென பிரேக் போட்டு நின்றது வண்டி. சுழன்று கொண்டிருந்த சிவப்பு விளக்கு அணைந்தது. மாலை என்பது இரவாகி விட்டது. தொடர்ந்து இரண்டு மூன்று ஜீப்புகள். ஒரு கார் நுழைந்தாலே போதும், வீடுகளில் ஆட்களைப் பார்க்க முடியாது. நாலைந்து ஜீப்புகள், இரண்டு கார்கள், கேட்கவா வேண்டும் கூட்டத்திற்கு? அலை மோதியது. கசமுச சப்தம். மண்வாசனை வேறு.

சிவப்புப் பெட்டியில் ஜிகினா வேலைப்பாடு அமைந்த தொப்பியும், குறுக்குப் பட்டியும் அணிந்த மீசைக்கார தபேதார் கார் கதவைத் திறக்க, ஜில்லா கலெக்டர் பூமியில் பாதம் பதித்தார்.

'ல்லுல்லு ல்லுல்லு ல்லூல்லு... லூ... லூ...' குலவை யொலி கேட்டது.

அந்தப் பக்கத்திற்கே உரித்தான குலவையொலி யைக் கேட்டிருந்தாலும், இப்போது தனக்காக என்று

கேட்கும்போது கலெக்டருக்குக் கிலுகிலுவென்றது.

எம்.எல்.ஏ. யாருடனோ பேசிக் கொண்டிருந்தவர் ஓடி வந்தார். அவர் தன்னுடைய எடுபிடியிடமிருந்து மாலையை வாங்கிப் பேப்பரை பிரித்துப் போடு வதற்குள் கலாவை பெரியண்ணன் துரிதப்படுத்த, கலா முதலில் இறங்கிய தபேதாருக்கு மாலையைப் போடப் போய் விட்டாள். கலாவிடமிருந்து மாலையைப் பிடுங்கி பெரியண்ணனே போட்டான். அதைப் பார்த்த கங்காணி தான் 'செட்டப்' பண்ணியிருந்த மாலையை வாங்கி தானே போட... மீண்டும் குலவையொலி. எம்.எல்.ஏ. தாமதமானாலும் எல்லோரையும்விட பெரிய மாலையாகப் போட்டார்.

ஆரத்தி எடுத்தாள் செல்லம்மாள்.

'பாத்துடி. மேலே கொட்டிப்புடாத. வெள்ளைச் சட்டை வீணாப் போயிடும்.'

அரைகுறைத் தமிழ் தெரிந்த கலெக்டர் தன் பாண்ட்டுக்குப் பங்கம் வரப் போவதை உணர்ந்து கொஞ்சம் ஒதுங்கிக் கொண்டார். புதிதாக வந்து சேர்ந்திருந்த வடக்கத்திக்கார கலெக்டர் என்பதால் வெகுவாகக் குழம்பியிருந்தார். தட்டை நீட்டிக் கொண்டிருந்த செல்லம்மாளுக்குக் கமிஷனர் ஐந்து ரூபாய்த் தாள் ஒன்றைப் போட்டார்.

இதுவரை கலெக்டர் ஏதோ ஆரத்தி சம்பிரதாயம் என்று நினைத்திருந்தவர் தான் பணம் கொடுக்க வேண்டும் என்பதையறிந்ததும் 'வாட் நான்சென்ஸ் இஸ் திஸ்? ஐ டோன்ட் லைக் ஆல் தீஸ்' என்று கூட இருந்த அதிகாரிகளைச் சத்தம் போட்டார்.

'ஊர் வழக்கங்க' என்று சொல்லி செல்லம்மாளை 'ஆரத்தி எடுத்தாச்சுல்ல, அந்தப் பக்கம் போ' என விரட்டியடித்தார். அவள் ஐந்து ரூபாயைச் சிரிப்போடு அமுக்கிக் கொண்டு பின்னால் நகர்ந்தாள்.

'என்னதான் ஆரத்தி எடுக்கச் சொன்னாங்க. நான் எடுக்காம விட்டுட்டேன்' என்று ஆதங்கத்தோடு

சொன்னாள் பசூதி.

அடுத்து எம்.எல்.ஏ. கங்காணியை அறிமுகப்படுத்த வேண்டி அவரைக் கூப்பிடுவதற்குள் பெரியண்ணன் முண்டியடித்துக் கொண்டு முன்னால் நிற்க,

'இவுரு ஊர்ப் பெரியவர் கம்யூனிட்டி லீடர். நாணய மானவர், ஜனங்க சேவைதான்' என்று சொல்லவும் பெரியண்ணன் வேலைப்பாடுள்ள சால்வை ஒன்றை கலெக்டருக்குப் போர்த்த, அதை முழுதும் போர்த்து வதற்குள் தபேதார் பின்னாலிருந்து இழுத்து மடித்துக் காருக்குள் பத்திரப்படுத்தினான். கலெக்டர் பின்னால் திரும்பிப் பார்த்துக்கொண்டார். சால்வை பத்திரமாக இருப்பதை யாருக்கும் தெரியாமல் கவனித்துக் கொண்டார்.

'இவர் கங்காணி, பெரிய பணக்காரர், ஊர்ப் பெரியவர். இவரும் ஜனங்க சேவைதான்.'

'இவுரும் என்ன இவுரும், வேற எவனிருக்கான்?' என்று நொள்ளைக் கண்ணன் சலித்துக் கொண்டான்.

ஜனங்கள் கலெக்டரையே வேடிக்கை பார்த்துக் கொண்டிருந்தார்கள். எல்லோர் கவனமும் தன் மேலிருப் பதைப் புரிந்து கொண்ட பாவனை கலெக்டர் முகத்தில். இந்த ஆள் கலெக்டராக இல்லாமல் சாதாரண ஆளாக வந்திருந்தால்...

'யாரிந்த ஆள், எந்தப்பக்கத்து ஊர்க்காரனோ, கலர் கலரா மீசையும், பூனைக் கண்ணும்... ஆள் சிவப்பா இருக்கானே, மூஞ்சில கொஞ்சமாவது கலை யிருக்கா பாரு... ஓநாய் மாதிரி... என்னமோ தாட்ஸ் பூட்ஸ்ங்கறான்... ஒழுங்காத் தமிழ் பேசாம' என்பார்கள். அதுமட்டுமா? நரிக்குறவனைக் குலைத்துக் கொண்டு போகும் நாய்களும், சூழ்ந்து கொண்டிருக்கும் சிறுவர் களும் இவரையும் சூழ்ந்து கொண்டிருப்பார்கள். என்ன செய்வது... பதவியாயிற்றே!

போலியோ வந்து விழுந்துபோன கால்களுடைய குழந்தைகளை இடுப்பில் ஏற்றிக்கொண்டு தாய்மார்கள்

நின்று கொண்டிருந்தார்கள், மனுவுடன். கிராமத்திற்குப் பெட்டியைத் தூக்கிக் கொண்டு கிராமச் சுகாதாரப் பெண்மணி ஊசிபோட வந்தபோது ஒளிந்து கொண்டவர்களாயிருப்பார்கள்!

பூண்டு கிழவியைத் தூக்கிக் கொண்டு வந்தார்கள்.

அவள் கொடுத்த மனுவைப் பிரித்துப் படித்த கலெக்டர் 'கம்யுனிட்டி ஹால்... சமுதாயக்கூடம்னா என்ன!' என்றார்.

ம்...மலங்க மலங்க விழித்தாள். பின்னர் 'ஏயப்பா முத்துலிங்கம்' என்று உதவிக்கு அழைத்தாள்.

அவளது உதவிக்கு வந்த இளைஞர்களைப் பேசக் கூடாது என்று கலெக்டர் உத்தரவிட்டார்.

'பாட்டி... இப்பப் பிட்டிஷன் குடுத்தியே அது எதுக்குன்னு சொல்...' என்று முத்துலிங்கம் சொல்லவும்...

'அதுவா... காசு... காசு...' கையைச் சுண்டினாள் ரூபாய் நோட்டு என்று அர்த்தப்படும்படியாக.

பயந்துபோன கலெக்டர், 'சரி, சரி... பாட்டியைத் தூக்கிட்டுப் போங்க' என்று சொல்லவும் இரண்டு பேர் இவளைத் தூக்க வந்தார்கள்.

'எலே, ஏண்டா என்னைத் தூக்குறீங்க. ஏதாவது தருவாங்க வாங்கிட்டுப் போறேன் இருடா' எனத் தடுத்துப் பார்த்தாள். முடியவில்லை. அவளை அப்புறப்படுத்தி விட்டார்கள்.

ஒரே கையெழுத்தில் இருந்த ஏகப்பட்ட மனுக்களை வாங்கிக் கொண்டு கிளம்பினார் ஜில்லா கலெக்டர். அந்த மனுக்களின் கதி என்னவோ, இந்த கலெக்டர் அடுத்த முறை எப்போது இந்த ஊருக்கு வருவாரோ அல்லது வேறு ஜில்லா மாறிவிடுவாரோ, யார் கண்டது. ஆனால் இனிமேல் எல்லாம் முடிந்த மாதிரிதான், கிராமத்திற்கு விடிவு காலம் வந்தது மாதிரிதான் என்று எம்.எல்.ஏ., உறுதியளித்தார். ஜில்லா கலெக்டர் வந்த வேலையை முடித்துக்கொண்டு கிளம்பினார். அய்யாக் கண்ணு ஓடிச்சென்று கார் கிளம்பும் நேரத்தில் தனது

ஆனந்தாயி ✦ 67

மனுக்களைக் கொடுத்தார். பெரியண்ணன் கூடவே சென்று, 'பாவம் ஏழைங்க சார், பாருங்க சார்' என்றார்.

'ஆல் ரைட்.'

வண்டி கிளம்பியது. அதன் பிறகு கலெக்டர் வந்த தோரணையையும் சென்ற தோரணையையும் பேசிக் கொண்டிருந்து விட்டுக் கூட்டம் கிளம்பியது. 'முன்னையே தெரிஞ்சிருந்தா நானும் ஒரு மனு கொடுத்திருப்பேன்' என்று அங்கலாய்த்தார்கள் பலர். லாட்டரிச் சீட்டில் ஏதோ ஒரு நம்பரால் லட்சத்தைக் கோட்டை விட்டவர்கள் புலம்பல் போலிருந்தது அது.

'அடுத்த தடவை வரும்போது நம்மாள்ல யாராவது ஒருத்தர ஆரத்தி எடுக்கச் சொல்றது. ஊரை உட்டுத் தள்ளிப்போய் காட்ல குடியிருக்கிற செல்லம்மாதான் கெடைச்சாளா. கழுதை... குளிச்சாளோ என்னமோ, எழவு யார் கண்டது' என்று சில தெருவுப் பெண்கள் கூறிக் கொண்டார்கள்.

இரண்டு மூன்று நாட்கள் வரை நேரம் கிடைத்த போதெல்லாம் இதையே பேசிக்கொண்டிருந்த ஊர்க் காரர்கள் பிறகு மறந்து போனார்கள். ஜில்லா கலெக்டருக்கும் இந்த ஊர் பற்றி ஞாபகம் வந்து விடாதபடி ஏதேதோ வேலைகள் வந்து போயின.

ஜில்லா கலெக்டரைக் குஷிப்படுத்த எம்.எல்.ஏ.வும் கமிஷனரும் செய்த ஏற்பாடு என்று விபரமறிந்த சிலர், அந்த மனு பற்றி விசாரிக்க ஜனங்கள் கமிஷனர் ஆபீஸ் செல்கையில் எடுத்துரைத்தார்கள். இன்றைக்கில்லா விட்டாலும் என்றைக்காவது ஒரு நாள் அந்த மனுக்கள் கமிஷனர் ஆபீஸ் வருமென்றும், எப்படியும் அதில் நடவடிக்கை எடுப்போம் என்றும் ஒரு சிலர் உறுதி யளித்தனர்.

பெரியண்ணன் எமனேரிப் பாலத்தில் கான்ட்ராக்ட் கிடைப்பதற்காக அல்லாடிக் கொண்டிருந்தான். வடக் கத்தியான், முத்துலிங்கம் ஆகியோரையும் சமயத்தில் கமிஷனர் ஆபீஸ் என்று அழைத்துச் செல்வான், அவர்கள்

மனுபற்றி விசாரிக்க.

அய்யாக்கண்ணு இரண்டு முறை பெரியண்ணனுடன் அலைந்து பார்த்துவிட்டு 'இது நமக்குத் தோதுபடாது' என்று ஒதுங்கிக் கொண்டு விவசாயத்தில் கவனம் செலுத்தினான்.

கலெக்டர் வரவு ஊரில் இரண்டு கோஷ்டி மெள்ள உருவாகிக் கொண்டு வருவதை ஊர் மக்கள் உணர்ந்து கொள்ளும்படியாகச் செய்தது. மறுபடி வேறெதுவும் சொல்லும்படியாக நடக்கவில்லை.

காலம் ஓடிக்கொண்டிருந்தது.

10

விடியற்காலையிலே குசினியில் விளக்கெரிந்தது. காய்ந்த விறகுகள் அனலைக் கிளப்பிக்கொண்டு எரிய இட்லி அண்டாவில் தண்ணீர் கொதித்தது. சட்டியில் உப்பிக் கொண்டிருந்த மாவை ஆழ்கரண்டி கொண்டு கலக் கினாள் ஆனந்தாயி.

எழுப்பினாலும் எழுந்து கொள்ளாத குழந்தைகள் கரண்டிச் சத்தம் கேட்டதும் ஒவ்வொருவராய் குசினிக்கு வந்துவிட்டார்கள்.

தேங்காயை உடைத்துக் கலாவிடம் திருவச் சொல்லிக் கொடுத்தாள். ஒரு முறத்தில் வெங்காயத்தை அள்ளிப் போட்டுக் குழந்தைகளை உரிக்கச் சொன்னாள்.

'நான் இன்னிக்கிப் பத்து இட்லி திம்பேன்.' தனம் பேச்சை ஆரம்பித்தது. 'நான் பன்னண்டு!' பாலன் சொன்னான். இப்படி ஆளாளுக்குக் கூட்டிச் சொன்னார்கள்.

அருள் விழித்து எழுந்து வந்தது. 'நீ எத்தனை திம்பே?' என்றதும், 'நூறு' என்றது. எல்லோரும் சிரித்தார்கள்.

ஆனந்தாயி நல்ல பெரிய பெரிய இட்லிகளாக ஊற்றியெடுத்தாள். 'யாரு எண்ணிப் போடுறது? தெனமுமா இட்லிக்குப் போட முடியுது? ரெண்டு வேளையா புள்ளைக சாப்பிடட்டும்.' ஈடு ஈடாகச் சுட்டு, கூடையை நிரப்பி விட்டாள்.

சின்னசாமிகூட அன்று சீக்கிரமே வந்துவிட்டான். மோட்டாரைத் திறந்துவிட எல்லோரும் தொட்டியில் விழுந்து கும்மாளமடித்தனர்.

பிள்ளைகளை வரிசையாக உட்கார வைத்து அருளி லிருந்து ஆரம்பித்து இட்லியை வைத்துக்கொண்டு வந்தாள். இல்லாவிட்டால் மணியிடமிருந்து அருள் வரைக்கும் வருவதற்குள் தனத்துக்கும் அருளுக்கும் கண்ணீர் துளிர்த்து விடும்.

ஆறு வைத்தாளோ, ஏழு வைத்தாளோ எண்ணி எங்கே வைக்கிறாள்?

இதற்குள் சின்னசாமி 'வால்கவுறு இருக்கா! மாட்டுக்கு வாய்ப் பூட்டு இருக்கா?' என்ற நொண்டிச் சாக்கில் ஏழெட்டு முறை பிள்ளைகள் சாப்பிடுமிடத் திற்கு வந்துவிட்டான்.

'இரு, சின்னசாமி ஊத்தி வச்சிருக்கேன்; வேகுது' என்றாள் ஆனந்தாயி.

'எனக்கென்னமா, பிள்ளைக சாப்பிட்டாச் சரி' என்று சொல்லி இட்லிகளை ஆவலோடு பார்த்தான்.

கிழவியின் கும்பாவை விளக்கி அதில் இட்லிகளை அடுக்கி ஒரு கிண்ணம் நிறைய தேங்காய்ச் சட்டினியை விட்டு ஒரு இட்லி மேல் சிவந்து கிடந்த மிளகாய்ச் சட்டினியை உட்கார வைத்துத் திண்ணைக்குப் போனாள்.

'இந்தக் காலையிலேயே யார் சாப்பிடுவா? வச்சிட்டுப்போ' என்ற கிழவி, ஆனந்தாயின் தலை மறைந்ததும் கும்பாவை எடுத்து எத்தனை இட்லி இருக்கிறது என்று எண்ணிப் பார்த்துவிட்டு, ஒரு துணியைப் போட்டு மூடிவிட்டுக் கிணற்றடிக்குப் போனாள் பல் விளக்க.

முத்துலிங்கம் வேறு ஏதோ வேலை காரணமாக வந்து விட்டான். சின்னசாமியையும் முத்துலிங்கத்தை யும் உட்கார வைத்தாள் ஆனந்தாயி.

இருவர் இலையில் எட்டு எட்டு வைத்தாள். சட்டினியை ஊற்ற, ஊற்றப் போதும் என்ற வார்த்தை வாயிலிருந்து வராது போகவே இவளாகவே ஊற்று வதை நிறுத்திவிட்டு மிளகாய்ச் சட்னியை 'சொத்'

தென்று போட்டாள்.

காலியாயிருந்த இலையில் மீண்டும் நன்நான்கு வைத்தாள். 'தேங்காய்ச் சட்னி தீந்து போச்சி. ராத்திரி வச்சக் குழம்பு கெடக்கு ஊத்தட்டுமா' என்று பழைய குழம்பில் கரண்டி போட்டு முன்னால் வைத்தாள்.

கடைசி இட்லியை இருவரும் மெதுவாகப் பிட்டார்கள். இன்னும் வைப்பாளென்ற எதிர்பார்ப்பில்.

'முத்துலிங்கம் இட்லி?' அடுப்படியிலிருந்தே வேலை மேலிருப்பவள் போல் கேட்டாள் ஆனந்தாயி.

புரிந்துகொண்ட முத்துலிங்கம் 'போதும்' என்று இலையைச் சுருட்டினான்.

சின்னசாமி கூச்சப்படாமல், 'எனக்கு இட்லி சாப்டுக் கட்டுப்படியாகாது. ராத்திரி வடிச்சது... அல்லது பழசு இருந்தாக் குடுங்க' என்றான்.

'இவனுது வயிறா இல்ல வண்ணாஞ்சாலா?' என்று முனகிக் கொண்டே ஆனந்தாயி, கொஞ்சம் போல் கிடந்த பழைய சாதத்தோடு அதற்கு முதல் நாளிலிருந்து ஊறிக் கிடந்த சோளச் சோற்றையும் ஒன்றாகப் போட்டு எலுமிச்சங்காயுடன் வைத்தாள். கரைத்துக் குடித்து விட்டுப் பெரிதாக ஏப்பம் விட்டுக்கொண்டு போனான்.

இட்லியைச் சுட்டு முடித்துக் கழுவிப் போடுவதற்கு மணி பதினொன்று ஆகிவிட்டது.

'இந்த எழவுக்குத்தான் இட்லிக்குப் போடறதில்லே' என்று நொந்து கொண்டே இட்லி அவித்த பானையில் கொதித்துக் கிடந்த நீரில் கொஞ்சம் தண்ணீர் விட்டு விளாவி மேலுக்கு ஊற்றிக் கொண்டு இட்லியை விண்டு சட்னியில் தோய்த்து வாயில் போட்டவள் 'வீட்ல போட்டா எம்புட்டு வாசமா இருக்கு. கடையிலே சோடா மாவைல்ல அள்ளிக் கொட்றான்' என்று உரக்கச் சொல்லிக்கொண்டே இரண்டு இட்லியோடு எழுந்து கொண்டாள்.

ஆனந்தாயிக்கு ஆறாவதுப் பிரசவத்திற்கு நாள் அதிகமில்லை.

எமனேரிப் பாலம் கட்டும் ஒப்பந்தம் பெரியண்ண னுக்குக் கிடைத்துவிட்டது. தொடர்ந்தாற் போல் பல நாட்கள் வீட்டுக்கு வருவதில்லை. கையில் எக்கச்சக்க மாகப் பணப்புழக்கம் வீடு பற்றிய பொறுப்பின்மையை வளர்த்து விட்டிருந்தது. ஒடுகத்தூர் மிளகாய்க்காரன் தண்டபாணி கொஞ்ச நாட்களாய் பெரியண்ணன் பின் அலைகின்றான்.

மிளகாய்க்காரன் தண்டபாணி பெரிய வட்டாரங் களுக்குத் தெரிந்தவன். பெண்பிள்ளைகள் சகவாசம் சேர்த்து விடுவதற்கு இவன்தான் ஆள். கூப்பிட்டால் வருபவர்கள் யார் யார் என்று பட்டியல் வைத்துக் கொண்டு அலைவான்.

ஒருநாள் பெரியண்ணனைத் தேடிக்கொண்டு வீட்டுக்கு வந்தான். ஆனந்தாயி நேரடியாக அவனிடம் பேசவில்லை. மணியிடம் பேசுவது போல் பேசினாள்.

'எங்கிட்ட சொல்லிட்டுத்தான் போறாரா வாறாரா? அடச்சீ ஓட்றா.'

'இல்லேன்னா இல்லன்னு சொல்லேம்மா. அதுக்கு ஏம்மா கத்துற?' மணி அம்மாவுக்குப் புத்திமதி கூறினான்.

'ஆமாண்டா நான் கத்தறேன், நாயி பாரு; அதனாலே வெறி பிடிச்சிருக்கு... நல்ல மாட்டுக்கு ஒரு சூடு.' தண்டபாணி சென்ற பிறகு,

'ஏப்பா மணி, அந்த வள்ளத்த எடு' என்றாள்.

'நான் எடுக்க மாட்டேன்... ரொம்பதான் கத்துனீங்க.'

'நான் உன்னைச் சொல்லலேடா.. அந்த அடைப்பு அடைச்சவனச் சொன்னேன்... தூ... அவனெல்லாம் ஒரு ஆம்பிளை... பத்தாதுக்கு மூஞ்சில மீசை வேற...'

எமனேரிப் பாலம் மூன்று வருடத் திட்டம். எமனேரிக்குப் பக்கத்திலுள்ள டவுனில் ரூம் போட்டுக் கொண்டான் பெரியண்ணன். டவுனிலிருந்து தனது ஊருக்குச் செல்லும் வண்டியில் காய்கறி, மளிகைச் சாமான் என்று வாங்கியனுப்புவான் வாரந்தோறும். எப்பொழுதாவது முன் அறிவிப்பின்றி ஊருக்கு வந்து

செல்வான். அப்போதுதான் வீட்டிலிருப்பவர்களுக்குத் தன்மீது பயமிருக்கும் என்று எண்ணிக் கொண்டான்.

சில சமயங்களில் இரவு நேரங்களில் கதவைத் தட்டி விட்டுப் பேசாமல் நிற்பான்.

'யாரது... யாரது?' என்று ஆனந்தாயி குரல் கொடுத் தாலும் இவன் பதில் பேசமாட்டான். மறுபடியும் தட்டுவான். இவள் மறுபடியும் குரல் கொடுப்பாள். அதற்குள் பிள்ளைகள் அனைவருக்கும் விழிப்பு வந்து விடும். அந்நேரத்திற்கு மேல் வெந்நீர் வைத்துக் குளிக்க வேண்டுமென்பான்.

'சாப்பிட என்ன இருக்கு' என்று அர்த்த ராத்திரியில் கேட்கும் போது 'தண்ணி ஊத்திட்டனே. சூடா, ஏதாவது சமைக்கட்டுமா' என்பாள். வேண்டாம் என்று பட்டினி கிடப்பவன் போல் படுத்துக் கொள்வான்.

ஒருநாள் இரவு பெரியண்ணன் வீடு தங்கிய நேரத்தில், முன்னிரவு வேளையில் கக்கூஸ் பக்கம் வந்தவன், சுற்றுச் சுவருக்கருகில் உருவம் ஒன்றைக் கண்டுவிட்டான்.

'யார்ரது... யார்றா?'

பதில் வரவில்லை.

'எலே யார்றான்னு கேட்டுக்கிட்டே இருக்கும் போது எங்கடா போற?' தள்ளினான்.

'ஏடி ஆனந்தாயி வந்து பாரு. எவனோ என்னைக் கண்டதும் ஓடுகிறான் ஓடியா.'

கட்டையான மனிதன் சாலையை நெருங்கி விட்டான். அவன் நிற்காமல் மெதுவாக நடந்து கொண்டி ருந்தான். ஒரு எட்டில் அவனை அடைந்து அவன் செவிட்டில் மடேர் என்று அறைந்தான். அவ்வளவு தான். ஆள் சுணக்கம் போட்டு விழுந்தான்.

பெரியண்ணன் மனதில் பற்பல எண்ணங்கள் எழுந்தன. 'யார் என்று கேட்டதற்கு ஏன் பதிலில்லை? ஏன் சுவர் பக்கமாய்ப் பதுங்கினான்? நில் என்று சொல்லிக் கொண்டிருக்கும்போதே நடந்தான்.' அதற்குள் கீழே விழுந்தவன் சுதாரித்துக்கொண்டு எழுந்தான்.

எழுந்தவன் 'அடிக்காதீங்க' என்று கையெடுத்துக் கும்பிட்டு 'நான் அசலூருங்க, சொவுத்தேரமா ஒண்ணுக்குப் போனேன். காது கேக்காது' என்றான்.

'அடடே...' ஆனந்தாயி பாவப்பட்டாள்.

'ஏண்டீ அவன் என்ன கள்ளப்புருஷனா, ரொம்பத் தான் பாவப்படறியே?' என்றான்.

'உம்புத்தி உன்னை விட்டு எங்கப் போவும்? காது கேக்காத சீவன். என்ன ஏதுன்னு தெரிஞ்சுக்காம அடிச்சிப்பிட்டு, கள்ளப்புருசன்னு வேற சொல்றியா?'

'நான் ஊர்ல இல்லாதது உனக்குத் துளுத்துப் போச்சு இல்லே?'

'ஐயே, ஊட்ல யார் யாரு வர்றான்னு வேடிக்கைப் பார்த்திட்டு ஒக்காந்திரேன். யாரு வேணாங்குறது. நீ பண்றதை மூடி மறைக்கிறதுக்கு எம்மேல பழி போடறயா? நல்ல நாயந்தான் இது.'

'அடியே ஒங்கிட்ட எனக்கென்னடி பயம்? நான் நெனச்சன்னா எத்தனை பொட்டச்சி எம்பின்னாடி வருவா தெரியுமா?'

'வருவா வருவா வரமாட்டா. வெளக்குமாத்தால நாலு இறுக்கு இறுக்கறேன். அப்புறம் எப்பிடி வருவான்னு பார்க்கலாம்.'

'கொண்டாந்து வச்சி அவ கையில நீ கேட்டு வாங்கித் திங்கும்படியா வச்சிடுவேன்.'

'அடச்சீ... கொண்டாவேன். அவளா நானான்னு பாத்துடறேன்.'

ஏச்சுப்பேச்சு அடங்கியதும் படுத்துக் கொண்டார்கள். ஆனந்தாயிக்கு உள்ளத்தில் தீ ஒன்று புறப்பட்டு அம்மன் உலா போல உடம்பெங்கும் பரவி எரிந்தது. ஜிவு ஜிவு என்று காது மடல்கள் சுரந்தன. கண்ணீர் ஊற்றுக் கிளம்பித் தீயை மெதுவாக அணைத்தது. எப்படித்தான் தூங்கினாளோ?

11

தூரத்தில் மேளச்சத்தம் கேட்டது. பூண்டு கிழவியின் பாடை கிளம்பிவிட்டது. கிடந்த உடம்பு ஆகையால் பொழுதிறங்குவதற்குள் தூக்கி விட்டார்கள். தலையி லிருந்து நூற்றுக்கும் மேலாகப் பேன்கள் இறங்க எடுத்துப்போட்டுக் குத்திக் கொண்டிருந்தாள் அவளின் பேத்தி. நொந்துபோன உடம்பிலிருந்து ஊளைத் தண்ணீர் வடிய ஆரம்பித்திருந்தது. யாரும் பெரிதாக அழவில்லை. கொஞ்ச நேரம் பெண்கள், ஒருவர் இடுப்பில் ஒருவர் கைகொடுத்து வட்டமாகச் சங்கிலி போல் கோத்துக்கொண்டு ஒரு தடவை வலப்புறம் சாய்ந்தும் மறுதடவை இடப்புறம் சாய்ந்தும் அடிக் குரலில் அவரவர்க்குத் தெரிந்த ஒப்பாரியைச் சிறிது நேரம் வாய்ப்பாடு போல் சொன்னார்கள். யார் கண்ணிலும் சொட்டு நீரில்லை. யாருடைய ஒப்பாரி யும் புரியவில்லை. பிண நாற்றமும் வியர்வை நாற்ற முமாக இருந்தது இழவு வீடு.

'பூம்' எனும் சங்கொலி முழங்க, கிழக்கு நோக்கிக் கிளம்பியது பாடை. பிணத்தின் தலை மேற்கிலும், கால்கள் கிழக்கிலும் இருந்தன. பாடை மாற்றும் புளிய மரம் வந்ததும் தலையைக் கிழக்கிலும், கால்களை மேற்கிலுமாக மாற்றினார்கள். கழிப்புக் கழித்தார்கள். பெண்கள் அந்த இடத்தோடு நின்றுவிட, ஆண்களும் ஊதுபத்தி பிடித்த பேரக்குழந்தைகளும் தொடர பாடை கிழக்காகச் சென்றது. வெள்ளையம்மா திண்ணையி லிருந்து வாசலுக்கு வந்து நின்று கொண்டு 'போறா பாரு... கொடுத்து வச்சவ... எந்தலையில் என்னைக்கி

விதிச்சிருக்கோ' என்று முனகினாள். தலையில் துண்டோடு ஊர்வலத்தில் சேர்ந்து கொண்டான் பெரியண்ணன்.

திரும்பி வந்த வெள்ளையம்மாக் கிழவி அவசரமாகச் சுவரோரம் சென்றாள். அருளும் அவளைப் பின் தொடர்ந்தாள். பாட்டி நின்றவாறே போனாள். அருள் இருந்திருந்தாற்போல் அம்மாவிடம் ஓடினாள். மூன்று மாத ஆண் குழந்தைக்குப் பாலூட்டிக் கொண்டிருந்த ஆனந்தாயிடம் 'ஆயாவுக்கு கீழே வெள்ளையா... கட்டியா என்னம்மா அது?' என்றாள்.

கொஞ்ச வருடங்கள் முன்னால் கலாவும், பிறகு தனமும் கேட்ட கேள்விதான், ஒன்றும் புதிதில்லை.

'ஒண்ணுமில்ல, குழந்தை பிறந்த பத்து நாளில் ஒரு பெரிய அண்டாவைத் தண்ணியோடு தூக்குச்சா... அதான் அப்படியே நழுவிக்கிட்டு வெளியே வந்திருச் சாம்... பாவம்... ஒண்ணுக்கு ரெண்டுக்குப் போக செரமம்.'

அருள் ஓடிச் சென்று பாட்டியைப் பார்த்தாள். பாட்டி திரும்பி வந்து திண்ணையில் சாய்ந்து உட்கார்ந் திருந்தாள்.

அருளுக்கு ஆயாவைப் பார்க்க பாவமாக இருந்தது.

'ஆயா... ஆயா...'

'என்ன?'

'ஒனக்கு எத்தனை புள்ளிங்க ஆயா?'

'ஏண்டி?'

'சொல்லேன்?'

'பதினோரு பிள்ளைங்க பெத்தேன். ஒங்கப்பந்தான் கடைசி. ஏண்டி?'

'மத்தவங்கள்ளாம் என்ன ஆனாங்க ஆயா?'

'உங்கத்த பூவாயிதான் மூத்தது. காலரா வந்து செத்துப்போனா. நல்லா செக்கச் செவேர்னு இருப்பா. அவ போன கையோட காலராவுல நாலு புள்ளைங்கள வாரிக் குடுத்தேன்.'

அவள் வார்த்தையில் வருத்தமோ பதற்றமோ எதுவுமேயில்லை. காலத்தின் ஈரமற்ற காற்று சுத்தமாக அவளை வறட்டி விட்டது போலும்.

'அப்புறம்?'

'அப்புறம் என்ன? பிறந்த குழந்தையா மூணு வாரிக் குடுத்தேன். மாயன் மாயன்னு ஒரு பெரிப்பன். அவனும் கந்தசாமின்னு இன்னொரு பெரிப்பனும் ஓங்கப்பன் மாதிரிதான் வாட்ட சாட்டமா... செவப்பா.. சிமிட்டு மூட்டையை வண்டியில ஏத்திக்கிட்டு வந்தப்ப, வண்டி குடை சாஞ்சி குளத்தில விழவும் சிமிட்டி மூட்டைக் கடியில் மாட்டிக்கிட்டு செத்துப் போனானுவ. ஆச்சு... எல்லாம் போயாச்சு.'

பாட்டி பெருமூச்சு விட்டாள். தனம் இதற்குள் எழுந்து வந்து பாட்டியிடம் உட்கார்ந்தாள். பாட்டியின் வெள்ளைச் சேலை பழுப்பாகியிருந்தது. சிவப்புக்கரை மட்டும் பளிச்சென்றிருந்தது. தளர்ந்த மார்பகங்கள் வயிறுவரை விழுந்து கிடந்தன. அந்தப் பக்கம் வந்த பாலன் ஊஞ்சல் மாதிரி அவற்றை ஆட்டி விட்டுப் போனான். பாட்டி 'அடி படுவா' என்பதைத் தொடர்ந்து கெட்ட வார்த்தையுடன் கூடிய வசவுகளைப் பொழிந்தாள். அதில் எரிச்சலில்லை. சிரித்துக் கொண்டே சொன்னாளோ என்றுகூட நினைக்க வேண்டியிருந்தது.

'பாட்டி, நீ ஏன் சட்டை போட்டுக்கல?'

'அந்தக் காலத்துல ஏதுடி றவுக்கை? ஓங்கம்மாகூடக் கல்யாணத்துக்கப்புறம்தானே மாட்டிக்கிட்டு அலையிறா? சரி, என்ன வந்து கதை கேக்க உட்காந்துட்டீங்க? போ, குழந்தைப் புள்ளக்காரி தனியா கெடந்து தவிக்கறா... போங்க ஆளுக்கொரு வேலையா செய்ங்க.'

தனம் எழுந்து போனாள். அருள் மட்டும் உட்கார்ந்திருந்தாள், 'ஏட்டி நீயும் ஒக்காந்துருக்க? இந்தப் பாயைச் சுருட்டி வை. குழந்தைப் புள்ள ஒண்ணுக்கு விட்ட துணி கெடக்கு, எடுத்துக் கொண்டு போயி வாய்க்கால்ல போடு, நாளைக்காலையில் தண்ணி

உட்டா, அலசிப் போடுவா ஓங்கம்மா.' அருளையும் விரட்டி விட்டாள்.

கீழே கையால் தடவி, இரண்டு மூன்று அரிசி மணிகளைப் பொறுக்கினாள்.

'பொழப்பு நடத்துறாளாம் பொழப்பு. சம்பா அரிசி எறஞ்சு கெடக்கு. எறஞ்ச பொழப்பாப் போயிடும்.'

உள்ளங்கையில் அரிசி மணிகளை வைத்துத் திருகிக் கொண்டிருந்தாள்.

காதில் தண்டட்டி, பூச்சிக்கூடு, ஓலை, கொப்பு, ஒன்னப்பூ எல்லாம் போட்டிருந்தாள் ஒரு காலத்தில். இப்போதென்னவென்றால் குழந்தையில்லாத ஏனை போல மூளியாக ஆடிக் கொண்டிருக்கிறது அறுந்த காது. மூக்கில் பிறை, பில்லாக்கு என்று போட்டுப் பார்த்தவள்தான். கழுத்தில் ஐம்பொன் காறை போட்டி ருந்தாள். அறுந்து எங்கே கிடக்கிறதோ கைகள் மூளியாக விருக்க நெற்றி பாழ்பட்டிருக்கிறது. நகம், வெட்டப் படாமல் சதையுடன் சேர்ந்து வளர்ந்து தடித்துப் போயிருக்கிறது. பற்கள் நன்றாகத் தேய்ந்து பிறை நிலாவின் பல்வேறு கோணங்கள் போல் காட்சியளிக் கின்றன. கண்ணிலே பூ விழுந்து பார்வையை மறைக் கிறது. பெரியண்ணன் ஆபரேஷன் செய்து கொள்ளச் சொல்லி எவ்வளவோ வற்புறுத்தினான். சாகப்போற வயதில் எதற்கு என்று ஒதுக்கிவிட்டாள்.

தெருவிலிருந்து காட்டுப்பக்கம் வருவோர் போவோர் சாலையிலிருந்தவாறே 'ஆய்யாரே?' என்று விளிப் பார்கள். இவளும் 'யாரது?' என்று பதில் குரல் கொடுத்துக் கொண்டே தடியுடன் வெளியே வந்து விடுவாள். பிறகு கொஞ்ச நேரம் தெருச் சமாச்சாரங்களை அலசிய பின் வீரப்பனிடம் தான் பிடித்து வாரத்திற்கு விட்டி ருக்கும் ஈடுகளைப் பற்றிக் கேட்கத் தவறமாட்டாள்.

'எத்தனைக் குட்டி போட்டிருக்கு?' என்று குட்டி போட்ட கணக்கைச் சரியாக வைத்துக் கொள்வாள் கிழவி.

'எதுக்குப் பாட்டி சிறுவாடு? மவஞ்சம்பாதிக்கறதை உக்காந்து அழிச்சா போதாதா?' என்று கேட்டு விட்டால் கோபம் வந்துவிடும் அவளுக்கு.

'நா இளுத்தெரிஞ்ச குட்டி. அவங்கிட்ட நான் காசு வேணுமின்னு கேக்கண்ணுமா? நாஞ் சம்பாதிச்சத நாஞ் சாப்டா போதும்' என்பாள். ஏனென்றால் ஒரு முறை பெரியண்ணன் கட்டிட வேலை ஒப்பந்தத்தில் ஒரு பெரிய தொகை வந்தபோது ஒரு நோட்டுக் கற்றையை அவளிடம் கொடுத்து 'இது மாதிரி எப்படியாச்சும் கண்ணால பார்த்திருக்கியா' என்று கேட்டானாம்.

'ஒரு தக்க தெக்காட்டப் போய்ப் பாத்துடணும், கண்ணுதான் தெரியல' என்று புலம்பிக் கொண்டி ருப்பாள்.

'நடக்க சாயுமா?'

'குச்சை ஊனிக்கிட்டாவது சாகிறதுக்குள்ள ஒரு தக்க பார்த்துட்டு வரணும்.'

'அப்படி என்னா இருக்கு பாட்டி? ஓம்மவன் பாதிக் காட்ட கரம்பா போட்டு வச்சிருக்கான். மீதியில மிளகாய் போட்டிருந்தது போலிருக்கு... அதையும் இந்த மாட்டுக்காரப் பயலுவ மாட்டை உட்டு மேச்சி அம்புட்டும் மொட்டையாக் கெடக்குதே, என்னத்தைப் போயிப் பாக்குறது...'

'அதான் தெரிஞ்சு கெடக்கே. அந்தக் காட்டுல நானும் எம்புருசனும் எம்புட்டு ஓழவயல் ஓழச்சிருப் போம். ராத்திரியும் பகலுமா கம்மங்கருதுக்கும் மொளவாப் பிஞ்சுக்கும் காவல் இருந்திருப்போம். எவ்வளவு கொட்ட முத்துப் பெறக்கி செக்காடி யிருப்போம். கருணைக் கிழங்கு வச்சா ஒவ்வொன்னும் அடுக்குச் சட்டிக் கணக்கா பாளம் பாளமாக இருக்குமே. பொன்னு வெளஞ்ச பூமி, அதைப் போய் பாக்கத் தேவல? உடம்பில் மட்டும் முன்ன மாதிரி தெம்பிருந்தா இப்படியா இந்துளி கெடந்து சீரளிவேன். தடியை ஊனிக்கிட்டாச்சும் அந்துளி கெடக்கமாட்டனா? கண்

வேற தெரியமாட்டேங்குது. இங்கருந்து களத்து மேடு போய்ப்பாக்கறதுக்குள்ளே எவுத்த போயி சாயவோ மோன்னு இருக்கு.'

'சரி... கண் ஆபரேசன் பண்ணிக்கப் போகலாம். நான் வரட்டுமா?'

யார் வந்தாலும் தெற்கிலுள்ள மேட்டாங்காட்டுக்குப் போக வேண்டும் என்ற ஆசையைத் தவறாது எடுத் துரைப்பாள். படிச்சந்தில் படுத்துக்கொண்டு பழை யதைக் கிண்டிக் கிளறுவாள். சில அழுகல் வெளி வரும். 'யார் என்ற பண்றது. எல்லாம் எங்கையன் பொன்னுச்சாமி விட்ட வழி...' என்று பழியைக் குலத்தெய்வத்தின் மீது போடுவாள். சில சந்தோஷங் களும் வரும்... அரிதாக... 'ம்... அந்த நாளைய மாதிரியா இருக்கு?' என்று அந்த நாட்கள் திரும்பி வரப்போவ தில்லை என்று வெளிப்படுத்துவாள். அவளை மிகவும் விசாரத்தில் ஆழ்த்துவது தன் கணவன் மனமுடைந்து எருக்கம்பால் குடித்ததுதான்.

பாலம்பாடியில் கணவன் வழியில் உறவினர்க்குத் திருமணம். விதைக் கடலையை மண்ணின் ஈரம் உலருவதற்குள் ஊன்ற வேண்டும். வெள்ளையம்மா நானிருந்து ஊன்றுகிறேன். நீ திருமணத்திற்குச் சென்று வா என்று யோசனை சொன்னாள். இருந்த பணத் திற்கு விதைக் கடலை வாங்கியாயிற்று. கூலியாட் களுக்குக் கொடுக்கப் பணமில்லை என்று இவள் ஒரு கிடாக் குட்டியை விற்றுக் காசு வைத்திருந்தாள். அதில் கொஞ்சத்தை எடுத்து கணவன் 'தாட் பூட்' என்று வீண் செலவு செய்து விட்டார். இவளுக்கு அதில் வருத்தம். என்ன வீண் செலவு? தெருவில் இவர்கள் விற்ற கிடாவை அறுத்துக் கூறு போட்டார்கள். இவர் ரெண்டு கூறு வாங்கி வந்து தென்னங் கள்ளோடு சேர்த்து சாப்பிட்டார். அடுத்த நாளும் 'கள்ளு' குடித்தார். அவ்வளவுதான். இவள் 'சிறுவாடு' பணம் வைத்திருந்தாள். அதிலிருந்து திருமணத்திற்கு மொய்ப் பணம் கொஞ்சம் கொடுத்தாள்.

அது போதாது இன்னும் வேண்டும் என்றார். இவள் 'உட்ட உட்ட சத்தியமா ஒத்தத் தம்பிடி இல்லை' என்று கூறி விட்டாள். சிறுவாடு பணத்தைக் கொடுக்க மனம் வரவில்லை. கஷ்டப்பட்டுச் சேர்த்ததாயிற்றே. மேலும் ஆபத்து அவசரத்திற்கு வேண்டாமா? பத்தாத குறைக்கு வீண் செலவு செய்கிறாய் என்று குற்றம் கூறி, குறட்டில் வாங்கிக் கொண்டாள். பலமான குத்து. காட்டில் வேலை செய்யும் ஆளாயிற்றே. பணியாரம் போல் வீங்கி விட்டது. 'என்னா செருப்புக்குப் பேசணும்' என்று இவள் அவனுடன் பேசவில்லை. அப்போது பெரியண்ணன் வாலிபன். என்றாலும் காட்டில் வணங்கி வேலை செய்வது கிடையாது. மேம்போக்காக நின்று பேருக்கு வேலை செய்வான். இருபத்தி ஐந்து உருப்படி ஆடுகளை அவன் தனியாக வளர்த்துக் கொண்டிருந்தான். அவற்றை மேய்ப்பதிலும், பராமரிப்பதிலுமே பகுதி நேரத்தைச் செலவிடுவான். வெள்ளையம்மா கிடா விற்ற மறுநாள் இவன் இரண்டு கிடாக்களை விற்றான். வீட்டில் பணமுடை என்று தெரியும். ஆனாலும் கண்டு கொள்ளாது இருந்தான். கிழவரும் அவனிடம் எப்படிக் கேட்பது என்று கூசி நின்றார். இந்தக் காலம் போலவா அந்தக்காலம்? காசைக் கண்ணால் பார்ப்பது அரிதா யிற்றே!

ஒருவழியாக சுதாரித்துக்கொண்டு மகனிடம் 'ஏய்... பணமிருந்தா குட்ரா' என்று வழக்கம்போல் அதட்டினார். கேட்காத அப்பன் கேட்கிறானே, இந்தா எடுத்துக்கோ, எடுத்துக்கிட்டு மீதியக் குடு என்று அவிழ்த்துக் கொடுப்பதை விட்டுவிட்டு 'எதுக்கு?' என்றான். 'சொன்னாத்தான் தருவியா?' என்றார். 'எங்கிட்டக் காசு இல்லை' என்றான்.

'கெடா வித்த காசு எங்கடா?'

'மறுபடி குட்டி பிடிச்சு விட்டுட்டேன்.'

'அப்பக் காசு இல்லங்கற?'

'ஆமாம்.'

வெள்ளையம்மா அவர்கள் பேசியதைக் கேட்டுக் கொண்டுதானிருந்தாள். இவளைக் குறட்டில் குத்தா மலிருந்தால் 'அப்பங் கேக்குது குடுடா... தூக்கித் தோள்ல போட்டு வளத்த மனுசன்' என்று சொல்லி யிருப்பாள். இவள்தான் கோபித்துக் கொண்டு பேசாமலிருக்கிறாளே.

அன்று இரவு, கிழவர் படுத்திருந்த இடத்திலிருந்து மூக்கை உறிஞ்சும் சப்தம் கேட்டது. வெள்ளையம்மா அசதியில் புரண்டாள். குறட்டில் வலி. தூங்கிவிட்டாள்.

விடியற்காலை கிழவர் படுக்கை காலியாக இருந்தது. வெள்ளையம்மா பட்டிக்கு ஓடினாள். கிழவர் மாட்டைப் பிடித்துத் தண்ணீர் காண்பித்துக் கொண்டிருந்தார்.

'நீத்தத்தண்ணி கொண்டாரவா' என்று கேட்டு விட்டு உள்ளே பானையைச் சாய்த்துக்கொண்டு வருவதற்குள் கிழவரைக் காணோம். ஆள் மளமள வென்று ஓழிங்கில் இறங்கி மறைந்துவிட்டார்.

'நான் நெனக்கேலியே! மலை மாதிரி ஆளு இருக்கும். அந்தா பொழுது மேலே ஏறி உச்சிக்குப் போவல. பழையதைக் கொண்டுக்கிட்டு காட்டுக்கு ஓடினேன். கடலைக் காட்ல வழக்கமா சோத்தை எறக்கி வக்குறத்தாவில, பூவரச எலையில எருக்கம்பால் தடவிக் கெடந்தது. எடுத்து மூந்து பாத்திட்டுச் சுத்தும் முத்தும் பாத்தேன். வேலியோரமா வாய்நார மரத்து நெழல்ல படுத்திருந்தது. கிட்டபோனேன். ஏ சாமின்னு கூப்பிட்டேன். பதிலில்லை. தொடப் பயம். தொட்ட வாக்கில எட்டி வயித்துல ஒதச்சுதுன்னா... எனக்குத் தான் அதுங்கிட்ட கொள்ளப் பயமாச்சே.'

தூரத்தில் கஞ்சமலை கமலையில தண்ணி எறச்சுக் கிட்டிருந்தான்.

'ஏ... சாமி... ஓடியாங்கப்பா'ன்னு கூப்டேன். இந்தச் சத்தத்துக்கும் ஆள் எந்திரிக்கல. தூக்கித் தலையை மடியில் போட்டேன். நெஞ்சு பதையா பதைச்சுது. சாமி... சாமிங்கறனே தவிர அய்வ வரல.

அப்புறமென்ன; எல்லாந் தூக்கிக்கிட்டு ஓடுனோம். வண்டி கட்டி ஆஸ்பத்திரி போறதுங்காட்டியும் உயிர் போயிடிச்சி.

இந்தப் பய நான்தான் எம்புருசனக் கொன்னுப் பிட்டேன்னு கூசாமச் சொல்றான். எல்லா மேலே எரிஞ்சிட்டுப் போறானே அவன் பாத்துக்குவான்.'

எல்லாவற்றையும் சடுதியில் தொலைத்துவிட்டாள் வெள்ளையம்மா. கணவனை, பிள்ளைகளை.

அம்மாபாளையத்திலிருந்து கைக்குழந்தையை இடுக்கிக் கொண்டு ஆட்டுக்குட்டி இரண்டைப் பிடித்துக் கொண்டு ஒரு கலம் வரகு சுமந்து பத்து மைல் நடந்து வந்தது அவளது சாதனையாக இன்னும் பேசப்படுகிறது.

அவளொத்த வயதுக்காரர்கள் போய் விட்டார்கள். பூண்டுக் கிழவியும் போய் விட்டாள்.

'ம்... முன்னைப் போலவா இப்பயெல்லாம்? சினிமா சினிமான்னு அலையுதுவ. போய்ட்டு வந்து அடிச்சு போட்டது மாதிரி தூங்குதுவ. வெய்யில் பொறத்தால வந்ததுக்கப்புறம் எந்திரிக்குதுவ. எந்திரிச்சதும் வட்டி முன்னாடி உக்காருதுவ. எந்திரிச்சவுன்ன சீதெவி (பசு) முகத்தில் முழிச்சிப் பசுஞ்சாணத்தைத் தொட்டதுக்கப் புறம்தான் மித்த வேலையெல்லாம். ஒழையல்... ஒழையல்... அதெல்லாம் போயிடிச்சி.'

வெள்ளையம்மா எப்போதும் இப்படித்தான் புலம்பல் ஒருநாள் பொறுக்க முடியாது, கையில் தடியுடன் ரேடியோப் பெட்டியை நொறுக்கப் புறப்பட்டு விட்டாள். அது போடும் சத்தம் தாங்க முடியவில்லை.

'பூதரமாவைப் பூசிக்கிட்டு இந்தக் கலாவும் தனமும் மினுக்கறது சரியில்ல.'

மொச்சைப் பயிறை வறுத்து நெறித்துக் கருவாடு போட்டு வைக்கும் குழம்பின் வாசத்தைக் காணவில்லை.

வரகரிசியில் புளிவிட்டுக் கத்தரிக்காய், கொத்த வரைக்காய் போட்டு ஆக்கும் கூட்டாஞ்சோறு எங்குதான் போய் விட்டது? மாசியைத் தேங்காயோடு

அரைத்து வைக்கும் சம்பல்... ம்ஹம்...

அவள் பார்த்த, அனுபவித்த, பெரிதென மகிழ்ந்த எதுவுமே இல்லாமல் கெட்டுப் போக்கி விட்டாள். மாறாக, அவளுக்குப் பிடிக்காத சப்தமும், பவுடர் மாவும், உப்புச் சப்பில்லாத வெந்த சோறும், சினிமாவும் இன்னும் எவையெவையோ அவளைச் சூழ்ந்து கொண்டுள்ளன.

பழைய வீதி மனிதர்களையும் காணோம். இடுப்பில் கச்சையை வரிந்து கட்டிக்கொண்டு மண்வெட்டி பிடித்தால் சீராகக் கட்டிக் கலக்கி, நஞ்சையைக் கூழாக்கி, பயிர் இதமாக உட்காரப் பண்படுத்துபவர் களைக் காணோம். மாறாக, தண்ணீரைத் திறந்து விட்டதற்குள், களைப்பு மேலிட வரப்பில் உட்கார்ந்து கொள்பவர்களைத்தான் பார்க்கிறாள். பதக்குப்புட்டி நிறைய பணியாரம் தின்று நாள் முழுக்க வேலை செய்தவர்களைக் காணோம். வெந்த சோற்றைத் தின்று வேலை நேரத்தில் சாய்ந்து கொள்பவர்களைத்தான் பார்க்கிறாள்.

தெக்குக் காட்டில் இவள் நட்டு வைத்த வாத நாராயண மரங்கள், வன்னி மரங்கள், வேப்ப மரங் களைக் காணவில்லை. வருஷம் ஒரு மரம் என விறகுக்குப் பெரியண்ணன் மரத்தை வெட்டி விட்டான். வேலி யோரம் நின்றிருக்கும் முருங்கைகள் கூட இவள் நட்டதுதான். இப்போது சிறிசாக நிற்கிறதே பூவரசு, அதுகூட அவள் வைத்த போத்துத்தான். புங்கன்களைக் காணோம். ‘எல்லாம் ஆக்கியது ஒரு காலம். இப்போது அழியிற காலம் போலிருக்கு.’

எப்பொழுதும் குறை, எதிலும் குறை அவளுக்கு. வாழப் பிடிக்கவில்லை. சாவுதான் வரமாட்டேனென் கிறது.

ஊரார் ‘கொஞ்ச உழைப்பா, கொஞ்ச தீனியா... கட்டை இன்னும் பத்துப் பதினைந்து வருஷம் தாங்கும்’ என்கிறார்கள்.

12

வடக்கத்தியாளும் பசூதியும் வேலைக்குக் கிளம்பிக் கொண்டிருந்தார்கள்.

'இந்தா பசூதி, நானும் வரேன். இம்புட்டு அவசரமாப் போறியே, இந்தப் பய பசிங்குதுங்கறான். களியை வட்டியில் போட்டு வாரம்புள்ளே.'

'நிக்காம எங்க போறேன்? போனவாரம் புதுசா கட்டிமுடிச்ச ஓடுவள்ள வீட்டு'க்குக் குடிவந்துச்சுவல்ல, அங்கருந்து 'கோகொள்ளே'ன்னு சத்தம் கேக்குது. நம்ம சனமே அங்கதான் தெரண்டு நிக்குது. என்னான்னு பாத்துட்டு வாறேன். நீ 'நறுக்'னு வந்துடு.'

வடக்கத்தியான் மகள் பூங்காவனமும் பசூதியோடு ஓடினாள். அதற்குள் ஒரு கூட்டமே ஓட்டு வீட்டு வாசலின் முன் திரண்டிருந்தது.

உள்ளே, டானியல், தாவீது, லீதி, எஸ்தர் என்று நான்கு குழந்தைகளுடன் குடிவந்திருந்த பெந்த கொஸ்தே குடும்பம் ஞாயிற்றுக்கிழமை ஜெபங்களை உரக்கச் சொல்லிக் கொண்டிருந்தது.

நடுவிலே அக்குடும்பத் தலைவி தேவமணி அம்மாள் (மதம் மாறுமுன் வள்ளியம்மை) கீர்ச்சிட்டுக் கத்தினாள்.

'ஐயா சேசுவே, கர்த்தாவே, எங்கள் பா...வங்களை மன்னியும் ஐயா, எங்களை ரட்சித்தருளும். எங்களுக்கு மன அமைதியையும் சந்...தோஷத்தையும் தாருமையா. இவர்கள் கர்த்தரின் பிள்ளைகளையா! உமது பிள்ளை களை நீவிர் பாதுகாத்து – தாய்க்கோழி தன் குஞ்சு களைப் பாதுகாப்பது போல் பாதுகாத்து ரட்சியுமையா.

பொய் சொல்லாதிருக்கும் படியும், திருடாமலிருக்கும் படியும், படிப்பில் கவனமாய் இருக்கும்படியும்... மொத்தத்தில் அவர்களை மனுஷப் பிள்ளைகள் போலல்லாது தேவனின் பிள்ளைகளைப்போல் வைத்திரும்மய்யா. அவர்கள் தெரிந்தோ தெரியாமலோ செய்யும் தவறுகளை நீவிர் இரக்கங் கொண்டு மன்னித்து அரவணைப்பீர் ஐயா. நாங்கள் மனந்திரும்பியதற்காக ஸ்தோத்திரம் ஐயா. எம்மை ஜெயங்கொண்டதற்காக உமக்கு ஸ்தோத்திரம் ஐயா. சர்வவல்லமை பொருந்திய நீவிர் எமக்குப் புசிக்க அப்பமும் உமது ரத்தத்தைத் திராட்சை ரசமாக்கிக் கொடுத்தது போல இப்பாவி களின் வறுமையைப் போக்கி உமது ஆக்ஞையால் எம்மைக் குறைவின்றி வைத்திரும் ஐயா...'

தேவமணி அவ்வளவு படித்தவளல்ல. இம்மாதிரி ஜெபங்களைத் திரும்பத் திரும்பச் சொன்னதனால் மூச்சுவிடாமல் சரளமாய் ஜெபம் செய்யக் கைவந்து விட்டது என்றாலும் அவளது கணவன் – குடும்பத் தலைவர் செபாஸ்டியன் (மனந்திரும்புமுன் ஜெகதீசன் என்று பெயர்) போல ஒரே வார்த்தை ஜெபத்தில் மறுபடியும் வராமல் பைபிளின் வாசகங்களை ஒன்றன் பின் ஒன்றாய்ச் சொல்லி இடையில் பாடல்பாடி மற்றவர்களை பிரமிப்பில் ஆழ்த்த முடியாது.

தேவமணி அம்மாளின் பைபிள் வாசகங்களில்லாத பிரார்த்தனையைக் கேட்கவொண்ணாதவராய்த் தலை யிட்டு அவளைவிட உரத்த குரலில்.

'அல்லேலூயா... அல்லேலூயா...' என்று கத்த குழந்தைகளும் சேர்ந்து கொள்ள,

'ஆஹா! ஆனந்தம் ஆனந்தமே' என்று பாட்டு ஜால்ரா தட்டுடன் ஓடுகளே அதிரும்படிக் கேட்டது.

இதைப் பார்த்துக் கொண்டிருந்த பசூதியும் பூங்கா வனமும் ஒருபக்கம் சிரிப்புவர, இன்னொரு பக்கம் இதென்ன கூத்து என்று வியந்து கொள்ள, வடக்கத்தியாள் வந்து சேர்ந்து விட்டாள்.

‘கௌம்பு நேரமாவுது. அதுவளுக்குக் காலையிலே கோதுமையும் பால்பவுடரும் கொண்டாந்து எறக்கிட்டுப் போறானுவ. இன்னிக்கி முழுசுங்கூட பாடிக்கிட்டு... கத்திக்கிட்டுக் கெடக்கலாம். நம்ம வயித்துப் பாட்ட பாக்க வேணாம்?’ அந்தப் பக்கமாக வந்த அய்யாக்கண்ணு அவர்களைக் கிளப்பினான்.

‘இதுகளத் தெரியுமா?’

‘தெரியுமாவது? நல்லா கேட்ட போ. நம்ம தெருவுல தான குடியிருந்துச்சுவ. ராத்திரின்னு பகலுன்னு பார்க்காம கத்தின கத்துல பக்கத்து வீட்க்காரனுவ சண்டைக்குப் பிலுபிலுன்னு போய்ட்டானுவ. கத்தினதோட இல்லாம, தெருவுல இருக்கற சின்னப் புள்ளங்களெல்லாம் கூப்பிட்டுவச்சிக்கிட்டு அல்லேலூயா... அல்லேலூயான்னு சத்தம் போட வச்சாங்க. அதப்பாத்துதான் வீட்டைக் காலி பண்ணிக் கிட்டுப் போங்கன்னு தொரத்தியுட்டுட்டாங்களாம். வேதத்தில ஆள் சேத்தா பணங்கெடைக்குதுறாங்க. நெசம்மோ பொய்யோ... யார் கண்டது?’

‘என்னமோ எங்களுக்கென்னாத் தெரியுது. ஏதோ மாவிடிச்சு மாரியாயி கும்புடறதோட சரி. வெள்ளி, செவ்வாய்க்கு வீடு மொழுவி சாய்ந்தரம் சூடங் கொளுத்தறதோட சரி. எந்தச் சாமியக் கண்டோம். எந்த பூதத்தக் கண்டோம்!’

அவர்கள் பேசிக்கொண்டே கிளம்புகையில் வேதக்கார வீட்டிலிருந்து கணீரெனக் குரல் கிளம்பி வந்தது.

‘யேசுவே... இந்தப் புன்செய் நிலங்களை உமது சர்வவல்லமையால் நன்செய் நிலங்களாக மாற்றுங்கள். அவர்கள் பாறையில் விழுந்த விதைகளைப் போல் முளைக்காமல் அறிவிலிகளாக வாழ்கிறார்கள். அவர்கள் மனதில் வீரியமுள்ள விதைகளைத் தெளியுங்கள். அவர்கள் நல்ல ஆரோக்கியமுள்ள பயிர்களாக முளை விடட்டும். உமது புகழைப் பாடட்டும். உமது ராச்சியம் வருக. பரலோகத்திலும் போல பூலோகத்திலும்

உண்டாகுக. கர்த்தர் உம்மோடு இருப்பாராக!' லீதி செபம் முடியப் போகிறது என்று தெரிந்தவுடன், கண்ணைத் திறந்து கொண்டது. 'உங்களோடும் இருப்பாராக!' 'ஆமென்!'

தனமும் பூங்காவனமும் நின்றிருந்தார்கள். அருளும் வேடிக்கைப் பார்க்க வந்துவிட்டது. செபஸ்டியான் அவர்களைச் சைகை செய்து உள்ளே அழைத்தார். அவர்கள் தயங்கித் தயங்கி உள்ளே நுழைந்தார்கள்.

அருள் வயதுள்ள லீதியை அழைத்த செபஸ்டியான் 'லீதியம்மா... எங்கே, பைபிள்லருந்து ஒரு வாசகம் சொல்லு?' என்று முடுக்கிவிட, 'சிறு குழந்தைகளை என்னிடம் வரவிடுங்கள்... ஏனெனில்...' என்று ஒப்பிக்க ஆரம்பித்தது.

அது முடிந்ததும் எல்லோரும் 'கர்த்தருக்கு ஸ்தோத்திரம்' என்றார்கள். தனமும், பூங்காவனமும் பள்ளியில் சிலுவையிடுவது போலச் சிலுவையிட்டுக் கொண்டார்கள். 'இனிமேல் முட்டிக்கால் போடணும்' என்று ஒருவிரலையாட்டி கண்டிக்கும் தொனியில் கூறினாள் தேவமணி அம்மாள்.

காலை ஜெபம் முடிந்தபடியால் லீதி திண்ணைக்கு விளையாட வந்தது. அருளும் சேர்ந்து கொண்டது.

'எனக்குக்கூட 'ப்ரேயர்' தெரியுமே!' அருள் பெருமை யடித்தது.

'எங்க, சொல்லு?'

'அருள் புரிவாய் கருணைக்கடலே' மூக்கால் பாடியது. அதற்குள் தேவமணி அம்மாள் வெளியே தலைநீட்டி ரகசியமான தொனியில்

'சாத்தான் பாட்டு இங்கப் படிக்கக்கூடாது' என்றாள். சுற்றும் முற்றும் யாருமிருக்கிறார்களா என்று பார்த்துக் கொண்டாள்.

பீதியடைந்தாள் அருள்.

'சாப்டியா?'

'இன்னும் இல்ல'

'ஏன்?'

'எங்க வீட்ல பழைய சோறு. மெதுவாகத்தான் சாப்டுவேன்.'

'சரி போய் சாப்ட்டு வா.'

தனமும் பூங்காவனமும் சுவிசேஷப் புத்தகமொன்றைப் பெற்று வந்தார்கள் வெளியே.

'அருள்கூட சேராதே!' அவர்கள் சென்றதும் தேவமணி மகளுக்கு அறிவுரை சொன்னாள்.

'ஏன்?'

'ஏன்னா, அவ எசக்கி'

'அது ஒண்ணும் எசக்கி இல்ல, எசக்கின்னா, பேய்.'

'சீ, சொன்னா பேச்சைக்கேளு...'

ரோடு மேலேறியதும் தனம் ஆஹா ஆனந்தம் ஆனந்தமே என்று பாட, பூங்காவனம் வெகுதூரம் போய்விட்ட தன் அம்மாவைப் பிடிக்க ஓடினாள்.

வீட்டுக்குச் சென்ற தனம், அம்மா பழைய சோற்றை ஊற்றி வைத்தபோது, 'கர்த்தருக்கு ஸ்தோத்திரம்' என்று சிலுவை வரைந்தாள் உடம்பில்.

'அடி வெள்க்கமாத்தால!' என்று ஊறுகாயெடுக்கப் போன ஆனந்தாயி கூப்பாடு போட்டாள். அம்மாவை ஆத்திரப்படுத்த வேண்டி இவள் பதிலுக்கு 'அல்லேலு... லு...யா' என்று பயங்கர ராகமிழுத்தாள்.

'லூஸ் புடிச்சவளே!'

'பரலோகத்திலிருக்கின்ற எங்கள் பிதாவே!'

'பேய்தாண்டி ஒன்னைப் பிடிச்சிருக்கு. இனிமே வேதக்காரன் வீட்டுக்குப் போ, சொல்றேன்... செருப்புப் பிஞ்சுடும்.'

'பரலோகத்திலிருக்கின்ற பிதாவே; இவர்கள் அறியாதவர்கள். இவர்கள் பா...வங்களை ரட்சித்தருளும்!' தேவமணி அம்மாள் சொல்வது போலவே 'பாவங்களை' உச்சரித்தாள்.

'பரலோகத்திலிருந்து வரமாட்டார் பிதா. வீட்டுப் பிதா கையிலே செருப்போட வந்து அடிப்பாரு.

வாங்கிக்க!' என்று மணி தலையிட்டு தனத்தை மிரட்டினான்.

அருள் அன்று இரவு யாருக்கும் தெரியாமல் போர்வைக் குள்ளிருந்து உடம்பில் சிலுவை வரைந்து கொண்டது.

13

‘ஓங்கப்பன் வாந்தி மேல வாந்தி எடுத்துக்கிட்டிருக்கு. நீ எங்கடி பள்ளிக்கூடத்திற்குக் கிளம்பிட்ட பரட்டத் தலையப் போட்டுக்கிட்டு?’ வடக்கத்தியாள் தன் மகள் பூங்காவனத்தை வைது கொண்டிருந்தாள்.

‘யெம்மா இன்னிக்குக் கணக்குப் பரிட்சை எழுதிட்டு வாத்தியார் கிட்ட சொல்லிட்டு வந்துடறம்மா’

‘ஏண்டி பரிட்சைக்குப் போறியா, இல்ல இன்னிக்கு நெல்லுச் சோத்துல பருப்புக் கொழம்பு ஊத்துவான்னு போறியா, ஓங்கப்பனுக்குக் கொடங் கொடமா வகுத்தால போகுது. காலையிலிருந்து சுடு தண்ணீ வச்சுக்குடுக்க முடியாத வேலை சிண்டு நிமிருது. உங்கண்ணன் ராத்திரி லோடுக்குப் போனவன் இன்னுங் காணோம். நீ எங்கேடி எவ்வேச மவள பள்ளிக்கூடம் போற?’ பல்லை நெறுநெறுவெனக் கடித்தாள். அடுப் படியில் கிடந்த கருவேலங்கட்டையை ஓங்கினாள்.

‘யெம்மா... யெம்மா...’

‘அது... அது... போ...வு...ட்...டு...ம்!’ மூலையில் ஆட்டுக்குடல் போல் சுருண்டு கிடந்த வடக்கத்தியான், பூங்காவனத்தின் தகப்பன் உயிரைக் கொடுத்து முனகினான்.

பூங்காவனம் ரிப்பனைப் பல்லிடுக்கில் கடித்துக் கொண்டு சிலேட்டுப் புத்தகங்களடங்கிய அழுக்குப் பையைத் தொடைகளுக்கிடையில் நெருக்கிக் கொண்டு அழுக்குச் சீப்பால் முடியை உயரே தூக்கி நெடு நெடு வென்று பின்னல் போட்டாள். சிக்கலும் சிடுக்குமாய் தலைமுடி சிலும்பிக் கொண்டிருக்க ரிப்பனை வைத்துக்

கட்டினாள்.

பள்ளிக்கூட மணி கிணுகிணுத்தது.

'பூங்காவனம்... ஓங்கப்பனுக்கு ஓடிப்போய் ஒரு டீயும் பன்னும் வாங்கிக்கிட்டு அப்படியே சித்த வைத்தியரு மருந்து குடுக்கறன்னாரு – மருந்து வாங்கிக் கொடுத்துட்டுப் போ.'

பூங்காவனம் ஓர் அலுமினிய லோட்டாவை எடுத்துக்கொண்டு ஓடினாள்.

'கொஞ்சம்கூட பொறுப்பில்ல. கட்டை காட்டுக்குப் போயிட்டா அப்ப கணக்கெளுதப் போறது தெரியும் படிப்பாம் படிப்பு. படிச்சிட்டு சட்டிப்பானை கழுவத் தான் போவுனும். தெருவுல அந்த வசந்தாக்குட்டி அதான் குள்ளசனம் பேத்தி படிச்சா. என்னாப் பட்ட படிப்போ. பத்து படிச்சிப்பிட்டுக் கண்டபய நின்ன பயகூடக் கண்ணடிச்சிக்கிட்டுத் திரிஞ்சா. அவ, பார்வதி ஒண்ணே ஒண்ணு கண்ணே கண்ணுன்னு தம் மவளப் படிக்கப் போட்டா ஆயா... அவ மையும்... ஓம்பத் ரெண்டு பொட்டும்... என்னா சிலுப்பி சிலுப்பிக் கிட்டு திரிஞ்சா, வவுத்துல வந்திடுச்சாங்காட்டியும் எருக்கங்குச்சி வச்சி செத்துப் போனா. எது படிச்சிப் பிட்டு வேலக்கிப் போயிருக்கு. அதது பாதியிலே நின்னுப்புடுவது. சின்னய்யா வாத்தியாரு பொண்டுவ ஆதி ஜோதி படிச்சாளுவ. படிச்சிப்புட்டு வாத்தியாரு வேலைக்குப் போனாளுவ. புருஷமாருக்கு சம்பாரிச்சுப் போடுறாளுவ – தாய் தகப்பன எவ பாக்குறா?'

'கோடித் தெருவுல பாப்பாத்தி மவ கொணசுந்தரி படிச்சா. அன்னக்கி அந்தப் பக்கமா போறேன். அவ சேர்போட்டு ஒக்காந்து கிட்டா ஆயா... பெத்தத் தாயி கீழே குந்திக்கிட்டு மவளுக்கு சவரசண பண்றா. படிப்பாம் படிப்பு. பெத்த தாய கீழே குந்தவைன்னு வாத்தியாரு பள்ளிக்கூடத்திலே சொல்லிக் குடுத்தானா, சோட்டால அடி சொல்றேன். புள்ளங்கிளச் சொல்லி என்ன புண்ணியம்? தாய் தகப்பன் ஒழுங்கா இருந்தா,

எல்லாம் ஒழுங்கா இருக்கும்.'

'குடிக்காத குடிக்காதன்னு ஆனமட்டும் சொல்லிப் பார்த்தேன். கேக்குலியே. கேட்டிருந்தா இன்னிக்கு இம்புட்டு கஸ்டமில்ல பாரு?'

'குடிச்சா பத்தாதுன்னு பொண்டாட்டிய போய் ஒதைடான்னு வேறு சொல்லும்போலிருக்கு. வந்து அடி. நெஞ்சுல மிதி. மயிரை வளைச்சுப் போடு. ஒதை மங்கு மங்குன்னு. சரி ஒதைக்குற, அந்த நாயத்தோட இருக்கணும். அப்புறம் படுடின்னு பச்சப்புள்ள முழிச்சிக் கிட்டு பார்க்கும் போதே... அப்புறம் தாம் பெத்த பொண்ணு பத்தினியா இருக்கணும்னா முடியுமா?' அவளின் புலம்பலுக்கு,

'ம்...ம்..' என்ற கனத்த எதிர்ப்பு மூலையிலிருந்து வந்தது.

'ஆமா கெடக்கல. கையாலாவாமக் கெடந்தாலும் இந்த மெரட்டலுக்கொண்ணும் குறைச்சலில்ல...'

'ம்...ம்...ம்..ஓவ்..ஓவ்...'

'பழையபடி வாந்தியா?'

வடக்கத்தியாள் பழைய சாக்கு ஒன்றை எடுத்து சாணித் தரையில் போட்டாள். ஒரு துணியால் அவன் வாயைத் துடைத்துப் படுக்க வைத்தாள்.

'யெம்மா வாங்கியாந்துட்டம்மா.'

'இந்தா சின்னவனுக்கு வட்டியக்கழுவி வைய்யி சாப்புட்டு மெதுவா பள்ளியொடம் போவட்டும்.'

'யம்மா பள்ளிக்கூடத்துக்கு நேராவுதும்மா...'

'அடியே இப்ப இழுத்தேன், வார் பிஞ்சி போவும் பிஞ்சி.'

பூங்காவனம் கண்களில் ஈரங்கோர்த்தது. முகம் வாடியது. நேரமாகிறது என அவள் தலையில் விண் விண் எனத் தெறிக்க காலை மாற்றிப் போட்டவாறு நின்றிருந்தாள். அவள் அப்பா வடக்கத்தியான் அவளை கைச் சைகையால் 'போ...போ' என்றான்.

'இந்தா, கஞ்சியாயிருச்சி, குடிச்சிட்டுப் போவுட்டு...'

'யெம்மா இன்ட்ரோல்ல குடிச்சிக்கிறம்மா...' என்று சொல்லிக் கொண்டே திண்ணையில் கிடந்த பையை எடுத்துக்கொண்டு ஓடினாள்.

வடக்கத்தியாள் பெரியண்ணன் வீட்டில் கை மாத்தாகப் பத்து ரூபாய் வாங்கி வரக் கிளம்பினாள்.

பூங்காவனம் பையை எடுத்துக்கொண்டு ஓடிய போது பவழமல்லி உதிர்வனபோல் சிறிய மழைத் துளிகள் மெத்து மெத்தென்று விழுந்து சீக்குப்பிடித்த முடிக்குள் புக வழி தெரியாமல் அவள் தலையில் பனித்துகள்போல் வெண்மையாய்ப் பூத்தன.

ஐந்தாம் வகுப்பின் வாசலில் போய் அவள் நின்ற போது வகுப்பாசிரியர் சவரிமுத்து கரும்பலகையில் அன்றைய வகுப்புத் தேர்வுக்கான வினாக்களை எழுதிக் கொண்டிருந்தார். அவள் வாசலிலே நின்று கொண்டிருந்த போது உள்ளேயிருந்த மலர்க்கொடி 'வந்துடு வந்துடு' என்று வாத்தியாருக்குக் கேட்காவண்ணம் கிசுகிசுத்தாள்.

வாத்தியார் திரும்பி 'உள்ள வா' என்றார். 'வந்து தொலைக்க வேண்டியதுதானே' என்று எரிச்சலும் பட்டார். வினாக்களை எல்லோரும் எழுதிக் கொண்டிருந்தபோது பூங்காவனம் மடமடவென வழியெழுதி விடையெழுத ஆரம்பித்துவிட்டாள்.

தூறல் நின்றுபோய் நேரமிக ஆகியிருந்தது.

இடைவேளை மணியடிக்க இன்னும் சிறிது நேரம் தான் பாக்கி. 'இன்னும் இரண்டு கணக்குகள் போட வேண்டும். இரண்டு ரயில்கள் கடக்கும் வேகம் குறித்த கணக்கு. பூங்காவனத்தின் பிஞ்சுக் குடல்களுக்குள் இரண்டு ரயில்கள் மோதி வெடித்தது போல பசி பற்றியெரிந்தது. அறிவு தனது வேகமிழக்க அந்தக் கணக்கு அவளுள் குழம்பியது. தப்பும் தவறுமாகப் போட்டாள். வழிக்கு இரண்டு மார்க்காவது கிடைக்கட்டும் என்றுதான்.

இடைவேளையில் வீட்டிற்குப் போக பயந்தாள்.

கஞ்சி கிடைக்கும் வயிற்றுக்கு. அதனோடு அவளுக்கு என்ன வேலை காத்திருக்கிறதோ? இடைவேளைக்குப் பிறகு ஆங்கிலத் தேர்வு; அதை முடித்து விட்டால் நெல்லுச்சோறு சாப்பிடலாம். மாலையில் பள்ளி முடிந்ததும் திட்டு வாங்கிக் கொண்டால் போகிறது.

அம்மா டீ வாங்கக் கொடுத்ததில் பத்து பைசா மீதம். நன்றாகப் பழுத்த கொய்யா பள்ளி வாசலில். பழத்தைத் தின்று பைப்பைத் திருகி வயிறு முட்டத் தண்ணீர் குடித்துக் கொட கொடத்த ஏப்பம் விட்டாள்.

‘ஏம்புள்ள கொய்யாப்பழம் வாங்கித் தானாத் திங்கறியே. நா மட்டும் எதுவானாலும் ஒனக்குக் குடுப்பேன்ல... தானாத் திண்ணி வீணாப்போவ...’ கையை முறித்தாள் மலர்க்கொடி.

‘காலையில் வெறும் வயிறு மலரு. அதான். அதுவும் சும்மா துக்கிணியூண்டு பழம்.’ கையை கிள்ளளவு குறைத்துக் காட்டினாள் பூங்காவனம்.

சின்ன ஊடலுக்குப் பிறகு பூங்காவனமும் மலர்க் கொடியும் ஒன்றாகக் கைகோர்த்துக் கொண்டார்கள்.

ஆங்கில விடைத்தாளை மடித்துத் தன் பெயரெழுதி வாத்தியார் மேசையில் வைக்கும்போது பள்ளிக்கூட மணி பலமாக அதிர்ந்தது.

தலையில் முண்டாசு கட்டிய யாரோ ஒருவன் ஐந்தாம் வகுப்பு வாத்தியாரிடம் ஏதோ சொல்லிக் கொண்டிருந்தான். அவர் மதிய உணவு வரிசையைக் கவனமாகப் பார்த்துக்கொண்டே வந்தார்.

‘ஏ... பூங்காவனம்!’

விரல்களைச் சுழற்றிச் சப்பிக் கொண்டிருந்த பூங்காவனம் எழுந்தாள்.

‘ஓடு...ஓடு’ பூங்காவனம் புரியாமல் ஓடினாள்.

‘டண் டண்... டண் டணக்கு...’ நெருங்க நெருங்க சத்தம் வலுத்துக் கொண்டு வந்தது. அவளது புறம் போக்குக் குடிசைமுன் நால்வர் நின்று பறை முழங்கினர். குலையில்லாத வெட்டுண்ட வாழை மரமொன்று

நெடுஞ்சாண் கிடையாக விழுந்திருந்தது. பந்தல் கட்டுவதற்கு ஆயத்தங்கள் நடந்து கொண்டிருந்தன.

பொருள் விளங்காத கத்தல் கதறல். ஒரு குரல் ஓங்கியழுதது. அடி வயிற்றிலிருந்து துயரம் பொங்கும் படியான ஆழமான குரல் அது. வடக்கத்தியாள்! எல்லாக் குரல்களையும் அறுத்து மீறிக்கொண்டு...

வெகுநாட்களுக்குப் பின் ஆனந்தாயி மேட்டாங் காட்டுக்குக் கிளம்பினாள். கூலியாட்களோடு ஆட்களாய் கொத்தமல்லிக்குக் களை வெட்டிவிட்டு வரலாமென்று. அருளும் கிளம்பினாள் அவளுடன்.

'அம்மா தேளும்மா. பாரேன் வாலைத்தூக்கிக் கிட்டு!'

'ஆமா, அது பாட்டுக்குப் பனைமரத்துல கெடக்கு. உன்னையென்னா பண்ணுது?'

சாய்ந்த குட்டைப்பனைமரத்தின் நடுவில் வாலைத் தூக்கி அசையாமல் நின்றிருந்த கருந்தேளைப் பார்த்துக் கூவிய அருள், அம்மாவின் அசட்டையான பதிலால் ஆச்சரியப்பட்டு அம்மாவைத் தொடர்ந்தாள் ஒற்றை யடிப் பாதையில்.

ஆனந்தாயின் தோளில் கிடந்த குழந்தை மினுக்கும் கண்களால் விரிந்து கிடக்கும் பச்சையைப் பார்த்த வாறு சவாரி செய்து கொண்டிருந்தது. பரந்திருந்த நீலவானமும், பூட்டுக்கட்டிய சோளக்கொல்லையும் நெடுக விரிந்திருக்க பச்சைக்கதிர்களை வட்டமடித்துப் பால்தெறிக்கும் மணிகளைக் கொறித்த பின் 'சோ'வென வேலிக்கள்ளிக்குள் தஞ்சம் புகுந்தன, சுள்ளிக்காட்டுக் குருவிகள். புரியாத வியப்புடன் பார்த்துக் கொண்டது குழந்தை.

சூரியக்கிரணம் தாக்கி அவிழ்ந்த பனித்துளிகளைக் காலால் சீண்டிக் கொண்டே நடந்தாள் அருள். கள்ளிப் பூக்களையும், வேலியடைப்பில் ஓடிக் கிடந்த வெளுத்த பூக்களையும் பார்த்து 'புதுப்பூவு, புதுக்கள்ளி, புதுக்காத்து, புது நாத்து' என்று சற்று சத்தமாகவே தன்னை

யறியாமல் பிதற்றினாள் அருள்.

'ஏ சிறுக்கி, என்னாப் பேசிக்கிட்டு வாற ஓம்பாட்ல?'

அருள் நாணமேலீட்டால் நாக்கைக் கடித்துக் கொண்டாள்.

சற்றுநேரம் நடந்தபின், வானத்தில் ஓடிய செவ்வரிக் கீற்றும், மஞ்சள் குவித்த கீழ்வானமும், பூப்பிடித்த பயத்தங் கொடிகளின் வாசம் நுகர்ந்து அவசரமாகக் கடந்த அரணையையும் பார்த்தவள்,

'புது வானம், புது வாசம், புது அரணை...' என்று ராகமிழுக்க அருளைக் கண்டிக்க மனமில்லாமல் நகைப்புடன் நடந்தாள் ஆனந்தாயி.

புதுப்புது வார்த்தை கிடைக்காமல் அலுத்துப் போய் நெடுந்தூரம் நடந்த களைப்பு மீதூர அருள் மௌனமானாள்.

மூன்று ஒற்றையடிப் பாதைகளின் சங்கமத்தில் கூலியாட்கள் பத்துப் பன்னிரண்டு பேர் சாரியாய் சேர்ந்து கொண்டனர்.

'இதுதான் ஒஞ்சின்னமவனா ஆனந்தாயி?'

'ஆமக்கா...'

'அப்படியே அப்பனை உரிச்சிக்கிட்டு இருக்கானே பாக்குறதப் பாரு!'

லேசாகத்தான் இடித்தாள் கன்னத்தில், குழந்தை அலறி அழுதது.

கூலியாட்கள் அவரவர்கள் சோற்றுக் கலையங் களை வன்னி மரத்திற்கு அடியில் குழி பறித்துப் பதித்த பின் அணி வகுத்தனர். சின்னசாமி ஒரு நெடிய கம்பு எடுத்து கோடு கிழித்து மெனை பிரித்தான்.

'பச்சப்புள்ள மெனயப் பாத்துப் போடு...' வடக்கத் தியாள் பூங்காவனத்துக்குப் பரிந்து குசுகுசுத்தாள். பூங்காவனத்தைக் களை வெட்டுக்கு அழைத்து வந்திருந்தாள். அவளுடைய படிப்புக்கு முற்றுப்புள்ளி.

சின்னசாமி சரிசமமாகவே மெனை பிரித்தான். கைக்கெட்டிய மட்டும் களை வெட்டவேண்டும்.

வடக்கத்தியாள் பூங்காவனத்தைத் தன் பக்கத்தில் நிறுத்திக் கொண்டாள்.

அருள் குழந்தையைப் பார்த்துக் கொண்டு வன்னி மரத்தடியில் உட்கார்ந்திருந்தாள். வாய் ஏதோ முணு முணுத்துக் கொண்டிருந்தது. தனக்குத் தானே பேசிக் கொள்ளும் பைத்தியக்காரி தன் பாட்டுக்கு என்ன பேசிக் கொண்டிருக்கிறாளோ? களை வெட்டுக் காட்டில் சின்னசாமியின் கார்வார்.

'என்னாயிது வடக்கத்தியம்மா, உம் பொண்ணு மம்பட்டிய பிடிச்சு வெட்றமாதிரி மண்ண வெட்டிக் குமிச்சிருக்கா? செடி மீறிக்கிட்டு வருமா? புல்லைச் செதிக்கிட்டுப் போச்சொல்லு?'

'யார்றி இவ? பொம்பளையா நீ?'

'ஏ... எவ்வெட்டுக்கு என்ன குறச்சல்?' பசூதி கீச்சுக் குரலிட்டாள்.

'செடியோரமாக இருக்க புல்லை வெட்டாம உட்டுப் போட்டு அங்கங்க மண்ணைப் போட்டு மறைச்சிட்டுப் போறியே?'

பசூதி திரும்பி வந்து சின்ன கொத்துமல்லிச் செடியைக் கோழிக் குஞ்சைப் பதுக்குவது போல் பதுக்கி அருகி லிருந்த புற்களை லாவகமாகச் செதுக்கி எடுத்தாள்.

'மவளை இழுத்துப் புடிச்சிக்கிட்டு மேல வா வடக்கத்தியா? பின்னாலே கெடந்தா எப்படி?' ஆனந்தாயி வடக்கத்தியாளுக்கும் சேர்த்து வெட்டினாள்.

'நீ போம்மா; நா மெதுவா வெட்டிக்கிட்டு வாறேன். இந்தப் புல்லுலாம் எனக்கு முன்னையா பொறந்திருச்சி?'

'அய்யாக்கண்ணு பொஞ்சாதி கூடவா களைவெட்ட வரணும்?' பசூதி குரலெழுப்பினாள்.

அய்யாக்கண்ணு மனைவி அங்கம்மா 'ஆமா குதிரு நெறைய நெல்லு கொட்டிக் கிடக்குது. குந்திக்கிட்டுத் திங்கறதுக்கு. அதான் நெலத்துக்குத் தண்ணி உட மாட்டேன்னு அந்த நொள்ளக்கண்ணு பயலும், அந்த வம்பியளும் கத்தியத் தூக்கிட்டு வாரானுவளே. ஒரு

சாதி, பங்காளிக்குள்ளே... வெளியே சொன்னா வெக்கக் கூத்து... ஆனா இந்தக் கொத்தமல்லிக் காட்ல வச்சி சொல்றேன் – அந்தப் பொன்னுசாமி கூலி குடுப்பான்; குடுக்காமப் போமாட்டான்.'

'நொள்ளக்கண்ணு தம்பி மாணிக்கம், ஊர்ல ஒரு பொண்டுவ உடாம மேயறானாமே?'

'அவஞ்சுத்திக்கிட்டு அலைஞ்சாப் பொண்டுவ ஏமாந்துடுவாளுகளா? ஏமாறவதான் ஏமாறுவா.'

'சுருட்டை முடியை நெத்தியில கொண்டு வந்து கிட்டு நொடிக்கொரு தடவை, தலையை சிலுப்பிக் கிட்டு அவன் நடக்கறதைப் பாத்தாலே எனக்குப் பத்திக்கிட்டு வரும்.'

பிரசவத்திற்குப் பின் நீண்ட நாட்களாகக் காட்டு வேலை செய்யாமலே இருந்ததாலும், கொளுத்தும் வெய்யிலாலும் ஆனந்தாயிக்கு விரைவிலே களைப்பு மேலிட்டது. பூங்காவனம் போன்ற சின்னப்பிஞ்சுகள் வயிற்றுப் பாட்டுக்காக வேகாத வெய்யிலில் கை யெல்லாம் கொப்பளிக்க வெட்டுவதைப் பார்த்துத் தன்னைத் தேற்றிக் கொண்டாள்.

பூங்காவனத்திடம் ஒரு தோண்டியைக் கொடுத்து தூரத்திலிருந்த கிணற்றுக்குத் தண்ணீர் கொண்டுவர அனுப்பினாள்.. அவளுக்குச் சற்று ஓய்வு கிடைக் கட்டுமே என்று.

அருள் வன்னி மரத்தடியில் சுணங்கி உட்கார்ந் திருந்தாள். சிறுசிறு எறும்புகள் பூச்சிகள் ஊர்ந்து வர அவளுக்கு உட்காருவது சிரமமாக இருந்தது. மனம் போன போக்கில் அர்த்தமில்லாமல் பேசிக்கொண்டும் பாடிக்கொண்டும் இருந்தாள்.

வேண்டாம் வேண்டாம் என்று ஆனந்தாயி அடித்தும் கூட, அம்மாவுடன் காட்டுக்குச் சென்றுதான் தீர வேண்டும் என்று அழுது அடம் பிடித்து அம்மாவைத் துரத்திக் கொண்டு வந்துவிட்டாள். சிற்றெறும்பு களுக்குப் பயந்தால் எப்படி?

வன்னிமரத்தை அண்ணாந்து பார்த்தாள். வன்னிமர இடுக்கு வழியே மேகங்கள் ஓநாய்கள் போல் உருவம் கொண்டு பிரிந்து சென்றன.

களைவெட்டு முடிந்து ஆள் கலைத்துவிட்டுக் கூலியைப் பிரித்துக் கொடுத்து வன்னிமரத்துக்கு வந்தபோது மணி இரண்டு. அருள் உறங்கியிருந்தாள். குழந்தையும் நடுவில் ஒரு தடவை பால் குடித்ததோடு சரி. நன்றாகத் தூங்கியிருந்தது.

ஆனந்தாயிக்குத் தலை கிறுகிறுப்பாக வந்தது. கலா இந்த வருடம் வயசுக்கு வந்துவிடுவாள். பார்த்தால் அப்படித்தான் தெரிகிறது. அவளுக்கு ஜிமிக்கி செய்து போட்டால் பரவாயில்லை. கொத்தமல்லி வந்ததும் களத்திலே ரெண்டு மூட்டையைத் தெரியாமல் விற்று விட வேண்டும். ஜிமிக்கி வாங்கிய மீதியில் இரண்டு ஆட்டுக்குட்டிப் பிடித்துவிட்டால் பரவாயில்லை. போகத்துக்கு இரண்டு குட்டி போடும். இந்தாளுக்குத் தெரியக்கூடாது. சம்பாதிக்கிறதிலே பாதி கூத்தியாளுக்குப் போயிடுது.

கான்ரைட்டு எடுத்த இடத்தில ஏதாவது தொடுப்பு இருக்கும்; இல்லாவிட்டால் மூன்று நாளைக்கு ஒரு தடவை மட்டுமே வீட்டுக்கு வருவானேன்.

நினைக்கவே கசந்தது அவளுக்கு. தாம்பத்ய வாழ்க்கை இனி தனக்கு இல்லை. பிள்ளைகளுக்குத் தாய் மட்டுமே... குழந்தைக்குப் பால் கொடுத்துக் கொண்டே கண்ணீர் உகுத்தாள். கண்ணீர்த்துளி விழுந்ததும் குழந்தை கண்ணைத் திறந்து அம்மாவைப் பார்த்தது. ஏகப்பட்ட சிரிப்பு அதற்கு!

'ஆச்சு. ஒரு வருஷமாகப் போவுது. இதுக்குக் காது குத்தணும், மொட்டையடிக்கணும், பொன்னுச்சாமிக்குப் பொங்கல் வைக்கணும். இந்தப் பயல் பாலனுக்கு சோவை மாதிரி இருக்குது. டாக்டர்கிட்டே காட்டினால் தேவலை. வெளுத்து ஊதியிருக்கிறான். பொழு தன்னைக்கும் வாய் புழுங்கலரிசியை அரைச்சுக்கிட்டே

இருக்குது. சொன்னாக் கேக்க மாட்டேங்கறான்.'

திடீரென்று கவலை பற்றுவதும் பின் கடமைகளில் சிந்தனை போவதும்.

'அம்மா சாப்டாச்சா? எனக்கு ஏதாவது நீராகாரம் குடுக்கறது...' சின்னசாமி சிந்தனையைக் கலைத்தான்.

14

கலா உட்கார்ந்து விட்டாள். முகத்திலே பூரிப்பு. நல்லெண்ணெய், முட்டை, பிட்டு என அமர்க்களப் படுத்தினாள் ஆனந்தாயி. தினமும் மஞ்சள் நீராட்டும் கதம்பம் பூவும்...

பெற்ற தகப்பன் வீடு தங்கவில்லை. எலெக்ஷன் வந்து விட்டது. தேர்தலில் நிற்கும் ராசுவுக்குத் தன் செலவில் ஒரு கார் அமர்த்திக் கொடுத்ததுமில்லாமல் பெரியண்ணன் தானும் ஊர் ஊராய் அலைந்து கொண்டிருக்கிறான். முத்துலிங்கம் கோஷ்டியினர் வயல் வேலை, கான்ட்ராக்ட் வேலைகளை விட்டு போஸ்டர் ஒட்டுவதிலும் லாரியில் 'ஜே' போட்டுக் கொண்டு போவதிலும், மும்முரமாக இருந்தார்கள்.

இவ்வளவு வேலைக்கிடையிலும் கலா வயசுக்கு வந்த நாள் நேரம் குறித்துக் கொடுத்து அவள் கிரகப்படி அவளது அப்பாவினுடைய ராசி பலன்களை அறிந்து சொல்லும்படி அயிருக்குத் தூதனுப்பினான்.

எல்லாம் நல்ல சகுனம் என்று கூறியதும், அன்றே டுவிங்கிள் நைலக்சில் பாவாடை தாவணி எடுத்துக் கொடுத்து விட்டான் கலாவுக்கு. வயதுக்கு வந்த பெண் பிள்ளையிடம் அவனுக்கென்ன பேச்சு. அவன் நிழல் கண்டாலே அவள் ஒதுங்க வேண்டும். வாய் திறந்து எதிர்ச்சொல் சொல்லக்கூடாது. கேட்ட கேள்விக்கு உண்டு இல்லை என்று பதில் சொன்னாலே போதாதா? இவன்தான் வேண்டியதெல்லாம் வாங்கிப் போடுகிறானே!

கலாவுக்குத் திரட்டு சுற்றவில்லை. கல்யாண

சமயத்தில் சிறப்பாக நலுங்கு வைத்து விடலாம் என்று முடிவு செய்திருந்தான் பெரியண்ணன்.

கலாவுக்கு பிருஷ்டத்தைத் தொடுமளவு நீண்ட முடி, நல்ல முகவெட்டு. ஒல்லியான உடல்வாகு. பள்ளிக்கூடம் கிளம்பினாளானால் பின்னாலே நாலைந்து விடலைப் பையன்கள் கிளம்புகின்றனர்.

'சடை நல்லாருக்குடா, ஏண்டா நேத்து உன்னைக் காணோம்?' என்று நேரிடையாகவும் சாடை மாடை யாகவும் பேச்சுக் கொடுக்கிறார்கள்.

கலா காலிலிருக்கும் செருப்பைக் கழற்றி அதில் ஏதோ ஒட்டிக் கொண்டிருப்பது போலத் திருப்பித் திருப்பிப் பார்த்து அவர்களுக்குக் காண்பித்துப் பின் போட்டுக் கொள்வாள். ஆனால் பையன்கள் சளைக்க வேண்டுமே.

ஒரு சின்னப்பூ மலர்ந்து விட்டதை இந்த வண்டி னங்கள் எப்படித்தான் அறிந்து கொண்டனவோ? சுற்றிச் சுற்றி வருகின்றனர். சமயத்தில் கலாவுக்கு எரிச்சலாகக்கூட வரும்.

மணிக்கு, கலாவின் போக்கு பிடிக்கவில்லை. இரண்டு பின்னலில் ஒன்று ஏன் முன்னால் விழ வேண்டும். வகிட்டுக்குப் பக்கத்தில் நாலைந்து முடி களைச் சுருட்டி விட்டிருப்பானேன்? பூவைச் சரமாகத் தொங்க விடுவானேன், பந்தாகச் சுருட்டி வைத்துக் கொள்ளாமல்? தலைக்குளிக்கும் நாளில், முடியை இறுதிவரை பின்னாமல் நடுவிலே அவிழ்த்துவிட்டது போல் விரித்துப் போட்டுக் கொண்டு போவானேன். இதனால்தான் நாலுபேர் அவளை 'சைட்' அடிக்கிறார்கள் என அவன் நண்பன் சொல்கிறான். மணி ஆண்பிள்ளை யாயிற்றே, ரோஷம் வராமலிருக்குமா?

'ஒத்த சடை போடேன். ரெட்டை சடை கண்றாவியா இருக்கு.'

'பிடரியிலே வேர்க்குது. எனக்குச் சளி புடிக்கும்.'

'சரி, முன்னாடி முடியை ஏன் கொம்பு மாதிரி

சுருட்டி விட்டுக்கற?'

'நானா சுருட்டி விடறேன். தானா சுருளுது.'

'பூவை ஏன் தொங்கவிட்டு ஆட்டிக்கிட்டுப் போற. நாலு பேரு உம்பின்னாடியே சுத்தறான்.'

'அம்மா பாரும்மா...' சொல்லுமுன்னே குரல் உடைகிறது. பெருங்குரலெடுத்து அழுகிறாள் கலா.

ஆனந்தாயி மகளுக்கு வரிந்து கட்டிக்கொண்டு வருகிறாள். 'எலே என்னடா அவகிட்ட வம்பு?'

'இப்ப கண்டிக்கலன்னா பின்னால வருத்தப்படுவே!'

'இந்தப் பயல் என்ன சொல்றான்? சும்மா இருக் கவளக்கூட அதையும் இதையும் சொல்லிக் கெடுத்து விடுவான் போலிருக்கு' என்று மனதில் நினைத்துக் கொண்டு 'சர்தான் போடா. ஒன் வேலய நீ பாரு' என்று பையனை அடக்கி விட்டாள்.

ஆனால் அவளுக்குக் கவலையெடுத்தது. கலா கொஞ்ச நாளாய் அப்பா ஊரிலில்லாததைப் பயன் படுத்திக் கொண்டு சைக்கிள்விடப் பழகுகிறாள். அவளுடைய அப்பாவுக்கு இந்த விஷயம் தெரிந்தால் என்னாகுமோ?

வயசுக்கு வந்து வீட்டுக்கழைத்து நான்கு நாட்கள் கூட ஆகவில்லை. பள்ளிக்கூடத் தோழி பானு சைக்கிள் ஓட்டுகிறாள் என்று இவளும் ஓட்ட ஆரம்பித்து விட்டாள்.

அன்று தேர்தல் பிரச்சாரத்தின் கடைசி நாள். இரவு ஒன்பது மணிக்கு வீடு திரும்பியவன் ரோட்டிலேயே கலாவை சைக்கிளில் பார்த்து விட்டான்.

'கலா' என்றான் சாதாரணமாக.

அந்த நேரத்தில் அப்பா திரும்பக்கூடும் என்பதை எதிர்பாராத கலா அப்பாவின் முரட்டுக் குரல் கேட்டு விதிர் விதிர்த்தாள்.

கால் பெடலைச் சுற்றுவதைத் தானாக நிறுத்தியது.

'வீட்டுக்குள்ளே போ.' கலாவிடமிருந்து சைக்கிளை வாங்கிக் கொண்ட பானு நின்றாள்.

'நீ ஏம்மா நிக்குற, காலா காலத்திலே வீடு போய்ச் சேரும்மா.' பானு பயத்துடன் சைக்கிளைத் தள்ளிக் கொண்டு போனாள்.

நேராக அடுப்படிக்குப் போனான் பெரியண்ணன்.

ஆனந்தாயி பாலுக்குப் பிறை ஊற்றிவிட்டுப் பால் சட்டியின் அடியைச் சுரண்டிக் கொண்டிருந்தாள். அதற்கு முன்பாகவே பாலாடைக்காகக் கை நீட்டிக் கொண்டு தனமும் அருளும் நின்று கொண்டிருந்தனர். உள்ளே நுழைந்த பெரியண்ணன் ஆனந்தாயின் கொண்டையைப் பிடித்துத் தூக்கினான்.

'ஏ சாமி, செவனே! என்ன பண்ணேன் நானு?'

'எந்திரிடி தேவடியா... கூட்டிக்குடுத்தவளே!'

'இந்தா மரியாதை கெட்டுப்பூடும். எதுக்கு என்னான்னு சொல்லிபுட்டு அடி... ஆமா...'

'என்னடி மரியாதை கெட்டுடும்?' அடுப்படியில் கிடந்த... வாதநாராயணச்சிறாயால் 'மடேர் மடேர்' என்றான்.

'ஐயோ... ஐயோ... என்னப் போட்டு அடிக்கிறானே. ஊர்பூரா கூத்தியா வச்சிக்கிட்டு என்னக் கூட்டிக் குடுத்தவங்கறானே!'

'மடேர், மடேர்'

'ஐயோ... ஐயோ!'

'அம்மா... அம்மா!' குழந்தைகளும் ஓவென்று கத்த ஆனந்தாயி தலைவிரி கோலமாக அடுப்படியில் மூர்ச்சையானாள்.

கலா உள்ளறைக்குள் சென்று ஒளிந்துகொண்டாள். அதே சிறாயோடு வெறி பிடித்தவன் போல உள்ளறைக்கு ஓடினான் பெரியண்ணன். வெள்ளையம்மா கிழவி அதற்குள் தட்டுத்தடுமாறி எழுந்து கலாவை மறைத்துக் கொண்டாள்.

'டேய் பித்துப் பிடிச்ச பயலே! ஏண்டா இப்படிப் போட்டு அடிக்கிற?' அதற்குள் ஒரு அடி கிழவி மேல் விழுந்தது. அவள் 'இணுக்'கென்ற சத்தம் கூடக்

கொடுக்காமல் சுவரில் சாய்ந்தாள்.

'ஆயா!' கூக்குரலிட்டாள் கலா.

கலாவுக்கு அடி வாங்கியதில் உடம்பெல்லாம் தடித்துக் கிடந்தது.

அடுப்படியில் மூர்ச்சையான ஆனந்தாயுடன் தனம், அருள், பாலன் ஆகிய மூவரும் உறங்கிவிட்டனர்.

மணி அடுப்படியைச் சுத்தம் செய்து உள்தாழ்ப்பா ளிட்டுக் கதவையெல்லாம் சாத்திக் கொண்டு படுத்தான்.

அந்த இரவு நீண்டது. விடிய சிறிதுநேரம் முன்பாக ஆனந்தாயி கண் திறந்தாள். அழுதழுது முகம் வீங்கிப் போன இமைகள் கனத்திருந்தன. இதயம் சிதறுண்டு நொறுங்கியது போல் வலித்தது. முடி அலங்கோலமாய்ச் சிக்காகிக் குலைந்திருந்தது. உதடு வீங்கி ஒரு முழு நாவற்பழம் போல் கறுப்பாகத் துருத்தி வீங்கியிருந்தது. வலது காலை அசைக்கவே முடியவில்லை.

வாழ்நாள் முழுவதும் தான் துன்பப்படுவது போலவும் இதற்கு இனி விடிவே கிடையாது போலவும் தாய் தகப்பன் மட்டுமே சாகவில்லை, தன்னைப் பொறுத்த வரையில் எல்லா உறவுகளுமே செத்துப் போய்விட்ட தாகவுமான முடிவில்லா வெறுப்பு உள்ளத்தில் கமற அந்த நொடியை வீணாக்க விரும்பாததுபோல் வாத நாராயண விறகைச் சுற்றி இருந்த பழுதை எடுத்து ஒரு சுண்டு சுண்டி சமையலறை விட்டத்தில் போட்டாள். சுருக்கை மாட்டி இழுத்தவள், இரவு பாலாடைக்காகக் கையேந்தி நின்று கொண்டிருந்த அருள், வாணி வாய் ஒழுகத் தூங்கவும் அவளை ஒட்டினாற்போல் பாலாடையை மொய்த்துக் கொண்டிருந்த எறும்பு களைப் பார்த்ததும் மனம் மாறி குரல் உடைந்து,

'ஏ...யெப்பா...எம்மா' எனக் கூவியழுது ஒப்பாரி வைத்தாள்.

மாடியில் படுத்திருந்த பெரியண்ணனை இந்தக் குரலொலி எழுப்பியிருக்க வேண்டும். எழுந்து சென்று பிளாஸ்கில் டீ வாங்கி வந்தான். கதவைத் தட்டி நெடு

ஆனந்தாயி ❤ 107

நேரத்திற்குப் பின் மணி கதவைத் திறந்தான்.

'இந்தா அம்மாட்ட கொடு.'

அவன் நீட்டிய பிளாஸ்கை விறைப்பாக வாங்கினான் மணி.

'சைக்கிள் ஓட்டியது கலா. அவள் அடி வாங்கினாள் சரி. அம்மாவை ஏன் அடிக்க வேண்டும். மேலும் தெருவே கேட்கும்படியாகவா கெட்ட வார்த்தைகளைப் பேசுவது!' அவன் அப்பாவின் முகத்தைப் பார்க்கவில்லை.

சமையலறைக்குச் சென்று அம்மா அம்மா என்றான். கால் நீட்டி மெலிதான குரலால் ஒப்பாரி வைத்தாள் ஆனந்தாயி. பிளாஸ்கை அவளருகில் வைத்தான்.

பெரியண்ணன் அதற்குப் பிறகு மூன்று நாட்கள் வீட்டுக்கு வரவில்லை. சாதாரணமாக இம்மாதிரி சம்பவங்களுக்குப் பிறகு அவன் வீட்டிலிருந்தால் ஆனந்தாயியின் பிணக்கு ஜாஸ்தியாகும். சுருட்டிக் கொண்டு படுத்து விடுவாள். இவன் வருவது தெரிந்தால் விசும்புவாள். சமயத்தில் பிள்ளைகளைக் கெட்ட வார்த்தையால் திட்டுவாள். எல்லாம் இவனைச் சாடை சொல்லி. பெரியண்ணனுக்கு இரக்கம் வராது. வெறுப்புக் கூடும். மேலும் அடிகள் விழும். மேலே மேலே முடிச்சுகள் விழுந்து அவிழ்க்க முடியாமல் போகும். வாய்ச் சத்தம்கூடி பின்னால் காப்பாற்ற முடியாத சபதங்கள் எடுக்க நேரிடலாம். ஆகவே பெரியண்ணன் மணியிடம் வீட்டுச் செலவுக்கு அம்மாவிடம் கொடு என்று பணத்தைக் கொடுத்துவிட்டுக் கிளம்பினான்.

ஆனந்தாயிக்கு அவன் போய் விட்டான் என்றதும், யாரிடம் கோபத்தைக் காண்பிப்பது என்று தெரிய வில்லை. வாய்விட்டு அழுதாலும் ஆறுதல் சொல்ல யார் இருக்கிறார்? பிள்ளைகள் சிறிசுகள், விபரம் புரியாதவர்கள். அவர்கள் கூடக் கண் கலங்குவார்கள். அடுத்த நிமிடம் பசிக்குது என்பார்கள். கலாவும் பாட்டியும்கூட அடிபட்டுக் கிடக்கிறார்கள். அந்தப் பிளாஸ்க் டீயை எடுத்து வெறுப்போடு குடித்தாள்;

குமட்டல் சிறிதுகூட வராமல் சுகமாய் இறங்கியது தேநீர். மனதும் உடம்பும் வெவ்வேறுதானா? மனம் வேண்டாம் என்றாலும் உடம்பு வேண்டும் என்கிறதே! தன்னுடைய வெட்கம் கெட்ட செயலுக்குக் குன்றிப் போனவளாய் எழுந்தாள். உத்தரத்தைப் பார்த்தாள். பழுது தொங்கிக் கொண்டுதான் இருந்தது. கண்ணில் நீருடன் கீழே உருவிப் போட்டாள்.

வேலைகள் தொடங்கி விட்டன. காலையில் வழக்கமாகச் சாப்பிடும் நேரம் தள்ளிப் போய்விட்டது. அவ்வளவே. கலா மட்டும் இரண்டு நாள் எழவில்லை. எவ்வளவு யோசித்துப் பார்த்தும், தான் செய்தது தப்பு என்று ஒப்புக்கொள்ள முடியவில்லை. அவள் இதயத்தில் ரத்தம் சுண்டி கட்டியாகிப் போனது. இனி அது இளகவே முடியாது என்று நினைத்தாள். அன்றிலிருந்து காரணமின்றி மணியுடன் பேசுவதை நிறுத்திக் கொண்டாள்.

'அண்ணன் என்னம்மா செய்தான்?' என்று எவ்வளவோ சொல்லிப்பார்த்தாள் ஆனந்தாயி. என்னவோ அவளுக்குப் பிடிக்கவில்லை.

திங்கட்கிழமை அவள் பள்ளிக்குக் கிளம்பிக் கொண்டிருக்கையில் அவளைப் பள்ளிக்கூடம் போக வேண்டாம் என்று அப்பா சொல்வதாகப் பாலன் தெரிவித்தான். அன்றிலிருந்து அவள் அப்பாவிடம் பேசுவதும் நின்றுவிட்டது.

எலக்ஷனில் ராசு அபார வெற்றி.

குஷி தாங்க முடியாமல் கடையில் சொல்லி இரண்டு மூட்டைப் புடவைகளை வீட்டுக்கு அனுப்பினான். ஆனந்தாயியும் கலாவும் ஆளுக்கு இரண்டு புடவைகள் எடுத்துக் கொள்ளச் சொல்லி.

புடவை மூட்டை வந்தவுடன் வீட்டின் சூழ்நிலையே மாறிப் போய்விட்டது. ஆனந்தாயி கலகலப்புடன் கலா கலா என்று கத்தி தென்னந்தோப்பில் உட்கார்ந்து கதைப் புத்தகம் படித்துக் கொண்டிருந்தவளைக் கூப்பிட்டாள். அம்மாதிரி அம்மா கூப்பிட்டாளானால்

– ஒன்று, எங்காவது ஊருக்கோ அல்லது, சினிமா வுக்கோதான் இருக்கும்.

மனதில் பரபரப்புடன் வந்த கலா கலர் கலரான நைலக்ஸ் புடவைகளைப் பார்த்தவுடன் பரவசம் கொண்டாள். அந்தப் புடவையுடன் சினிமாவுக்குப் போவதாகக் கற்பனை செய்து கொண்டாள். அப்பாவின் மேலிருந்த வெறுப்பு குறைவது போல்பட்டது.

15

அந்த ஊரில் இருந்த டூரிங் டாக்கீஸ் இப்போது நிரந்தரத் திரையரங்கமாகி விட்டது. ராசு முதலியாரின் கைங்கர்யம் அது. வேணு செட்டியார் டூரிங் டாக்கீஸை விலைக்கு வாங்கிப் பெரிய கட்டிடமாகக் கட்டினார். பெரியண்ணன் வீட்டைச் சுற்றிச் சில புறம்போக்குக் குடிசைகளும் சில ஓட்டு வீடுகள் மட்டும் முன்பு இருந்தன. இப்போது ஹைவேய்ஸ் ரோடைத் தாண்டி எதிர்ச்சாரியில் இருந்த ஒன்றிரண்டு வீடுகளைத் தொடர்ந்து வரிசையாக வீடுகள் வர ஆரம்பித்தன. லத்தீப்பு பாய் பெரியண்ணனை விடப் பெரிதாக மச்சு வீட்டைக் கட்டினார். தட்டச்சு செய்வது பத்திரம் எழுதுவது என்று பக்கத்து டவுனில் வேலைக்கிருந்த தஸ்தகீர், முஸ்தபா போன்றோர் மனை வாங்கி வீடு கட்டி விட்டார்கள். மாரியாயி வீட்டையொட்டி ஒத்தாற்போல் பத்து வீடுகள் கட்டி 'லைன்' வீடுகளாக்கி விட்டார் திருவேங்கடம் பிள்ளை. பக்கத்து டவுனை யும் ஊரையும் இணைக்கும் முதுகெலும்பு போலாகி விட்டது பெரியண்ணன் குடியிருந்த இடம். விளை நிலங்கள் கான்கிரிட் காடுகளாக மாற்றம் பெற்றன. டவுனில் வாடகை வீட்டில் குடியிருந்தவர்கள் கொஞ்சம் தோட்டம், செடி, கொடி என்றிருக்கலாம் என்று திருவேங்கடம் பிள்ளை லைனுக்குக் குடிவந்து விட்டார்கள். அவர்களில் சில 'அய்யர்மார்கள்' கூட இருந்தார்கள். ஒரு பெட்ரோல் பங்க்கூட வந்துவிட்டது அந்தச் சாலையில்.

சர்க்கரையாலையையொட்டி எழுந்தது அந்த டவுன்.

இப்பொழுது மின்வாரியம் சப்–ஸ்டேஷன், பல அரிசி ஆலைகள், உரக்கிடங்குகள், தானியக் கிடங்குகள் வரப்பெற்று தாலுக்கா ஆபீஸ் வேறு ஊரில்தான் இருந்தது.

எலக்ஷன் நடந்தபோது ராசுவை ஆதரித்த பெரியண்ணன் கோஷ்டியினர் முக்கியமாக முத்து லிங்கம், மகாலிங்கம், சுடலை மற்றும் தமிழ்ச்செல்வன் போன்றோர்,

'பத்தகோடி அண்ணாச்சி பருப்பு விலை என்னாச்சி.'

'சங்கரய்யா அண்ணாச்சி சர்க்கரை விலை என்னாச்சி' என்று பழையவர்களின் பெயர்கொண்ட கோஷங் களோடு பாப்பாப் பாடல்களையும் பாடிக்கொண்டே போயினர். ரூபாய்க்கு மூன்றுபடி, ஒரு ரூபாய்க்கு மூன்றுபடி, ஒத்த ரூபாய்க்கு மூன்றுபடி என்று மக்களுக்குப் புரியும் விதமாகத் திருப்பித் திருப்பி உறுதியளித்தார்கள்.

கங்காணி எதிர்க்கட்சியிலிருந்த பழைய எம்.எல்.ஏ–வை ஆதரித்தார். கங்காணி கௌரவமாக வேஷ்டி துண்டுடன் முன்வர, அவரது பிள்ளைகள், சகாக்கள், எடுபிடிகள் ஆளுக்கொரு அட்டையுடன் கிளம்பி மௌன ஊர்வலம் போல் வந்தார்கள். பார்க்கப் போனால் ஊர்வலங்களில் எதிர்க்கட்சி சொந்தக் காரரைக் கண்டால் வலுக்கட்டாயமாகத் தங்கள் ஊர்வலங்களில் கலந்து கொள்ளச் செய்தார்கள். நல்ல வேளை, பெரிய அசம்பாவிதம் எதுவும் நிகழவில்லை.

ராசு ஜெயித்து வந்தாலும் ஊர்மக்கள் அதிருப்தி யாகவே இருந்தார்கள்.

'எலே, இந்தா ஒரு ரூவா... ஒத்த ரூவா... ரூபாய்க்கு எத்தனையோ படி அரிசி போடறேன்னாங்களே, போ, போயி வாங்கியா!' என்று வடக்கத்தியாள் லோடுக்குப் போகும் தன் மூத்த மகன் (ஊர்வலத்தில் கத்திக் கொண்டு போனவன்) கையில் கொடுத்தாள்.

அவன் சிரித்துக்கொண்டே 'போம்மா' என்றான்.

தேர்முட்டியில் ஒரு படி அரிசி மூன்று ரூபாய்க்கு விற்றது. ராசு எம்.எல்.ஏ. போகுமிடங்களில் சில நாட்கள் வரை 'ரூவாய்க்கு மூணுபடி வாராரு பாரு' என்று மக்கள் கேலி செய்தனர். பிறகு அவர்களே 'அவரென்ன பண்ணுவாரு' என்று சமாதானம் செய்து கொண்டனர்.

நெற்பயிருக்கு உரமும், பூச்சி மருந்தும் வாங்கிக் கட்டுபடியாகவில்லை. மருந்துகள் விதம் விதமாகப் பெருக பூச்சிகளும் விதம் விதமாகப் பெருகின. கரும்புப் பயிருக்கும் மில் கொடுக்கும் விலை கம்மியாகவே இருந்தது. காலைக் களைக்கு எழுபத்தைந்து காசு என்றிருந்த கூலி ஒரு ரூபாயாகியது. அந்திக் கணக்கு இருபத்தைந்து காசு என்றிருந்தது முப்பது பைசாவாகியது.

டூரிங் டாக்கீஸில் முப்பது பைசா என்றிருந்த தரை டிக்கெட் வேணுச்செட்டியாரின் 'முரளி' திரையரங்கில் அறுபது காசு என்றாகிவிட்டது. திரையரங்கில் ஒரு முறுக்கு பத்துப்பைசா என்றிருந்தது இப்போது 'நாலணா'வாகிவிட்டது.

'காலத்தின் கூத்து கலிகாலம்' என்று ஜனங்கள் பேசிக் கொண்டார்கள்.

'இந்தத் தேங்காயெண்ணெய் விக்கிற விலைக்கு நெய்யே வாங்கி விடலாம் போலிருக்கு' என்று லைன் வீடுகளில் பேசிக் கொள்கிறார்கள்.

தீபாவளி, பொங்கல் என்று வந்துவிட்டால் மக்கள் வீட்டில் பித்தளை, வெண்கலப் பாத்திரங்களை எடுத்துக் கொண்டு தாவீது நாடார் பித்தளைப் பாத்திரக் கடைக்கு அடகு வைக்க ஓடினார்கள். பெரியண்ணன் வீட்டுத் தோட்டத்தில் விளையும் காய்கறிகளுக்கும், கீரை வகைகளுக்கும் நல்ல 'மார்க்கெட்' கிடைத்துவிட்டது.

'ஏட்டி ஆனந்தாயி, நானு இங்க விழுந்து கெடக்கற துக்கு ரோட்ல புளியமரத்துக்கிட்ட சாஞ்சுக்கறேன். ஒரு சாக்கப் போட்டு இந்த எலுமிச்சையைக் கூறு வச்சா வந்து வாங்கிட்டுப் போமாட்டாளுவ' என்றாள் கிழவி

ஆனந்தாயி ❦ 113

ஒருநாள்.

'கண்ணு தெரியாதே பாட்டி, காசு எப்படி வாங்குவே?' என்றாள் ஆனந்தாயி சந்தேகத்துடன்.

'ஒரு கண்ணுதானடி தெரியல. நீயே இன்னொரு கண்ணையும் இல்லாத ஆக்கிப்பிடுவ போலருக்கே!'

கிழவி ரோட்டில் உட்கார்ந்து கொண்டாள். ஆரம்பத்தில் எலுமிச்சங்காய் என்று ஆரம்பித்தது கத்தரிக்காய், முருங்கைக்காய் என்றும், புளிச்சைக் கீரைக்கட்டு, பறங்கிப்பத்தை என்றும் போனது. கிழவி சிறுவாடு சேர்த்துக் கொண்டாள். ஆனந்தாயிக்கும் சிறுவாடு காசு சேர்ந்தது.

மிளகாய்க்கார தண்டபாணி டவுனில் பெரியண்ணன் அறையைத் தட்டினான். கொஞ்சம் போல மது அருந்தி யிருந்தான் பெரியண்ணன். பாலம் கட்டத் தொடங்கிய ஒரு வாரத்தில் ஒப்பந்தக்காரருக்கு வேலை ஒப்படைப் பதில் கோல்மால் என்று மொட்டைப் பெட்டிஷன் போக ஹைவேய்ஸ் பெரிய அதிகாரிகள் வந்து குடைவதும் கிண்டுவதுமாக இருந்தனர். நடுவில் எலக்ஷன் வேறு வந்துவிட்டது. மழைக்காலங்களில் வேலை செய்ய முடிவதில்லை. வெய்யில் காலத்தில் தண்ணீர்ப் பற்றாக்குறை பாலம் கட்டும் வேலையில் பலவித தடங்கல் ஏற்பட வேலை ஆமை வேகத்தில் போய்க் கொண்டிருந்தது. மூன்று வருட ப்ராஜக்ட் மேலும் சில வருடங்களை இழுத்துக்கொண்டு போகும் போல் தெரிந்தது. எனவே பெரியண்ணன் ஜாகை எமனேரியை அடுத்துள்ள டவுனில்தான். புதுப்பழக்கங்களில் ஒன்று சீமைச்சாராயம் என்றாகியது.

'வாடாலே தண்டபானு!'

'மாமா, கௌம்புங்க!'

'எங்கடா?'

'கௌம்புங்க சொல்றேன்.'

'இந்தா வேட்டியக் கட்டிக்கிறேன்.'

'மாமா செயின் மோதிரம் போட்டுக்கிட்டு செண்டு

பூசிக்கிங்க. ஒங்களைப் பத்தி எக்கச்சக்கமா சொல்லி யிருக்கேன்.'

'எலே எங்கடா?'

'மாமோய் சொத்தங்கள் அம்புட்டும். பாத்தா கால்ல விழுந்துடுவீங்க.'

உடுத்தி பூசி கிளம்பினான் பெரியண்ணன். போகும் வழியில்,

'மாமோய், பாத்து பக்குவமா நடந்துக்கங்க.'

'எல, அப்படியென்னடா ஊரிலில்லாதது?'

'நீங்க பாருங்க, அப்புறம் சொல்வீங்க!'

'செவப்பா இருப்பா போலிருக்கு, அம்புட்டுத் தானே?'

'செவப்பா? சரியாப் போச்சு. பால்ல குங்குமப்பூ கலந்தா எப்படியிருக்கும் – ரோஜாப் பூ கலரு. நல்ல ஒயரம். முன்னயும் பின்னயும் பார்த்தா பாத்துக் கிட்டே இருக்கலாம்.'

'எந்த ஊராம்?'

'தெக்க, மதுரையைத் தாண்டிங்கறாங்க. புருஷன் செத்துப் போனானாம். புள்ளையில்லையாம். வயசுக் கோளாறு. எவனோடவோ கௌம்புனாளாம். மதுரை யில வந்து லாட்ஜுல உட்டுட்டானாம். அப்புறம் அங்க சுத்தி... இங்க சுத்தி...' பெரியண்ணன் பேசாமலிருப் பதைப் பார்த்து,

'நீங்க பர்மனன்டா வச்சுக்கறதுனாக்கூட வந்துடும் போலிருக்கு. உங்களுக்குப் பொண்டாட்டி பிள்ளைக எதுவுமில்லை, சொத்துசுகம் நெறைய இருக்குன்னு இப்போதைக்குச் சொல்லியிருக்கேன். அப்புறம் பக்குவமா வெசயத்தைச் சொல்லலாம். ஒண்ணும் அவசரமில்லை.'

பெரியண்ணனைக் கொண்டு போய்ச் சேர்த்து விட்டு, இரவு தியேட்டர் முன்னாலிருந்த ஒட்டலுக்குப் போய் இடியாப்பம், பாயா சாப்பிடக் கிளம்பினான் தண்டபாணி.

தண்டபாணி சொன்னது பொய்யில்லை என்பதைப் பெரியண்ணன் கண்டு கொண்டான். லெச்சுமி உண்மையிலே லக்ஷ்மிகரமாக இருந்தாள்.

நாட்கள் புது ராகத்துடன் இழைந்தன, லெச்சுமிக்கு. பெரியண்ணன் எதிலும் குறை வைக்கவில்லை. நினைத்தால் பழனி, திருப்பதி என்று க்ஷேத்திராடனங் களும், ஊட்டி, கொடைக்கானல் என்று கோடை வாசஸ்தலங்களும் சென்று வந்தார்கள்.

தனியாக வீடும் பார்த்து வைத்துவிட்டான். டசன் டசனாகப் புடவைகளும், ஜாக்கெட்டுகளும் வாங்கிக் கொடுத்தான். அவளுக்கு எது போட்டாலும் எடுப்பாக இருந்தது.

லெச்சுமி தலைக்கு ஊற்றிக் கொண்டு தோசையும் காரம் சாரம் உப்பு உறைப்புடன் கூடிய வறுத்த கறியும் பெரியண்ணனுக்கு வைத்து விட்டுத் தானும் போட்டுக் கொண்டு உட்கார்ந்தாள். பொட்டில்லாமல் வெறுமனே திருநீறால் கோடு இழுத்திருந்தாள். பசி யில்லாதவள் போல் மெதுமெதுவாகத் தோசையை விண்டு விழுங்கினாள்.

காரம் காரணமாக பெரியண்ணனுக்குக் கண்ணிலும் மூக்கிலும் நீர் வடிந்தது.

'என்ன ஒரே காரம்?'

'என்ன, புதுசா காரம், எப்பவும் போலத்தானே?'

'இன்னைக்குக் கொஞ்சம் ஜாஸ்தி!'

'தண்ணி குடிச்சா சரியாப் போவும்.'

'அதுக்குன்னு ஒரே மட்டா காரமாக சமைக்காத.'

'எங்க ஊர்ப்பக்கட்டு இப்பிடிதாம்.'

'ஒனக்கு எந்த ஊரு... தேசம் கெடக்குது?'

'என்ன அப்படிச் சொல்லிட்டீஹ. அண்ணன் தம்பியோட ஒரே பொண்ணாப் பொறந்தவளாக்கும். எந்தலவிதி இங்க வந்து சேத்துடுச்சி. தங்கம் போல என்னத் தரையில விடாம வளத்தாஹ. சீனித்தேவன் பொண்ணுன்னா ஊருக்குத் தெரியும். மலைத்தேனும்

மான் கறியும் சாப்பிட்டு வளந்தவளாக்கும்... அதுசரி, உங்களப் பத்தி மூச்சு விடலையே நீங்க?'

'மூச்சு விடறதுக்கு எங்கே நேரம். நான்தான் ஓங்கிட்டே மயங்கிக் கெடக்கேனே?'

'ஆமா, சும்மா சும்மா அதையே சொல்றீஹ!'

'ம்...'

'தண்டபாணி அண்ணன் சொன்னாஹ, ஒங்க சம்சாரம் செத்துப் போச்சி, புள்ளங்க யாருமில்லனு. அப்படியா?'

'அந்தப்பய ஒரு ஃப்ராடு. பொண்டாட்டி, ஆறு பிள்ளைகள் உண்டு.'

'நீங்க ஏன் இதுநாள் வரைக்கும் சொல்லல?'

'பொண்டாட்டி இல்லாதவன்தான் ஒங்கிட்ட வருவான்னு நீ எப்படி நெனக்கலாம்?'

அவளுக்குள் மெல்ல முழங்கிக் கொண்டிருந்த சோகப் பாட்டு திடுமென நின்றது போல்... அவள் உறைந்து போனாள். பிறகு, தனக்கு யாரைப் பற்றியும் குறைசொல்ல அருகதை என்ன இருக்கிறது என்று மௌனமாயிருந்தாள்.

'லெச்சுமி!'

'என்ன?'

'என்ன, பேசாம இருக்கா?'

'என்னத்தப் பேசுறது?'

'எனக்கு எத்தனைப் பொண்டாட்டி இருந்தாலும் அத்தனையும் ஒதறிட்டு ஓம்பின்னால வரத் தயாரா யிருக்கேன் தெரியுமா? உன்னப் பாக்காம என்னால ஒரு நாள்கூட இருக்க முடியாது! எங்கக் கெடந்தும் ராத்திரி ஒங்கிட்ட வந்தாத்தான் நிம்மதி.'

பெரியண்ணன் காலையில் கிளம்பிச் சென்றதும் அவளுள் ஒரு போராட்டம் முளைத்தது. தன்னைத் தனியாக வைத்துக் குடும்பம் நடத்தும் வரையில் அவனைச் சுற்றி ஒரு பெரிய குடும்பம் இருப்பது பற்றித் தனக்கென்ன கவலை என்று நினைத்துக் கொண்டாள்.

16

'அம்மா ஒண்ணுக்கு வருதும்மா' பாலன் மெதுவாகச் சொன்னான். திடுக்கென எழுந்தாள் ஆனந்தாயி. இப்போதெல்லாம் ஆழ்ந்துறங்க முடிவதில்லை. ஆம்பிள்ளையில்லாத வீடு. என்னதான் சின்னசாமி இரவில் திண்ணையில் படுத்துக் கொண்டாலும் மனசு 'திக் திக்'கென்று அடித்துக் கொள்ளும்.

'அருளுகூட அதுபாட்டுக்கு எந்திரிச்சித் திண்ணை யிலே நின்னுக்கிட்டே இருந்துட்டு வருது. இந்தப் பய துணைக்கிக் கூப்புடுறானே' என்று நினைத்துக் கொண்டு விளக்கைப் போட்டாள். நடுச்சாமம் கழிந்திருந்தது. அவசரத்தில் காற்சட்டையைப் பிடித்துக்கொண்டு தாமதப்படுத்த முயற்சி செய்தான்.

அவசரமாகக் கதவைத் திறந்து, பின்பக்கமாகக் கழிவறைக்குச் செல்லாமல் முன்புறம் வாசலிலே நின்று கொள்ளச் சொன்னாள் மகனை. 'சடசட'வென சத்தம். சின்னசாமி ஒருக்களித்துப் படுத்தான். பாலனை அழைத்துவந்துப் படுக்கவைத்துவிட்டு விளக்கை அணைக்கப் போனாள்.

'அம்மா பயம்மாருக்கும்மா.' பாலனின் குரல் கேட்டுத் திரும்பினாள். திரும்பிப் பார்த்தவளுக்குத் தூக்கி வாரிப் போட்டது. பிள்ளை வெடவெடவென்று நடுங்குகிறான்.

'ஏ சாமி... எம்புள்ள.' எடுத்து மடியில போட்டுக் கொண்டாள்.

'என்னய்யா பண்ணுது?'

பேசமுடியாமல் பற்கள் கிட்டிவிட்டன. உடம் பெல்லாம், தெப்பமாய் நனைய வியர்வை ஊற்றுப்

பெருக்கெடுத்தது.

'சின்னசாமி... சின்னசாமி... புள்ளைக்கு என்னாச்சோ தெரியலையே...பாட்டியாளக் கூப்பிடு.'

சின்னசாமி, கிழவி, பிள்ளைகள் எல்லோரும் எழுந்து விட்டார்கள். கடைக்குட்டி அன்பு மட்டும் தூங்கிக் கொண்டிருந்தான்.

'எட்டிய, பாம்பு கீம்பு கடிச்சிருச்சாடி?'

'பாம்பு கடிச்சிருந்தா, புள்ள வலிக்குதுன்னு சொல் வானே... என்னமோ தெரியலியே. புள்ள பேந்த பேந்த முழிக்கிறானே... ராசா... என்னப்பெத்த ஐயா...'

'அளுதுக்கிட்டிருந்தா எப்பிடி? தூக்கு பிள்ளைய... நாகா டாக்டர் கிட்டக் காட்டு!'

'எம்மா இருங்க நாம் போய் அளைச்சாரேன்....!' சின்னசாமி அரக்கப் பரக்க சைக்கிளைக் கிளப்பினான். மணியும் அவனுடன் ஓடி ஏறிக் கொண்டான்.

கிழவி திருநீற்றுப் பெட்டியிலிருந்து நீறு எடுத்து 'ஆயி... மகமாயி... ஆயிரங்கண்ணுடையா' என்று சொல்லிக் கொண்டே பாலனின் நெற்றியில் பூசினாள்.

அதற்குள் கடலை ஓடி வந்தான். தொடர்ந்து மகாலிங்கம் முத்துலிங்கம் எல்லாம் வந்தார்கள். நிலைமையை யூகித்துக் கொண்ட முத்துலிங்கம் எமனேரிக்குக் கிளம்பினான் தகவல் சொல்ல.

லைன் வீட்டுக்காரர்கள், அக்கம் பக்கம் என்று கூட்டம் கூடி விட்டது.

'என்ன ஆச்சு?'

'என்ன ஆச்சின்னு தெரியலையே. நல்லாருந்தான் புள்ள. அம்மா ஒண்ணுக்கு வருதும்மான்னான். எந்திரிச்சு லைட்டப்போட்டேன். போய் நின்னு ஒண்ணுக்குப் போனான். வந்து படுக்க வச்சேன். லைட்ட ஆப் பண்ணப் போனேன். அம்மா பயம்மாருக்கும்மான்னான்; அம்புட்டுதான். அந்த ஒரு வார்த்தைக்கப்புறம் மூச்சில்ல. 'வெடவெட'ன்னு நடுக்குச்சு. தூக்கி மடியில போட்டேன். வேர்வைத் தண்ணி ஊத்து மாதிரி

கௌம்பி வருது. பல்லு கட்டிப் போச்சி... ஒரு ஈயெறும்புக்குக்கூட துரோகம் பண்ணலியே... மகமாயி ஏன்டி என்ன சோதிக்கிற...' சொல்லும் போதே குரல் உடைந்து அழுதாள்.

'மணி என்னா இருக்கும்?'

'நடுச்சாமம் தாண்டுன நேரமிருக்காது. நா எந்த நேரத்தைக் கண்டேன் சாமி!'

ஆனந்தாயின் காதுக்குக் கேட்காதவாறு சிலர் குசுகுசுவென்று பேசிக் கொண்டார்கள். 'நடு ஜாமம்... குறுக்கத் திரும்பற நேரம். அடிச்சிப் போட்டிருக்கும்!'

'அதான் பயமாயிருக்குன்னு சொல்லியிருக்கான்!'

'எனக்கென்னமோ பொழைப்பான்னு தோணலை. கண்ணு முழி மேலேறிக் கெடக்குது பாரு!'

புதிதாக இரண்டொருவர் வந்தனர்.

'இதென்னத்துக்கு இப்பிடிக் கூட்டம் போட்டுக் கிட்டு இருக்கீங்க! காத்து வாரதுக்கு வழியில்லாம... ஆமா என்ன ஆச்சி?'

'ஒண்ணுக்கு வருதுன்னு சொன்னானாமா...' தொடங்கி நடந்ததைச் சொன்னார்கள். கடைசியில் வந்தார் லத்தீப் சாயபு.

'என்ன ஆச்சாம்?'

'ஒண்ணுக்கு வருதுன்னு சொன்னானாமா...'

சித்த வைத்தியர் வந்தார். நாடியைப் பிடித்துப் பார்த்துக் கொண்டிருக்கும் போதே 'அய்யோ அய்யோ...' என்று வயிற்றிலடித்துக் கொண்டாள் ஆனந்தாயி.

'ஆஸ்பத்திரிக்குத் தூக்குங்க!' என்று சொல்லி விட்டார் அவர். ஆஸ்பத்திரிக்கு வண்டி ஏற்பாடு செய்யுமுன் நாகா டாக்டர் வந்தார் பெட்டியுடன். மணி விடியற்காலை மூன்றரை.

'பாலாச்சும் டீயாச்சும் கிடைக்குமா?'

சின்னசாமி ஓடினான்.

ஆனந்தாயி பிள்ளையை மடியை விட்டிறக்கவில்லை. அடிவயிற்றில் கபகபவென எரிச்சல். தலைகீழாகத்

தொங்குவது போல் மண்டையில் கனம். அவ்வப்போது சுவாசக்குழாய் தடைபடுவதுபோல ஒருவிதப் பரிதவிப்பு. இருந்திருந்தாற்போல் 'அய்யய்யோ... அய்யய்யோ!' என்றாள்.

'அழுவாத ஒண்ணுமில்ல. ஒம்புள்ள சிரிச்சிக்கிட்டு எந்திரிப்பாம் பாரு செத்த நேரத்தில' என்றனர் சிலர்.

'பெத்த வயிறாச்சே.' பரிதாபப்பட்டனர்.

அவ்வப்போது வெறிவந்தவள் போல் மகனை உற்றுப் பார்த்து விட்டு 'சாமி... சாமி' என்று இரண்டு கன்னங்களிலும் முத்தமிடுவாள்.

'எம் பக்கத்திலதான் படுப்பேன்னு அடம் பிடிப் பானே...' எதையோ சொல்ல ஆரம்பித்துப் பின் சொல்லாமல் மருண்டு நிறுத்துவாள்.

'எங்க, டீ வாங்கப் போன ஆளு?'

அங்கே இங்கே என்றலைந்துப் பார்த்துவிட்டு, பாலைக் கறந்து காய்ச்சி எடுத்து வந்தான் சின்னசாமி.

டாக்டர் ஒரு டம்ளரில் பாலை ஊற்றி 'குடுத்துப் பாரு' என்று ஆனந்தாயிடம் கொடுத்தார்.

கடைவாயில் விட்ட பால்... தங்கு தடையின்றி கடந்து ஆசனவாய் வழியே வெளியேறி அவள் புடவையை நனைத்தது. டாக்டர் பெட்டியை எடுத்துக் கொண்டு கிளம்பினார்.

தலையை 'மங் மங்'கென சுவற்றில் முட்டினாள்.

'எலே மணி... புடிடா... ஒங்கம்மாவை.'

'பாரேன். ஒரு மனுஷன். வீடு தங்காத... புள்ளங்கிள கவனிக்காத... தேவடியா வீட்ல கொண்டு போயிப் பணத்தைக் கொட்டிட்டு அங்கியே கதியா கெடக் கறானே... பாவம் பொட்டச்சி என்ன பண்ணுவா ஆறு புள்ளங்கள வச்சுக்கிட்டு?'

'விடியாலம் மணி நாலு இருக்கும். உயிர் போச்சு. எட்டு மணியாகுது. இந்தா இருக்கிற எமனேரியிலிருந்து வாறதுக்கா இம்புட்டு நேரம்?'

'சேதி போயிருக்குமோ என்னவோ?'

தலையைக் குனிந்து கொண்டே வந்தான் பெரியண்ணன். நீண்டு விறைத்திருந்த மகன் அருகில் சென்றான். அவன் மோவாயில் கை வைத்து 'அப்பன் எப்ப வரப்போறான். நம்ம அதுவரைக்கும் எதுக்குக் காத்திருக்கணும்னு சொல்லாத போயி சேந்துட்டியா.. சாமி...' என்றான். அவ்வளவுதான். ஆங்காரம் வந்தவள் போல ஆனந்தாயி நெஞ்சிலும் வயிற்றிலும் மாறி மாறி அடித்துக்கொண்டு அழுதாள்.

'அவள சமாதானப்படுத்துங்க. அடிச்சுக்கிட்டே செத்துப் போப் போறா' என்று கூடியிருந்த பெண் பிள்ளைகளிடம் சொல்லி விட்டுத் திண்ணைக்கு வந்துவிட்டான்.

'நீங்க வீட்ல இருந்தா காப்பாத்தியிருக்கலாம். பாவம் உங்க சம்சாரத்துக்குக் கையும் ஓடல காலும் ஓடல.'

'அது சரி. எமன் எங்கிட்ட முன் கூட்டியே எச்சரிக்கைப் பண்ணியிருந்தா நானும் வீட்டோட இருந்திருப்பேன்... ஏதாவது நீங்க பேசுறது நியாயமா? ஆம்பிள ஆடி ஓடி சம்பாதிச்சா பொம்பளைல்ல ஊட்ல இருந்து காபந்து பண்ணனும்... எல்லாம் கெட்ட நேரம்... வேற எப்பிடிச் சொல்றது?'

'கெட்ட நேரமாமே கெட்ட நேரம். இவன் வீடு தங்காம சம்பாதிக்கிறானா இல்ல ஊர்கண்ட மட்டும் பொறுக்குறானா? ஆம்பளப் புள்ளய முழுசா குடுத்துட்டுக் கெட்ட நேரம்கறானே!'

கிழவி சொன்னதும் பெரியண்ணனுக்கு 'கர்'ரென்று கோபம் வந்தது. 'உனக்குப் போறதுக்கு நேரம் வந்திருச்சி. வேறொண்ணுமில்ல!'

'ஆமா, இவன் 'குடுமி'யைப் பார்த்து நேரம் குறிச்சிக்கிட்டு வந்துட்டான் போறதுக்கு. ஆத்துமா அடங்குச்சுன்னா தாங்குதாங்காட்டியும்! சாவுறதுக்கு எனக்கென்ன பயமா?'

'சரி, சாவு. வீட்ல என்னத்துக்குச் சண்டை?'

பங்காளிகள் தலையிட்டுச் சமாதானம் செய்தார்கள்.

பாடையைத் தூக்கும்போது தரையில் ஆனந்தாயி உருண்டு அழவும், 'ஐயோ தம்பீ!' என்று மணியும் கலாவும் பிணத்து மேல் விழுந்தார்கள்.

பாடை பயணத்துக்குத் தயாரானதும்,

'புதங்கிழமை காலையில செத்திருக்கான். தங்கும் புதன் தன்னோடு மூன்று பேர்னு சொல்வாங்க. இனி யார் கணக்கை எமன் முடிப்பானோ?' கூட்டத்தில் யாரோ மெதுவாகச் சொன்னார்கள். என்றாலும் வெள்ளை யம்மாக் கிழவி காதில் இது கணீரென விழுந்தது.

இடுகாட்டிலிருந்து வீட்டுக்கு வந்த பெரியண்ணன் ஆனந்தாயியைப் பார்ப்பதற்கே பயப்பட்டான். அவள் என்ன சொல்வாளோ, பத்து மாதம் சுமந்தவளாயிற்றே. பரிதாபம், கவலை என்று ஒரு பக்கமும் பயம் மறுபக்கமும் அவனை அலைக்கழித்தது. அன்றிரவே டவுனுக்குச் செல்வதற்கு என்ன சாக்குச் சொல்வது என்று குழம்பியிருந்தவனை ஆனந்தாயி 'இதுக்கெல்லாம் ஒரு நாள் நீ பதில் சொல்லித்தான் ஆவணும்' என்று ஒரு விரலை நீட்டி, ஆட்டிச் சொன்னாள். சொல்லி விட்டுப் பொங்கி அழுதாள்.

'ஏய்... யார்றி பைத்தியக்காரி. புருசன் ராத்திரி பகலா கண் முழிச்சி வீட்டுக்கு ஒழைக்கிறானே... இந்தப் புள்ளங்கிள கண்ணும் கருத்துமாப் பாத்துக்குவம்னு இல்லாத... அந்தப் பயல் அரிசியைக் 'கப்கப்'னு வாரி கொதப்பிட்டிருந்தான். சோவை புடிச்சது. அவனைக் கண்டிக்கறதை விட்டுட்டா. உங்கப்பன் அங்க போறான் இங்க போறான்னு புள்ளங்க காதுல ஓதறதுக்கே உனக்கு நேரம் சரியா இருந்தது. அவன் அரிசியைத் தின்னு வயிறுப்பி செத்ததுக்கு இவ பெரிய்ய பத்தினியாட்டம் எனக்குச் சாபம் உட்றா. நான் அங்க போய்க் குந்திக் கிட்டேன். வெவசாயமும் கிடையாது. அதனால வேல வெட்டியும் கிடையாது. ஊட்ல குந்திக்கிட்டுத் திங்கற வளுக்கு இந்தப் புள்யைங்களப் பாத்துக்கறதுக்கு

வலிக்குதா... அங்கொருத்தி ஆள் எப்ப மறையும்னு பாத்துக்கிட்டு சைக்கிள் போட்டுக்கிட்டு ரோட்மேலத் திரியறா. பெரிய பய படிக்கிறேன் படிக்கிறேன்னு வீட்ல ஒரு வேலை செய்யாமக் காசை வாங்கிட்டுப் போய் ஊர் சுத்தறான்.

மாடு தண்ணி குடிக்கிற கழனித் தொட்டியில கைவிட்டா ஓர் ஆள் சோறு கெடக்குது... நான் ராத்திரிப் பகலா வேலை செய்யாட்டினா நீயும் ஓம்பிள்ளைங் களும் எங்கருந்து சாப்டறதுங்கறேன்! ரிஷி பத்தினி இவ... சாபம் உட்றா... நான் ராத்திரி ஊடு தங்கறதில்ல... யாராரு வந்து போறானோ?'

இவ்வளவு நேரமும் பேசாமல் இருந்த கிழவி பொறுக்க முடியாமல் அவனிடம் வந்தாள்.

'ஏ...சாமி... சும்மா இருடா... பறிகொடுத்துட்டு இருக்கா. அவளை இமுசை பண்ணாதடா... ஒனக்குப் புண்ணியமா போவுது.'

'சொல்ல மாட்டே நீ. அவதான் பறிகொடுத்தா. நான் தகப்பன், பறிகொடுக்கல? சாவு செத்த ஊட்ல, பங்காளி மக்க மனுச இருக்கத்தாவில ஊர் பொறுக் கறன்னு நீ சொல்ற இல்ல... பெத்த தாயாடீ நீ.'

'அதுக்குத்தான் என்னை மேலோகம் அனுச்சி வக்கிறேன்னியேடா... ஒனக்கு ஏண்டா அந்தக் கஷ்டம்... எல்லாம் மேல இருக்கவன் பாத்துக்குவான்.'

'இதென்ன ஒரே புடுங்கலாப் போச்சி... இந்தப் புடுங்கலுக்குத்தான் நான் வீடு தங்குறதில்ல... எலே மணி, காலையில பத்து மணிக்குத்தானே பால் தெளிப்பு... அதுக்கு மின்னாடி வந்தர்றேன். இப்ப எங்கியாவது போய்த் தொலையறேன்.'

அவன் கிளம்பியதும், கிழவி உரத்தகுரலில் பிலாக் கணம் வைத்தாள். 'எழவுக்கு வந்த சனம் ஊர்ப்போய்ச் சேரல. அதுங்காட்டியும் போறாம் பாத்தியா. எங்க யாச்சும் அடுக்குமா. பொன்னய்யா... பொன்னுச்சாமி... அவனுக்கு நல்ல புத்தியக் குட்றாப்பா!'

17

அன்று பின்னிரவு, லெச்சுமி வீட்டுக் கதவைத் தட்டிய போது கசங்கியப் புடவையுடன் வந்து கதவைத் திறந்தாள் லெச்சுமி. அவளுக்குத் திகைப்பாக இருந்தது. அவள் திகைப்பைப் பார்த்ததும் பெரியண்ணன் வேறு மாதிரியாக அர்த்தம் செய்து கொண்டு தோட்டத்துக் கதவை நோக்கிப் போனான். அதைத் திறந்து கொண்டு வெளியே சுற்றும் முற்றும் பார்த்தான்.

'என்னாப் பாக்குறீஹ?'

'இல்லே மனசு சரியில்லே.'

'மனசு சரியில்லன்னா படுத்துக்கிற வேண்டியது தானே. நீங்க கௌம்பி பத்து நிமிசம் ஆவுல. செத்துட்டான்னு தகவல் வந்துச்சு. அதனால ரெண்டு நாளைக்கு வரமாட்டீஹன்ல நெனச்சேன்.'

அவன் உள்ளே வந்து அவள் மடியில் தலை வைத்துப் படுத்தான். அவள் மெதுவாக ஒரு நாள் வளர்ச்சியுடன் கூடிய தாடியையும் மீசையையும் வருடினாள்.

'லெச்சுமி!'

'என்ன?'

'சொன்னா கோச்சுக்க மாட்டியே?'

'சொல்லுங்க!'

'பேசாம அவளோட ஒண்ணா வந்து இருந்துடு!'

'என்ன திடீர்னு?'

'என்னால ரெண்டு எடமா அலய முடியல ஒண்ணு. ரெண்டாவது இந்தப் பாலம் இன்னும் ஆறு மாசம் மிஞ்சிப் போனா ஒரு வருஷத்திலே முடிந்து விடும். அதுக்குள்ள கலாப்புள்ளய கட்டிக் குடுத்தரலாமின்னு

இருக்கேன். மணி படிக்கிறதுக்குப் பட்டணம் போயிடுவான். அப்புறமெல்லாம் சிறுசுகதான். மேலே மாடியிலே நீ இருந்துக்கோ. ஆனந்தாயி பொறுமைக் காரி. செறுவயசுல எனக்கு வாக்கப்பட்டா. இது வரைக்கும் எனக்குப் பயந்து அடங்கி ஒடுங்கித்தான் இருக்கா.'

'இன்னும் ஒரு வருஷமிருக்குல்ல... பெறகு பார்த்துக் கலாம். இப்ப ஏன் மண்டையப் போட்டுக் குழப்பிக் கிட்டு? பேசாமத் தூங்குங்க; இங்கப் பாலம் முடியட்டும்.' குறுக்கிட்டாள் அவசரமாக.

'இங்க எல்லாம் முடிஞ்சாப்லதான். மேல்வேலை தான் பாக்கி. அதுக்குள்ள அடுத்த காண்ட்ராக்ட் புடிக்கணும். அதுக்கு நான் ஊர்ல இருந்தாத்தான் சரிப்படும்.'

'நாளைக்கே போறது மாதிரியில்ல பேசுறீஹ... இப்ப பிள்ளை போன விரக்தியில பேசுறீஹ... எல்லாஞ் சரியாப் போகும்.' சொல்லிக் கொண்டே அவனை வசப்படுத்தும் முயற்சியிலிறங்கினாள்.

'லெச்சுமி... ஒங்கிட்ட சொல்றதுக்கென்ன, எத்தனையோ பொம்பிளைகளைப் பாத்துருக்கேன். ஆனாலும் ஒன்ன மாதிரி நெறஞ்ச பொம்பிள யாருமில்ல' உச்சகட்டத்தில் உணர்ச்சி வசப்பட்டுப் பேசினான்.

'லெச்சுமி... நீ எங்கூட வருவேல்ல?'

'என்னா சும்மா அதையே பேசிக்கிட்டு?' அவள் பிடி கொடுக்காமல் பேசுவதறிந்து மேலும் அதைப்பற்றியே அவன் பேசினான்.

'லெச்சுமி! ஒன்ன ஒரு நாளுகூடப் பாக்காம இருக்க முடியிலத் தெரியுமா. அங்கப் புள்ள செத்துக் கெடக்கயில கூட உன் ஞாபகமாத்தான் இருந்தேன்.'

'... ... ...'

'என்ன, பேசாம இருக்க?'

'ம்... எனக்கு இருந்தாப்ல இருந்து வீட்டு யாபகம்

வருது. நீங்க போய்ட்டவுடன்னே, யாருமில்லாத அனாதை மாதிரி வெட்டு வெட்டுனு தனியா அடைஞ்சிக் கெடக்க கெடக்க எங்க ஆத்தா ஞாபகம்தான் வருது. குழந்தை குட்டியிருந்தாலும் பரவாயில்ல. லாட்ஜுக் காரங்கிட்ட மாட்ன வகையில கர்ப்பப் பையைப் பெரட்டிப் போட்டுட்டானோ இல்ல எடுத்துட்டானோ தெரியில... வயித்துல தங்க மாட்டேங்குது.'

'அதுக்குத்தான் சொல்றேன், அங்க ஊர்ல வந்து இருந்தியினா புள்ளைக இருக்கு. தோட்டந்துரவு இருக்கு...'

'நான், எங்க ஆத்தாவைப் பத்திப் பேசிக்கிட்டி ருக்கேன். நீங்க எதையோ பேசுறீஹளே?'

'இல்லேன்னா ஊருக்குப் போயி அவுங்களப் பாத்துட்டு வாறியா?'

'எப்பிடிப் போகமுடியும்? சீனித்தேவன் குடும்பம் மானமுள்ள குடும்பமாச்சே. எங்கப்பா என்னைக் கண்டந்துண்டமா வெட்டிப் போடுவாரு.'

'... ... ...'

'ஆமா, வந்தவுடனேயே தோட்டத்துக் கதவைத் தெறந்து பாத்தீஹகளே எதுக்கு?'

'சும்மாத்தான். மனசு சரியில்ல. தோட்டத்துப் பக்கம் சித்த நேரம் உக்காரலாமேன்னுதான்.'

'பொய்யி.'

'சீ... உம்மேல சத்தியமா.'

'சத்தியமெல்லாம் வேண்டாம். இவ்வளவு நாள் பழகுறனே. இதைக்கூடவா எனக்குப் புரிஞ்சுக்க முடியாது. ஒரு பொம்பளைய எவ்வளவுக் காவல் காத்தாலும் அவ போகணும்னு முடிவு பண்ணிட்டா தடுக்க முடியுமா?'

'உனக்குப் போவுணும்னு ஆசையா?'

'உங்களவிட ஆம்பிள வேறு இருக்காஹளா?'

இந்தக் கேள்வியின் மகிழ்ச்சியோடு கிளம்பினான் ஊருக்கு, மகனுக்குப் பால் தெளிக்க.

நாட்கள் பல ஓடின. புத்திர சோகத்தால் வெதும்பினாள் ஆனந்தாயி. 'அவன ஒரு ஃபோட்டோ புடிச்சி வச்சுக்கலியே. சொல்லும்போல நான்தான் புள்ளய கவனிக்கலியோ, கண்டிக்கலியோ, புருஷங் கவலையில புள்ளங்கள உட்டுட்டனா? சாமி... உன்னைக் கொன்னு குழியில வச்சிட்டனேடா!' அவ்வப்போது நினைத்துக் கொண்டு புலம்பினாள்.

கிழவி திண்ணையிலே முடங்கிக் கிடந்தாள்.

வீட்டோரமாய்க் கிடந்த தென்னை, வாழைக்கன்று, சிறு காய்கறித்தோட்டம் தவிர வேறு பயிர்பச்சை இல்லை. சின்னசாமி வந்தால் வேலியைச் சுற்றி வட்டம் போட்டு விட்டு 'ஆனந்தாயம்மோய்... வேறு ஏதும் வேலை இருக்கா. நா அந்தா ஏரிவரைக்கும் போவணும். நாக்கரு ரெண்டு வண்டி எருவடிச்சித் தரச்சொன்னாரு' என்று கூறி அன்று மட்டம் போட்டுவிடுவான். மாடுகள் மேய்ச்சல் போதாமல் மெலிந்து கிடந்தன. நஞ்சையில் சுரம்பு படிந்தது. இறைப்பு அதிகமில்லாததால் கிணற்றில் கரும்பாசி படர்ந்தது. தென்னந்தோப்பில் குப்பைமேனியும் புண்ணாக்குச் செத்தையும் போட்டி போட்டுக் கொண்டு வளர்ந்தன. மணி பட்டணம் போகும் ஜோரில் இருந்தான்.

ஆனந்தாயிக்கு விடிந்தெழுந்தால் நேரம் சரியாக இருக்கிறது. பட்டிச்சாணி வாரி, வீடு வாசல் பெருக்கி, பாத்திரம் பண்டம் துலக்கி, காய்கறி நறுக்கி, அன்ன ஆகாரம் ஆக்கவும் இறக்கவும், அருளையும் கைப்பிள்ளை அன்பையும் குளிப்பாட்டி சிங்காரிக்கவும், ஓய்ந்த நேரத்தில் பச்சைப்புல் அறுத்து மாட்டுக்கு வைத்துவிட்டு வெந்நீர் வைத்து மேலுக்கு ஊற்றிக் கொள்ளும்போது பறந்து விடுகிறது.

கலாவுக்கு ஒரு வேலை வைக்க முடியாது. 'என்னை ஏன் ஸ்கூலை விட்டு நிப்பாட்டினிங்க. நான் இந்த நேரம் ஸ்கூல்ல இருக்கிறதா நெனச்சிக்கிட்டுப் பேசாம இருங்க' என்பாள்.

பத்துப் பதினோரு மணிக்கு மிக்சர் வண்டியின் வருகையைக் கவனித்து மைதா பிஸ்கட்டும், மிக்சரும் வாங்கி அருளுக்குக் கொடுத்து விட்டுத் தானும் தின்பாள். ஐஸ்காரனிடம் ஜவ்வரிசி ஐஸ், நொங்கு, நெல்லிக்காய், வீரப்பழம், நாவற்பழம் என்று எது விக்கிறதோ அதை வாங்குவாள். மாலையானால் உதிரிப்பூக்காரனிடம் ஆழாக்கு அடுக்கு மல்லி மொட்டு வாங்கிக்கொண்டு கட்ட உட்கார்ந்து விடுவாள். தெருவில் விற்பதையெல்லாம் வாங்கித் தின்றுவிட்டு சாப்பாட்டு நேரத்தில் காய்கறியைத் தட்டின் ஓரமாக ஒதுக்கிவிட்டுப் பருக்கையைக் கொறிப்பாள். வர வர சோளச்சோறு, கம்மஞ்சோறு என்றால் சுத்தமாக இறங்கமாட்டேனென்கிறது. லைன் வீட்டுக்காரர்கள் எல்லாம் சோளச்சோறு, கம்மஞ்சோறா சாப்பிடு கிறார்கள்?

கலாவின் போக்கைக் கவனித்து வந்தாள் ஆனந்தாயி. 'வயசுப் பொண்ணு படிக்கக் கொள்ள இருந்துச்சின்னா சிந்தன வேற தெசையில செதறிப் போவும். வீட்டுக் குள்ளே அடைச்சிப் போட்டா... செறுசுலேயே காடு கரைக்குப் போய் வந்தா வெயிலைக் கண்டா சொணங்காது. நெழல்ல இருந்து பழக்கியாச்சு. இப்ப என்ன செய்யிறது. ஜன்னல்ல போயி நிக்காதன்னு சொல்ல முடியும். நல்லது கெட்டது எதுன்னு புத்தி சொல்லலாம். பொழுது விடிஞ்சா பொழுது போனா கண் கொத்திப் பாம்பு மாதிரி அவளையேவா பாத்துக் கிட்டிருக்க முடியும்? அடிச்சுத் திருத்தற வயசா?'

வாழ்க்கை அஸ்தமித்து விட்டது என்று எண்ணி யிருந்தவளுக்கு மனதில் புதுக்கவலைகள் தோன்றலாயின. கிழக்கில் சூரியன் தோன்றும் ஒவ்வொரு நாளும் பழைய ஞாபகங்களின் மேல் புதுப்பிரச்சினை குடியேறியது. பழையதை நினைத்துக்கொண்டு கவலைப்பட்டுக் கொண்டு கலாவையோ, இரண்டுங்கெட்டானான தனத்தைப்பற்றியோ நினைக்காமலிருக்க முடிகிறதா

அவளால்? புதியவற்றை நினைக்க நினைக்க பழமையின் பாரம் குறைந்தாற் போலிருந்தது. ஒவ்வொரு விடியலிலும் அவை தூரம் தூரமாய் விலகிப் போயின.

அந்த ஞாயிற்றுக்கிழமை அருள் வேதக்காரர் வீட்டுக்குப் போனபோது லீதி அவளைப் பார்த்துக் கூறினாள்:

'எங்கப்பாவை மட்டும் அன்னிக்குக் கூப்பிட்டிருந்தா கர்த்தர்ட்ட சொல்லி உங்கண்ணனைப் பிழைக்க வச்சிருப்பாரு.'

'நெசம்மாவா?'

'ஒங்க வீட்ல நிறைய பாவம் செஞ்சிருக்கீங்க. பாவத்தின் சம்பளம் மரணம்னு பைபிள்ல சொல்லியிருக்கு.'

'எங்கம்மா நல்லவங்க தெரியுமா? ஒரு பாவமும் செய்யல. தெனமும் பிச்சைக்காரனுக்குச் சோறு போடுவாங்க.'

'ஆனா ஒங்கப்பா பாவம் செய்யிறாரேமா?'

'... ... ...'

'எங்கம்மா சொன்னாங்க. கிறிஸ்தவங்களா மாறிட்டா கர்த்தர் எல்லா பாவத்தையும் மன்னிச்சுடுவாராம்.'

'அப்பன்னா ஒங்க வீட்ல யாருமே சாகமாட்டாங்களா?'

'செத்தாலும் கர்த்தர்கிட்டே போயிடுவோம்?'

வெளித் திண்ணையில் இரண்டும் பேசிக் கொள்வதை தேவமணி தன் கணவரை அழைத்துக் காட்டிப் பெருமைபட்டுக் கொண்டாள்.

18

பெரியண்ணன் ஊரிலில்லாததாலும் விவசாயம் சரிவர நடக்காததாலும் வடக்கத்திக் குடும்பங்க்ள் அவன் பிடியிலிருந்து மெதுவாக விலகிக் கொண்டிருந்தன. ஆனந்தாயி தோட்டத்தில், வீட்டில் ஏதாவது வேலை இருக்கும் பட்சத்தில் வந்து செய்து கொடுத்தார்கள். ஆடி மாதமானால் குழியெடுத்து அவரை, புடலை, பாகல், பீர்க்கன், தம்பட்டன் என்று விதையிடவும், பந்தல் நட்டுப் பாதுகாக்கவும் அவர்களது உதவி தேவைப்பட்டது. இவளுக்கு உடம்புக்கு முடியாத நாட்களில் வந்து இடித்துப் புடைத்துக் கொடுப்பாள் வடக்கத்தியாள் அல்லது செல்லம்மாள். ஆனந்தாயின் சிறுவாடில் பிடித்துவிட்ட குட்டிகளை பூங்காவனம் தான் மேய்த்தாள்.

சோற்றிலேயே எந்நேரமும் கை வைத்துக் கொண்டிருந்த வடக்கத்தியாள் மகன் பள்ளிக்கூடம் போகிறேன் என்று சொல்லிவிட்டு ரோட்டில் கிட்டிப்புள் விளையாடுகிறானாம். அதனால் பள்ளிக்கூடத்தை விட்டு நிறுத்தி விட்டாளாம்.

அன்று ஆனந்தாயி பட்டியைக் கட்டி விட்டுச் சாணிக் கையை அலம்பத் தொட்டிப் பக்கம் வந்தவள், வடக்கத்தியாள் எலுமிச்சை மரத்தடியில் உட்கார்ந்திருப்பதைப் பார்த்தாள். அவள் மகன் காலைத் தூக்கிக் கொண்டு 'ஒதச்சன்னா பாரு, பல்லு கொட்டிப்புடும்' என்று அவளம்மாவை உதைக்கக் கிளம்பியிருந்தான்.

'பாத்தியாம்மா இவம்பண்றத. நீ வந்துட்டியேன்னு ஒழுங்கா இருக்கான். இல்லாட்டின்னா யெக்கா

யெம்மான்னு... ஒரே கெட்ட வார்த்தைப் பேசி ரகளை பண்ணிடுவான்.'

'எலே, அம்மாவை இப்படித்தான் பேசறதாடா படுவா?' அதற்குள் அவன் அம்மா முதுகில் குனிந்தான்.

'எலே நாரசாதிப்பயலே... பாரும்மா 'நறுக்'னு கடிச்சிட்டான்.' வடக்கத்தியாள் துள்ளிக் கொண்டு எழுந்தாள். அவள் அடிக்க மிளாறு தேடுவதற்குள் வெளியே ஓடிவிட்டான்.

'பாத்துக்கிட்டேயிரும்மா. இந்தப்பய அவங்கப் பனுக்கு மேல இருப்பான். எவ வந்து இவனுக்கெல்லாம் வாக்கப்பட்டுச் சின்னப்படப் போறாளோ?'

'இப்ப நீயும் நானும் படறமே அதுமாதிரி எவளாச்சும் வந்து சித்ரவதை அனுபவிப்பா. பொம்பள செம்மம் எடுத்தாச்சி. பட்டுத்தானே ஆவுணும்.'

'அட என்னாயம்மா நீயும் என்ன மாதிரி சலிச்சுக்கற. ராணி மாரி வீட்டோட இருந்துக்கிட்டு சாப்புடற. எங்களப் பாரு. கூலிக்கிப் போய் வந்திட்டு அரைப்படி வாங்கியாந்து ஆக்கி எறக்கறதுக்குள்ள எம்பாடு உம்பாடுன்னு போவுது. கான்ரைட்டு கூத்தியா வச்சிருந்தாலும் அரிசிலேர்ந்து பருப்பு வரைக்கும் வாங்கிப் போடறாருல்ல. எங்கூட்ல சம்பாதிக்கிற தெல்லாம் குடிச்சிப்பிட்டு எங்கிட்ட காசு கேட்டு அடிக்கும். அது செத்தது ஒருக்கா மனசு கஷ்டமாயிருந் தாலும் ஒருக்கா நிம்மதியாப் போச்சு. அப்பாடான்னு துணிய விரிச்சுப் படுத்தமா தூங்கனமான்னு இருக்கு.'

'தா... அப்படிச் சொல்லாத... கம்மனாட்டி வாழ்வும் வாழ்வா?'

'பின்ன என்னாமா சொல்லச் சொல்ற. புள்ளைங்க தலைக்கு மீறி வளந்தப்புறங்கூட எம்புட்டு அடி வாங்கி யிருப்பேன். தா... பாரு மும்பாம்பல்லு ஒண்ணு கழண்டு கிட்டு வந்து நிக்குது. பூட்டால ஒரு தக்க அடிச்சி கன்னத்தில் தழும்பப் பாரு. என்னா ஒண்ணுன்னா கிழட்டுப் பய தொந்தரைதான் தாங்க முடியல.

ராத்ரி படுத்துருக்கேன் நோவாம வந்து வடக்கத்தியா வடக்கத்தியாங்கறான்.'

'யாரு?'

'எங்க பெரிய கொய்ந்தன்தான்.'

'கொழுந்தனாரா?'

'பின்ன யாரு, நாம இருக்க பவிஷுக்கு, 'என்னய்யா இது ஒனக்கே நல்லாருக்கான்னு கேட்டாக்க' 'தம்பி பொண்டாட்டி தாம் பொண்டாட்டி; அண்ணன் பொண்டாட்டி அரைப் பொண்டாட்டின்'னு கிருத்துவம் படிக்கிறான். 'அடச்சீ ஓடு... நின்னா பிதுக்கிப் புடுவேன் பிதுக்கின்னேன்...' நின்னு பாத்துட்டு ஆயா அம்மான்னுட்டு போயிட்டான்.'

'என்ன இருந்தாலும் பூவும் பொட்டுமில்லாத...?'

'ஐயே எந்தப் பூவையும் பொட்டையும் கண்டேன், தா... நீதான் இருக்கயே இம்புட்டு வருசமா... அந்தாளு இருக்கஞ் சொல்லியும் சரி இப்பவுஞ் சரி நா இம்புட்டு பூ வச்சிருப்பனா. இல்ல பொட்டுத்தான் வச்சிருப்பனா. ஒரு நா பசூதி குட்டி குங்குமம் கொண்டாந்து நெத்தி யில வச்சா... வயக்காட்ல வேலைக்குப் போறவளுக்கு எதுக்குடீன்னு நானே அழிச்சிட்டேன்.'

'அது சரி... நா மட்டும் எங்க பூவு வச்சிருக்கேன். எம்புட்டு துலுக்கஞ்சாமந்தி பூக்குது. ரவ கிள்ளி கொண்டையில வக்கச் சொல்லு. கோயிலுக்குப் போனேன். என்னமோ ஜாதிப்பூவாம், அதைக் கொண்டாந்தாரு, அதத்தலையில வச்சமேனிக்கு கொண்டாந்து கிறுகிறுன்னு தள்ளிப்புச்சி.'

'சரி பேசப் பேச பேசிக்கிட்டிருப்பேன். கைமாத்தா ஒரு பத்து ரூவா இருந்தா குடு. பூங்காவனம் பொத்தச் சட்டையைப் போட்டுக்கிட்டுப் போவுது. வயசுப்புள்ள, ஒரு சட்ட தச்சிப் போடணும். வீட்ல மொணங்கிக் கிட்டு இருக்கா. குடுத்துட்டு ஆளுவளோட மொளகாப் பழம் பொறுக்கப் போவணும்.'

சின்னசாமி பெரியண்ணன் வீட்டிலிருந்து நின்று

விட்டான். ட்ராக்டர் ஓட்டப் பழகிக் கொண்டு அப்பண்ணன் காட்டுக்கு உழவடிக்கிறான். கரும்பு ஏற்றிப் போகிறான். போகிற வழியில் தனம் எதிர்ப் பட்டால்,

'தனத்தை வளர்ப்பதைவிட ஒரு வாழைமரத்தை வளர்த்தால் காய் கொடுக்கும்' என்று சொல்லிவிட்டுப் போகிறான். எதை மனதில் வைத்துக் கொண்டு சொல் கிறானோ அது அவனுக்கே வெளிச்சம்.

தனத்துக்கு எரிச்சலாக வரும். அவள் கலாவிடம்,

'அக்கா அந்தச் சின்னசாமி கொரங்கு இல்லே, அது எப்ப என்னப் பார்த்தாலும் தனத்தை வளர்ப்பதைவிட வாழை மரத்தை வளர்த்தால் காய் கொடுக்கும்னு சொல்கிறானே ஏன்க்கா?' என்று கேட்டாள்.

'இங்க வரச்சொல்லு. நான் பேசிக்கிறேன். எம்மூட்டு சோத்தைத் தின்னு வளந்தபய எம்மூட்டு பொம்பளப் பிள்ளய ரோட்ல பாத்து நக்கல் பண்றானா... படுவா!' கிழவி பொருமினாள்.

கலா பள்ளியினின்று நின்றுவிட்ட சில நாட்களில் 'டெய்சி டீச்சர் எப்படியிருக்காங்க? ஏன் வர்லன்னு என்னப்பத்திக் கேட்டாங்களா? கமலா எப்படியிருக்கா? யார் யாரு நம்ம கிளாஸ்ல வயசுக்கு வந்துட்டாங்க?' என்று பள்ளிக்குச் சென்று கொண்டிருந்தவர்களை வழிமறித்து விசாரித்தாள். அவர்களும், 'டெய்சி டீச்சர் உன்னைக் கேட்டாங்க, இன்னைக்கு டெய்சி டீச்சர் ரோஸ் கலர் புடவை கட்டி சைட்ல ரோஜாப்பூ வச்சிட்டு வந்தாங்க, இன்னைக்கு பஃப் கை வச்ச சட்டப் போட்டி ருந்தாங்க, எலிமெண்டரி ஸ்கூலில் பத்து வயதில் ஒரு பெண் வயதுக்கு வந்தது' என்று சொன்னார்கள்.

ஓரிரு வருடங்கள் கழிந்த பின்னால் 'இப்ப க்ளாஸ்ல யாரு ஃபர்ஸ்ட்?' என்று கேட்டாள்.

'பத்மா' என்றார்கள்.

'எந்த பத்மா?'

'பத்மாவைத் தெரியாது? ஓ... நீ ஸ்கூல விட்டு

நின்னதுக்கப்புறம் தான் வந்து சேந்திச்சி.'

'ஸ்போர்ட்ல யாரு ஃபர்ஸ்ட்?'

'சசி.'

'யாரது சசி?'

'சசி தெரியாது? நமக்கு ஒரு வருஷம் சீனியர். ஒன்னக் கூட ஒரு நாள் அசெம்பிளில சத்தம் போடாதன்னு திட்டுச்சே.'

கலாவுக்குத் தெரியாத புதுப்பிள்ளைகள் பள்ளிக் கூடத்தில் சேர்ந்திருந்தார்கள். தெரிந்தவர்களின் பெயர் மறந்துவிட்டது. சில சமயங்களில் பெயர் கேட்டாற் போலிருக்கிறது. ஆனால் உருவம் ஞாபகம் வருவதில்லை. ஆகையால் இப்போது அவள் யாரையும் அனாவசிய மாக ரோட்டில் நிறுத்திப் பேசுவதில்லை. பள்ளியும், பள்ளிக்குச் சென்று வருபவர்கள் சகவாசமும் கொஞ்சம் கொஞ்சமாக இற்றுப் போனது.

பதிலாக, மாரியாயி, உமா, ராதா என்று வீட்டோடு நின்று கல்யாணத்திற்கு ஏங்கும் பெண்களோடு சேர்ந்து விட்டாள். மதியப் பொழுதுகளில் அவளால் தூங்க முடிவதில்லை. ஓடும் பாம்பை மிதிக்கும் வயதாயிற்றே. வடக்கத்தியாள் மகள் தொட்டியில் நீர் முகர்ந்து கொள்ள வரும் சமயமும், வண்ணாத்தி மதலையம்மாள் மகள் வசந்தா அம்மாவுக்குப் பதிலாகப் பண்டிகை காலங் களில் துணியெடுக்க வரும்போதும் சரி, அவர்களை நிறுத்திக்கொண்டு நேரம் போவது தெரியாமல் பேசு வார்கள். மதியப் பொழுதுகளில் மௌனமாகி விடும் தார்ச்சாலையை எவ்வளவு நேரம்தான் வெறித்துப் பார்ப்பாள்?

அம்மாவை நச்சரிக்கத் தொடங்கினாள்.

'அம்மா மேட்னிக்குமா?'

'திங்கற கொழுப்பா கலா?'

'அம்மா...'

'ஓங்கப்பா வந்தார்னா யார் பதில் சொல்றது?'

'மத்யான நேரத்தில வரமாட்டாரும்மா.'

'சைக்கிள் ஓட்றேன்னு சொல்லி வெறகுக் கட்டையால அடிச்சது மறந்து போயிருச்சி போலிருக்கு.'

'அம்மா...'

'என்னம்மா தொண தொணன்னு?'

'அம்மா...'

என்னை என்ன பயித்தியக்காரி ஆக்கலாம்னு பாக்குறியா?'

'அம்மா...'

'ஒந்தொல்ல பெருந்தொல்லயாயிருக்கே?'

'அம்மா...'

'சீ... சனியன்!'

'அம்மா...'

'எனக்கென்ன எப்படியாச்சும் போ. ஒங்கப்பனாச்சு நீயாச்சு.'

'அம்மா...'

'போய்த்தொலை.'

கூட்டமாக மேட்னிக்குப் போய் வந்தார்கள். கூட்டாகக் காட்டுக் கிணற்றுக்குக் குளிக்கப் போனார்கள்.

'வீட்டுப் பக்கத்தில கேணியிருக்கு. மோட்டாரிருக்கு. எதுக்குக் காட்டுக் கெணத்துக்குக் குளிக்கப் போனான்னு ஒங்கப்பா வந்து கேட்டா என்னா பதில் சொல்றது?'

'கரண்டு வர்லன்னு சொல்லிடும்மா.'

'என்னப் பொய் சொல்லச் சொல்றியா?'

'அம்மா...'

'சரி தொடங்காத. போய்ட்டு, போனச் சுருக்கில வந்து சேரணும்.'

'ஒண்ணு ஒண்ணுக்கும் அங்க போவாத இங்க போவதன்னு சொன்னாக்க ஒரேடியாப் போயிடப் போறா!' தன்னையே சமாதானப்படுத்திக் கொண்டாள் ஆனந்தாயி.

'பொட்டப் புள்ளங்கள வச்சிருக்கறது வயித்துல நெருப்ப வச்சிருக்கற மாதிரி இருக்குது. வாயில வவுத்துல

வந்துட்டா என்ன பண்றது, எவங் கையிலாவது புடிச்சுக் குடுக்கற வரைக்கும் ஏது நிம்மதி. கலாவாவது பரவா யில்ல, அம்மா அம்மான்னு எங்காலைச் சுத்திக் கிட்டிருக்கு. தனம் யாரையும் சட்ட பண்ணமாட்டா. அவள நெனச்சாத்தான் எனக்குப் பயமாயிருக்கு.'

கொஞ்ச காலமாக கலா வீட்டுப்பக்கம் ஒரு கோஷ்டி கிளம்பி சாய்ந்தர நேரங்களில் 'வாக்கிங்' போகிறார்கள். புதுப்பழக்கம். கலாவும் தனமும் நெஞ்சுக்கு மேலாகப் பாவாடையை உயர்த்திக் கட்டிக் கொண்டு தொட்டிப் பக்கம் குளிக்கும்போது, வேலி, எலுமிச்சை மரம் இவற்றை மீறி இவர்களைப் பார்க்கிறார்கள். கலா பல வேளைகளில் கவனிப்பதில்லை. கண்ணை மூடி முகத்துக்குச் சோப்புப் போடும்போது ரோட்டில் யார் பார்க்கிறார்கள் அல்லது பார்க்கவில்லை என்பதை இவள் பார்க்க முடியுமா? தனம் சில சமயங்களில் அக்காவைத் தட்டி அவர்களைக் காண்பிப்பாள். கலா அவர்கள் பக்கம் திரும்ப மாட்டாள்.

ஒருநாள் பெரியண்ணன் வீடு திரும்பும்போது யதேச்சையாக அவர்களைப் பார்த்து விட்டான். அவர் களில் ஒருவனைச் சட்டைக் காலரைப் பிடித்து உலுக்கி,

'பொட்டச்சி குளிச்சிக்கிட்டிருக்கும்போது என்னடா பார்வை? வேணுமின்னா ஒங்க ஊட்ல பொம்பிளங்க குளிக்கும்போது போய்ப் பாரேன்டா' என்று அடித்தான்.

'அவம்பாட்டுக்கு ரோட்டோடப் போறான். பார்த்துக்கிட்டுப் போறான். ஒனக்கு வேணுமின்னா ரூம் கட்டிப் போட்டுக் குளி' என்று கிழவி 'யார் பெத்த பிள்ளையோ' என்று பரிதாபப்பட்டாள்.

'உடம்பில ரத்தம் இருக்கிற வரைக்கும் யாரைக் கடிக்கலாம் குதறலாம்னு இருக்கும். ரத்தம் கண்டிப் போனாதா என்னப்பாரு உன்னைப்பாருன்னு என்னைய மாதிரி கெடக்கணும். நரம்பு பொடைச்சிக்கிட்டா நாதேரியாப் போவ வேண்டியதுதானே' என்று மணியை வைவது போல் சாடை பேசினாள்.

'இப்படிப் பேசிப்பேசித்தான் எங்கப்பனைக் கொன்ன; என்னையும் கொல்ற. வயசான காலத்துல காடு போயி சேர்றதுக்கு வழியப் பாரு.'

'எல, இப்ப ஒன்ன என்னடா சொன்னேன்? நான் இந்தப்பய மணியைத் திட்டுனேன்.'

'கண் ஆபரேசன் பண்ணிக்க, போறது வாறது யாருன்னு தெரியும்.'

'கையில காசு இருக்குதுன்னு ஒரே நெலையா நிக்காதடா. அந்த எம்மாபரி பாத்தாக்க அம்புட்டையும் தொடைச்சி எடுத்துப்புடுவா.'

'இப்ப நீ வாய மூட்றியா?'

'அப்பா மூடிக்கிட்டண்டா... உட்ரு.' மெய்யாலுமே கையைக் கொண்டு வாயைப் பொத்தினாள்.

19

லைன் வீட்டில் சுந்தரம் ஐயர் வீட்டைக் காலி செய்து விட்டார், வேறு ஊருக்கு மாற்றல் வாங்கிக் கொண்டாராம். மாரியாயி அந்த வீட்டு மாமி சுலோச்சனாவுக்குப் பூப்பறித்துக் கட்டிக் கொடுத்து விட்டு வருவாள். மாமியும் மனதார ஒரு முழம் அடுக்குமல்லி, கனகாம்பரம் என மாரியாயிக்குக் கொடுப்பாள்.

வீட்டைக் காலி செய்து கொண்டுபோகும் சமயத்தில் 'நீ பூச்செடிகளைப் பிடுங்கி உங்க வீட்டுப் பின்னால நட்டுக்கோ' என்று அனுமதி கொடுத்திருந்தாள். அவர்கள் சென்று இரண்டு நாட்களாகியும் மாரியாயிக்குப் பூச்செடிகளைப் பிடுங்கிவரச் சந்தர்ப்பமில்லை. களைக்கொட்டு வேறு அவளிடம் இல்லை. கலாவிடம் இவள் வாங்க வந்தாள். கலா தனக்கு ஒரு ரோஜாச் செடி மட்டும் வேண்டும் என்று மாரியாயிடம் கேட்டுக் கொண்டாள்.

மூன்றாவது நாள் விடியற்காலை மாரியாயியும் கலாவும் களைக்கொட்டோடு கிளம்பிப் பூச்செடியை வேரோடு பிடுங்க ஆரம்பித்த சமயம், யாரது என்ற ஆண் குரல் அவர்களைத் தடுத்தது.

அந்த வீட்டின் சன்னல் பின்னாலிருந்து ஒரு மீசை எட்டிப் பார்த்தது.

'வேணுமின்னா தினமும் வந்து பூப்பறிச்சுக்கோங்க; ஆனா செடியப் பிடுங்காதிங்க.' மீசை உயர்ந்து முழு முகமும் தெரிந்தது. அழகான அந்த ஆண் முகத்தைக் கண்டு முதலில் பிரமிப்பும் பின் வெட்கமும் அடைந்தனர்.

ஆனந்தாயி ~ 139

‘உம் பேரென்ன?’

‘மாரி.’ மாரியாயி என்று முந்திக் கொண்டாள்.

‘உம் பேரு?’

கலா பதில் சொல்லவில்லை. அவளுக்கும் சேர்த்து மாரியே ‘கலா’ என்றாள்.

‘எங்கே உங்க வீடு?’

‘எங்க வீடு பக்கத்திலே, கலா வீடு எதுத்தாப்பில தென்னந்தோப்புத் தெரியுதுல்ல. அது பக்கத்தில.’

‘சரி தினமும் பூப்பறிச்சுக்கோங்க.’

கலாவுக்குள் ஆயிரம் பூக்கள் மலரத் தொடங்கின.

மாரியாயிக்கும் அப்படியே.

புதிதாகக் குடிவந்த அரசாங்க குமாஸ்தா, பிரம்மச் சாரி வேலன் மாரியாயியை வெகுவாகக் கவர்ந்து விட்டான். கலாவைத் தவிர்த்தாள் மாரியாயி. அவள் மட்டுமே பூப்பறிக்கச் செல்வாள். அல்லது வாத்துக்காரர் வீட்டுப் பெண் உமாவைத் துணைக்கு அழைத்துக் கொள்வாள். மாரியாயியும் கலாவும் சந்தித்தால் வேலனின் பேச்சுத்தான்.

மாரியாயின் அலங்காரம் முன்னைவிடப் பலமாகி விட்டது. அவள் அம்மா வெளியே போயிருக்கும் சமயம் பார்த்துக் கோண வகிடு எடுத்துச் சீவிக் கொண்டு பின்பக்கம் கொக்கி வைத்த சட்டை போட்டுக் கொண்டு வாத்துக்கார வீட்டு உமாவைக் கூப்பிடுவாள். உமா எதிர்வீட்டு ‘பாருல்’லைக் கைவிட்டு விட்டதாகத் தெரிகிறது. முன்பெல்லாம் பாருல் மளிகைக் கடைக்குப் பொட்டலம் மடிக்கக் கிளம்பிய நேரமும் உமா தண்ணீருக்குக் குடத்துடன் கிளம்பும் நேரமும் ஒன்றாக இருக்கும். பாருல் பார்த்தும் பார்க்காமல் அவன் வாப்பா முன் செல்ல பின்னால் பவ்யமாய்ப் போவான். அவன் வேலை செய்யும் மளிகைக் கடைக்குப் பொட்டுக் கடலை வாங்கச் செல்வாள் உமா. அப்போது பொட்டுக் கடலை பாக்கெட்டில் ஒரு அச்சு வெல்லம் கிடக்கும். இப்போது பாருல்லைப் பார்த்தாலே குமட்டிக் கொண்டு

வருகிறது உமாவுக்கு. அவளும் நீள முடியைக் குஞ்சம் வைத்துப் பின்னி நடந்தால் இரண்டு பக்கம் இடிக்கிறது போல் ஆட்டிக் கொண்டு மாரியாயியுடன் கிளம்பி விடுகிறாள். வேலன் வந்த வேளை போலும்!

மதிய வேளைகளில் புதிய பொழுதுபோக்கு கிடைத்து விட்டது கலாவுக்கு. மாரியாயியும் உமாவும் வேலனைச் சுற்றிச் சுற்றி வந்தாலும் தன்னைத்தான் அவனுக்குப் பிடிக்கும் என்று காட்டிக் கொள்ள விரும்பினாள். மாலையில் முகம் கழுவிக் கொண்டு போடுகிற பவுடரை விடுமுறை நாட்களில் மதியமே பூசிக் கொண்டு வேலன் வெளிப்படும் போது ஜன்னலில் வந்து நின்று கொள்கிறாள். வேலன் சைக்கிளை வளைவில் திருப்பும்போது தவறாமல் ஜன்னலைப் பார்ப்பான். ஒரு நொடிதான். அர்த்தமுள்ள பரிமாற்றங்கள் நிகழும்.

கலா அவனுக்காக ஏங்கலானாள்.

வயசுப் பிள்ளைகளின் போக்கு அந்தந்தக் குடும்பங் களுக்குத் தெரியுமுன் அக்கம்பக்கத்தாருக்குத் தெரிந்து விடுகிறது. எப்படியோ? பெரியண்ணன் ஒருவாரம் கழித்து வீட்டுக்கு வந்தபோது, 'இந்தா, கலாவுக்கு மாப்ள பாரு – நம்மளால வீட்டுல வச்சிக்கிட்டு காவக் காத்துக்கிட்டிருக்க முடியாது.' பெரியண்ணன் காதில் ஏதும் ஏடாகூடமாக விழுந்து வீட்டில் ரகளை ஆரம்பிப்பதற்குள் நேரடியாக விஷயத்திற்கு வந்தாள் ஆனந்தாயி.

'பாக்கலாம்.'

'என்ன பாக்கலாம், வயசு ஆவுல?'

'என்னடி வயசாச்சு? நாந்தான் பாக்றேன்னு சொன்னேனே.'

'நீ சொல்லிப்புட்டு உம்பாட்டுக்குப் போயிடுவ, இங்க யாரு கெடந்து லோல் படறது?'

'ஏண்டி, ஏதாச்சும் ஏடாகூடமா...'

'எதும் நடக்கல. படிக்கிறதுன்னா புள்ளைப் படிக்

ஆனந்தாயி ~ 141

குதுங்கலாம். சும்மாத்தானே வீட்லருக்கு; எப்படியும் ஒருத்தன் ஊட்டுக்குப் போகப்போறதுதானே? காலா காலத்துல குடுத்துட்டா நல்லது.'

பெரியண்ணனுக்குப் பையனைப் பிடித்து விட்டது. என்ன அடக்கவொடுக்கம். உட்காரச் சொல்லச் சொல்ல, கடைசி வரைக்கும் மாப்பிள்ளை உட்காரவேயில்லை. ஆரம்பப்பள்ளி வாத்தியார். சம்பாதிப்பது இரண்டு ஜீவன்களுக்குப் போதும். தனக்குச் சம்மதம் என்று சொல்லி விட்டான். ஆனந்தாயியைக் கலந்தாலோசிக்க வேண்டிய அவசியமோ தேவையோ இல்லை. உத்யோகம் புருஷ லட்சணம், மாதச் சம்பளம்; பிறகென்ன? ஆனால் கலா எப்படியோ மாப்பிள்ளையைப் பார்த்து விட்டாள். 'என்னை வெட்டியே போட்டாலும் இந்த மாப்பிள்ளையைக் கல்யாணம் செய்து கொள்ள மாட்டேன்' என்று அம்மாவிடம் அழுது அடம்பிடித்தாள். அப்பாவிடம் இப்படிச் சொல்லிவிட முடியுமா என்ன? ஆனால், விஷயம் எப்படியோ பெரியண்ணன் காதுக்கு எட்டி விட்டது.

'இவ குடும்பம் நடத்தப் போறாளா இல்ல விவச்சாரம் பண்ணப் போறாளா? மாப்ள புடிக்கலியாமே புடிக்கல. கேளுடா கதைய. இன்னொரு தடவை சொல்லிப் பாக்கட்டும். ஆயி மவ ரெண்டு பேத்தையும் பொலி கொடுத்துடுவேன்.' உறுமினான்.

அந்த உறுமலில் கீச்மூச் சப்தம்கூட எழும்பவில்லை.

ஆனந்தாயி மகளுக்கென்று சேர்த்து வைத்த சிறுவாட்டுப் பணத்தில் இரண்டு மூக்குத்திகளும் ஒரு நெளி மோதிரமும் செய்தாள். வீட்டிலிருந்த வெண்கலப் பாத்திரங்கள், காசிப்பானை, சருவம் எல்லாம் மாற்றி எவர்சில்வர் பாத்திரங்கள் வாங்கினாள். அந்தக் காலத்துப் பாத்திரங்கள் எருமை கனம் கனத்தது. கிழவியின் ஐம்பொன் தாலி பாசிபடர்ந்து கிடந்தது. அதைச் சுத்தி செய்து கொஞ்சம் பணம்போட்டுக் கலா வுக்குச் செயினும் செய்தாகிவிட்டது. பதக்கம் வாங்கப்

போகிறேன் என்று கிளம்பினான், பெரியண்ணன். திரும்பி வரும்போது சிவப்புக் கல் வைத்த உட்கழுத்துப் பதக்கம். கலாவுக்கு மாப்பிள்ளை பிடிக்கவில்லையென்றாலும் உற்றார் உறவினர் அவள் மனதை மெள்ளக் கலைத்தனர். கரைப்பார் கரைக்கக் கல்லும் கரைந்தது.

பொண்ணு யாரு, பொண்ணு யாரு? என்று கல்யாண வீட்டிற்கு வந்தவர்கள் கலாவைப் போல் உட்கழுத்துப் பதக்கம் – சிவப்புக் கல்லுக்குப் பதிலாகப் பச்சைக்கல் வைத்துப் போட்டிருந்த பெண்ணைக் கேட்டார்கள். ஏனென்றால் கலர் அப்படி. எண்ணெய்த் தோலுடன் கூடிய புது எலுமிச்சம்பழம் போல். சேர்ந்து நின்றால் பெரியண்ணன் உயரமிருப்பாள். கட்டான உடல்வாகு. கண், மூக்கு என்று தனித்தனியே பார்த்தால் விசேஷமாக எதுவுமில்லை என்று நினைக்கத் தோன்றும். ஆனால் ஒட்டுமொத்தமாகப் பார்த்தால் அழகாக இருந்தாள்.

கலா அந்தப் பக்கம் போகவில்லை. லெச்சுமி இந்தப் பக்கம் அழைத்து விட்டாள். எப்படி என்ன என்று பார்த்துக் கொண்டிருக்கும் போதே அந்த வீட்டில் நுழைந்து விட்டாள்.

'ரெண்டு பொட்டச்சிங்க இருந்து தேவடியாச் சிறுக்கியை வீட்டுக்குள்ளே விட்டுட்டீங்களே' என்று கிழவியை யாரோ கேட்டதுதான் தாமதம் 'பாம்பு வீட்டுக்குள்ளாற வருது. மோளங்கட்டிக்கிட்டுத் தாலி கட்டிக்கிட்டா வருது. சந்து பொந்து கெடச்சா போதும் சட்டுனு நொழஞ்சிடும். அது மாதிரிதான். போறா... எம்மா பரி இருக்கா பாத்துக்குவா.'

'எந்த நேரத்திலே அவ தலையில ஆண்டவன் எழுதுனானோ அவ இந்தப் பயலோட கெடந்து கஷ்டப்படுறா. அந்த மணிப்பய படிச்சு வேலைக்கு வந்துட்டான்னா இவ போடா 'சக்கை'ன்னுட்டு மவனோட போயிருக்கலாம்.'

'பொண்ணு கல்யாணம் பண்ணிப் பேரப்புள்ள எடுக்கற வயசு வந்தாச்சி. இந்த வயசிலே கூத்தியா

வச்சிக்கிட்டு அலையிறானே இவனல்லாம் ஒரு மனுஷனா? சரி, கூத்தியா வச்சிக்கிறியா? வெளியில வச்சிக்கிட்டு ஒண்ணுல ரெண்டுல போயிட்டு வா. ஒரே ஊட்டுக்குள்ளே விட்டுக்கிட்டுச் சிரிக்கடிக்கிறான்!' கிழவி பொருமினாள்.

'ஏண்டா மணி, மீசை முளைக்கிற வயசிலே ஓங்கப்பன் கூத்தியாளக் கொண்டாந்து வீட்ல வச்சிருக்கானே – புள்ளங்கள்ளாம் சேர்ந்து தொடப்பக்கட்டையை எடுத்துச் சாத்தினா அந்த வேசை உள்ள நொழைவாளா? என்னாடாது தண்டித் தண்டியா புள்ளங்க இருந்தும் அவள உட்டுட்டீங்களேடா?'

கல்யாண ஜோர் முடிந்து முதல் சீர் மறுசீர் என்று கலா வந்து போய்விட்டாள். மருமகனுக்குக் கோழியடித்து 'கொரங்கு' வைத்தாயிற்று. 'என்னடி மூணு நேரமும் வடிக்கிற' என்று கிழவி கத்திய பின் ஆனந்தாயி இரண்டு படிக் கம்பைத் தீட்டி தண்ணீரில் களைந்து குந்தாணியில் போட்டாள். 'ஆசு, மூசு' என்று சத்தம் போட்டுக் கொண்டு இடிப்பவள் சத்தம் போடாமல் இடிப்பதைப் பார்த்தால் அவள் கோபமாக இருப்பது போல் தெரிகிறது.

அவள் நிமிர்ந்து பார்க்காமலேயே இன்னொரு உலக்கையை லெச்சுமி என்னும் சக்களத்தி எடுத்துக் கொண்டு தயாராக நிற்பதைத் தெரிந்து கொண்டாள். கொழுத்த மீனைப் போன்ற கை ஒன்று அந்த உலக்கையைத் தூக்கிக் கொண்டு நிற்பதும் புரிகிறது. ஆனால் ஆனந்தாயி யென்னவோ அந்த உலக்கைக் குந்தாணியில் விழ இடம் தராதபடி உயரே தூக்காமல் சிறு குத்தாகக் குத்துகிறாள். நெடுநேரம் முயன்று லெச்சுமி வருவது வரட்டும் என்று உலக்கையை குந்தாணியில் இறக்கினாள். உலக்கைப் பூண்கள் இரண்டும் மோதிக் கொண்டு சிறு தீப்பொறி பறந்தது.

புருஷனுடன் படுக்க இடம் கொடுத்தவள் குந்தாணியில் விட மாட்டேன் என்று பிடிவாதம் பிடித்து என்ன

பிரயோஜனம் என்று நினைத்துக் கொண்டாள் போலும். சிறிது நேரத்தில் மாற்றுலக்கை தாளலயத்தோடு விழுந்தது. லெச்சுமி, தான் ஒன்றும் சளைத்தவளல்ல என்று காட்டுவதற்கு உலக்கையைக் குந்தானியின் அடியைத் தொடுமாறு 'ணங் ணங்'கென்று போட்டாள். ஆனந்தாயி யும் அவளோடு ஹோராதாவில் இறங்கியது போல் உலக்கையை உயரே தூக்கி கைகள் இரண்டையும் விலக்கிக் கொண்டு பின் உலக்கையின் பூணைப் பற்றிப் போட்டு சாகஸம் காட்டினாள். கம்பு மாவாகும் சமயம் லெச்சுமி உலக்கையை வெளியிலெடுத்து சார்த்திவிட்டுப் போய் விட்டாள். வியர்வையால் உடம்பு தெப்பமாகியிருந்தது. எலுமிச்சை மரத்தடியில் உட்கார்ந்தாள். அருள் தனியாக உட்கார்ந்து எலுமிச்ச இலைகளைச் சாப்பாட்டு இலைகளாக மாற்றி மண்ணை அள்ளிப் பரிமாறி விளையாடிக் கொண்டிருந்தாள். இவளைக் கண்டதும் எழுந்து ஓடிவிட்டாள். கையை விரித்துப் பார்த்தாள். நாலைந்து நீர்க்கொப்புளங்கள் கடைபிடுங்கும் ஏரியைப் போல கையில் தளதளத்துக் கொண்டிருந்தன. கிள்ளிவிட்டால் நாற்றத்தோடு வெளியேறும் நீர்.

ஆனந்தாயிக்கு நெஞ்சு திகுதிகுவென்று எரிகின்றது சமயங்களில். கணவன் தோல் சிவப்பான ஒரு பெண்ணுடன் மாடியில் உறங்குகிறான். இவளோ துக்கம் கல்போல் ஏறி நெஞ்சில் உட்கார்ந்து கொள்ள உறக்கமின்றிப் புரள்கிறாள். முகமறியாத, காலத்தில் இறந்து போன தாய் தந்தை அவளின் ஞாபகத்திற்கு வருகிறார்கள். அத்தோடு கருமேகம் திரண்டு பெய்யும் கனத்த மழை போல அவள் கண்ணில் நீரைப் பெருக்கு கிறார்கள்.

இப்போதெல்லாம் பாத்திரங்கழுவும் கழுவுகாலில் வெள்ளை வெளேன்று பருக்கைகள் அடிக்கடிக் காணக் கிடக்கின்றன. அதோ திண்ணையில் தண்ணீர்ச் சொம்பு குப்புற அடித்துக் கொள்ள, அலுமினிய லோட்டா

ஒன்று வாய்க்கால் நீரோடு பதினைந்து முறை பல்டி அடித்ததில் சப்பையாய் நசுங்கிப் போய் கல்லுக்கடியில் கிடக்கிறது. சாணி வாரும் தட்டு குப்பைக் குழிக்கருகில் கிடக்கிறது. கத்தரிக்கு மடைவாசல் மறித்த மண்வெட்டி மண்ணை அப்பிக் கொண்டு மறித்த இடத்திலே கிடந்தது.

'நான் என்ன இந்த வீட்ல புழுக்கச்சியா? எது எக்கேடு கெட்டா எனக்கென்னா?' ஆனந்தாயி எல்லாரின் காதுபடக் கத்திவிட்டு மூலை வீட்டில் படுத்துக் கொள்கிறாள்.

'ஏண்டி அவளுக்கென்ன புள்ளயா குட்டியா? நாலு புள்ளகளப் பெத்தவதானே சாமான் சட்டுமுட்டுன்னு எடுத்துப் பதனப்படுத்தணும்? இப்படி விதம் போட்டா எத்தனை நாளைக்குடி? அவளே நடுப்புற வந்தவ, எப்ப விழுந்தடிச்சிக்கிட்டு ஓடுறாளோ? நீயல்ல எல்லாம் பார்த்துப் பொழைக்கணும்.' பொறுக்க முடியாது புலம்பினாள் கிழவி.

20

அன்று வாய்க்காலில் கிடந்த பொடிக்கட்டம் போட்ட கறுப்புத் துணியொன்றைக் கோலால் ஏந்தியபடி வந்தான் பெரியண்ணன்.

'இந்தப் பாவாடை யாருது?'

'அம்மாதுப்பா' தனம் சொன்னாள்.

கத்தரிக்காயை அறுத்துக் குண்டானில் போட்டுக் கொண்டிருந்த ஆனந்தாயின் மூக்கருகில் கோலால் ஏந்திய துணி நின்றது.

'சீ, இது என்ன கருமம்டி?' கையால் தள்ளி விட்டாள் ஆனந்தாயி. மூன்று நாள் தென்னையின் வேரில் ஊறிக் கிடந்து நாற்றம் வீசியது துணி.

'என்னடி இது?'

'பாவாடை.'

'அது தெரியுது. ஏண்டி ஒனக்குக் கண்ணில்ல? மூணு நாளா துணி வாய்க்கால்ல ஓடிக் கெடக்குது! நானும் பாத்துக்கிட்டுத்தான் வாரேன். போட்ட சாமான் போட்ட எடத்திலே கெடக்குது. எடுத்து வப்பம் ஒதுங்க வப்பம்கிற பேச்சே கிடையாது. ஒங் கள்ளப் புருசன் தச்சுக்குடுத்த பாவாடையாடி?'

'தா மரியாதை கெட்டுப்புடும்!'

'என்னடி மரியாதை கெட்டுடும்? மயிர அறுத்துப் புடுவேன் வல்லார... கண்டார...'

'வல்லார... கண்டார... போனவளையெல்லாம் ஊட்ல கொண்டாந்து வச்சிக்கிட்டு என்னையா வல்லாரன்னு திட்டுற?'

'ஏண்டி அவகிட்ட போற?'

'நான் எந்த...'

ஓங்கி மூக்கில் குத்தின பெரியண்ணன் அவளை இழுத்துப் போட்டுக் காலாலே துவைத்தான்.

'ஏ... சாமி... ஏ... சாமி... ஒட்ருய்யா... அய்யா, புள்ளங்கள்ளாம் அளுவுதுய்யா... பொசுக்னு போய்டு வாய்யா... ஐயா...'

பேச்சு தடித்ததுமே கிழவி தடுமாறிக் கொண்டு புழக்கடைக்கு வந்து விட்டாள்.

'ஏய் எல்லாம் உன்னால வந்தது!' கிழவியை நெட்டித் தள்ளினான்.

'எலே, போச்சுடா கால் போச்சுடா... சாண்டு குடிச்ச பயலே... காலை ஒடைச்சிப்புட்டானே... நக்காரு.'

'இந்தா... இது ஒங்களுக்கே நல்லாருக்கா... பெத்தத் தாயின்னு பார்க்காத புடிச்சுத் தள்ளிட்டீங்களே. நீங்கள்லாம் ஓர் ஆம்பிள. பொம்பளைக்கிட்ட மல்லுக் கட்டிக்கிட்டு.'

லெச்சுமி விடுவிடுவென ஓடிவந்து விலக்கி விட்டாள். கிழவியை மணியும் லெட்சுமியும் கைத்தாங்கலாகப் பிடித்துக் கொண்டு திண்ணையில் கிடத்தினார்கள். வாய் பிளந்து கிடந்தாள். வாயில் துர்நாற்றம் வீசியது. தனம் சமையலறையில் தஞ்சம் புகுந்து கேவிக் கேவி அழுதாள். அருள் 'அம்மா...அம்மா' என்று ராகம் போட்டுக் கத்தியது. ஒரு தடவை துணி துவைக்கும் கல்லில் விழுந்து தாவாய்க் கட்டையில் ரத்தம் 'கொட கொட'வென ஊற்ற இப்படித்தான் கத்தியது.

'சாவட்டும். அவ செத்தாத்தான் எனக்கு நிம்மதி. புள்ளங்கள நான் வளத்துக்குவேன். சாவமாட்டேங் கறாளே. ஒரு முழம் கயிறு கெடைக்கலே? எலிமருந் துக்கும் எருக்கம் பாலுக்குமா பஞ்சமா போச்சி? நாடுமாறி ஏண்டி பாவாடையை மூணு நாளா ஊறப் போடறேன்னு சொல்லலாமா சொல்லக்கூடாதா? அதவுட்டுட்டு மரியாதை கெட்டுடுங்கறாளே. ஏன் – அவ கள்ள புருசன்கிட்ட போயிச் சம்பாதிச்சிப் போட்ட

திலே நான் குந்திக்கிட்டு சாப்டறனா? பைப்பையா வாங்கி வண்டியில குடுத்தனுப்பிச்சிட்டுப் பசியும் பட்டினியுமா கெடந்தேன் நானு. இவ குந்திக்கிட்டு அழிச்சா... இவக்கிட்ட நான் பேசிக்கிட்டிருக்கேன், இவ அவளப் போயி நோண்டப் போறா! அவ இவள தேவிடியான்னு கேக்றதுக்கு எவ்வளவு நேரம் பிடிக்கும்?'

'டேய்... கள்ளப்புருசன்... கள்ளப்புருசங்கிறி யேடா என்னைக்காவது ஒரு நாள் பெரியண்ணன் பொண்டாட்டி கள்ளப்புருசனோட ஓடத்தாம் போறா – நீ பாக்கத்தாம் போற; ஊரெல்லாம் மேஞ்சவ என்ன வந்து தேவிடியான்னு கேப்பா; அதை நான் உட்காந்து பாத்துக் கிட்டிருப்பேன்?'

எழுந்து உட்கார்ந்து கூப்பாடு போட்டாள் ஆனந்தாயி. 'எம்மா, நீ பேசாம கெடம்மா. நீ ஏதாவது சொல்லிட்டு ஏன் ஒவ்வொரு நாய் கிட்டயும் அடி வாங்கிச் சாவுற?' தனம் அம்மாவின் வாயைப் பொத்தினாள்.

எங்கிருந்துதான் வந்தானோ பெரியண்ணன்.

'ஏண்டி நாயாடி நானு...' முழங்கையை மடக்கிக் கொண்டு தனத்தைக் குத்தினான்.

'ஏங்க, வயசுக்கு வரப்போற புள்ளைய இப்படிப் போட்டு அடிக்கிறீங்களே! இது உங்களுக்கே நியாயமா இருக்கா...' லெட்சுமி ஓடி வந்தாள்.

'நீ போ அந்தப் பக்கம்!' பெரியண்ணன் லெட்சுமியை நெட்டித் தள்ளினான்.

'ஏண்டி என்னைய வாடா போடான்னு சொல்ற...' தனத்தை விட்டுவிட்டு ஆனந்தாயிடம் ஓடினான் பெரியண்ணன்.

'அடி... குத்து..ம்...ஒதை... அடி.' மார்பை நிமிர்த்திக் கொண்டு ஆனந்தாயி விறகுக்கட்டை போல் விறைத்து அடியை வாங்கிக் கொண்டாள்.

'என்னக்கா நீங்களும்...' லெச்சுமி ஓடி வந்தாள்.

'எவடி ஒனக்கு அக்கா... தட்டுவாணி.' நறநறவென்று

பல்லைக் கடித்தாள் ஆனந்தாயி.

'என்னை என்ன வேணும்னாலும் சொல்லுங்க. ஆனா எதுக்கு வீணாவுல அடிப்பட்டு சாகறீங்க?'

லெச்சுமியின் இந்தத் தணிந்தபோக்கால் பெரியண்ணன் துண்டை தோள் மேல் போட்டுக் கொண்டு வெளியே கிளம்பி விட்டான். ஆனந்தாயி பெரிய குரலெடுத்துப் பிலாக்கணம் வைத்தாள். பெரியண்ணன் தலை மறைந்ததும் 'ஊர மேஞ்ச கழுதைகள்ளாம் வந்து ஊட்ல ரகளை பண்ணுது. ஒருத்தனுக்குப் பொறந்தவளாயிருந்தா இன்னைக்கே இந்த வீட்டை விட்டு ஓடனும்!' தனம் கத்தினாள்.

லெச்சுமியிடம் கிழவி பேசவில்லை. ஆனந்தாயி முறைத்துக் கொண்டிருந்தாள். மணி புத்தகம் படித்துக் கொண்டிருந்தான். அருள் கிழிந்த பேப்பர்களைக் கொண்ட தனது புத்தகத்தைக் கோந்து போட்டு ஒட்டிக் கொண்டிருந்தது லெச்சுமிக்கு என்ன செய்வதென்று தெரியவில்லை.

'தனம்... ஏந்தாயி... நீயா இப்படிப் பேசுற... ஒன்னுந் தெரியாத வெகுளிப் பொண்ணுன்னு நெனச்சேன்... நீயா இந்தப் பெரிய வார்த்தையெல்லாம் பேசுற?'

'தனம்... பெரிய்ய தாய்...' முணுமுணுத்தாள் தனம்.

அடுப்பில் விறகு வெளிவரை எரிந்து நீறு பூசிக் கொண்டு படுத்திருந்தது. உலை கொதித்து அடங்கிக் கிடந்தது. கத்தரிக்காய்கள் சில அரிவாமனைக்குக் கீழ் சிதறியும் பாதி குண்டானிலும், ஒன்று அரிவாள்மனைத் தண்டில் குத்திக் கொண்டு வாய் பிளந்தும் கிடந்தன.

அரிசி இரண்டு படி எடுத்துப்போட்டு வடித்து, கத்தரிக்காயை அரிந்து உறைப்பும் புளிப்புமாய் புளிக் குழம்பு வைத்தாள். தேங்காய்ப் பாலோடு பிசிறிக் கொண்ட எண்ணெய் மிதக்கக் குழம்பு, சட்டியின் ஓரமாய்க் தேங்கிக் கிடந்தது. அரிசியைக் குழைவாக வடித்து தாங்கடையில் கொட்டாமல் சட்டியை ஓரமாகச் சாய்க்க, அந்தப் பக்கம் இருந்த சாதம் இந்தப்

பக்கமும் இந்தப் பக்கம் இருந்த சாதம் அந்தப் பக்கமு மாய்க் குலுங்கி ஆவியைக் கிளப்ப... வடிதட்டை எடுத்துப் பாதியாய் மூடி கடுகு பெருங்காயம் போட்டு தயிர் தாளித்தாள். காய்க்கூடையில் வாடிக் கிடந்த மிளகாய்ப் பிஞ்சுகளை எண்ணெயில் பொறித்து புளிப்பும் உப்பும் போட்டு புளி மிளகாய் பண்ணினாள். மணியைக் கடைக்கு அனுப்பி முட்டை வாங்கி வரச் செய்து சிறிய வெங்காயத்தை அரிந்து கொட்டி மஞ்சள் மஞ்சளாய் உருண்டு வருமாறு பொரித்தாள். குளித்து விபூதியிட்டுக் கொண்டு சாப்பாடு போட்டுக் கிழவி யிடம் வைத்தாள்.

'சாப்பிடுங்க!'

அடிபட்டு வலி கொடுத்த காலை நீட்டி வேப் பெண்ணெய் தடவிக் கொண்டிருந்த கிழவி முகத்தை வேறு பக்கமாகத் திருப்பிக் கொண்டாள். ஏதோ முணு முணுத்தாள். அநேகமாக மூதேவி என்று சொல்லி யிருப்பாள். அவள் அந்தப் பக்கம் போனதும் கும்பாவை எடுத்து மோந்து பார்த்தாள். பதார்த்தங்களின் வாசனை சுருங்கிய மூக்குக்குள் சென்றதும் மணியைத் தண்ணீர் கொண்டு வரச் சொல்லி ஆவலாதியாய்க் குழம்பைப் பிசறினாற் போல் கலந்து உருண்டை பிடித்து வெடுக் கென்று வாய்க்குள் போட்டுக் கொண்டாள். 'காரம் ரொம்பனாப் போச்சி' என்று சொல்லிக் கொண்டு கவளங் கவளமாய் விழுங்க ஆரம்பித்தாள். உறைப்பு காதைப் போய்த் துளைக்கவும் மூக்கில் மெலிதான திரவம் நூல் போல் வழிந்தது. முட்டைக் கிண்ணத்தை எடுத்துக் கிண்டிப் பார்த்து விட்டுக் கொஞ்சம் கொஞ்சமாய் அதக்கித் தின்றாள்.

ஆனந்தாயிக்குப் போட்டு வைத்த சாதம் மூன்று மணி வரை அப்படியே கிடந்தது. தனம் அதை வைத்துக் கொண்டு அம்மாவைக் கெஞ்சிக் கொண்டிருந்தாள்.

'கொஞ்சம் சாப்பிடும்மா'

'ஒனக்குப் பசிக்குதுன்னா சாப்பிடம்மா, என்னை

யேம்மா சாப்பிடச் சொல்ற?'

'நீங்க சாப்டாத்தான் நான் சாப்பிடுவேன்.'

'நீ ஏன் என்ன நலி பண்ற.'

'அப்பிடியே சாப்பிடாம இருக்கப் போறீங்களாக்கும்.'

'ஏன் உயிர் போயிடும்மா, போவுட்டுமே.'

'அப்ப சாப்பிடாதீங்க. உங்க புருஷனுக்காக உயிரக் குடுங்க.'

ஏன், என்னா செருப்புக்கு என்ன சாப்டாம இருக்கச் சொல்ற. எந்தப் புருசன் இருக்கிறான். கொண்டா எடுத்து வையி.

வழக்கத்துக்கும் அதிகமாக ஆனந்தாயியும் தனமும் சாப்பிட்டனர். அன்று இரவு பெரியண்ணன் இரண்டு சீப்பு வாழைப் பழங்களுடன் நுழைந்தான். ஒரு சீப்புப் பழத்தை மணியிடம் கொடுத்து 'பாட்டிக்கு ரெண்டு பிச்சிக்குடுடா' என்று கொடுத்து விட்டு நேராக மாடிக்குப் போனான்.

'அவ சாப்ட்டாளா?'

'ரொம்ப நேரம் அளுதுகிட்டு கெடந்தது; பொழுது தெறங்கித்தான் சாப்டாங்க.'

'நாம் போனதுக்கப்புறம் சண்டையேதுமில்லையே?'

'பாவம் தனம் பச்சப்புள்ள, அதுக்கென்னத் தெரியும்?'

'சரி அந்தப் பேச்சவிடு. எனக்குச் சாப்பாடு போடு'

'போய் அக்காவப் போடச் சொல்லிச் சாப்பிடுங்க.'

'என் கால் கட்ட வெரல் கட்ற வரைக்கும் இனிமே அவ கையாலே சாப்பிடமாட்டேன்.'

'சே... என்ன பேச்சு இது?'

சாப்பிட்டு, வாழைப்பழம் உரித்துக்கொண்டே அவளை நோட்டம் விட்டான் பெரியண்ணன்.

அவன் பார்வையைச் சாதகப்படுத்திக் கொண்டு 'நா ஒண்ணு கேட்டா கோச்சுக்க மாட்டீங்களே?' என்று அடி போட்டாள்.

'கௌரவமான குடும்பம், பிள்ளைகள் இருக்க இடத்தில் நான் வந்து இருந்துகிட்டு எதுவுக்கு

வீணாவ ஏச்சுக்கும் பேச்சுக்கும் ஆளாகணும்? என்னை விட்டுத் தலை முழுவுங்க. இல்லன்னா தனியா வீடு பாத்து வைங்க.' அவள் பேசியதைக் காதில் வாங்கிக் கொள்ளாமல் அவளைக் குடைய ஆரம்பித்தான்.

என்றைக்காவது ஒரு நாள் இந்த வீட்டை விட்டுப் போகும்படி இருக்கும் என்று மனதிற்குள்ளே நினைத்துக் கொண்டாள். பொழுது போனால் விடிந்தால் சண்டையும் சச்சரவும் அழுகையும் வசவும் யாரால் தாங்க முடியும் என்று பயந்திருந்தாள். அவள் உடல் விருப்பமின்றியே அவனது ஆசைக்கு ஈடு கொடுத்தது.

'கொண்டாந்து வச்சிக்கிட்டுக் கூத்தடிக்கிறான். அது வரைக்கும் நமக்குத் தொல்லையில்லேன்னு பேசாம கெட. கைப்புள்ள பெரிசாயிடுச்சி. பள்ளிக்கூடம் போறதுவளுக்கு வட்டியிலே இம்புட்டுச் சோத்தைப் போட்டு வச்சிட்டுக் காட்டுப்பக்கம் போ. வெள்ளாமக் காட்டைப் பாத்தா துக்கமெல்லாம் பறந்துடாதா? வந்திருக்காளே ஒரு சிறுக்கி. அவ ஆக்குறா எறக்குறா – புருஷனுக்குப் பொங்கிப் போடறா. அஞ்சும் நாலும் செஞ்சு பார்த்தா வலி தெரியுது.' கிழவி யோசனை சொன்னாள். கிழவி இந்த யோசனையையெல்லாம் ஆனந்தாயியைப் பக்கத்தில் உட்கார வைத்துக்கொண்டு சொல்வது கிடையாது. யாராவது தெருவிலிருந்து வந்து கிழவியிடம் பேச உட்கார்ந்துவிட்டால் அவர்களிடம் சொல்வது போல் இதையெல்லாம் சொல்வாள். ஆனந்தாயியும் இதையெல்லாம் கேட்டுக் கொண்டது போல் காண்பித்துக் கொள்வதில்லை.

'ஆமா, காட்ல போயி வெய்யில்ல குனிஞ்சு நிமுந்து அறுத்துக் கொண்டாந்தா கழுத்துக்கு அட்டியலும் கைக்கு வளவியுமா வந்து விழுவப் போவுது? கூத்தியாருக்குக் கொண்டு போயிப் பூட்றதுக்கும் கொட்றதுக்கும் நான் என்னத்துக்குப் பாடுபடணும்' என்று அவர்களிடம் சொல்வது போல் ஆனந்தாயியும் பதில் சொல்வாள். வந்தவர்கள் இந்தப் பக்கமும் அந்தப் பக்கமும் 'சரி'

போட்டுக் கொண்டு எழுந்து போவார்கள். போகும் போது 'ஆம்பிள சரியில்லை; என்ன பண்றது?' என்று சலித்துக் கொள்வார்கள்.

என்றாலும் ஆனந்தாயி காலையில் களைவெட்டும் அரிவாளும் எடுத்துக்கொண்டு கிளம்பி விடுவாள். புஞ்சைப் பயிரான மக்கட்டை சோளத்துக்குத் தண்ணீர் கட்டுவது, மிளகாய்ப்பழம் பொறுக்குவது, களை வெட்டுவது, ஓரம் பாரம் கழிப்பது என்று ஏதாவது வேலை செய்வாள். பசுமாட்டுக்கு, வரப்பில் சிலும்பிக் கொண்டிருக்கும் அருகம் புல்லை சரக் சரக்கென்று சீழ்க்கையொலி எழும்ப அறுத்துக் கோணியில் கட்டி சுமந்து வருவாள். பிற்பகல் வெப்பத்தில் இளஞ் சூட்டுடன் கிடக்கும் கிணற்று நீரில் குளித்து விட்டுக் கிணற்று மேட்டிலிருக்கும் பேய் முருங்கையடியில் முடியை ஒவ்வொன்றாகப் பிரித்து உலர்த்தும் போது பழையபடி ஞாபகம் பெரியண்ணனைச் சுற்றியே வரும். அவனிடம் தனக்கு மிஞ்சியிருப்பது அவன் மீது ஆசையா அல்லது உரிமையா அல்லது தன் குழந்தை களுக்கும் தனக்கும் பாதுகாப்பு என்ற உணர்வா... தனக்கு மட்டும் தாய் தகப்பன் உயிரோடிருந்திருந்தால் பிள்ளைகளோடு எந்தக் காலத்திலோ தன்னைப் பெற்றவர்களின் வீட்டுக்கு வந்திருக்க முடியும் என்று நினைத்தாள். நடக்க முடியாததைப் பற்றி நினைத்துப் பயன் என்ன என்று தன்னைத் தேற்றிக் கொண்டாலும் இப்போதுகூட இவனை விட்டுப் பிரிந்தால் என்ன என்று நினைத்துப் பார்ப்பாள். பிள்ளைகள் என்னாவது என்று மருகி, பின் மனதை தேற்றிக் கொள்வாள்.

21

தனம் உட்கார்ந்துவிட்டாள். அவள் கலா மாதிரியில்லை. விபரம் புரிந்தவளாயிருந்தாள். கலா பாவாடையில் பட்டது தெரியாமல் குறுக்கும் நெடுக்கும் நடை போட்டபோது ஆனந்தாயி பிடித்து இழுத்து 'இது என்னம்மா' என்று கேட்டுக் கண்டுபிடிக்க வேண்டியிருந்தது. தனம் அவளாகவே பாட்டியிடம் சென்று 'ஆயா நான் ஆயிட்டேன்' என்று கிழவியிடம் சொன்னாள். 'ஏய் தள்ளி நில்லுடி சாமி புடிச்சவ நானு' என்று கம்பை வைத்துத் தூரம் அளந்தாள் கிழவி. 'போயும் போயும் ஒங்கிட்டச் சொன்னம்பாரு' என்று அம்மாவிடம் ஓடினாள். கொட கொடவென முதல் குடம் தண்ணீரை லெச்சுமி ஊற்றினாள். லெச்சுமி இன்னது இப்படி என்று சொல்லிக் கொடுக்க வாயெடுக்குமுன் 'எனக்குத் தெரியும். கலா பண்றதை யெல்லாம் பாத்திருக்கேன்' என்று வாயடைத்து விட்டாள். கலாவுக்குச் சொல்லியனுப்பினார்கள். அவள் வெல்லம் போட்ட அதிரசம் ஒரு கூடையும் முறுக்கு ஒரு கூடையும் செய்து கொண்டு வந்தாள். அரிசியும் பருப்பும் கொண்டு வந்து ஆக்கிப் போட்டாள். சாக்குப் படுதாக்குள் உட்கார்ந்திருந்த தனம் 'கலாவுக்கு மட்டும் அது ஆக்கிப் போட்ட, இது ஆக்கிப் போட்ட, எனக்கும் அதே போல் செய்' என்று கேட்டு வாங்கி உண்டாள்.

'அந்தம்மாவுக்குப் புதுப் புடவை வாங்கினாரே எனக்கு ஒரு தாவணி வாங்கக் கூடாதா? எவ்வளவு நாளா சரிகை வச்ச பாவாடை வேணும்னு கேட்டி

ருக்கேன். வீட்ல சின்னப் பிள்ளங்கள்ளாம் இருக்கும் போது கிழவிக்குத்தான் புடவை ரவிக்கை!' – தன் சின்னம்மாவோடு அம்மாவையும் சேர்த்துக் கிழவிகள் என்று பொதுவில் பேசினாள். பேசும்போதே அவசரம். உணர்ச்சிகளைக் கிண்டும் விதமான பேச்சு. 'இந்தக் குட்டிக்கி அந்தக் கெய்வனே தேவலாம் போலிருக்கு.' ஆனந்தாயி பெரியண்ணனைச் செல்லமாகக் கிழவன் என்றாள்.

காலேஜில் போய்ச் சேர்ந்த மணி அம்மாவின் கனவுகளைப் பொய்யாக்கும் விதமாகப் பெயிலாகி வீட்டிலிருந்தான். மறுபடி தேர்வு எழுத வேண்டு மென்றான். எதில் பெயிலானான், எவ்வளவு மார்க்கு, ஒழுங்காகப் படிக்கிறானா, அடுத்தமுறை பாஸாவானா?

பெரியண்ணனுக்கோ ஆனந்தாயிக்கோ அதுபற்றி எந்தக் கவலையும் இருப்பதாகத் தெரியவில்லை.

'தம்பி பெயிலாப் போச்சாமே' என்று யாராவது கேட்டால் 'ஒரு பாடத்திலே உட்டுட்டேங்கிறான். பரீட்சை சமயத்திலே காச்ச வந்துடுச்சு' என்று சமாளித்தாள். லெச்சுமி மணிக்குச் சாப்பாடு எடுத்து வைக்கவும், பரிமாறவும், தம்பி! எப்படியாவது படிச்சு பாஸ் பண்ணனும்! என்று அவனைக் கவனித்துக் கொண்டாள். அவனிடம் லெச்சுமி அவ்வளவு நெருக்கம் கொண்டாடுவது ஆனந்தாயிக்குப் பிடிக்கவில்லை.

'காரண காரியமில்லாமல் நான் உன்னைப் பத்து மாசம் வயித்துல வச்சிருந்தேன்டா' என்று பேச்சுக்குப் பேச்சுக் குத்திக் காண்பித்தாள். மணி வெய்யிலில் வேலை செய்வதற்குப் பழக்கப்படவில்லையாதலால் தோப்பு நிழலிலே எந்நேரமும் புத்தகமுங்கையுமாக இருப்பான். ஒரு நாள் கோபரேடிவ் வங்கிக்குக் கிளம்பிய பெரியண்ணன் மணியை வாழைத்தோப்புக்குத் தண்ணீர் விடச் சொன்னான். கொஞ்ச தூரம் போனவன் அன்று கோபரேடிவ் வங்கி விடுமுறை என்று உணர்ந்து திரும்பினான். 'மோட்டார் சத்தம் கேட்கவில்லையே?

எங்கே அந்த மணிப்பயல்?' என்று கேட்டுக் கொண்டே திண்ணைக்கு வந்தவன் மாடிப்படியிலிருந்து மணி இறங்கக் கண்டான்.

'எதுக்கு மணி வந்துட்டுப் போறான்?'

'வெயில் தாழட்டும், இப்போ 'படி'ன்னு நான்தான் உட்கார வச்சேன்.'

'சரி சரி!' பெரியண்ணன் ஒப்புக்குச் சொன்னானே தவிர ஏதோ சரியில்லை என்று அவனுக்கு மனதில் பட்டது.

அது வெவ்வேறு விதமாக வெளிப்பட்டது. இவ்வளவு நாள் பெயிலாகி வீட்டிலிருப்பது உறுத்தாமல் திடீரென்று உறுத்துவது போல 'வட்டி நெறைய சோத்தத் திங்கறான். புத்தி படிப்பில போகாம நரகல் திங்கப் போயிருக்கு.' சாப்பிட உட்கார்ந்த மணியைச் சாடினான். 'இந்தத் தடவை மட்டும் படிச்சுப் பாஸ் பண்ணல, அவந்தாலி யறுத்துப்புடுவேன்!' என்று ஆனந்தாயிக்குக் கெடு வைத்தான்.

'எவளாவது அவனுக்குச் சோறு போட்டீங்க. மயிரறுத்துடுவேன்!' லெச்சுமியையும் சேர்த்துக் கொண்டான். 'எதுக்கு இந்தப் பயல காணட்டும்னு ஆடிக்கிறான்?' ஆச்சர்யப்பட்ட கிழவி கேட்டு வைத்தாள். பெரியண்ணன், மணியை அளவுக்கதிக மாகக் கோபித்துக் கொள்ளவும் லெச்சுமிக்கு அவன் மேல் பாசம் பொங்கியது. மணி அப்பாவுக்குத் தெரி யாமல் அம்மாக்களுக்குத் தெரிந்து குடிக்கவும் புகைக்கவும் ஆரம்பித்தான். ஆனந்தாயி கேட்டாள், 'ஏண்டாப்பா இந்த மாதிரி பண்றே?' பட்டென்று பதில் வந்தது அவளுக்கு. 'ஒம்புருஷன் பண்றது ரொம்ப யோக்கியமோ?'

ஒரு நாள் மணி பிற்பகல் வெளியே போய்விட்டு வீடு திரும்பினான். சிறியவன் அன்பு வாசலில் நின்றிருந்தான். 'அப்பா எங்கேடா?' 'அப்பா... ஊருக்கு!' ஏதோ ஞாபகத்தில் பதில் சொன்னான் அன்பு. மணி மெல்ல

மாடியேறினான். கிழவி படிச்சந்தில் படுத்துக்கொண்டு கண்ணை இடுக்கிக்கொண்டு மணியைப் பார்த்தாள். 'இந்தப் பயல் எதுக்கு மேலே போறான்?' என்று யோசித்தவாறே படுத்திருந்தாள் கிழவி.

மணி மாடியறைக் கதவை மெல்லத் திறந்தான். உள்தாழ்ப்பாள் போடவில்லை. இவன் திறப்பது தெரியாமல் அப்பாவும் சின்னம்மாவும் ஏடாகூடமாயிருந்தனர். ஒரு நிமிடம்தான். கண் குருடாகி விட்டது போல் கூசியது, இவனுக்கு. வேகமாகப் படியிறங்கி வந்தான்.

'அப்பா அப்பா...' வெளியிலிருந்து வந்த அப்பாவின் காலைக் கட்டிக் கொண்டான் சின்னவன் அன்பு. 'என்னைய்யா?'

'சின்னம்மாவுக்கு மாமா வந்திருந்தாங்க.'

'மாமாவா?'

'ஆமாம்பா. லாரியில வந்தாரு.'

'இருக்காரா?'

'போய்ட்டாருப்பா.'

'ஏய் என்ன சொல்லுது புள்ள?'

'பக்கத்திலே மரம் ஏறக்கின லாரிக்காரங்க தண்ணி கேட்டாங்க; குடுத்தேன். எந்த ஊருன்னு கேட்டேன். எங்கப் பக்கந்தான்னு சொன்னாங்க.'

அசிரத்தையோடு சொன்னாள் லெச்சுமி.

'தண்ணி குடுக்க நீதானா கெடச்ச, வேற யாருமில்லையா வீட்ல.'

'தம்பி கடைக்கிப் போயிருந்தது. தனமும் அருளும் பள்ளிக்கூடத்துக்குப் போயிடுச்சிங்க. அன்பு சின்னவன். அக்கா பின்னாடி தோட்டத்துல இருந்தாஹ. தண்ணி குடுத்ததில பொத்துக்கிட்டுப் போயிடிச்சாக்கும்.'

'தண்ணி குடுத்ததோட விட வேண்டியதுதானே. ஒனக்கென்ன அவங்கிட்டப் பேச்சு?'

'எங்கப் பக்கம் பேசுறது போல பேசுனாஹ. அதனாலே கேட்டேன். அது ஒரு தப்பா?'

‘இப்பத் தண்ணி குடுன்னு கேப்பான். அப்புறம் தடவிப் பார்ப்பான்.’

‘தாஹத்துக்குத் தண்ணி குடுத்தாக்கத் தடவிப் பாப்பாங்கிறீங்களே, உங்கள மாதிரி எல்லாத்தையும் நெனைச்சுட்டீஹளா?’

‘ஒனக்குத்தான் யாரு யாரு எப்படின்னு தெரியும்; அதிலயே ஊறுனவளாச்சே?’

‘சீ... மனுஷனாட்டம் பேசணும்.’

‘லாரிக்காரன் பேசறதுதான் பேச்சு.’

‘ஒங்களோட யாரு போட்டி போட முடியும்?’ நிறுத்திக் கொண்டாள் லெச்சுமி. மனதில் வஞ்சம் பிறந்தது.

பெரியண்ணனும் நிறுத்திக் கொண்டான். வக்கிரம் பொங்கியது.

அன்பு சின்னம்மாவுடன்தான் படுத்துக் கொள்வேன் என்று அடம் பிடித்தான் கொஞ்ச நாட்களாய். ஆனந்தாயி அவனை அடக்கி வைத்தாள். ‘விடுங்கக்கா’ என்று அவனை அழைத்துக் கொண்டு போய் தன்னுடன் படுக்க வைத்துக் கொள்வாள் லெச்சுமி.

அன்றும் அன்பு லெச்சுமியுடன் படுத்துக் கொண்டான். பெரியண்ணன் படுக்க வரும்போது லெச்சுமி அன்புக்கு ராஜா கதை சொல்லிக் கொண்டிருந்தாள். ‘அந்த ராஜா மீசை வச்சுக்கிட்டு செவப்பா இருப்பான்.’

எந்த நாட்டு ராஜாவோ?

‘உங்க மாமன் மாதிரியா?’ விளக்கம் கேட்டான் அன்பு.

‘ஏண்டி புள்ள அந்தப் பய... மாமாங்கறான்?’

‘... ... ...’

‘பச்சப்புள்ளக்கி என்னத்தத் தெரியும்?’

‘நீ மாமான்னு கூப்பிடாம அது வாயில எப்படி மாமான்னு வரும்?’ ‘எங்க மாமன் மூணாறுக்காரர். அவரைத் தெரியுமான்னு கேட்டேன். என்ன ஒரே வம்பாப் போச்சி.’

'என்னடி வம்பு தும்புங்கற? ஒதை விழுந்திச்சின்னா எப்படியிருக்கும் தெரியுமா?'

'நீங்க மட்டும் ஒதைச்சுப் பாருஹ, அப்பத் தெரியும்!' அவள் முறைத்துக் கொண்டு திரும்பிப் படுத்துக் கொண்டாள்.

அன்புவைத் தூக்கிக் கீழே கொண்டு வந்து விட்டு மேலே படியேறி வந்தான். ஒருக்களித்துப் படுத்திருந்த லெட்சுமியை வலுக்கட்டாயமாகத் தன் பக்கம் திருப்பினான். அவள் திரும்பவில்லை. முரட்டுத்தனமாகப் பிடித்து இழுத்தான். அவளுக்கு வலித்தது. 'சும்மாப் படுஹ!' அவள் கையைத் தட்டி விட்டாள். அவளை ஆசையோடு அணைப்பது போல் அணைத்து வலிக்கும் படி நெருக்கினான். 'இது என்ன இம்சை!' அவள் முறைத்துக் கொள்ளவும் இவனுக்கு வெறி அதிகரித்தது. அவளை முத்தமிடும் சாக்கில் கடித்தான். ஹிம்சைப் படுத்தி ஓய்ந்தவுடன் வார்த்தைகளால் கிளறினான். 'லாரிக்காரன் என்னைவிட இதில கெட்டிக்காரனா?' கையும் காலும் விரித்துக் கொண்டு மல்லாந்து கிடந்தவளை ஒருக்களித்துப் படுக்கும்படியாக உருட்டி விட்டான். சுருட்டிக் கொண்டு எழுந்தாள் லெட்சுமி. விருட்டென்று எழுந்து நின்று அவிழ்ந்து கிடந்த கூந்தலை முடிந்தாள். தன்னை அலட்சியப்படுத்திச் செல்லும் அவளை முடியைப் பற்றி இழுத்தான். 'எங்கடி போற?'

'ஒங்காத்தா ஒருத்தனுக்கு முந்தானை விரிச்சது நிசம்னா என்னுடைய முடிய உடுணும்.'

'என்னடி வேசை பேசுற. நானும் போகுது போகுதுன்னு பாத்தா ஒரேயடியா ஆட்றியே. ஊர் மேஞ்ச சிறுக்கியக் கொண்டு வந்து வீட்ல வச்சிருக்கம்பாரு, எம்புத்திய செருப்பால அடிக்கணும்' சொல்லிக் கொண்டே பட்பட்டென இழுத்தான் கன்னத்தில். காலைத் தூக்கி அவன் உயிர் நிலையைக் குறிபார்த்து அடித்தாள். அவன் சுதாரித்து விலகிக் கொண்டான்.

'ஆம்பிளையவா ஒதைக்கிற? இரு, இன்னைக்கு ஒன்னத் தீத்துக் கட்டிட்டுத்தான் மறுவேலை!' மாடிப்படியில் கீழே இறங்கியவளைத் துரத்திக்கொண்டு ஓடினான். லெச்சுமி கேட்டைத் திறந்து கொண்டு தெருவுக்கு வந்து விட்டாள். பெரியண்ணன் கொடுவாளை எடுத்துக் கொண்டு அவளை நோக்கி ஓடினான்.

இதற்குள் ஆனந்தாயி, மணி எழுந்துகொண்டு பின்னால் ஓடினார்கள். மணி அப்பாவைப் பின்புற மிழுத்தான். ஆனந்தாயி லெச்சுமிக்கும் பெரியண்ண னுக்குமிடையில் நின்று கொண்டாள். இவர்களைப் பார்த்ததும் பெரியண்ணனுக்கு வேகம் அதிகரித்தது. கொடுவாளை ஓங்கினான். லெச்சுமி விலகிக்கொள்ள கொடுவாள் புளியமரத்தில் குத்திக்கொண்டது. உடனே லெச்சுமி அதைக் கையிலெடுத்துக் கொண்டாள். ஆனந்தாயியை நெட்டித் தள்ளினாள். அவளுடைய பலத்துக்கு ஈடு கொடுக்க முடியாமல் விலகிக் கொண்டாள் ஆனந்தாயி.

'எட்டியே குடிகேடி, எம்மவனை வெட்டிப்புடாதடி. புள்ளங்க அனாதையா தெருவுல நின்னுபோவுமடி. எங்கேயிருந்தோ ராட்சசியைக் கொண்டாந்து உட்ருக் கானே. கொடுவாளத் தூக்கிட்டுப் பத்ரகாளிமாரி நிக்கிறாளே. எலேயப்பா மணி, அவ கையிலிருந்து கொடுவாளப் புடுங்கேண்டா.' கிழவி வந்து விட்டாள்.

'அடேய்... வாடா... சீனித்தேவன் மகடா நானு. சரியான ஆம்பிளயாயிருந்தா ஒத்தைக்கு ஒத்தை நில்லுடா!' ஆனந்தாயியும் மணியும் அவளை நெருக்கிக் கையிலிருந்த கொடுவாளைப் பிடுங்க எத்தனித்தனர்.

அக்கம் பக்கம் வீடுகளிலிருந்து கும்பல் கூடிவிட்டது. கும்பலைப் பார்த்ததும் புதுவேகம் பெற்றவனாய்க் கொடுவாளை அவள் கையிலிருந்து பிடுங்க முயன்றான். அந்த முயற்சியில் கொடுவாள் பட்டு அவன் கையி லிருந்து ரத்தம் வழிந்தது. ரத்தத்தைப் பார்த்ததும் லெட்சுமியின் வெறி அதிகமானது. பெரியண்ணன்

கையில் கொடுவாள் சென்றால் தனது உயிருக்கு ஆபத்து என்று புரிந்துகொண்ட அவள், பெரியண்ணன் பிடுங்கும் போது கொடுவாளை அப்படியும் இப்படியும் திருப்பினாள். பெரியண்ணன் வலி பொறுக்க முடியாமல் ஐயோ என்று விழுந்தான். அந்த நிமிடமே மணி பாய்ந்தான் லெச்சுமி மீது. 'பொம்பளையா நீ... விடுறி.' ஆனந்தாயி லெச்சுமியைக் கையால் பிடித்துக் கொண்டிருந்த நேரம், இவன் காலால் அவள் மாரில் எட்டி உதைத்தான். ஒரு நிமிடம்... லெச்சுமியால் நம்ப முடியவில்லை. மணியா தன்னை அடிப்பது என்று பிரமித்தாள்.

'என்னைப் போட்டு கொல்லறாஹளே ஆத்தா' என்றபடி கீழே விழுந்தாள். விழுந்தவுடன் மிதி மிதியென்று மிதித்தான் மணி. 'எலே! அடிக்காதடா, பொம்பளப் பாவம் சும்மா உடாது' கிழவி தடுத்தாள். பெரியண்ணன் எழுந்து 'பொட்டச் சிறுக்கி தெருவுக்கா ஓடிவாற நீ...கொடுவாளைத் தூக்கிறியா' என்று புரட்டியெடுத்தான். கூடியிருந்த கும்பலைப் பார்த்து 'இங்க என்ன அவுத்துப்போட்டு வேடிக்கையாடுதுன்னு பாக்க வந்துட்டீங்களா? பொட்டப் பயலுக வேடிக்கைப் பாத்துட்டு நிக்கிறானுவ.' கும்பல் கலைந்து அவரவர்கள் வீடு வாசல் வரை சென்று அங்கிருந்தவாறே வேடிக்கை பார்த்தார்கள். மணியும் ஆனந்தாயும் கீழே விழுந்து கிடந்தவளைத் தூக்க முயன்று தோற்றுப்போகவே, பெரியண்ணன் உதவிக்கு வந்தான். லெச்சுமி முரண்டு பிடிக்கவே,

'எக்கேடாச்சும் கெட்டுப்போ... யாராலாவும் இந்த நலி!' ஆனந்தாயி விலகிக் கொண்டாள்.

மணியும் பெரியண்ணனும் அவளைத் தரதரவென இழுத்துக் கொண்டு அறையில் விட்டு வெளியே கதவைச் சாத்தினார்கள். கொஞ்சம் நேரம் கழித்து அந்த அறையிலிருந்து 'ஆத்தா ஆத்தா' என்ற சப்தமும் தொடர்ந்து 'என்னைப் பெத்த ஆத்தா... ஒதை வாங்கிச்

சாகத்தான் பத்து மாசம் சொமந்து பெத்தியா ஆத்தா...' என்ற கூப்பாடும் வந்தது.

பெரியண்ணன் கையில் கட்டுப் போட்டுக் கொண்டு படுத்துக் கொண்டான்.

அடுத்தநாள். தனம் வீட்டை விட்டு வெளியிலிறங்க லஜ்ஜைப்பட்டுக்கொண்டு பள்ளிக்கூடத்திற்கு லீவு போட்டு விட்டாள். அருள் வழக்கம்போல் தனக்குத் தானே பேசிக்கொண்டு பள்ளிக்கூடப் பையுடன் கிளம்பியது. அன்பு சின்னம்மா என்று கதவைத் தட்டிக் கொண்டு கிடந்தான்.

மணிதான் அந்த வீட்டுத் தலைவன் போல் உள்ளே வருவதும் வெளியே போவதுமாக இருந்தான். நடந்த சம்பவத்தில் அவனது முக்கியத்துவம் உணரப்பட்டது போல் கம்பீரமாக வளைய வந்தான்.

'இப்படியும் பொட்டச்சி இருக்காளே. அப்புறமும் எப்படியாப்பட்ட அழகியாயிருந்தாலும், வானத்தி லிருந்து குதிச்சி வந்தாலும் இந்த ஆம்புளைகளை அடக்கிப் பாக்கணும், அடிச்சிப் பாக்கணும்னு ஆசைப் படுவாளுங்க போலிருக்கு.' ஆனந்தாயி இவ்வாறு யோசித்ததில் மனதில் ஒருவித அமைதி ஏற்பட்டது. லெச்சுமி பற்றிய பொறாமை, அசூயை அழிந்தது. அந்த இடத்தில் பச்சாதாபம் குடியேறியது. அவளை எழுப்பித் தேறுதல் சொல்ல வேண்டுமென்று நினைத்தாள். அவளை நினைத்து மனம் கனிந்தாள். எனினும் அந்த வீட்டில் தான் மூத்தவள் என்ற ஞாபகம் விட்டுப் போகாதவளாகப் பெயர் சொல்லி அழைக்க சங்கோஜப் பட்டுக் கொண்டு அதட்டுகிற தொனியில் 'எட்டியம்மா எச்சுமி... எந்திரிக்கல... சுடுதண்ணி போட்டிருக்கேன். வந்து குளி. குளிச்சிட்டு சூடா சமைச்சிருக்கேன் சாப்டு!' என்றாள். இரவெல்லாம் அழுத முகம் குழைந்த செவ்வாழை போலிருக்க பரிதவிப்புடன் 'அக்கா' என்று ஆனந்தாயியைக் கட்டிக் கொண்டு அழுதாள்.

'உட்ரு, உட்ரு!' என்ன சொல்லித் தேற்றுவ

தென்று ஆனந்தாயிக்குத் தெரியவில்லை. குளித்துச் சாப்பிட்டதும், 'எட்டியம்மா, என்ன சண்டை? எதுக்கு ரெண்டு பேரும் கொடுவாளத் தூக்கிக்கிட்டீங்க?' வினவினாள் ஆனந்தாயி.

'இப்ப ஏங்க்கா அதைப்பத்திப் பேசணும்? நேரம் வரும்போது தெரிஞ்சுக்குவீங்க. அவர் அடிக்கட்டும் அது எனக்குப் பெரிசில்ல. தம்பீ தம்பீன்னு மணி மேலே உசரையே வச்சிருந்தேன். ஒரு நொடியில அம்புட்டும் மாறிப் போச்சேக்கா. தங்கம்னு நெனச்சேன். இப்பத் தாக்கா தெரியுது அது தங்கமில்லே வெத்துத் தகரமின்னு. என்னுடைய ஈரக்குலையிலே காலால் எட்டி ஒதைக்க எப்பிடிக்கா மனசு வந்தது? அப்ப நான் வேறதான் இல்லையா? பெத்த அம்மாவாயிருந்தா அடிக்குமாக்கா? நீங்க தாயி புள்ளையெல்லாம் ஒண்ணு. நான் வேறதான்...' சொல்லிக் கொண்டிருக்கும்போது கண்கள் கசிந்தன. 'நீ பேசுறது நல்ல நாயமாயிருக்கே. பின்னே அவன் அப்பனை வெட்டச் சொல்லிப் பாத்துக் கிட்டிருப்பானா?'

'அப்போ நான் செத்தா பரவாயில்லையா?'

'அப்படிச் சாவ உட்ருவமா ஒன்ன? அவுரு கொடுவாளத் தூக்கியிட்டு தாண்டக்குல நானும் மணியும் ஓடியாந்து புடிக்கலன்னா இந்நேரம் சுருவாட்ல புல்லு மொளச்சிருக்கும்!'

'மகங்கையால அடி வாங்குறத விட சாவறது எவ்வளவோ தேவலாங்க்கா,'

'ஆமா, ஒன்ன வெட்டிட்டு அவுரு செயிலுக்குப் போனா நான் இந்தப் புள்ளிங்கள வச்சிக்கிட்டு என்னப் பண்றது?'

'என்ன இருந்தாலும் நான் இந்த வீட்ல எப்பவும் வேறத்தான்.'

'சும்மா சும்மா அதையே சொல்லிக்கிட்டிருக்க.'

லெச்சுமி கண்ணீரைத் துடைத்துக் கொண்டு மேலே போனாள். அவள் பேசிய விதமும் ஏதோ முடிவுக்கு

வந்தவள் போல் கண்ணீரைத் துடைத்துக் கொண்டதும் ஆனந்தாயிக்குச் சந்தேகத்தை உண்டு பண்ணியது. சிறிது நேரம் பொறுத்து, சத்தம் போடாமல் மாடிப்படி ஏறினாள் ஆனந்தாயி. லெச்சுமி தோட்டத்துப் பக்கமா யிருந்த சன்னல் அருகில் நின்று கொண்டு தென்னந் தோப்பை வெறித்துப் பார்த்தாள். ஆனந்தாயி பக்கம் திரும்பாமலே 'என்னக்கா அதிசயமா மெத்தைக்கு வந்திருக்கீங்க!' என்றாள்.

'ஒண்ணுமில்லை குண்டு சொம்பைக் காணோம்... பாத்தியா?'

பிறகொரு முறை வந்தாள். அதே இடத்தில் நின்றி ருந்தாள் லெச்சுமி. 'என்னக்கா?'

'இந்தப் பேன் சீப்பை எங்க கொண்டு போயி வச்சனோ தெரியல?'

'பேன் சீப்பு கால் மொளச்சா மெத்தைக்கு வந்துடும்? கீழதான் இருக்கும், தேடிப் பாருங்க.'

அடுத்த முறை ஆனந்தாயி வந்தபோது, 'அக்கா இவ்வளவு சீக்கிரமாவாக்கா செத்துப் போயிடுவேன்? என்னைப் பதினாயிரம் துண்டா வெட்டிப் போட்டாலும் ஒரு துண்டு கறி எங்க மண்ணுல விழற மாதிரிதான் சாவேன். நீங்க கவலைப்படாதீங்க.'

'ஆமாண்டியம்மா அதான் எனக்குக் கவலை. இப்போ வீடா வாசலா? பிள்ளையா குட்டியா?' விட்டுக் கொடுக்காமல் பேசிவிட்டுக் கீழே போனாள்.

லெச்சுமி உற்சாகமாக இருந்தாள். அதற்குப் பிறகு சில நாட்கள் பெரியண்ணன் வீட்டுக்குப் பக்கத்தில் யுனைடெட் டிம்பர் டிப்போ என்ற மரக்கடை துவங்கப் பட்டு மரம் வந்து லாரிகளில் இறங்கிக் கொண்டிருந்தது. ஆனந்தாயிக்குக் காட்டில் வேலை. வெங்காயம் பிடுங்கி, பட்டறை போட்டுக் கொண்டிருந்தார்கள்.

லெச்சுமி வீட்டோடு வந்த பிறகு வீட்டுக்குப் பின்புற மிருந்த கழனியைத் திருத்தி விவசாயம் செய்தார்கள். சின்னசாமிக்குப் பதிலாகச் சின்னக்கண்ணு வந்து

விட்டான். பெரியண்ணனுக்குப் பங்காளிதான். சின்னசாமியை விட வேலைக்காரன். ஆனால் திருட்டுப் புத்தியும் இருந்தது. ஆனந்தாயியும் சின்னக்கண்ணுவும் அய்யாக்கண்ணுவும் சேர்ந்துதான் பட்டறை போட்டுக் கொண்டிருந்தார்கள். ஐயாயிரம் முதல் போட்டு வெங்காயம் நட்டதில் போட்ட முதல்கூடத் தேறாத அளவுக்கு வெங்காயம் பனியில் அடிபட்டு விட்டது. போதாதக் குறைக்கு வெங்காயம் விலையும் கிடுகிடு வெனக் குறைந்துவிட்டது.

மாலை நேரங்களில் லெச்சுமி ஆனந்தாயிடம் கதைத்தாள். அவள் பேச்சில் மூணாறு தேக்கடி மலைகளும், அருவியும், மான் கறியும் மலைத் தேனும், சாமச்சோறும் அடிக்கடி அடிபடுகின்றன. 'மான் கறியைக் கறி வச்சா... உப்பும் உறைப்புமாய் இன்னங் கொஞ்சம் இன்னங்கொஞ்சம்னு ஒருபடி சாமச்சோறு சாப்பிடலாம்' என்று சொல்லி நாக்கைச் சப்புக் கொட்டுகிறாள். கூடவே 'அப்பனையும் ஆத்தாவையும் கண்ணுக்குள்ளே இருக்குது. அவுஹ என்னைச் சேத்துக்காட்டாலும் எட்டநின்னு ஒரு தடவைப் பாத்தாப் போதும்' என்று புலம்பினாள். ஆனந்தாயி தன் வீட்டு விவகாரங்களைப் பற்றிக் கவலைப்பட்டு இதைப் பட்டும்படாமல் காதில் வாங்கிக் கொண்டாள். கூடவே, பாவம் இவள் என்று பரிதாபம் எழுந்தது.

பெரியண்ணனுக்கும் லெச்சுமிக்கும் இன்னும் சுமூகமான உறவு ஏற்படவில்லை. ஆட்டுக்கறி சமைத்துக் குழிந்த கிண்ணத்தில் பாதி நிரப்பிக் கொடுத்துப் பார்த்து விட்டான். ஒரு துகள் விடாமல் வழித்துத் தின்றாளே தவிர, இவன் வழிக்கு வருபவளாகத் தெரியவில்லை. கோழியடித்து ரசம் வைத்து சீமைச் சாராயத்தோடு கலந்து கொடுத்துப் பார்த்துவிட்டான். குடித்துவிட்டு நல்ல தூக்கம் போட்டாளே தவிர, இவனுடைய தூக்கமின்மையைப் பற்றி நினைத்துப் பாத்தவளில்லை.

'நான் வச்சேன்னா வச்சதுதான். விட்டேன்னா

விட்டதுதான்' என்று ஆனந்தாயிடம் ஜாடை பேசினாள். 'கிளியைக் கூண்டுல அடைச்சிப் பாலுந் தேனும் குடுத்தாப்பில கிளி பறக்க மறந்துடுமா?' – என்றும் பேசுகின்றாள். பெரியண்ணன் அவளுக்குப் பொறாமை ஏற்பட்டாலாவது தன்பக்கம் திரும்புவாளா என்று முயற்சி செய்தான். அன்று ஆனந்தாயியே ஆச்சரியப் படும் வண்ணம் அவள் முழுப்பெயரையும் விட்டுக் கனிவுடன் கூப்பிட்டான். கூப்பிடும் போதே சிரித்துக் கொண்டான் பெரியண்ணன். 'எதுக்கு வேஷம் போடுற?' கேட்டு விட்டாள் ஆனந்தாயி.

'என்னாடி வேஷம் போடுறேன்? ஓம்பேர்ல நஞ்சை யும் பிஞ்சையுமிருக்கு. அதை எம்பேர்ல எழுதிவக்கப் போறேன்னு வேஷம் போடுறனா?'

'இல்லே. எலி அம்மணமா ஓடுதேன்னு பார்த்தேன்... எல்லாம் அதிசியந்தான்!'

'என்னடி அதிசியத்தைக் கண்டுட்டவ? ஒங்காட்ல மழை பெய்யுதுன்னு நெனச்சுக்குவியா, அதை வுட்டுட்டு அதிசியப்படறாளாம்!'

அன்று இரவு வெகு நாட்களுக்குப் பிறகு ஆனந்தாயி யைத் தேடிக்கொண்டு வந்துவிட்டான் பெரியண்ணன்.

ஆனந்தாயி விழிக்குமுன் தனம் விழித்துக் கொண்டு 'யாரது' என்று சத்தம் போட்டாள். 'எந்தத் திருட்டுப் பயலோ கல் விட்டெறிஞ்சிருக்காம்மா' என்று தன் மேல் விழுந்த சிறு கல்லை எடுத்துக் காண்பித்தாள் அம்மாவிடம். 'எந்தத் திருட்டுப்பய இங்க வரப் போறான்?' என்று தனத்தை அடக்கினாள் ஆனந்தாயி. 'திருடன்! திருடன்!' என்று கூச்சல் போடாமல் அம்மா அசால்டாக இருந்தது தனத்துக்குச் சந்தேகத்தைக் கிளப்பியது.

சிறிது நேரம் கழித்து சன்னலில் ஒரு தலை எட்டிப் பார்க்கவும் ஆனந்தாயி ஒன்றுக்குப் போகிறவள் போல் எழுந்துபோய் நேரம் கழித்து வந்தாள் படுக்க.

'எங்கம்மா போய்ட்டு வாற?'

'ஓங்கப்பா நெருப்புப் பெட்டி இருக்கான்னு கேட்டு வாங்கிட்டுப் போறார்.'

'ஓஹோ அவுருதான் கல்லை விட்டெறிஞ்சதா? இந்த வயசிலயும்... தூ...'

'என்னத்தடி இந்த வயசில கண்டுட்ட?'

'நீங்க அடிக்கிற லூட்டியெல்லாம் எனக்குத் தெரியும்.'

ஆனந்தாயி பேசாமல் படுத்துக் கொண்டாள்.

'ராத்திரி ஒரே கூத்துப் பண்ணி வச்சிட்டார்க்கா. எங்கிட்ட வம்பிழுத்துக்கிட்டுக் கதவை வெளிப்பக்கம் தாழ்ப்பா போட்டுட்டு எங்கேயோ போயிட்டு வாராரு!' லெச்சுமி ஆனந்தாயிடம் சொன்னதைக் காது கொடுத்துக் கேட்டுக் கொண்டிருந்த தனம்,

'அவரு எங்கயும் போகல. இங்கத்தான் அம்மா கிட்ட நெருப்புப் பெட்டி கேட்டு வாங்கிப் போறாரு!'

'ஏ புள்ள வாயை மூடமாட்டா?' தனத்தை அடக்கினாள் ஆனந்தாயி.

தன்னிடம் வம்பிழுத்து மூக்கில் ஓங்கி குத்திவிட்டுத் தான் குப்புறப் படுத்துக் கொண்டு வந்த விதியை நினைத்துக் கண்ணீர் விட்டுப் படுத்திருக்கையில் எவ்விதக் கவலையோ வருத்தமோ, குறைந்தபட்சம் 'அடித்து விட்டோமே' என்ற குற்ற உணர்வோ கூட இல்லாமல் இங்கு தன் மனைவியிடம் ஜாலியாக இருந்திருக்காரு, நான்தான் ஏமாளி!

லெச்சுமி உள்ளுக்குள் குமைந்தாள்.

அன்று பெரியண்ணனிடம் சிரித்துச் சிரித்துப் பேசிக் கொண்டிருந்தாள் லெச்சுமி. சீமைச்சாராயம் வேண்டுமென்று அவளே கேட்டாள். அவனுடன் சந்தோஷமாக இருந்தாள். 'என்ன பேச்சு ஒரு தினுசா இருக்கு?' என்று ஆனந்தாயி கூட லெச்சுமியைக் கேட்டாள். பெரியண்ணன் மனநிம்மதியுடன் படுத்து உறங்கினான். சிறிது நேரத்தில் சரடு போட்டு இழுப்பது போல குறட்டையொலி கேட்டது.

விடியலில் மாடியே அதிர்ந்து விழுந்துவிடுமோ

என்று எண்ணுமளவு தடதடவெனக் கதவையிடிக்கும் சப்தம் கேட்க, கிழவி விழித்துக் கொண்டு 'எந்த நாயி இப்படிக் கதவைப் போட்டு இடிக்குது?' என்று கூச்சலிட்டாள். மணி ஓடிச் சென்றான் மாடிக்கு. வெளித்தாழ்ப்பாளைத் திறந்து விட்டான்.

'எங்கடா அவ?'

'சின்னம்மாவா, கீழே இல்லே போலிருக்கே?'

'போடா, போய்த் தேடிப்பாருடா.'

'எம்மோ சின்னம்மாவைப் பாத்தியா?' லெச்சுமியை அடித்ததிலிருந்து மணியும் லெச்சுமியும் ஒருவருக் கொருவர் பேசிக்கொள்வதில்லை.

'பட்டிப்பக்கம் இருக்காளான்னு பாரு. மூலைக்கு மூலை தேடி முடிவில் தன்னை ஏமாற்றிவிட்டு எங்கோ போய்விட்டாள் என்ற உண்மை மெதுவாகப் புரிந்தது பெரியண்ணனுக்கு. இடி இறங்கியது போல் அவன் முகம் கறுத்தது.

அந்த வீட்டில் லெச்சுமி இல்லாததை முழுமை யாக உணர்ந்தவள் ஆனந்தாயி மட்டுமே. தனக்குப் போட்டியாக இந்த வீட்டிலிருந்தவள் போய்விட்டாள் என்பதைவிட பருந்திடமிருந்து கிளி தப்பியது என்று நினைத்தே சந்தோஷப்பட்டாள். அது அப்பட்டமாக அவள் முகத்தில் தெரிந்தது. 'என்னடி சந்தோஷமா யிருக்கியா? உன்னோட சந்தோஷம் நெலைக்காது.' பெரியண்ணன் சவால் விட்டான்.

'கொண்டு வந்து வச்சிக்கிட்டு அழகு பாரேன், யாரு வேணாங்குறது?'

'எகத்தாளமாடிப் படிக்கிற எகத்தாளம்? எட்டி ஒதைச்சனா ஈரக்குல தள்ளிடும்.'

'சனியன் இதென்னடி வெனையாப் போச்சு? அவ ஓடுனவ ஓடிட்டா; இருக்கிறவளப் புடிச்சித் தொங்குனா என்ன பண்றது?'

'சரிக்குச் சரி என்னடி வாயி?' விட்டான் தாவாயில்.

கையை முழுதும் நீட்டிக் காற்றை அளைபவள்

போல் வீசி ஆட்டி 'அந்த எஞ்சக்காளத்தி மவ சக்காளத்தி மதமெடுத்து எவனோடவாவது ஓட... இங்க யாரு இந்த நாயிகிட்டக் குத்து வாங்கறது...? சிறுக்கி... வரட்டும்... எஞ்சக்காளத்தி.' வலி தாங்காமல் ஒப்பாரி வைத்து அழ ஆரம்பித்து விட்டாள் ஆனந்தாயி. பெரியண்ணனுக்கு ஒருவழியாக நிம்மதியாயிற்று.

எமனேரிப் பாலம் வேலை செய்ததற்கான பில் தொகை கணிசமாக வந்திருந்தது. அதோடு மணக்காட்டின் பேரில் கடன் கொஞ்சம் வாங்கி எடுத்துக் கொண்டு ஆனந்தாயிடம் லெச்சுமி அப்பனும் ஆத்தாளும் கண்ணுக்குள்ளே இருக்குது என்று சொன்னதை வைத்துச் சொந்த ஊருக்குச் சென்று பார்த்தான். ராசு எம்.எல்.ஏ. உதவியால் அந்த ஊரில் உள்ள கட்சிக்காரர்களைக் கொண்டு விசாரித்துப் பார்த்தான். சரியான தகவல் கிடைத்தது.

லெச்சுமியின் அப்பா சீனித்தேவரை நேரடியாகப் பார்க்காமல் முன்னால்விட்டுப் பின்னால் பார்த்தான். வயோதிகமும் பிணியும் தாக்கிய ஏழை என்பது பார்த்த மாத்திரத்திலே தெரிந்தது. ஒரு காலத்தில் முறுக்கிய மீசை இப்போது காலத்தின் கோலத்தால் வெடவெடத்து முறுக்குத் தளர்ந்து ஆடிக்கொண்டிருந்தது. லெச்சுமி யின் வீடு வடக்கத்தியாளின் புறம்போக்குக் குடிசை போலிருந்தது. விசாரித்ததில் கூடப் பிறந்தவர்கள் இருவர் மட்டுமே என்றும், ஒருத்தி லெச்சுமிக்கு மூத்தவள் என்றும், திருமணமாகி குழந்தை குட்டியோடு இருப்பவள் என்றும், இன்னொருவன் இவளுக்கு இளையவன் என்றும் மலைக்காட்டில் விறகு வெட்டி ஜீவனம் செய்கிறான் என்றும் தெரிய வந்தது. லெச்சுமி யின் வீட்டு முன்பாக அவளது 'ஆத்தா' ஈச்சம்பாய் முடைந்து கொண்டிருந்தாள். குறைந்த பட்சம் இரண்டு நாட்கள் தலை சீவியிருக்கவில்லை லெச்சுமி. வீட்டின் நிலைமையைப் புரிந்துகொண்ட பெரியண்ணன் வந்த காரியம் சுலபம் எனக் கணக்கிட்டான்.

லெச்சுமியை அவளது அக்கா வீட்டில் ஒளித்து வைத்துக் கொண்டு இல்லை என்று நாடகமாடுவது மெல்ல வெளிச்சத்துக்கு வந்தது. ராசு எம்.எல்.ஏ. மூல மாகப் போலீஸில் சொன்னதும் போலீஸ் உஷாரானது. லெச்சுமி மீது, பெரியண்ணனைக் கொடுவாளால் வெட்டிவிட்டு இங்கு வந்து ஒளிந்திருப்பதாகக் கேஸ் பதிவு செய்து விசாரணைக்கு அவளையழைப்பது போல் சென்றதும் சீனித்தேவர் போலீஸ் காலிலேயே விழுந்து விட்டார். லெச்சுமியின் ஆத்தா வயிற்றிலும் வாயிலும் அடித்துக் கொண்டு பதறினாள். லெச்சுமி, அப்பா ஆத்தாவின் பரிதாப நிலையைப் பார்த்து விட்டு 'நான் அவரோட போறேன். எங்காத்தாவையும் அப்பாவையும் விட்ருங்க' என்று சொல்லி பெரியண்ண னுடன் நடந்தாள். அவள் மனதிலே வைராக்கியம் பிறந்தது. அவளைத் திருப்திப்படுத்தும் பொருட்டு 'நடந்ததை மறந்துடுங்க' என்று சொல்லி சீனித்தேவர் கையில் ரூபாய் நோட்டு திணித்தான். 'நான் அதைக் கையால் தொடமாட்டேன்' என்று சீனித்தேவர் மறுத்ததும் லெச்சுமியின் ஆத்தா 'ஏதோ, புருஷம் பொண்டாட்டிக்குள் தகராறு. வச்சிக் காப்பாத்தறேன்னு சத்தியம் செஞ்சு அளைச்சிட்டுப் போயிருக்கான். பணத்தை வேணான்னு சொல்லலாம். நம்ப புள்ளையை வேண்டாம்னு சொல்ல முடியுதா? எல்லாஞ் சரியாப் போகும்' என்றாள். கடைசியாக லெச்சுமி திரும்பிப் பார்க்கும் வரையில் அது கீழதான் கிடந்தது. பிறகு என்னாயிற்றோ?

லெச்சுமியை அங்கிருந்து நேராகக் கொடைக் கானலுக்கு அழைத்துச் சென்றான். இனி அவளை அடிப்பதில்லை என்றும், அவள் மேல் சந்தேகங் கொள் வதில்லையென்றும், அதேபோல் அவளும் அனுசரித்து நடந்துகொள்ள வேண்டும் என்றும், இனி என்ன சண்டை என்றாலும் அவனை விட்டுப் பிரிவதில்லை என்றும் சொன்னதன் பேரில் ஏதோ ஒரு வகையாகச்

சமாதானமாயிற்று.

தான் பெற்றவர்கள் வீட்டுக்கு ஓடிவந்தது எவ்வளவு தப்பான காரியம் என்பதை லெச்சுமி உணரத் தொடங்கினாள். 'தன்னால்தான் தாயும் தகப்பனும் போலீஸ் ஸ்டேஷன் வர நேரிட்டது. எவ்வளவு அவமானம்.' நினைத்து நினைத்துக் கலங்கினாள். அவள் வேறு எங்குதான் போவது? 'லாட்ஜ்' வாழ்க்கையை நினைத்தாலே குமட்டிக் கொண்டு வந்தது.

லெச்சுமி தன் சொந்த ஊரை மாற்றிச் சொல்லியிருந்ததால் மதுரைப் பக்கம்தான் விசாரிக்க வேண்டியிருந்தது. அப்படியும் மிகுந்த சிரமத்துக்கிடையிலும் ஏறத்தாழ மூன்று மாதங்களுக்குப் பிறகுதான் போலீஸ் உதவியுடன் கண்டுபிடிக்க முடிந்தது. பெரியண்ணன் முதலில் போலீசுக்குப் போகவேண்டாமென்றுதான் நினைத்தான். எம்.எல்.ஏ. ராசு தைரியம் கொடுத்து யோசனைகளும் சொன்னார்.

திருச்சி, மதுரை, திண்டுக்கல் என்று மூன்று மாதங்களாக நல்ல உணவு உறக்கமின்றி அலைந்ததில் பெரியண்ணனின் உடல்நிலை கெட்டிருந்தது. பணம் தண்ணீராய்ச் செலவழிந்தது. கிழவி மூச்சுக்கு மூச்சுப் புலம்பிக்கொண்டிருந்தாள். 'எப்படிக் கஷ்டப்பட்டுக் காடு கரை சம்பாதிச்சோம். நோவாம கடன் வாங்கிட்டானே? கூத்தியாருக்குக் கொண்டு போயிக் கொட்றானே! பெரியண்ணனுடைய ஏவலுக்கு வேலை செய்ய முத்துலிங்கம், சுடலை, அய்யாக்கண்ணு என்று ஆட்கள் இருந்தார்களே தவிர, புத்திமதி சொல்லித் திருத்த யாருமில்லையே' என்றும் ஆதங்கப்பட்டாள்.

'அவகிட்ட என்ன அதிசியம் அப்படி? நெலத்தில பாடுபட்டா சாயங்காலம் ஆச்சா மொடக்னமான்னு இருக்கும். இதான் வெள்ள வேட்டி கட்டிட்டு கான்ரைட்டுனு அலையுதே. ராத்திரி யாரை யாரை நெண்டுலாமோ என்ன பண்ணலாமோன்னு இருக்கும் போல. ஆம்பளங்க இப்படியா இருப்பாங்க? அப்பல்லாம்

ஏதோ பண்டிகை தேர்னு வந்தா மொறமைக்காரி வளோட சிரிச்சி வெளையாடுவாங்க. கண்டுங்காணாம காடோ கரையோன்னு பூடும். புள்ளங்க இல்லன்னா, பொண்டாட்டி செத்தாக்க வேற கல்யாணம் பண்றது தான். நடத்தை சரியில்லன்னு அறுத்துக்கட்டிப்புட்டு வேற எவளையாவது சேர்த்துக்கிட்டிருக்கிறதுதான். ஆனா இந்த மாதிரி வித்து வித்து அவ மடியில போய் போட்டுட்டுக் காணாததைக் கண்ட மாரிக்கி அலை யிறானே. இந்தக் கொடுமையை எங்க போய்ச் சொல்றது சாமி...?' அவளுக்கு மனதில் தோன்றியதெல்லாம் வாய்விட்டுச் சொல்லிக் கொண்டிருந்தாள்.

பெரியண்ணன் மூன்று நான்கு மாத காலமாக ஊர் தங்காமல் அலைந்ததில் புதிய கான்ட்ராக்ட்கள் பல வற்றைக் கோட்டை விட்டு விட்டான். ஆகையால் கரம்பாய்க் கிடந்த நன்செய்யையும் மோட்டாங் காட்டையும் திருத்திப் பயிர் செய்ய முனைந்தான். சின்னக்கண்ணு வந்து சேர்ந்தபின் ஒரு பகுதியில் வெங்காயம் போட்டிருந்தார்கள். அசல்கூடத் தேற வில்லை அதில். நான்கைந்து வருடங்கள் சரியாக விவசாயம் செய்யாததினால் வடக்கத்திக் குடும்பங்கள் வேறு காடுகளில் வேலை செய்ய ஆரம்பித்து விட்டன. கூப்பிட்ட குரலுக்குக் கூலியாட்கள் கிடைக்காததில் கொஞ்சம் அதிகம் கொடுத்து அவர்களை அழைக்க வேண்டியிருந்தது. நேரக் கட்டுப்பாடுகூட அவர்கள் சொல்வதுபோல இருந்தது. 'குறையை நட்டு விட்டுப் போங்கள்' என்றால் 'மீதிப்பேரு காட்லலாம் டாண்ணு சங்கு ஊத எந்திரிச்சிடுவோம்' என்று எழுந்து விடுவார்கள். இவ்வளவு சிரமப்பட்டு நெல் நட்டதில் செலவு ஏகப்பட்டதாகியது.

நட்டும், வெகுகாலம் கரம்பாய்க் கிடந்ததில் வேர் சரியாகப் பிடிக்காமல் ஆங்காங்கே வட்டம் வட்ட மாகக் குந்திவிட்டது பயிர். 'அந்தப் பூமா தேவிக்கே பொறுக்கல. தண்டிச்சிட்டா' என்று கிழவி வியாக்

யானம் செய்தாள். 'நோட்டு நோட்டாக் குடுத்துக் கூலியாளுவ எதுக்கு? அதான் வீட்ல நாலு பொட்டச் சிவ ரெண்டு ஆம்பிளயாளு இருக்கே. செப்பலோட ரெண்ட இடிச்சுத் தளவியுட்டுட்டுக் குனிஞ்ச தலை நிமிராம நட்டா பொழுதறங்கறதுக்குள்ள ரெண்டு குண்டு நட்டாயிடுமே. கூலிக்கி வாரவளுவ, அவ வாரதும் தெரியில பொசுக்னு போறதும் தெரியில. மெத்தைக் கட்டிப் போட்டுட்டானாங்காட்டியும் ஒருத்தி மெத்தையிலேயே நீட்டி நெளிவெடுக்கிறா. அவ சதையும் ஒரு சதை... அவ ஒடம்பில ஓடறதும் ரெத்தம். தூத்தேறிக்க...'

'வீட்ல அம்புட்டு ஆம்பிளயும் பொட்டச்சியும் படிக்கப் போயிட்டா காட்ல வேல செய்யறது ஆருங் குறேன் – படிக்கிறாளுவளாம் படிப்பு. இந்தத் தனங் குட்டி குனிஞ்சி துரும்பெடுப்பனாங்குறா. அருளு எம்புட்டு இருப்பா – பொட்டாட்டம் ஏனம் பானம் வெளக்கித் தண்ணீ எடுத்து வக்கக் கூடாது? வேலை வச்சாக்க எனக்குக் கண்ணு தெரியாதுன்னு எம்முன்னாடி ஆடிக்காட்டிட்டுப் போறா. போங்கடி... போங்க... போறவன் வீட்ல ஆப்பு வச்சி அடிப்பான்.'

கிழவி வாய்க்கு யாரும் தப்ப முடிவதில்லை. அன்பு மட்டும் அவளுக்குச் செல்லப்பிள்ளை. ஏனென்றால் அவன்தான் அவளுக்குச் சிறு சிறு வேலைகள் செய்து கொடுக்கிறான். நடக்கத் தடியெடுத்துக் கொடுப்பது, பல் விளக்கக் கரித்தூள் கொடுப்பது, யார் யார் எங்கு என்ன செய்து கொண்டிருக்கிறார்கள் என்று தகவல் சொல்வது, 'ஆயா ஆயா' என்று அசிங்கம் பார்க்காமல் அவளிடம் வாங்கித் தின்பது எல்லாம் அன்புதான். 'பேர் வச்சிருக்காறாளுவ பாரு பேரு. அம்பாம் அம்பு. ஒரு மந்தியப்பன், மாயாண்டி, ஒரு சின்னசாமி, பெரிய சாமி அதும் வேண்டா. எங்கையன் பொன்னுச்சாமின்னு பேர் வக்கக்கூடாது? அதவுட்டுட்டு அம்பாம் அம்பு...'

அவள் அவனை 'சின்னவனே' என்றுதான் அழைக்கிறாள்.

லெச்சுமி வந்தபின் நட்ட நெல் பட்டும் பதருமாக வயலில் நிற்கும்போதே லெச்சுமி இரண்டாவது முறையாகக் காணாமல் போய்விட்டாள். இம்முறை எந்த யூகமும் யாருக்கும் கொடுக்கவில்லை அவள்.

'போய்ட்டாளா... தேடிக்கிட்டு கெடடான்னு போய்ட்டா... அதாஞ்சரி!' கிழவி பெரியண்ணன் இரவு பகலாய் அலையப் போவதை எண்ணிக் கோபம் கொண்டாள். 'எறங்கு முகம். அந்தப் பயல ஒத்தத் தம்பிடிக்குப் பிரயோசனம் இல்லாத கொண்டாந்து நிறுத்தத்தான் இந்தக் கோலங்கட்டி அடிக்கிறா. எதுமேல கடன் வாங்கப் போறானோ எத்த விக்கப் போறானோ? நட்ட நெல்லுதான் நக்கிட்டுப் போயிடுச்சி... ம்...'

பெரியண்ணன் இம்முறை சிரமமில்லாமல் 'ப்ளஷர்' காரில் அவளது சொந்த ஊருக்குப் பயணமானான். கெஞ்சியும், மிரட்டியும், பணத்தைக் காட்டியுங்கூட லெச்சுமி இங்கு இல்லை என்ற பதிலையே திருப்பித் திருப்பிச் சொன்னார்கள். எங்கு போயிருப்பாள்?

22

பெரியண்ணன் அய்யர்க்குச் சொல்லியனுப்பியிருந்தான். அய்யர் வந்து, 'தெற்கில் சூலம்; வடக்குப் டக்கம் தேடு' என்று அறிவுரை கூறினார். ஒவ்வொரு நாளும் நிம்மதி யில்லாமல் கழிந்தது.

அய்யர் சொன்னதில் திருப்தியில்லாமல் ஜோஸ்யர் என்ற பெயரில் யார் யாரையோ விசாரித்தான். சின்னக் கண்ணு ஜோஸ்யர் ஒருவரை அழைத்து வந்திருந்தான். அவன் நடுவீட்டில் துண்டை விரித்துப் பரப்பி சோழி களைக் குலுக்கிப் போட்டான்.

'நீங்க ஒரு பொருளைத் தேடுறீங்க, சரியா?'

'சரி.'

'அது உயிருள்ள பொருள்.'

பெரியண்ணன் சின்னக்கண்ணுவைப் பார்த்தான், அவனேதும் ஜோஸ்யனிடம் சொல்லிவிட்டானோ என்பதுபோல். சின்னக்கண்ணு இல்லையென்பது போல் தலையையாட்டினான்.

'அத நீங்க மறந்துடறது நல்லது. இத்தோடத் தொலஞ்சதுன்னு தலை முழுகிடுங்க.'

'புரியல. விபரமாச் சொல்லுங்க!'

'அவ்வளவுதான் சொல்ல முடியும்.' ஜோஸ்யன் எழுந்து கொண்டான்.

சின்னக்கண்ணுவும் ஆனந்தாயியும் சேர்ந்து ஏதோ சூழ்ச்சி செய்திருக்கிறார்கள் என்று சந்தேகப்பட்டான் பெரியண்ணன்.

வீட்டில் எப்போதும் கடுகடுப்பாயிருந்தான். முகத்தில் எள்ளும் கொள்ளும் வெடித்தன. வாயைத் திறந்தால்

எங்கே அடி விழுமோ என்று ஆனந்தாயி பயந்து கொண்டிருந்தாள். ‘வெறிகொண்ட வாக்ல சித்தம் போக்கு சிவம் போக்குன்னு அடிச்சித் தள்ளிப்பிட்டா வாங்கினது வாங்கினதுதானே’ என்று உள்ளூர நடுக்கம் அவளுக்கு. அவன் முன்னால் சோறு சாப்பிடகூடப் பயம்தான். அன்று பெரியண்ணன் லெச்சுமியைத் தேடும் படலத்தில் சிலரைப் பார்க்க வேண்டி டவுனுக்குச் சென்றிருந்த சமயம் அரிசி, சோளம், உளுந்து இவை போட்டு ஆட்டிக் குழிப்பணியாரம் சுட்டுப் பிள்ளை களுக்குக் கொடுத்தாள். பிள்ளைகள் தட்டில் போட்டுக் கொண்டு சாப்பிடும் நேரம் பெரியண்ணன் திரும்பி விட்டான்.

‘புருஷன் நொந்து போயிருக்கான். நீ பணியாரமா சுட்டுத் திங்கற?’ ‘புள்ளங்க கேட்டுச்சேன்னு...’ சொல்லி முடிக்குமுன் தலைமுடி அவன் கையில்... ‘எக்கல... விடு முடியை!’ முதலில் தலையை அவனிடமிருந்து விடுவித்துக் கொள்ள முயற்சி செய்தவள், பிறகு அவன் விடும்போது விடட்டும் என்று தீபாவளி ஆடுபோல் தலையை ஆட்டாமலிருந்தாள். மாவாட்டுவது போல் இரண்டு முறை ஆட்டி ஆபாசமாக வசவுகளை விட்டுக் கட்டிவிட்டு நகர்ந்தான்.

‘கேணங்கொண்டவனைப் பாத்தியா... சும்மா இருக்கவள முடியப் பிடிச்சு ஆட்டிட்டுப் போறான். சாமி கடவுளேன்னு அவ இவங்கையில சிக்கக் கூடாது. இவன் ரோடு கண்டமுட்டும் பித்துக்குளியாத் திரியணும்.’

‘எட்டியே! நோக்கமத்தவளே... சட்டியப் பிரிச்சுக் குடுறான்னு வேறயா போவியா. அவங்கூடச் சேந்துக் கிட்டு நீயும் ஜிங்கிச்சிக்காம் படிக்கிற. மேல அவளைப் போட்டுத் தூங்கறானாம். அப்புறம் கீழே ஒங்கிட்ட ஓடியாரானாம். ஒங்கறி சங்கக் கறியாப் போச்சாடி வெக்கங்கெட்டவளே.’ நடப்பதையெல்லாம் பார்க்கச் சகிக்காமல் மருமகளைச் சாடினாள் கிழவி.

‘இல்லன்னா புள்ளங்களக் காப்பாத்திக்கடான்னு

போய் ரெண்டு நாளக்கி இருந்துக்கோ. இவ ஆட்டம் பாட்டம்லாம் அடங்கிடும்.'

'நானு நல்லமாதிரியாப் பொழப்பு பண்றது ஒனக்குப் புடிக்கல போலிருக்கு. போயி ரெண்டு நாளு இருந்துக் கிட்டனா அதாஞ்சாக்குனு முத்தா கித்தான்னு எவளை யாவது கொண்டு வச்சிக்கிட்டுச் சோறு பொங்கிப் போடச் சொல்லுவான்... எங்க போவேன் ரெண்டு நாளைக்கு?'

'ஆமாண்டி, செஞ்சாலும் செய்வான். அப்படியாப் பட்ட பயதான். அவனுக்கு அக்கா தங்கச்சின்னு மொறை ஏதாவது இருக்குதா?'

'ஆ...மா.. அவம் பேச்சைப் பேசிப் பேசி... பேசிக் கிட்டேதான் இருக்கணும்...'

'பேசத்தான் முடியுது. என்னால என்ன முடியுது?'

முடிவில் தொண்டைத் தண்ணீர் வற்றி விட்டதோ என்னவோ? மூக்கில் மட்டும் நீர் வடிந்தது கிழவிக்கு. 'ஆயா கண்ல தண்ணியே வர்ல?' அன்பு எல்லோருக்கும் தெரியும்படியாகத் தம்பட்டம் அடித்தான்.

'அந்தா... அந்தப் பய அவளை மயிரப் பிடித்து உலுக்கிட்டுப் போய்ட்டான். கூச்சம் நாச்சமில்லாம அவளே இவளேங்கறான். தா... அவம்பாட்டுக்குப் போய்ட்டான். மக்க மனுசன்னு கவலைப்படறானா? நீ ஏன் கவலைப்பட்டுக்கிட்டு இருக்க? கம்மையா வேலை செய்யி. மக்களைக் காப்பாத்து!' ஒப்பாரி வைத்து அழுத ஆனந்தாயிக்கு ஆறுதல் சொன்னாள் கிழவி.

'ஓடிப் போய்ட்டாளாமே மறுக்க?' என்று கேட்டுக் கொண்டு பங்காளிகளும் உறவுமுறையினரும் வந்து போகையில் ஆனந்தாயி முறையிட்டு அழுதாளானால் 'அன்னைக்கிக் கொடுவாள நோங்கும் போது போடட்டும்... சாவட்டும் சக்காளத்தின்னு விட்ருக் கணும். என்னுமோ நீயும் ஒம்மவனும் குறுக்கால விழுந்துகிட்டு அழுது பொரண்டீங்களாமே, இன்னைக்கி

என்னாத்துக்கடியம்மா அளுவுற?' என்று இவளைத் தான் குறை சொன்னார்கள்.

'அவ பெத்தவன் ஊட்டுக்குப் போயிருந்தா அவங்க கால்ல கையில விழுந்தாவது அந்தக் காலத்தில நளாயினி புருஷனக் கூடையில வச்சிக் கொண்டுபோயி உட்டா ளாமே. அதுபோல அவளக் கொண்டாந்து இவங்கிட்ட விடுவேன். அவ எங்க போய்த் தொலஞ்சாளோ? நான் என்னம்மா பண்றது? நம்மள இந்த நலி பண்ணி வக்கிறானேம்மா. ஆரால ஆவும்?'

'பேசாம அறுத்துக்கட்டு. ஒம்புள்ளங்க தலையெடுத் துக்கிச்சி. தாலி கட்டுன படுவா சோத்துக்கு வழியக் காட்டுடான்னு ஒக்காந்துக்க ஒம்பாட்டுக்கு... பெத்த ஆயாளப் பாக்கவச்சிட்டு இம்புட்டுப் பண்றானே அதுங்கட்டை நிம்மதியா சுருவாட்டுக்குப் போவுணு மேன்னு இல்ல பாரு...'

'சீ... ஊடா இது? கருமம்...' தலையிலடித்துக் கொண்டாள் தனம். லெச்சுமி சென்று கிட்டத்தட்ட இரண்டு மாதம் ஆகிவிட்டது. அவளைப் பற்றிய தகவல் ஏதுமில்லை. அன்று பெரியண்ணன் கண்ணை மூடிக்கொண்டே வந்து அருள் முகத்தில் விழித்தான். தன்னுடைய அதிர்ஷ்டத்தையும் அருளுடைய ராசி யையும் சோதித்துப் பார்க்க வேண்டுமென்று ஆசை கிளம்பிவிட்டது, அவனுக்கு.

'யுனைடெட் டிம்பர் டிப்போ' சில யூகங்களைக் கொடுத்தது பெரியண்ணனுக்கு. சின்னக்கண்ணுவை விட்டு விசாரிக்கச் சொன்னான். முத்துலிங்கம், சுடலை, மகாலிங்கம், ஆளுக்கொரு மூலையாக லாரி ஷெட், டாக்ஸி ஸ்டேண்ட் என்று டவுனில் விசாரித்தார்கள்.

'யுனைடெட் டிம்பர் டிப்போவில்' இன்னும் சில நாட்களில் தகவல் தருவதாகச் சொன்னார்கள். அந்தத் தகவலே பெரியண்ணனுக்குப் பலத்தைக் கொடுத்தது என்றாலும் நாட்கள் பல கடந்தன. பெரியண்ணன் அன்று வெளியே கிளம்பிக் கொண்டிருந்தபோது 'ஹச்'

என்ற தும்மல் ஒலி கேட்டது. 'எந்த மூதேவி தும்முனது?'

'நாந்தாப்பா.' அருள் பயந்தவாறு பதில் சொன்னாள்.

'நீயா யா? நல்ல சகுனம்.' கிளம்பியவன் போன வேகத்தில் திரும்பினான். மேட்டாங்காட்டின் பேரில் ஏற்கனவே கரும்பு ரெட்டியாரிடம் கடன் வாங்கி யிருந்தான். அதில் பாதியை அவருக்கே அவர் சொன்ன விலையில் கிரையம் பேசி வாங்கிய தொகை அலமாரி யில் இருந்தது. எடுத்துக்கொண்டு மணியையும் முத்துலிங்கத்தையும் கிளப்பிக்கொண்டு 'டாக்ஸியில்' விரைந்தான்.

ஆனந்தாயிக்குக் கெத்துக் கெத்தென்றிருந்தது. இரவு முழுவதும் தூங்க முடியவில்லை. இரவு காதைக் கூர்மையாக்கி, கதவுப் பக்கத்தில் வைத்திருந்தாள். முணுக்கென்ற சப்தம்கூடக் கேட்டுவிடும் அவளுக்கு. தலையைப் பாம்பு தூக்குவதுபோல் தூக்கிப் பார்த்துக் கிடந்தாள். விடியற்காலை ஊளையிடுவது போல் அழுகுரல் வாசலில் கேட்டது. ஆனந்தாயி விசுக்கென்று எழுந்து விளக்கைப் போட்டாள். பெரியண்ணனும் மணியும் அவளை மாறி மாறி உதைத்துக் கொண்டு வந்தனர். வழக்கத்துக்கு விரோதமாக அவள் முக்காடு போட்டிருந்தாள்.

'முழுசும் நனஞ்சவளுக்கு முக்காடு எதுக்குடி?' வீட்டிற்குள் வந்ததும் அவள் சேலையை உருவிப் போட்டு அடித்தனர். 'எப்பா ஏண்டா போட்டு அடிக் கிறீங்க' தடுத்தாள் ஆனந்தாயி.

'லாரிக்காரன்கூட போயி வீடெடுத்துத் தங்கி யிருக்கா.' மணி சொன்னான்.

'யாருகூட போனா என்ன, வேணும்னுதானே அளைச்சாந்த. அப்புறம் அவளை என்னாத்துக்குப் போட்டு இப்படி அடிக்கிறது. கொண்டு போயி அவ அப்பன் வீட்ல விடறதுதானே?'

'அப்படியே கூட்டிக் குத்தவளே ஊடான ஊட்ல நீ பொம்பிள இருக்கக்குல, உனக்குத் தெரியாமலாடி

அவ லாரிக்காரன்கூட உறவு புடிச்சிக்கிட்டு ஓடுவா.' பெரியண்ணன் திசை மாற்றி ஆனந்தாயியை அடித்தான்.

'இந்தா... அந்த வேலை மட்டும் நம்மகிட்ட வச்சுக்காத. எவ ஓடுறது. நீ எவகிட்ட சண்டைக்கி வாறது?'

'வாயை மூட்றி... தே...'

'நான் வாயை மூடிக்கிறேன். ஊர்க்காரனுக்கு நீ பதில் சொல்லு. ஏ... தனம்... அங்கென்னடி அவ பக்கத்துல நின்னுக்கிட்டு. எவனோ... எவளோ எப்படியோ போறான் அடிக்காதன்னு சொன்னா கொடுமைக்கு எங்கிட்ட ஓடியாந்தா...' அங்கு வேடிக்கை பார்த்து நின்று கொண்டிருந்த தனத்தையும் அருளையும் தள்ளிக் கொண்டு போனாள்.

குறுவைப்பட்ட நெல்லுக்காக விதை நெல் தயார் செய்யக் கிளம்பினாள் ஆனந்தாயி. இரவு ஊற வைத்த நெல்லை குட்டிச்சாக்கை நனைத்து அதில் கொட்டி மேலே கொடிக்கள்ளி, வைக்கோல் பரப்பி சாக்கை இறுக்கக் கட்டினாள். திருகையை அதன் மேலே தூக்கி வைக்க 'இந்தா வா. ஒரு கை குடு' என்று சின்னக் கண்ணுவைத் துணைக்கு அழைத்தாள் ஆனந்தாயி.

'என்னடி புருஷனைக் கூப்படற மாதிரி 'இந்தா அந்தா'ங்கற. இங்க வாடா–ன்னா வர்றான்.'

தன்னை அவமானப்படுத்த முனைந்து விட்டான் என்பதை உணர்ந்த ஆனந்தாயி 'எலே சின்னக்கண்ணு இங்க வாடாப்பா' என்றாள். சொல்லிவிட்டு 'மடியில கனமிருந்தா வழியில பயமிருக்கும். எனக்கென்ன பயமா?' என்றவள் 'என்ன இருந்தாலும் தோளுக்கு மீறிய ஆம்பளய வாடா போடான்னு கூப்படறது நல்லாவா இருக்கு' என்று மனதுக்குள் சங்கோஜப் பட்டாள்.

பெரியண்ணன் வாங்கி வைத்திருந்த பிராந்தி பாட்டிலைக் காணவில்லை என்று கூப்பாடு போட்டான். அன்பு எதற்கோ அழுது கொண்டிருந்தான். 'என்னடா

எந்த நேரம் பார்த்தாலும் ஊளை?' என்று பின்புறமிருந்து ஒரு அடி வைத்தான். முன்னைவிடப் பலமாக அலறி அழுதான். எலுமிச்ச மரத்தடியில் வட்டம் போட்டு புளியங்கொட்டை போட்டு 'சில்லு' விளையாடிய அருளை இழுத்து 'தடிமாடாட்டம் வளந்துட்ட, என்ன குட்டி சில் விளையாட்டு?' என்று புளியங்கொட்டை களை வாரியிறைத்து விட்டு அவள் சடையைச் சாட்டையைச் சொடுக்குவதுபோல சொடுக்கினான். தனம் தன்னையேதும் சொல்லிவிடப் போகிறானோ என்ற பயத்தில் சமையல் கட்டில் ஒளிந்தாள். 'அவ யாரு அங்க சமையல் கட்ல ஒளியறது. வாடி இங்க. தொட்டிக்குத் தண்ணி எடுத்து ஊத்து' என்று அவளை முறைத்தான். இவ்வளவு கூப்பாட்டுக்கும் இடையில் மணி அசந்து தூங்கினான். பிராந்தி மயக்கமோ, இரவு கண் விழித்ததோ அல்லது லெச்சுமியை நொறுக்கிய களைப்போ தெரியவில்லை. மணி விஷயத்தில் தான் சாக்கிரதையாக இருக்க வேண்டியது அவசியம் என உணர்ந்தான் பெரியண்ணன்.

சூரியனின் பொற்கிரணம் தீமைகளின் மீது பாய்ந்த வாள்போல பனித் திரையைக் கிழித்துக்கொண்டு பூமியில் விழுந்தது. துணி துவைக்கும் கல் மீது கதிர் விழுந்து சூடாக்கியது. இடது உள்ளங்கையில் பற்பொடி யுடன் வீட்டிலிருப்போருக்கு முதுகு காட்டிக்கொண்டு ஒவ்வொரு பல்லாக ஆள்காட்டி விரல் நுனியால் தேய்த்துக் கொண்டிருந்தாள் லெச்சுமி.

தண்ணீர் வெளுப்பாக வாய்க்கால் வழியோடி கத்தரிக்குப் பாய்ந்து கொண்டிருந்தது. சின்னக்கண்ணு தண்ணீர் கட்டிக் கொண்டிருந்தான். வாழை அழிந்து கொண்டு வந்தது. இன்னும் சில மரங்களே காய்க்க வேண்டியவை. மீதியெல்லாம் ஓய்ந்திருந்தன. வாழைக் கன்றுக்கடியில் புரியாத புதிர்போல் சுருட்டிக் கொண்டு புடைகள் கிளம்பியிருந்தன. லெச்சுமி எல்லாவற்றை யும் லட்சியம் இல்லாமல் பார்த்துக் கொண்டாள்.

தன்னை ஏமாற்றிவிட்டு இன்னொருவனுடன் போய் விட்டாள் என்று தன்னை வெறுத்து ஒதுக்கி விடுவான்; மேலும் தானிருக்குமிடத்தை இவ்வளவு பெரிய உலகில் எப்படிக் கண்டுபிடித்துவிட முடியும் என்று அவள் போட்டிருந்த கணக்கு தப்பு என்பதை உணர்ந்து கொண்டாள். இந்த நரகத்திலிருந்து மீள்வது எப்படி என்பது பற்றியே அவள் உள்ளம் ஓயாது சிந்தித்துக் கொண்டிருந்தது. வழியேதும் புலப்படவில்லை. உடம்பு ரணமாய் வலித்தது. அந்த வீட்டில் யாருடனும் பேசுவ தில்லை என்று அவர்களைப் போலவே இவளும் முடிவு செய்திருந்தாள். அப்போது பூங்காவனம் மோட்டார் ஓடுவதைப் பார்த்துக் குடத்தை எடுத்துக்கொண்டு தண்ணீர்ப் பிடிக்க வந்துவிட்டாள்.

'ஏம்மா, வாயைக் கழுவாம இங்கியே உக்காந்திருக் கீங்க.'

'தாயி...'

'இல்லே, நானும் பாத்துக்கிட்டிருக்கேன் ரொம்ப நேரமா இங்கவே உக்காந்திருக்கீங்களேன்னு கேட்டேன்.'

'நீயாச்சும் கேட்டயே தாயி... என்ன ஏதுன்னு கேக்றதுக்கு எனக்கு யாரிருக்கா?' சிவந்து கலங்கிய கண்களிலிருந்து நீர்முத்துக்கள் உருண்டன.

'ஏம்மா அழறீங்க? நாங்க இல்லையா.'

மேலும் அழுதாள் லெச்சுமி.

'சோத்துக்கில்லாதவளாச்சேன்னு எங்கூடப் பேச மாட்டேங்கறீங்க?'

'சே... அப்படியெல்லாம் சொல்லாத தாயி... நீ எனக்குப் புள்ள மாதிரி.' பூங்காவனம் தனத்தைவிட வயதில் ஒன்று மூத்தவள் என்றாலும் பேச்செல்லாம் பெரிய மனுஷி போலத்தான். நன்றாகப் படித்துக் கொண்டிருந்தவள் வசதியில்லாமல் நின்றுவிட்டதைத் தொடர்ந்து கூலிக்குப் போகிறாளல்லவா. நாலு பேரிடம் பேசப் பழக, அனுசரணையாக உறவாடத் தெரிந்திருக் கிறது அவளுக்கு.

‘மனசுல எது இருந்தாலும் வெளியில சொல்லி ஆத்திக்கங்கம்மா; மனுசுலெ போட்டு வச்சா குமுறிக் கிட்டுத்தான் இருக்கும். எங்கம்மாவுக்கு முடியல. நான்தான் சோறாக்கணும், நேரமாவுது, ஏதாச்சும் ஒண்ணுன்னா என்ன கூப்டுங்கம்மா.’ சொல்லிவிட்டுக் கிளம்பினாள்.

கிழவி இதுவரை, லெட்சுமியிடம் உட்கார்ந்து பேசியவளில்லை. அன்று மாடிப்படி ஏறியவளைத் தடியால் மறித்துக் கொண்டாள். ‘எங்க பொழுது போனா விடிஞ்சா தூங்கப் போறவ மேல? காட்ல கரையில வேலை செய்யேன். சதை நொந்து புடுமா? எவஞ் சம்பாரிச்சிக் கொண்டாறது. எவ உக்காந்து தின்னு அழிக்கிறது? விடிஞ்செந்திரிச்சா காட்டப் பக்கம் ஓடு.’ லெச்சுமி ஒன்றும் பேசவில்லை.

ஏதோ தின்று கொண்டிருந்தவள் வாயின் இரு பக்கமும் வழிந்திருப்பதைக் கவனித்துத் துடைக்காமல், சத்தம் போட்டால் மகனுக்குக் கேட்டு சண்டைக்கு வந்து விடுவானோ என்ற பயத்தில் குரலை அடக்கி ஆனால் கண்டிப்புடன் திட்டியது அவளுக்குச் சிரிப்பு வந்தது. சிரித்துக் கொண்டே ‘நாளையிலிருந்து போறேன். இப்ப வழியவிடுஹ’ என்று தடியை விலக்கிக் கொண்டு மேலே போனாள்.

23

கங்காணியின் கை ஓங்கிவிட்டது. பெரியண்ணன் ஊரிலில்லாததும், கட்சி விவகாரமாகட்டும், கான்ட்ரேக்ட் ஆகட்டும் அக்கறை காட்டாமல் சொந்தப் பிரச்சனையால் அலைந்ததாலும் முன்போல் தெருவுக்கு அடிக்கடி வர முடியாததாலும் இது நிகழ்ந்தது. மேலும் கங்காணியின் விதைப்பாடும் அதிகம், வருமானமும் அதிகம். பெரியண்ணனால் அவரோடு போட்டி போட முடியவில்லை. கங்காணியம்மாள் கொத்தமல்லி செயின் பவுனில் செய்து போட்டுக் கொண்டு திண்ணையிலே உட்கார்ந்திருந்தாள். வீட்டு வேலைகள் செய்வதற்குக் கூட ஆள்போட்டாகிவிட்டது. வேறு யாருமில்லை, பூங்காவனம்தான். கருக்கலில் வந்து காப்பி போட்டு, இட்லி அவித்து, பத்துப் பாத்திரங்கள் தேய்த்துக் கொடுத்துவிட்டு, மசாலா சாமான்கள் அரைத்துக் கொடுத்துவிட்டு, வீடு வந்து சேர்கிறாள். இது ஒரு வகையில் பெரியண்ணனுக்கு வருத்தமாக இருந்தாலும் 'பாவம் வயிற்றுப் பிழைப்புக்குக் கொண்டுபோய் விட்டிருக்கிறார்கள்' என்று அவர்களைக் குறை சொல்ல வில்லை. முத்துலிங்கத்துக்கு வடக்கத்தியாள் சின்னம்மா முறை வேண்டும். 'சின்னம்மா இது நல்லாருக்கா? அவங்க வீட்ல போய் விட்டிருக்கிறியே? என்று சண்டை போட்டான்.

வடக்கத்தியாள் பதிலுக்கு, பெரிய புராணமே பாடிவிட்டாள். 'லாரியில போறான், போறவன் ஒத்தத் தம்பிடி வீட்டுக்குக் குடுக்க மாட்டங்கறான். சம்பாதிக் கறது பீடிக்கும் சாராயத்துக்கும் சரியாப் போவுது.

அவனுக்குப் புத்திமதி சொல்ல எந்த சாதி சனம் வந்துச்சி?' என்று பெரிய மகன் உதவாக்கரையாகப் போனதைப் பற்றியும் 'எத்தனுண்டு இருப்பான் அவன் இன்னைக்கி நெல்லு மிசின்ல அரிசித் திருடப்போறதும், பட்டறையில் இரும்பு சாமான் திருடப் போறதுமா இருக்கான். கேட்டாக்க பொல்லாத பேச்சுப் பேசறான். போலீஸு புடிக்க வந்திச்சி. நானுல்ல கையில காலுல விழுந்து சாமி சாமின்னு கெஞ்சிக் காப்பாத்துனேன். போய்ட்டான் தறுதலையா. அவனத் தலை முழ்கி விட்டேன்' என்று இளைய மகனைப் பற்றி புகார் சொன்னாள்.

'பொம்பளைப்புள்ள... இந்தா காயலா விளுந்து கிட்டேன்... பெரியண்ணன் வீட்ல ஏதாவது அவுசரத் துக்குக் காசு வாங்கலாம். ஒரு குடும்பத்தையேவா தாங்க முடியும்? கூலிவேலைக்குப் போனா ஒரு நாள் கெடைக்குது, மக்யாநாளு ஆளு சேந்து போச்சி வேண்டான்னுடுறானுவ. அதாங் கொண்டு போய் விட்டேன். யார் நமக்கு அண்ணாவி.' பூங்காவனம் கங்காணி வீட்டுக்கு வேலைக்குப் போவதில் தப்பில்லை என்று இடித்துரைத்தாள்.

பூங்காவனம் கங்காணி வீட்டில் வேலைக்குச் சேர்ந்து மூன்று மாதங்கூட இருக்காது; ஆள் நன்றாக வெளுத்துக் கொண்டாள். கெண்டைச்சதை போட்டுவிட்டது. கன்னங்களில் பூரிப்பு, கண்களில் கருமையும் ஆழமும் கூடின. செம்பட்டை மயிர் இயற்கை நிறம் பெற்றது. நீலவேணியை 'அக்கா, அக்கா' என்று வாஞ்சையோடு அழைத்தாள். நீலவேணியும் தன்னுடைய பழைய புடவை, பாவாடை எனக் கொடுத்தாள். கலர் ஹேர்பின் குத்திக்கொண்டு, ப்ளாஸ்டிக் ரோஜாவைச் செருகிக் கொண்டு தண்ணீரெடுக்க ஏரிக்கரைக்குச் செல்கிறாள்.

பேச்சுவாக்கில் பெரியண்ணன் வீட்டுக்கதையை வேணியிடம் சொல்லுவாள். 'உங்களவிட ஓயரம், ஒங்களவிடச் சிகப்பு' என்று வாய்க்கு வாய் லெச்சுமி

யின் அழகைப் புகழ்ந்தாள். எல்லோரும் அந்த வீட்டில் அவளை ஒரு வேலைக்காரியாகப் பார்த்தபோது ஒரு ஜோடிக் கண்கள் வேறுவிதமாக நோக்கத் தொடங்கின. அது பூங்காவனத்துக்குப் பிடிக்காமலில்லை. அவளுக்கும் மாணிக்கத்தைப் பிடித்துத்தானிருந்தது. நல்ல உடற் கட்டு, ஆரோக்கியமான தேகம், வெளுத்த உடைகள், சுருண்ட தலைடி. ஆனால் வேணி என்னவோ மாணிக்கத்தைப் பார்ப்பதைத் தவிர்த்தாள். பேசுவது மில்லை. 'ஏங்க்கா அவருகிட்டே பேச மாட்டேங்கிறீங்க?' என்று பூங்காவனம் கேட்டுப் பார்த்து விட்டாள். ஆனால் வேணி பதில் சொல்லவில்லை. எப்படிச் சொல்வாள்?

பல வருடங்களுக்கு முன்... மாணிக்கத்துக்கு விடலைப் பருவம். வேணியும் அறியாப் பருவத்தினள். வீடுதானே என்று விட்டேத்தியாக உடையுடுப்பதும், காலை 'பே' என்று விரித்து மல்லாக்கப் படுத்துக் கொள்வதும்... மேலும் வீட்டில்தான் யாரிருக்கிறார்கள், வயதான கங்காணி, மகன் முறை கொண்ட மூவர். அதிலும் மாணிக்கம் சிறியவன்.

ஒரு நாள்... காற்றும் மழையும் பிய்த்துக் கொண்டு போனது. தூரத்துச் சொந்தத்திலிருந்து வேணியை விட வயதில் மூத்தவளும் அவளது தாயாருமிருந்தார்கள். திண்ணையில் படுத்திருந்த மாணிக்கத்தைக் கங்காணி எழுப்பி 'உள்ளே போய்ப் படுத்துக்கப்பா, குளிருது' என்று சொன்னதில் கட்டிலில் படுத்திருந்த வேணி அதைக் காலி செய்து மாணிக்கத்துக்குக் கொடுத்து விட்டுத் தரையில் விரிப்பைப் போட்டுக் கொண்டு படுத்தாள். கட்டிலுக்குப் பக்கத்தில் சொந்தக்காரி, அதற்குப் பிறகு அவளது மகள், அதற்குப் பிறகு கொஞ்ச தூரம் தள்ளி நீலவேணி படுத்திருந்தாள். பக்கத்தில் கங்காணியம்மாள். கட்டிலிலிருந்து தரைக்கு வந்ததால் கொஞ்ச நேரம் தூக்கம் பிடிக்கவில்லை. காற்று பலமாக அடிக்கிறதெனக் கதவு, ஜன்னல் எல்லாவற்றையும்

இறுக மூடிவிட்டதால் இருட்டாக இருந்தது.

வேணிக்குத் தூக்கம் பிடிக்கும் சமயம், மெதுவாக ஒரு கை இவள் தொடைகளில் ஊர்வதை உணர்ந்து வெடுக்கெனத் தள்ளி விட்டாள். பயந்து போய் சடக்கெனச் சன்னலைத் திறந்தாள். அப்போது அந்த உருவம் கட்டிலில் ஏறிச் சென்று படுத்துக் கொள்வதை நன்றாகவே பார்த்தாள். தான் பார்த்தது கனவா, நனவா, இப்படியும் நடக்குமா என்று எண்ணி எண்ணிக் குமைந்தாள்.

'யாரோ என்று என்னைத் தொட்டு விட்டானோ? பாவி நான் அவனுக்குச் சின்னம்மாவல்லவோ ஆக வேண்டும். கீழே படுத்திருந்த இருவரைத் தாண்டிக் கொண்டு என்னிடம் வந்தவன் தெரியாமலா வந்திருப்பான்? என்னதான் நான் கெட்டுப் போனவள் என்றாலும் அதற்காக இப்படியா? என்னைத் தொட்டது அவன் அம்மாவைத் தொட்டதற்கல்லவா சமம்? கடவுளே, தூரத்துச் சொந்தக்காரி என்றுதான் என்னைத் தொட்டிருக்க வேண்டும்!' என்று மனதைத் தேற்றிக் கொள்ளப் பார்த்தாள், முடியவில்லை. அவளை யறியாமல் கண்ணில் நீர் அருவி போல் பொங்கியது. 'வெளியில் சொன்னால் காரியல்லவா துப்புவார்கள். ஏற்கனவே கெட்டிருக்கும் என் பெயர் மேலும் கெட வேண்டுமா? மாற்றாந்தாயின் பிள்ளையென்பதால் நானும் அக்காவும் சேர்ந்து கொண்டு, குறை சொல்வ தாகவல்லவா ஆகிவிடும்? வெளியில் சொல்லக்கூடிய விஷயமா? எடுத்த எடுப்பில் கையை எங்கே வைத்து விட்டான்? பாவி. விடிந்தால் அவன் முகத்தில் எப்படித் தான் விழிப்பது? பலவாறாக நினைத்துக் குழம்பி அவள் தூங்கவேயில்லை இரவு முழுவதும்.

விடிந்ததும் வெல்லென எழுந்து உள்ளே போய் விட்டாள் அவள். எழுந்திருக்கும் போதே கடைக் கண்ணால் கட்டிலைப் பார்த்தாள். கட்டில் காலியாகி யிருந்தது. ஒரு வேளை குற்ற உணர்வினால் தன்னைத்

தவிர்க்கிறானோ. அப்படியென்றால் இரவில் நடந்தது நிஜம்தானே?அதற்குப் பிறகு மாணிக்கமும் அவளை நிமிர்ந்து பார்ப்பதில்லை. அவளும் பார்ப்பதில்லை. கொஞ்ச காலம் கழித்துப் பக்கத்து வீட்டில் தீப்பிடித்த போது குடம், சருவம் என்று தண்ணீர்ப் பிடிக்க ஜனங்கள் அலைந்தபோது சந்தடிச் சாக்கில் 'சின்னம்மா, அந்தத் தவலையைக் குடுங்க' என்று கேட்டு விட்டான். அவளும் தவலையை எடுத்துக் கொடுத்தாள். அவசிய மேற்பட்டால் ஒன்றிரண்டு வார்த்தைகள், மற்றபடி இருவரும் பேசுவதில்லை என்றாலும் அவளால் அந்தச் சம்பவத்தை மறக்க முடியவில்லை. 'அழியப் போகிற உடம்பு என்கிறார்கள். கேவலம் அந்த உடம்பை இருட்டில் யார் என்று தெரிந்தோ தெரியாமலோ தொட்டு விட்டான்; போகட்டும் என்று இருக்க முடியவில்லையே... இந்த மனசு ஏன் இப்படி நெருடு கிறது?' யோசித்துப் பார்த்தாலும் தெரியவில்லை அவளுக்கு.

தனியாக இருக்கும் அவளுக்கு வீட்டில் பொழுது எப்படிக் கழியும்? பழைய ஞாபகங்களைக் கிளறிக் காயம் உண்டாக்கி, குற்றவுணர்வில் அழிந்து, ஊரார் தன்னைப் பற்றிப் பேசிக் கொள்வதை நினைத்து வருந்தியழுவாள் பல நேரம், யாருக்கும் தெரியாமல். 'ஆனால் இந்த மாணிக்கம் சிறு வயதிலிருந்து இந்நாள் வரை அடாவடியாகத் திரிந்துகொண்டு எதைப்பற்றி யும் கவலைப்படாமல் இருக்கிறானே அது எப்படி? ஊராரும் அவனைப் பற்றிப் பேசுகையில் 'மைனர்' என்று செல்லமாகத்தான் சொல்லுகிறார்கள். இவன் பொறுக்குகிறான் என்று தெரிந்தும்கூட, பெண்கள் இவன்மீது மையல் கொள்கிறார்களே – இது ஒரு விதத்தில் ஆச்சரியமாக இல்லை.' இவ்வாறு தன்னை யும் அவனையும் ஒப்பிட்டு ஆச்சரியப்படுவாள்.

ஆகையால் பூங்காவனம் கேட்டதற்குப் பதில் சொல்லாமல் ஏதோ கவனக்குறைவாக இருப்பதுபோல்

அவள் கேள்வியைத் தட்டிக் கழித்தாள்.

மாணிக்கம் காலையில் மெதுவாகத்தான் விழிப்பான். ஏரிக்கரை சென்று பின் வயற்காட்டையெல்லாம் ஒரு ரவுண்டு அடித்துவிட்டு வேம்பால் பல்துலக்கி, கிணற்று நீர் பிதுங்கப் பிதுங்க முங்கிக் குளித்து விட்டு வீடு வருவதற்குள் பொழுது உச்சிக்குப் போயிருக்கும். அளவாக ஏற்றிக் கொண்டு சாப்பிட உட்காருவான்.

பூங்காவனம் 'அண்ணன் வந்திருக்கும்மா சூடா எடுத்து வைங்க' என்று அடுப்பிலிருந்து இறக்கியதும் இறக்காததுமாகக் கிண்ணத்தில் பதார்த்தங்களை மொண்டு வைப்பாள். இந்தக் கரிசனம் கங்காணியம்மா வுக்கு எரிச்சலைக் கிளப்பினாலும் 'நாம் ஏன் எடுத்து வைத்துப் பரிமாறிக் கொண்டிருக்க வேண்டும்? யாராவது எடுத்து வைத்தால் சாப்பிடுகிறான்' என்று முன்வாசலுக்கு வந்து விடுவாள். நீலவேணிக்கு இது அறவே பிடிக்கவில்லை. பூங்காவனத்தைப் பிடித்திருந் தாலும் அவள் இவனால் கெட்டுப் போய்விடக் கூடாதே என்று ஆரம்பத்திலேயே வேரறுக்க வேண்டும் என்று முடிவு செய்தாள்.

'பூங்காவனம், அண்ணன் ஒரு மாதிரி. நெருங்கிப் பழகற வேல வச்சுக்காத' என்று நேரடியாகச் சொல்லி விட்டாள்.

'எக்கா என்னத் தப்பா நெனச்சிக்கிட்டீங்கக்கா, நான் அந்த மாதிரியே கெடையாது. சாமி சத்தியமா சொல்றேன்.'

'நீ அந்த மாதிரி கெடையாதுன்னா சாப்பாடு எடுத்து வச்சிட்டு வெளியே வரவேண்டியதுதானே. எதுக்கு நாணிக் கோணிக்கிட்டு அங்கேயே நிக்கற?'

'அது உங்களுக்குத் தப்பாப் பட்டா, இனிமே அது மாதிரி நிக்க மாட்டேங்க்கா.'

'நான் இதைப்போல சொன்னேன்னு யாருகிட்ட யும் சொல்லாத. மனசிலே வச்சுக்கோ, என்ன?'

'நா எதுக்குக்கா சொல்லப் போறேன்!'

'அதது தகுதிக்கு ஏத்தப்பலதான் ஆசைப்படணும். தகுதிக்கு மீறி ஆசை வச்சே... உனக்குத்தான் நஷ்டம்.'

'என்னக்கா நீங்க இப்படிப் பேசுறீங்க; நான் என்னிக்காவது அதுங்கிட்டே தனியா நின்னேன் பேசுனேன்னு சொல்ல முடியுமாக்கா.'

'நீ பேசலடி; அவம் பேச வச்சிருவான். ஊர்ல எத்தனைப் பொண்ணுங்க இவனால வஹிதாக்கிட்டப் போயிருக்காங்க, தெரியுமா?'

கங்காணியம்மா நுழையவும் பேச்சை நிறுத்திக் கொண்டார்கள். பூங்காவனம் கங்காணி வீட்டில் வேலை செய்வதை நிறுத்திக் கொண்டாள். ஏன் என்று கேட்டதற்கு,

'தெனமும் அவ்வள தொலை போய் வர முடியல' என்றாள். யாரும் அதைப்பற்றிக் கவலைப்படவில்லை. மாணிக்கம் 'எங்கே அந்தப் பொண்ணு?' என்று கூடக் கேட்கவில்லை. ஆனால் பூங்காவனம் மட்டும்,

'பெரிய ஒக்கியம் அரையுமில்ல கொறையுமில்ல, சிரிச்சதுக்கு போச்சின்னுட்டா, அவளுக்கு அதே புத்தி, அதான் என்னையும் அத மாதிரி நெனச்சிட்டா' என்று உள்ளுக்குள் குமைந்தாள், பின் மறந்து போனாள்.

மாணிக்கத்துக்குப் பெண் பார்த்துக் கொண்டிருந்தார்கள் தீவிரமாக.

24

தனம் பார்க்க அழகாக இருந்தாள். கலாவைவிட நிறம் ஒரு ம்மாற்று கூட. கலா ஒல்லியாகக் கொடி போலிருந் தாளானால் இவளோ சுகந்தம் பூசிய மெழுகு போலி ருந்தாள். விரைவில் உணர்ச்சி வசப்படுவதும் அழுவதும்... பசிகூடப் பொறுக்க முடியாது. கோபம் வெடித்துவரும்.

ஒரு பண்டிகை நாளில் பெரியண்ணன் கறி சமைத்து எம்.எல்.ஏ. மற்றும் ப்ளாக் அதிகாரிகளை விருந்துக் கழைத்தான். காட்டுக்கேணிக்குப் போன தனம் குளித்து மேடேற மணி பிற்பகல் ஒன்றரையாகிவிட்டது. பசியோடு வீட்டுக்கு வந்தவள் வீடு கொள்ளாமல் ஆட்கள் இலையில் உட்கார்ந்திருப்பதைப் பார்த்தாள். அவர்கள் இலைகளில் மிளகுத்தூள் போட்டு வறுத்த ஆட்டுக்கறி குழிக்கரண்டியால் அள்ளி வைத்த வடிவில் உட்கார்ந்திருந்தது. காலியாக ஓர் இலை ஓரமாக இருந்தது. தனம் ஆவலோடு அதில் உட்காரப் போனாள். மணியை அதில் உட்கார்த்தி வைத்த ஆனந்தாயி விருந் துக்கு வந்தவர்கள் போகட்டும், பிறகு சாப்பிடலாம் என்று சொன்னதுதான் தாமதம், கண்ணீர் கட்டுக் கடங்காமல் பெருக தாவணியால் மூக்கை உறிஞ்சிக் கொண்டு அழுதாள்.

'பொம்பிளப்புள்ள, இப்படிப் பசி பொறுக்காம இருந்தியானா எப்பிடிம்மா? கொண்டாங்குடுத்தான் வீட்ல எப்படிக் காலந்தள்ளுவ?' ஆனந்தாயி கடிந்தாள்.

போட்டு வைத்த சோறும் கறியும் ஆறிப் போக தனம் சாப்பிடவேயில்லை. மாலை தலைவலி வந்து விட்டது. இரவு ஆறிப்போன சாதத்தை வைத்துக்

கொண்டு 'சீ, யார் சமைச்சது, ஒரே காரத்தை அள்ளிப் போட்டுக் கருமம்' என்று சொல்லிக்கொண்டே கறியை 'வச்சக், வச்சக்' என்று ஆத்திரத்தோடு மென்றாள். அப்படி ஆத்திரப்பட்டதால் அதன் ருசி கூடத் தெரிய வில்லை அவளுக்கு. அதனால் கோபம் இன்னும் கூடியது.

சாதத்தைப் ப்ளேட்டின் அந்த மூலைக்கும் இந்த மூலைக்குமாக இழுத்தாள். அந்த வேகத்தில் ப்ளேட் நொடித்து கவிழ்ந்து சாதம் கொட்டியது. ஆனந்தாயி விழிகளை உருட்டிப் பற்களை நெறித்தாள். அதற்குப் பின்தான் தனத்துக்கு நிதானம் வந்தது.

அவளுக்கு உள்ளாடைகள் அலங்காரப் பொருட்கள் வாங்குவதற்கு யாரும் கவனித்துக் காசு கொடுப்பது கிடையாது. ஆனந்தாயிடம் காசு புழங்குவது அரிது. 'அம்மா, காசு' என்றால் 'காலணா கிடைக்கிறது அரி கண்டமா இருக்குது' என்று பழைய அணாக்கணக்கில் இறங்கி விடுவாள். தனம் அடம் பிடித்தால், உள் முந்தியிலுள்ள காலியான சுருக்குப் பையை அவிழ்த்துக் கொடுத்து விடுவாள். 'இந்தா இதில காசு இருந்தா எடுத்துக்கோ' என்று தாராளமாகக் கொடுப்பாள். அப்பாவிடம் அலங்காரப் பொருள்களுக்குக் காசு கிடைக்காது. எனவே அவள் வீட்டில் உள்ள அரிசி, பயிறு, எண்ணெய் இவற்றை வாத்துக்காரப் பெண் உமாவுக்குப் பாதி விலையில் விற்றுக் காசு வாங்கி விடுவாள்.

புழங்காமல் கிடந்த இரண்டு மூன்று வெங்கல வட்டில்கள் இவ்விதம் பழைய பித்தளை இரும்புச் சாமான் கடைக்குச் சென்றன. தனத்திற்கு கலாவைப் போல நிதமும் தீனி வேண்டும். தின்றுகொண்டே இருக்க வேண்டும். பருக்கை இறங்குவது சிரமம். அதிலும் கம்மஞ்சோறு சோளச் சோறு என்றால் சுத்த மாகத் தொண்டைக் குழிக்குள் இறங்காது. வெய்யில் என்றால் பறித்துப்போட்ட ரோஜா இதழ் போல் வாடி விடுவாள்.

'அந்தப் பூங்காவனம்லா முத்தாட்டம் காட்டு

வேலை வீட்டு வேலைன்னு செய்யக்குல நீ மட்டும் ஏம்புள்ள இப்படி நெழல்லப் படுத்து உடம்பை வளக் கிற.' பொறுக்க முடியாமல் ஆனந்தாயி கேட்பாள்.

'எங்கூடப் படிக்கிறப் புள்ளிங்களப் பத்திப் பேசுங்க, என்னோட சேத்துப் பேசறதுக்கு உங்களுக்குப் பூங்காவனம்தான் கெடச்சாளா? அவளுக்கு அப்பா இல்லை. அம்மா சுகமில்லாம இருக்கா. இங்கதான் கல்லுக்குண்டு போல ரெண்டு பேரு இருக்கீங்களே, நான் எதுக்கு வேலை செய்யணும். இந்த மாதிரி நீங்க வேலை வச்சுட்டே இருந்தா நான் எப்பப் படிச்சுப் பாஸ் பண்றது?' படிப்புச் சாக்கில் மேம்போக்காக வேலை செய்யாமலிருந்தாள்.

'கலா இப்பிடித்தான் குனிஞ்சி ஒரு துரும்பு கிள்ளிப் போடாத இருந்தது. இன்னிக்கிப் புருஷன வச்சி பதவிசா குடும்பம் நடத்தல? கல்யாணம் காச்சின்னு வந்தாக்க பொறுப்பு தன்னால வந்துடும்.' ஆனந்தாயி மனதைத் தேற்றிக் கொண்டாள். வேறு என்னதான் வழி?

அருள் வாழும் உலகமே தனி. கம்போ கூழோ வயிறு முட்டக் குடித்து விட்டு சில்லு, சுண்டாங்கல், கிளித் தட்டு, கிட்டிப்புள், கோலிக்குண்டு என்று வேதக்கார வீட்டு லீதியுடனும் அக்கம் பக்கத்துச் சிறுவர் சிறுமி யுடன் எப்போதும் விளையாட்டு. தீனிப்பண்டம் என்றால் சுட்டு முடிக்கும் வரை அடுப்படியிலிருந்து நகர மாட்டாள். பூனாச்சிப் பூவையும் நூனாப்பூவை யும் பறித்து வேலை மெனக்கிடக் கட்டிக் கொண்டி ருப்பாள். கட்டி எலுமிச்ச மரத்தடியில் நாட்டி வைத் துள்ள கல்லுப் பிள்ளையாருக்குச் சாத்துவாள். ஒரு நாள் ஆனந்தாயி எலுமிச்ச மரத்தின் ஒடிந்த கிளையை அகற்றுகிறேன் என்று கூடவே கல்லுப் பிள்ளையாரை யும் அகற்றி விட்டாள். அவ்வளவுதான். காலை மாற்றி மாற்றிப் போட்டுக் குதித்து அழுது அடம் பண்ணி விட்டாள். மேல் சட்டைப் போடுவதில்லை. காலையில் பின்னிய சடை பாதி அவிழ்ந்து ரிப்பன் தொங்க வீட்டின்

சுவரோரமாகப் புளியங்கொட்டை கிடைக்குமா, கோலிக்குண்டு கிடைக்குமா என்று தேடிக் கொண்டிருப்பாள். இல்லாவிட்டால் ஓடையில் முள்ளுப் பூக்களைப் பறிக்க ஓடிவிடுவாள். பூவைப் பறிக்கும் போது சொற்களை ஏதாவது ராகத்தில் இழுத்துப் பாடுவது போல் பேசிக் கொண்டிருப்பாள். அவள் அப்பா அவளுக்கு வைத்த பெயர் 'கிறுக்கி.' மாலை மயங்கும் நேரமானால் சிலேட்டு அல்லது நோட்டுப் புத்தகத்தை வைத்து எழுதிக்கொண்டிருப்பாள். ஒரு நாளும் அவள் வாய்விட்டுப் படிப்பது கிடையாது.

அருளுக்கும் அன்புக்கும் அடிக்கடி சண்டை வந்து விடும். காரணம் அற்பமாகத்தான் இருக்கும் என்றாலும் நோஞ்சான் போலிருக்கும் அன்பு ஒரே தாவாகத் தாவி அருளின் முடியைப் பிடித்து விடுவான். அருள் கதறக் கதற விடமாட்டான். இறுதியில் ஆனந்தாயியோ லெச்சுமியோதான் விலக்கிவிட வேண்டும். 'அம்புட்டும் விஷம். அப்பனை மாதிரி வேகம்' என்று சொல்வாள். அதைச் சொல்லும்போது அவள் முகத்தில் தெரிவது பெருமையா அல்லது எரிச்சலா என்று கண்டுபிடிப்பது கஷ்டம்.

அருளும் அவனுக்குச் சளைத்தவளில்லை. அன்புக்கு வீட்டில் 'எலும்பு' என்பதே பட்டப் பெயர், எனவே எப்போதும் வாய்விட்டுப் படிக்காத அருள் விஞ்ஞானப் புத்தகத்தை எடுத்து வைத்துக்கொண்டு 'எலும்பு மண்டலத்தில் பல வகை எலும்புகள் உண்டு. அவை யாவன மூட்டெலும்பு, குருத்தெலும்பு, பந்துக்கிண்ண எலும்பு' என்று எலும்பு இல்லாத இடத்தில் அதைச் சேர்த்துக் கொண்டு அழுத்தமாக வாசிப்பாள்.

'இங்க பாரும்மா, இந்தப் புள்ள என்ன வம்பிழுக்குது.' அம்மாவிடம் முறையிடுவான் அன்பு.

'எம்மா நான் சயின்ஸ் படிக்கறேன். வேணுமின்னா அக்காவைக் கேட்டுப் பாருங்க.' பொல்லாதவள் அருள்.

பொறுத்துப் பார்த்து விட்டு சீவாங்குச்சை எடுத்து

'சுளீர், சுளீர்' என்று சத்தம் வரும்படியாகக் காற்றில் காட்டி விசிறிக் காட்டி 'இன்னொரு தடவை எலும்புன்னு சொன்னா...' விசிறுவான் பலமாக. 'ஐயோ ஐயோ.' கண்ணில் பட்டது போல் கண்ணை மூடிக்கொண்டு பொய்யாலும் அழுவாள். அவள் அழுகை அவனை இளக்காது. 'சொன்னேனே கேட்டியா' என்று தான் செய்ததற்குச் சமாதானம் கூறுவான். பெரும்பாலான நேரம் ஆனந்தாயியின் முந்தானையைப் பற்றியவாறே திரிவான்.

வீட்டில் ஆயிரம் நடந்தாலும் சிறு குழந்தைகள் அவர்களுக்கான உலகத்தை எப்படியோ சிருஷ்டித்துக் கொள்கிறார்கள். வீட்டில் நடக்கும் சம்பவங்கள் அவர்களைப் பாதித்தாலும் உடனுக்குடனே அவர்கள் மறந்துவிடுவார்கள். சில மறக்க முடியாமல் சாகும் வரைக்கும் ஞாபகம் இருப்பதுண்டு.

அருள் எலுமிச்சை மரத்தை நல்ல தோழியாக்கிக் கொண்டாள். மரத்தடியில் உட்கார்ந்து கொண்டு இப்படிப் பேசுகிறாள் அதனிடம். 'நீ என்னைக்குச் சாகுறியோ அன்னைக்கு நானும் செத்திடுவேன். கதையில ராசஷன் உயிர் கிளிகிட்ட இருந்த மாதிரி என்னோட உயிர் உங்கிட்டதான் இருக்கு.' என்ன மனதில் நினைத்துக் கொண்டு இவ்வாறு பேசியிருப்பாள். கிறுக்குத்தனமல்லாது வேறு என்ன?

இந்த மரமும் வேகமாக மாறிக்கொண்டு வருகிறது. முன்பு இலை தெரியாமல் மரமே காயாகக் காய்த்திருக்கும். செவ்வந்திப் பூ போல் ஓரிரண்டு பழங்கள் பச்சைக் காய்களூடே எட்டிப் பார்க்கும். மரத்தடியில் நின்றால் வேகாத வெய்யில் என்றாலும் குளுகுளு வென்றிருக்கும். மேட்டை விட்டுக் கீழிறங்கிய கிளைகள் வாழைக் காணுக்குச் செல்லும் வாய்க்காலில் விழுந்து கிடந்ததால் அதை வெட்டி விட்டான் சின்னக் கண்ணு. கையில்லாத மனிதன் போல் பார்க்கவே பரிதாபமாக இருக்கிறது.

மணி பரிட்சை எழுதித் தோற்றுவிட்டான். படித்த படிப்பு வரை உத்யோகம் பார்க்கலாம் என்று அப்பாவை வேலைக்காக நச்சரித்தான். பெரியண்ணனுக்கு இறங்கு தசையோ என்னவோ புதிய காண்ட்ராக்ட் வேலைகள் குதிராமல், காடு விளையாமல், கடன் பளு ஏறிக் காசு புழக்கம் நின்று போனது.

அய்யர் வந்தார். பெரியண்ணனின் ஜாதகத்தைப் பார்த்துவிட்டு,

'குருதசை நடக்கிறது. அதில் கேது புத்தி என்பது விரைய காலம். வீண் விரயங்களும் அலைச்சலுமிருக்கும். எதையோ எதிர்பார்ப்பதும் அது நிறைவேறாமல் ஏமாற்றமுமாக இருக்கும். இந்தக் கால கட்டத்தில் பெரிய நன்மைகள் ஏற்பட வாய்ப்புகள் இல்லை. சும்மா இருந்தாலும் வம்பு தானாகத் தேடி வரும். வாயைத் திறந்தால் அது விவகாரமாகும். குருதசை என்பது நல்லது எது கெட்டது எது என்பதை அறியும் காலம். மகர ராசிக்காரர்கள் தனக்கு வரும் சோதனை களையே சாதனைகளாக்கும் காரியவாதிகள். காலம் கனிந்து வரும்போது தான் யார் என்பதை உலகுக்கு உணர்த்துவர். ஓடுமீன் ஓட உருமீன் வருமளவும் வாடி இருக்குமாம் கொக்கு போல் தற்சமயம் அமைதியா யிருக்க வேண்டியதே. அடுத்த தை மாதம் குரு கடக ராசியில் பிரவேசிக்கும் பொழுது நம்பிக்கையான பிடிப்பு உண்டாகும். கணபதி ஹோமம், நவக்கிரஹ ஹோமம் வீட்டில் செய்தால் அதுவும் ஜன்ம நட்சத்திர மான கேட்டை வரும் தினத்தில் செய்தால் குடும்பத்தில் எல்லாவித சௌகர்யங்களும் மகிழ்ச்சியும் உண்டாகு மென்று கூறப்படுகிறது. நவக்கிரக ஹோமம் சரியான நேரத்தில் தகுதியான நபர் மூலம் செய்தால் கைமேல் பலன் கிட்டும் என்பது சுருதியின் கருத்து' என்று நிறுத்தினார்.

ஆவலோடு கேட்டுக் கொண்டிருந்த பெரியண்ணன்,

'சரியான நபர்னா யார்?'

'என்ன, யாராவது அய்யிருதான்.'

'எனக்கு உங்களை விட்டா யாரிருக்கா?'

'திதி திவசம்னு ரெண்டு மூணு இருக்கு. முடிச்சுட்டு ஒரு நல்ல நாள் பார்த்துச் சொல்றேன். அன்னைக்கி ஹோமம் நடத்திடலாம்.'

'உங்களுக்குக் குடுக்கறதுக்குப் பணமில்லை, உங்களுக்குத்தான் தெரியுமே?' என்று சொல்லி கருணைக்கிழங்கு ஒரு கூடை எடுத்து மணியை அய்யர் வீடுவரை சென்று சேர்ப்பிக்கச் சொன்னார்.

'கவலைப்படாதே எல்லாம் நல்லபடி நடக்கும்.'

நவக்கிரக ஹோமம் நடத்துவதற்கு எல்லா ஏற்பாடு களையும் கவனிக்கத் தயாரானான். பணத்துக்குத்தான் அங்கு இங்கு என்று அலைய வேண்டியிருந்தது.

வீட்டு மேல்தான் கடன் என்றாலும் பெரியண்ணனின் நிலையைப் புரிந்து கொண்டு கரும்பு ரெட்டியார் இப்போது அப்போது என்று இழுக்கடித்தார். பெரும் பாலான சமயங்களில் அவர் ஊரிலிருப்பதில்லை. ஊரிலிருந்தாலும் பார்க்க முடிவதில்லை. அக்கம் பக்கம், தெரிந்தவர் தெரியாதவர் என்று கடன் வாங்கியதில் பெரியண்ணனைக் கண்டால் கடிவாளம் போட்டு, மாட்டை இறுக்கிப் பிடிப்பவர்போல் மடியை இறுக்கிக் கொள்கிறார்கள். வேறு வழியில்லாமல் காளை மாட்டு ஜோடியை நிறுத்திக் கொண்டு பசுமாட்டையும் எருமை மாட்டையும் விற்றான். ஒரு கிடாரிக் கன்று மட்டும் நின்றது சினையாய். வீட்டில் நல்லது பொல்லது புழங்குவது அடியோடு நின்றுவிட்டது. மேட்டாங் காட்டில் பெரும் பகுதியை விற்றுவிட்டான். எஞ்சிய 'வாலில்' சோளமும் கொத்துமல்லியும் விதைத்திருந்தான். வீட்டைச் சுற்றியிருந்த கழனியில் நெல்தான். விளைந்து வந்தால் வீட்டுக்குச் சாப்பாடு போதும். பண்டிகைக்குத் துணிகள் குழந்தைகளின் படிப்புச் செலவுக்குத் தாங்கும். வேறு செலவுகளுக்கு? தனம், திருமணப் பருவத்திலிருக் கிறாள். அருள் வளரும் பிள்ளை. பெரியண்ணன்

அவ்வப்போது விசாரத்தில் மூழ்கினாலும் நவக்கிரக ஹோமம் நடத்தியதால் நல்லது நடக்குமென எதிர் பார்த்தான்.

கலா வேறு பிரசவத்திற்கு வந்திருந்தாள். அவள் கணவன் அவளை ஆஸ்பத்திரிக்கு அழைத்துப் போக வேண்டுமென்றான். 'வீட்ல ரெண்டு பொம்பளைகள் இருக்கும்போது, இவ்வளவு பெரியவீடு, பிரசவத்திற்கு கைராசியான மதலையம்மா இருக்கும்போது எதுக்கு ஆஸ்பத்திரி' என்று ஆனந்தாயி வீட்டிலேயே ஏற்பாடு செய்து விட்டாள். ஆனந்தாயிக்கு வலிப்பதும் தெரியாது பிள்ளை வந்து விழுவதும் தெரியாது. கலாவோவெனில் வீட்டை இரண்டு படுத்தி விட்டாள். குழந்தையின் தலை வெளியே வரும் சமயம் பார்த்து 'விசுக்'கென எழுந்து விட்டாள். 'இப்படியே இந்தப் புள்ள செல்லங் கொஞ்சுனா புள்ள உள்ளவே சாக வேண்டியதுதான்' என்று அவளை உட்கார்த்தி இரண்டு பேர் அழுத்திப் பிடித்துக் கொள்ள அவள் கத்துதலை அலட்சியம் செய்து, மதலையம்மா குழந்தை சுலபமாக வரும்படி யாகச் செய்தாள். கன்னங் கருப்பாய்க் குழந்தை வந்தது வெளியே. 'ஆனந்தாயி உம்பேத்திக்குத் திருஷ்டி பொட்டுகூட வக்க முடியாது அப்பேர்ப்பட்ட கருப்பு' என்று மதலையம்மா கேலி சொல்லவும், 'அது கெடக்குது போ. கருப்போ சிகப்போ அதுக்கு மாப்ளே ஏற்கனவே பொறந்திருப்பான்' என்று வாஞ்சையோடு குழந்தையை வாரிக் கொண்டாள். பெரியண்ணன் குழந்தைக்கு வெள்ளி அரைமுடி, காதுக் கடுக்கன் எல்லாம் பிறகு செய்து போடுவதாகச் சொல்லி வெறும் துணிமணி யோடு செலவை முடித்துக் கொண்டான்.

கலா பிரசவத்திற்கு வந்திருந்தாள் முத்தக்கா. தலை முடி குபீரென்று வெளுத்துவிட்டது. இடையில் முறைக் காய்ச்சல் வந்து ஆளைக்கிடத்திவிட, வடுமா போல் வற்றிச் சுருங்கி விட்ட மார்பகங்கள். பெரியண்ணன் திண்ணையிலிருந்தால் இவள் புழக்கடையில் இருந்தாள்.

புழக்கடையில் இருந்தால் இவள் திண்ணைக்கு நழுவி விடுவாள். பிரசவ வீட்டு வேலையோடு வேலையாய் இவளுக்கும் நல்லது பொல்லாது வடித்துக் கொடுத்தாள் ஆனந்தாயி. 'அடுத்தப் பிரசவத்திற்கு ஆள் இருப்பாளோ என்னமோ யார் கண்டது' என்று உள்ளூர நினைத்துக் கொண்டாள் ஆனந்தாயி.

25

பின்பனிக்காலம், விடியற்காலை. கனமான பனி பெய்து கால் வைக்குமிடமெல்லாம் பிசுபிசுத்தது. லெச்சுமிக்கு விடியற்காலையில் விரைவாக விழிக்க முடிவதில்லை. இரவு நெடுநேரம் வரை தூக்கம் வரா திருப்பதுகூட ஒரு காரணமாயிருக்கலாம். அவளுக்குத் தூக்கம் வரும் சமயம் பார்த்து பெரியண்ணன் அவளை அழைப்பான். எனவே பிள்ளைகள் பள்ளிக்கூடம் போகும் நேரம் கீழே இறங்கி வருவாள். பல்விளக்கிக் கொஞ்சம் போல் பழையது சாப்பிட்டுவிட்டு கம்போ சோளமோ எடுத்து ஒருத்தியாய் குந்தாணியில் இடித்துக் கொடுத்தபின் குளிக்க சோப்பு, மாற்றிக் கொள்ள புடவையுடன் மோட்டாங்காட்டுக்குக் கிளம்பி விடுவாள். தலையில் துணியைப் போட்டுக் கொண்டு பொழியில் புல்லறுப்பாள். காட்டு வேலைக்கு ஒவ்வொன்றாகப் பழகிக் கொண்டாள். பெரியண்ணன் அவளைத் தனியாகக் காட்டுக்கு அனுப்புவதில்லை. லீவு நாளாக இருந்தால் தனமாவது அல்லது அருளாவது கூடவே கிளம்புவார்கள். மற்ற நாட்களில் பூங்காவனம் துணையாகச் செல்வாள். கொத்துமல்லி, சோளத்துக்குக் களையெடுப்பது, மாட்டுக்குப் புல்லறுப்பது, பைங்காலில் உள்ள முள்ளு மரங்களில் காய்ந்தவற்றை ஒடித்து விறகுக் கட்டுவது, எதுவுமில்லாவிடில் ஈன்ற 'கோ'வையும் கன்றுக்குட்டியையும் பிடித்துக்கொண்டு பொழியில் மேய்ப்பது என்று மதியப் பொழுது கழியும். அறுவடை நாட்களில் நெல்லறுப்பும், மோட்டாங் காட்டில் சோளமறுப்பும் தட்டை கட்டி குத்திரியிடு

வதும், பயறு நெற்றுகளைப் பொறுக்குவதும், பின் காய்ந்த சோளத் தட்டைகளை வேரோடு வெட்டி நெல் வேக வைப்பதற்காகக் கட்டிக் கொண்டு வருவதும், துவரையுடைப்பதும் ஏதாவது மாற்றி மாற்றி வந்து கொண்டேதான் இருக்கும்.

அருள் சின்னம்மாவுடன் காட்டுக்குக் கிளம்பும் போது உப்பு, புளி, பூண்டு இவற்றைத் துணியில் முடிந்து கொள்வாள். வாசக் கொத்தமல்லியைப் புதிதாகப் பறித்துப் பெரிய கல்லைக் கழுவி, அக்கம்பக்க மிளகாய்க் காட்டில் பச்சை மிளகாய்ப் பறித்து கல்லாலே இடித்து சுவையான துகையல் தயார் செய்து விடுவாள். கொட்டாமணக்கு இலை அல்லது மஞ்சள் கிழங்கின் இலை பறித்துச் சாப்பிடத் தயாராகி விடுவாள். வேலை களினூடே மூக்கால் 'ங்...கீ' என்று ஏதாவது பாடிக் கொண்டிருப்பாள். நெருப்புப் பெட்டியில் பொன் வண்டு பிடிப்பது, தும்பியில் வாழைநார் கட்டிப் பறக்க விடுவது, பூவரச இலையில் பீப்பீ ஊதுவது, கன்றுக் குட்டியைத் துரத்திப்பிடிப்பது என்ற விளையாட்டு களில் ஈடுபடுவாள். அவ்வப்போது சின்னம்மாவுக்கு உதவியாக நீர் முகர்ந்துத் தருவதும், களைக்கொட்டில் சிக்கிய மண்ணை மற்றொரு களைக்கொட்டால் போக்கித் தருவதும் உண்டு.

தனம் வந்தால் சிறிது நேரம் சின்னம்மாவோடு, தயங்கித் தயங்கி வேலை செய்வாள். வெய்யில் உக்கிரம் பெறும்போது வன்னிமரத்தடியில் விரியன் பாம்புக் குட்டிபோல் சுருண்டு விடுவாள். வால்போல் நீண்டு கிடந்த மோட்டாங் காட்டில் காற்று சுழன்றடிக்க, மானாவாரிப் பயிர்களின் வாசத்தை முகர்ந்தவாறு ஞாபகமெல்லாம் பழமையின் சுவடுகளில் பதிந்திருக்க, கைகள் அனிச்சையாக வேலைகளில் ஈடுபட்டிருக்கும் லெச்சுமிக்கு.

பங்குனி வரை, மோட்டாங்காட்டில் இப்படி ஏதாவது வேலையிருந்து கொண்டேதானிருக்கும். பூங்காவனம்

கூட வரும் நாட்கள் லெச்சுமிக்குப் பிடித்தமானவை. அவளிடம் பிறந்த கதை வாழ்ந்த கதையென்று சளசள வென்று பேசிக் கொண்டிருப்பாள். அவள் மாமன் காரன் விறகுக்கும் கொம்புத்தேனுக்கும் மலைக்குச் செல்லும்போது இவள்கூடச் சென்றதும் பாய்முடைய 'ஈஞ்சி' உடைக்கச் சென்றபோது மலைக்காட்டில் கரடி வந்ததுபற்றியும் சொல்வாள். மானாவாரிக் காட்டில் உழைப்பவர்களுக்கு அடர்ந்த புதரும், பசுமரங்கள் நிறைந்த காடும், மானும், தேனும், கரடியும்... எல்லாம் வியப்புத்தானே! பூங்காவனம் ஆசையாய் அப்புறம்.. அப்புறம்.. என்று கேட்கும்போது லெச்சுமி தன் கற்பனை வளத்தையும் சேர்த்துச் சுவையான கதைகள் சொல்வதுண்டு.

'ஒரு தடவை மலங்காட்ல வெறகு வெட்டப் போகையில காட்டு யானை வந்து, தடத்தை மறிச்சுப் போட்டது. காட்டு யானை சர்க்கஸ் யானை மாதிரி கிடையாது. ஆளுகள மிதிச்சித் துவைச்சிடும் விநாயக னேன்னு பிள்ளையாரை முதல்லயும் வீரபத்ரசாமின்னு ரெண்டாவது குல தெய்வத்தையும் கூப்டவுடனே பின் பக்கமாகவே ஓடிப்போய்ச்சு.' தேவர் பிலிம்ஸ் பார்த்த மாதிரி இருந்தது பூங்காவனத்துக்கு.

'வனத்தில் பந்தம் புடிச்ச மாதிரிக்கி நெலா எரிஞ்சிக் கிட்டிருக்கு. நெருப்புப் பத்தப் பத்தப் பானையிலே பால் பொங்கி வழியுமே அதுமாதிரி மலங்காட்ல பால்மாதிரி வெளிச்சம். சாமக் கதிருக்கும், தெனைக் கதிருக்கும் காவல் இருந்தோம். திருட்டுப் பசங்க பக்கத்துக் காட்ல தெனையறுத்துக் கிட்டாருந்தானுஹ. சத்தம் போட்டாக்கி பொம்பளைன்னுகூடப் பாக்காத மென்னியத் திருகிடுவானுஹ. கால்ல கட்டைப் பாஞ்சி மலையருவி மாதிரி ரத்தம் பீச்சிக்கிட்டு வருது, ஒரு சத்தம் போடல. எங்கத் தாய் மாமாவைத்தான் கல்யாணம் பண்ணி வச்சாஹ எனக்கு. அதும் என்கூட இருக்கு. அப்போ கல்யாணம் ஆஹல பாத்துக்கோ.

போட்டிருந்த ஷர்ட்டால காயத்தைக் கட்டிட்டு என்னைத் தோள்ல போட்டுக்கிட்டு கீழே இறக்காம வீடு வந்து சேத்தினாரு பாரு 'அடி ஆத்தி'ன்னு ஊர் சனமே மூக்கில் வெரலை வச்சாஹ.'

'எங்கப் பக்கட்டு புளிச்ச கத்தரிக்காப் பழம்னு, பவழம் போல மின்னிக்கிட்டு இருக்கும். மரத்திலே யிருந்து பறிச்சு சாப்டா சாறு தெறிச்சுக்கிட்டு வரும். தேன் மாதிரியே இருக்கும். இந்தப் பக்கட்டு அது காணோம்.'

'வீரப்பழம்னு செவப்பா இருக்குமே, அதைச் சொல்றீங்களாம்மா?'

'வீரப்பழம் சாப்டாத்தான் நாக்கில பின்னிக்கிட்டு துவர்ப்பு இருக்குமே, இது இனிச்சுட்டேல்ல இருக்கும்!'

'அந்தப் பழத்தைப் பாக்கணும்போல் ஆசையா யிருக்குமா.'

'அது போச்சா, மூக்குச்சளிப்பழம்னு வெள்ளை வெளேர்னு, உள்ள மிளகுக் கொட்டை மாதிரி கருப்பா விதை, வெள்ளைக் கண்ணாடிக் கூண்டுல குழைச்சு மூடிவச்சது போலிருக்கும்.'

'வெள்ளை நாவல் பழமாம்மா?'

'இது வேறம்மா இது ஒரு தனி ருசி, மணம்.'

'... ... ...'

'காட்டுப்பக்கம் போனா, ஒண்ணும் வேணா, மருதாணிச் செவப்பில பழுத்திருக்கும் சப்பாத்திப் பழத்தப் புடுங்கித் தின்னுக்கிட்டு ஊத்துத் தண்ணியக் குடிச்சா போதும், வீடு வந்து சேர்ற வரைக்கும் ஒண்ணும் தேடாது.'

'... ... ...'

'இங்க என்ன இருக்கு, பத்து மைல் தூரம் போனாலும் கொத்தமல்லிக் காட்ல நின்னு பாத்தாக்க ஒரு சின்ன ஈ மாதிரியாவது ஆள் நிக்கறது தெரியுமாச்சே. ஒரே அத்துவானமால்ல இருக்கு. அங்க காட்டுக்குள்ளே நுழைஞ்சாக்க ஒண்ணுமே தெரியாது சடக்னு திரும்பிப்

பாக்றதுக்குள்ளே காட்ல மறஞ்சிடலாம். இப்பிடி வெறகுப் பொறுக்கிட்டிருப்போம். அப்பிடிக் காட்டு யானை நின்னாக்கூடத் தெரியாது. அது சடசடன்னு கிளையை ஒடிச்சாத்தான் ஓஹோ பக்கத்துல யானை இருக்கு போலிருக்கு, சாக்கிரதையா இருக்கணுமின்னு தெரியும். மரம் ஒண்ணு ஒண்ணு பத்தாள் கை பிடிச் சாலும் கொள்ளாது பெரிசு பெரிசா இருக்கும். அதுமேல கொடி படர்ந்து சிக்கிக்கிட்டு கெடக்கும். பொதரும் செடி கொடிகளுமா காட்டுக்குள்ள பூந்துட்டா குளு குளுன்னுதான் இருக்கும், வெய்யிலே தெரியாது.'

வேகாத வெய்யிலில் தலையில் முக்காடு போட்டுக் கொண்டு புழுங்கித் தவிக்கும் இறுக்கத்தில்... பசியில்... சுனைநீர், அடர்ந்த மரத்தின் நிழல் தரும் குளுமை, ரத்தச் சிவப்புத் தித்திப்புப் பழங்கள். கேட்கவே சொர்க்கம் போலிருக்கும் பூங்காவனத்துக்கு. அதை யெல்லாம் விட்டுவிட்டு ஏன் இந்தம்மா இங்கே கஷ்டப் படுகிறாள் என்று நினைத்துக் கொள்வாள்.

பதினைந்து இருபது வருடங்களுக்குமுன் ஏதோ ஒரு மனநிலையில் பதிவு செய்யப்பட்ட காட்சிகள், நிகழ்ச்சிகள் தான் அவை. இவ்வளவு வருடங்களுக்குப் பிறகு அந்தக் காடுகளே இல்லாமல் அழிந்திருக்கலாம் என்று பூங்காவனத்திற்குத் தோன்றவில்லை.

லெச்சுமி பேசி முடித்தபின் சிறிது நேரம் மௌனம் நிலவும். பூங்காவனத்துக்கு நிலாப்பால் வழியும் தினைப்புணமும், வண்ண வண்ண வாச மலர்களும், பசித்தால் புசிப்பதற்குப் பெயர் தெரியாத, ருசியும் மணமுமிக்கக் காட்டுப் பழங்களும்... இவள் கையில் தினைக்கதிரை விசிறிக்கொண்டு அந்த உல்லாச உலகத்தைச் சுற்றிப்பார்க்க வந்தவள் போல... கற்பனைகள் விரியும்.

சில நாட்களில் ஆனந்தாயி மதியச் சாப்பாடு எடுத்துக் கொண்டு மோட்டாங் காட்டுக்கு வந்து விடுவாள். அன்று ஆனந்தாயி வரும் போது லெச்சுமியும் பூங்கா

ஆனந்தாயி ~ 205

வனமும் மடிகோலி பயத்த நெற்று பொறுக்கிக் கொண்டி ருந்தார்கள். பொறுக்கும்போது சூடு தாளாமல் கையிலே சில நெற்றுக்கள் வாய்பிளந்தன.

'எட்டியேம்மா, நானும் சோறு கொண்டாந்து எம்புட்டு நேரமாச்சு. என்னம்மோ பெரிய வேலைக் காரிங்க மாதிரிதான் கூப்புட... கூப்புட...'

'வந்துட்டோங்க்கா.' – லெச்சுமி குரல் கொடுத்தாள். சோளக்குத்திரியின் நிழலில், கொட்டாமணக்கின் பரந்த இலையில் சூடான கம்மஞ் சோறை கொட்டைச் சிப்பால் மொண்டு கவிழ்த்தாள். குழி செய்து கத்தரிக் காயும், மொச்சையும் போட்டு வைத்த தடிப்பானக் குழம்பை ஊற்றினாள். ஆனந்தாயும் ஒரு இலையை எடுத்துக்கொண்டாள். கையைச் சுழற்றி சூடான சோற்றை விண்டு குழம்புக்குள் முக்கியெடுத்து நாக்கை நீட்டி மேலண்ணத்தில் படாதவாறு வைத்து 'வெடுக்' கென விழுங்கினாள்.

'என்னக்கா பீரங்கில் குண்டத் தள்ற மாதிரி தள்ளுறீஹ.'

பூங்காவனத்திற்குச் சிரித்துச் சிரித்துப் புரையேறி விட்டது. ஆனந்தாயிக்குச் சிரிப்பு வந்து விட்டது.

'நீங்க எப்பிடி சாப்பிடுவீஹளாம்?' ஆனந்தாயும் லெச்சுமி போல் இழுத்துப் பேசினாள்.

பூங்காவனம் பொங்கிப் பொங்கிச் சிரித்தாள்.

'அக்கா நீங்க உக்காந்து மூணு மாசத்துக்கு மேலாகு துல்ல. என்ன விசேஷம்?' லெச்சுமி கண் சிமிட்டினாள்.

கண்டு பிடித்து விட்டாளே என்பதில் லேசான எரிச்சல் ஏற்பட்டது. 'என்னாத்த மூணு மாசம். எக்கல... எனக்கு இதாண்டியம்மா வேலை.'

'கொஞ்ச நாள் போனாத் தெரியப் போகுது. கலாவுக்கு அடுத்த புள்ள பொறக்கங்காட்டியும் நம்ம வீட்ல ஒண்ணு பொறந்துடும்.'

'தா... வயசுப் பொண்ணு இருக்கத்தாவில இதென்ன பேச்சி?'

‘என்னக்கா நீங்க மூடிமறைக்கப் பாக்குறீங்க. நானும் பாத்துக்கிட்டுத்தானே வரேன்.’

‘ஆமா... மவளக் கட்டிக்குடுத்துப் பேரம் பேத்தி எடுத்த வயசில நான்தான் கொமரிக்குட்டி மாதிரி அலையிறனா? அது ஒரு வெயாதி மாதிரி அப்பப்ப நின்னு போவுது. டாக்டர் கிட்டே மருந்து வாங்கிச் சாப்பிட்டா வந்துடும். வராம எங்கப் போப் போவுது?’

சொல்லிக்கொண்டே தூரத்தில் பார்த்தாள். யாரோ ஒருவன் பனைமரத்தடியில் நின்று இங்கேயே பார்ப் பதாகப் பட்டது. ஆனந்தாயி கவனிப்பதைப் பார்த்ததும் மெல்ல நழுவினான். எவனோ தெரியவில்லை நின்னு பார்த்துவிட்டுப் போகிறான் என்று ஒதுக்கித் தள்ள முடியவில்லை.

‘பனைமரத்துப் பக்கமாக வடக்கமாகப் போறானே அவன் யாரு?’

‘அது யாரோ? பக்கத்துக் காட்டுக்காரனோ என்னவோ?’ லெச்சுமி அசட்டையாகப் பதில் சொன்னாள்.

பூங்காவனம் அவன் யாரென்று தெரிந்து கொண்டாள். மனம் படபடத்தது.

26

அய்யாக்கண்ணு மகன் மகாராஜா வளர்ந்து விட்டான். கட்டுமஸ்தான இளைஞன் என்று சொல்லிவிட முடியாது. அதே சமயத்தில் சிறு பிள்ளை என்று ஒதுக்கியும் விட முடியாத வயசு. அய்யாக்கண்ணு வீட்டுக் கூரையைப் பிரித்து இரண்டு ஆட்களோடு புதுக்கூரை வேய்ந்தான். நெல்லுக்குத் தண்ணீர் கட்ட மகாராஜாவை அனுப்பினான்.

தன் நிலத்துக்குப் பாய்ந்ததும் புறம்போக்கில் ஒரு ஏக்கரா அளவு வளைத்துப் போட்டிருந்த நஞ்சைக்குத் திருப்பினான் நொள்ளைக்கண்ணு. திருப்பி விட்டு மண் வெட்டியை அங்கேயே போட்டுவிட்டு ஏரிக் கரையோரமாக நடந்தான். பூவரச மரத்து நிழலில் மாடு மேய்த்துக் கொண்டிருந்த சொட்டையனின் மருமகளிடம் வம்பு வளர்க்கப் போய்விட்டான். அவர்கள் ஒருவரை ஒருவர் சீண்டி விளையாடுவது எல்லோருக்கும் தெரியும்.

மகாராஜாவுக்குப் பொழுதிறங்குவதற்குள் வீடு போக அவசரம். எனவே மடைவாசலைத் திருப்பி தனது வயலுக்குப் பாய்த்து விட்டு துவைத்துப் போட்டிருந்த 'அன்ட்ராயரை' எடுக்க வேலியோரம் போனான்.

அதற்குள் விளையாட்டை முடித்துக்கொண்டு தண்ணீர் பாய்ந்திருக்கும் மடைவாசலைத் திருப்பிவிட வேண்டும் என்று வேகமாக ஓடி வந்தான் நொள்ளைக் கண்ணு. வந்து பார்த்தபோது தண்ணீர் கால்வாசிகூடப் பாயாமலிருந்தது. அய்யாக்கண்ணு நிலம் பாய்ந்திருப் பதை வாய்க்காலின் ஈரம் கொண்டே கவனித்து

விட்டான்.

'ஏய்... ம் பயலே... நில்ரா, அங்கியே. ஒரு எட்டு மேல் எடுத்து வச்ச நெஞ்செலும்பு எண்ணிப்புடுவேன்.' சொல்லிக்கொண்டே மண்வெட்டியோடு மகாராஜனை நெருங்கினான்.

கையில் ஆயுதம் இல்லையென்பதை உணர்ந்த மகாராஜன் நின்றால் ஆபத்து என ஓடி வந்து விட்டான்.

வீட்டுக்கு வந்ததும் தன் அப்பாவிடம் விஷயத்தைச் சொன்னபோது 'எட்டியோ அந்தக் கொடுவாள எடுத்தாடி' என்று அங்கம்மாவைக் கேட்டான் அய்யாக்கண்ணு. கூரை மேயும்போது சிம்பு எதையேனும் கழிக்க வேண்டியிருக்குமோ என்று பயபக்தியோடு கொடுவாளை எடுத்துவந்து கொடுத்தாள். கையிலே கூர்ப்பை உரசிப் பார்த்தவன் கூர்மை போதாது எனத் தோன்ற, பக்கத்திலிருந்த கல்லில் 'சரக் சரக்'கென்று தீட்டினான். அவன் முகம் 'கடுகடு'வென்றிருப்பதையும் அவன் ஆக்ரோஷமாகக் கத்தியைத் தீட்டுவதையும் பார்த்த அங்கம்மா மகாராஜனிடம் 'என்னடாப்பா... என்னடாப்பா' என்று வினவினாள். அவன் விஷயத்தைச் சொல்லவே அய்யாக்கண்ணுவின் காலில் விழுந்தாள் அவள். அவளை உதறித் தள்ளிவிட்டு,

'இன்னிக்கு நான் சாவணும், இல்ல அந்த நொள்ளக் கண்ணு பயல் சாவணும்... விட்றி... வல்லா... அந்த ஆய்யா... நான்... நானா அவனான்னு பாக்கறேன் விட்றீங்கறேன்!'

'ஏ... சாமி.. பிடிங்கடோய்... என்னை மோசம் பண்ணிடுவோம் போலிருக்கே... பிடிங்கடோய்.' அவள் தெருவில் மாரில் அடித்துக்கொண்டு அழவும் மூன்று நான்கு பேர் அய்யாக்கண்ணுவை மல்லுக் கட்டி இழுத்து வந்தார்கள்.

கள்ளச்சாராயம் வாங்க குள்ளன் வீட்டுக்கு அலுமினியக் கிளாசு எடுத்துக்கொண்டு ஓடி சாராயம் நிரப்பிக் கொண்டு வந்தாள் அங்கம்மா. 'சொச்சமும்

நாளைக்குப் பாத்துக்கலாம். இந்தா இதைக் குடி; குடிச் சுட்டு மொடக்கிக்க' என்று வேண்டாம் வேண்டாம் என்றவனைக் கெஞ்சிக் குடிக்க வைத்தாள்.

குடித்தபின் அவன் நெஞ்சைத் தட்டிக்கொண்டு வந்து பாருங்கடா வந்து பாருங்கடா என்று சிறிதுநேரம் புலம்பிவிட்டுக் தூங்கிவிட்டான். தூக்கத்திலே கூட 'வந்து பாழுங்களா... வந்து பாழுங்களா...' என்று உளறிக் கொண்டிருந்தான். அவன் தூங்கியதும் 'எதுக்குடா ஒய்யாக்கிட்ட இத வந்து சொன்ன' என்று மகாராஜனை விரட்டிவிட்டுக் கொடுவாள், கத்தி இவைகளை அடுக்குப் பானைக்குள் ஒளித்து வைத்து விட்டுப் படுத்தாள்.

இது நடந்து இரண்டு நாட்களாயிருக்கும். மகாராஜன் டவுனுக்குப் போயிருந்தபோது யாரோ பெயர் தெரியா தவர்கள் அவனை சைக்கிள் செயினால் அடித்துப் போட்டு விட்டார்கள். ஆஸ்பத்திரிக்கு அவனைத் தூக்கிச் சென்ற பிறகுதான் அய்யாக்கண்ணுவுக்குத் தகவல் வந்தது.

அன்று நடுச் சாமமிருக்கும். அய்யாக்கண்ணு பெரியண்ணனிடம் ஓடி வந்தான்.

'மச்சான்... மச்சான்... நீங்கள்ளாம் இருக்கும்போது நாங்களும் பிள்ளைகளும் அநாதையாயிட்டமே. இந்த ஊர்ல கேப்பார் கேள்வி இல்லாமல் போச்சே. போலீஸ் ஸ்டேஷன்ல ப்ராது குடுத்தாலும் நடவடிக்கை எடுக்க மாட்டேங்குறானுவளே.'

'போடா போய்ப் படுத்துத் தூங்குடா, விடிய காலம் பாத்துக்கலாம்.' பெரியண்ணன் அவன் கதையைக் கேட்டபின் சமாதானம் செய்தான்.

அதற்குள் அடுத்த வாரத்தில் தனக்குச் சேர வேண்டிய தண்ணீரைச் சட்ட விரோதமான வகையில் புறம் போக்கு நிலத்துக்குப் பாய்ச்சுவதாகவும், பயிர் வாடு வதாகவும், அதனால் ரயத்துவாரி உரிமை பாதிக்கப் படுகிறது எனவும் புறம்போக்கு நிலத்துக்குத் தண்ணீர்

பாய்ச்சக் கூடாது என உத்தரவு வழங்க வேண்டுமென அய்யாக்கண்ணு தரப்பில் மனுதாக்கல் செய்து சப் மாஜிஸ்ரேட் கோர்ட்டில் வக்காலத்து நாமாவும் பதிவு செய்யப்பட்டது.

கோர்ட்டு சம்மன் கங்காணிக்கும் அவரின் புதல்வர்களுக்கும் வந்தபோது நொள்ளைக்கண்ணுவும் ராஜமாணிக்கமும் ருத்ரதாண்டவம் ஆடினார்கள். அய்யாக்கண்ணுவின் போதாத வேளை குள்ளன் வீட்டில் நல்ல போதையேற்றிக் கொண்டு கங்காணி குடியிருந்த தெருமூலையில் நின்றுகொண்டு 'என்னாடாப் பண்ணிப் பிடுவீங்க, வந்து பாருங்கடா! அம்புட்டுப்பேரு சேர்ந்து வந்தாலும் ஒத்தை மசுரக்கூடப் பிடுங்க முடியாது' என்றும் இன்னும் ஆபாசமான வசவுகளையும் விடுத்தான்.

சாயங்கால வேளையில் குழந்தைகளை இடுப்பில் வைத்துக்கொண்டு பராக்குக் காட்டிக் கொண்டிருந்த பெண்டுகள் 'அய்யாக்கண்ணுக்கு நேரம் வந்திருச்சி' என்று காலம் குறித்தார்கள்.

திண்ணையில் உட்கார்ந்திருந்த கங்காணி எழுந்து உள்வீட்டுக்குச் சென்று விட்டார். இரண்டு மூன்று பேர் சென்று அய்யாக்கண்ணுவை அவரவர் உறவு முறையைச் சொல்லி 'போ மாமா பாத்துக்கலாம்,' 'போண்ணா சர்தான்' என்று அடக்கிப் பார்த்தார்கள். அடங்குவதாகத் தெரியவில்லை. ராஜமாணிக்கம் வீட்டிலில்லை. நொள்ளைக்கண்ணனும், இளையவன் தங்கதுரையும் மட்டும் இருந்தார்கள். அதே தெருவில் குடியிருந்த மூத்த மகன் 'வாத்தியார்'. அவனும் வந்து விட்டான்.

'அப்பா இந்தப் பயல இப்பிடியே உட்டா சரிப்பட்டு வராது. போட்டுக்குடுத்தாதான் சரிப்படுவான். நீங்க கவலைப்படாதீங்க. போலீஸை நாங்க சரிக்கட்டறோம், அந்தப் பயல் குள்ளனையும் கள்ளச்சாராயக் 'கேசு'ல புடிச்சிடலாம்.' சொல்லிக் கொண்டே அய்யாக்

கண்ணுவை அடிக்கக் கிளம்பிவிட்டனர்.

இதற்குள் உலை வைப்பதற்குக் 'கங்கு' வாங்கப் போன அங்கம்மாவுக்குச் சேதி போய்விட்டது. கரண்டியில் வாங்கிய கங்கை தெருவிலே போட்டு விட்டு 'குய்யோ முறையோ' என்று ஓடி வந்தாள்.

அவள் வருமுன் அய்யாக்கண்ணுவைப் பதம் பார்த்து விட்டனர். அவனும் நொள்ளைக்கண்ணனைத் தாக்கியிருந்தான். தங்கதுரைக்கு இடுப்பில் ஒரு அடி. மூன்று பேர் சேர்ந்து கொள்ளவும் இவனால் சமாளிக்க முடியவில்லை. மூன்று பேரும் உடும்புப்புடி போல் பிடிக்க வருவதும் இவன் திமிறிக் கொண்டு திட்டிக் கொண்டு காலாலும் முஷ்டியாலும் உதைப்பதும்...

கூட்டம் அவர்களைக் கலைத்துவிட்டது. 'மூணு பேர் சேர்ந்து ஒருத்தனை அடிச்சிட்டானுவளே.. அவ நல்லாயிருப்பானா... நாசமத்துப் போவ.' அங்கம்மா மனங்கொண்ட மட்டும் 'வாசாப்பு' விட்டாள்.

ஒரு அடி என்றாலும் நொள்ளைக்கண்ணனுக்குப் பலமான அடி. அதுவேறல்லாமல் தொண்டையை நண்டுப்பிடி போல் பிடித்து விட்டான் அய்யாக் கண்ணு. மூன்று நாட்கள் சோறு விழுங்க முடியாமல் சிரமப்பட்டான். அய்யாக்கண்ணு மேல் போலீஸில் சொல்லி வழக்குப்போட வைத்தார் கங்காணி. போலீஸ் கேஸ் ஒருபக்கமும் சிவில் கோர்ட்டு கேஸ் ஒருபக்கமும் என நடந்து கொண்டிருந்த வழக்கு, வாய்தா வாய்தா என்று தள்ளிப் போய்க் கொண்டிருந்தது.

குள்ளன் வெலாமுத்தூர் காட்டுப் பாதை வழியாக இரண்டு கறுப்புக் கேன்கள் நிறைய சாராயம் வைத்து சைக்கிளைத் தள்ளிக் கொண்டு வந்தபோது 'எண்ணே கொஞ்சம் கிடைக்குமாண்ணே' என்ற குரல் கேட்டுத் திரும்பினான். முகம் புதிதாக இருக்கவும் 'என்னப்பா வேணும்' என்றான். 'அதாண்ணே நீங்க தள்ளிட்டுப் போறீங்களே.'

'எதை? டீசலையாக் குடிக்கப் போற?'

'டீசலாடா அது... ஆய்யாள...' குள்ளனைப் பிடித்துக் கொண்டு போய்விட்டனர்.

குள்ளனைப் பிடித்த அதே சமயம் அவன் வீட்டுக் காரி ஊராயி வீட்டுக்கு வந்தவர்களுக்கெல்லாம் 'இன்னும் சரக்கு வர்ல...' என்று சொல்லிக் கொண்டிருந்தாள். சில முக்கியஸ்தர்களுக்கு மட்டும் என்று கொஞ்சமாக ஒரு மண்குடத்தில் ஊற்றி வைத்திருந்தாள். அவளுக்குப் பெயர் ஊராயி என்றாலும் நாளடைவில் 'ஊறலாயி' என்றாகிவிட்டது. யார் கிடைப்பார்கள், சண்டைக்குப் போலாம் என்பது போல் எப்போதும் சிடுசிடுவென்றிருப்பாள்.

அவளிடம் 'எக்கா' என்றாலும் 'எலே, என்னடா எக்கா... எக்கா!' என்பாள். 'எம்மா' என்றாலும் 'எவண்டாவன் எம்மாங்கறது?' என்பாள். 'உன்னை பின்ன எப்பிடித்தான் கூப்டறது? 'யக்கோய்'னு கூப்பிடட்டுமா' என்றால், 'என்ன, பரியாசம் பண்ண வந்துட்ட, யக்கோய்யாமே யக்கோய்' என்று கூவிக் காண்பிப்பாள். அவளுடைய கோபத்துக்குக் காரணம் பழைய பாக்கி ஏதாவது இருக்கும். 'உனக்கும் எனக்கும் என்னா பேச்சி? காசைக் குடுத்தியினா சரக்கு வருது; அதை வுட்டு எக்காங்கறதும் நங்கைங்கிறதும்... இதெல்லாம் சொன்னாப்பில...' சிரித்துப் பேசினால் கடன் சொல்லி விடுவார்கள் என்ற பயம் போலும்.

அவள் வீட்டுக்கு அன்று 'ஊராயி... எதுனாச்சும் இருக்கா' என்று கேட்டு வரவும், உள்ளே தவிட்டி லிருந்து நொய்யைத் தெக்கிப் புடைத்துக் கொண்டிருந்தவள், 'யார்ரது, ரொம்ப சலுவையா ஊராயின்னு அட்டால் போட்டுக் கூப்புடறது' என்று உள்ளிருந்து குரல் கொடுத்தாள்.

'வெளியே வந்து பாரு' குரல் புதிதாக இருந்தது.

'யாரு புதுசாருக்கு.' கேட்டுக்கொண்டே புடவை யைத் தவிடு போகத் தட்டிக்கொண்டே வெளியே வந்தாள்,

‘எங்கே எடுத்தார்ல?’

மேலும் கீழும் பார்த்துவிட்டு, ‘இங்கல்லாம் எதுவுமில்ல. ஆம்பள வந்ததுக்குப்புறம் கேளுங்க.’

வந்தவர்களில் ஒருவன் ஒரு ஐந்து ரூபாயை நீட்டினான். பச்சைத் தாளைப் பார்த்ததும் வாங்கிக் கொண்டு தயக்கத்தோடு உள்ளே போனாள். ஊறலை குடத்தைச் சாய்த்துப் பிடிக்கவும் அவளைக் ‘கப்’ என்று பிடித்து விட்டனர்.

‘சாமி... சாமி.. புள்ளக்குட்டிக்காரி சாமி... ஓங்கால்ல வேணாக்கூட வில்வறேன் சாமி... சொன்னாக் கேளு சாமி... புள்ளிங்க வெளயாடப் போயிருக்கு... வந்து சோறு, சோறுங்கும் சாமி...’ அவளைப் பிடித்து இழுத்துக் கொண்டு போய் விட்டனர்.

இவ்வளவுக்கும் காரணம் கங்காணிதான் என்று தெரிந்துகொண்டு அவர் வீட்டு வாயில் வழியாகப் போகும் போது ‘கொள்ளி வைக்க ஒரு ஆம்பளப் பயகூட தங்க மாட்டான். அந்தத் தட்டுவாணி கடைசி வரைக்கும் தட்டுவாணியாத்தான் இருப்பா’ என்று ஓங்கி பத்துத் தெருவுக்குக் கேட்கிற மாதிரிக் குரல் கொடுத்தாள். கூட வந்த மப்டி போலீஸ் ‘இந்தா... பேசாமப் போறியா இல்ல...’ என்று மிரட்டவும் ‘ஐயோ, செவனே...’ என்று இரண்டு கைகளையும் சேர்த்துக்கொண்டு தலையில் மடேர் என்று குத்திக் கொண்டாள். ‘மனசு தாங்கலியே... என்னா பண்ணுவஞ் சொல்லு?’ என்று போலீஸ்காரனையே கேட்டாள்.

‘இனிமே இந்த ஆம்பிளைங்க உடம்பு வலிச்சாக்க வெலாமுத்தூர் காட்டுக்குத்தான் ஓடணும். ஆமா இன்னி வரைக்கும் போலீஸ் என்ன பண்ணிக்கிட்டு இருந்ததாமா?’

‘ஆம்பள சாராயங் கொண்டாந்து வீட்ல வச்சிருக்குக்கல பொட்டச்சிய இளுத்துக்கிட்டுப் போறானுவளே.’

பலரும் பலவிதமாகப் பேசிக் கொண்டார்கள்.

27

கலா பிள்ளைப்பேற்றுக்குச் சீர் செய்யவில்லை என்று ஆனந்தாயி கேட்கப் போக,

'நால்ரோட்ல நில்லு. எவனாவது வருவான். அவங்கிட்ட கேளு' என்று பெரியண்ணன் சொல்லப் போக இவள் இரண்டு 'பாட்டு' உட்டுக்கட்ட அவன் இவள் தலையைச் சுவற்றில் இடிக்க, வீடு தலைவிரிக் கோலமா யிருந்தது. பெரியண்ணன் இவளிடம் பேச வில்லை. ஆனந்தாயி தானாகப் பேச வருவாள் என்று பெரியண்ணனுக்குத் தெரியும்.

அவள் பழையதையும் கொத்துமல்லித் துவை யலையும் எடுத்து வைத்துக்கொண்டு 'உருப் உருப்' பென்று தண்ணீரிலிருந்து சோற்றை உறிஞ்சியெடுத்து சாப்பிட்டுக் கொண்டிருந்தாள்.

'இந்தா... காசு குடு... வஹிதாகிட்ட போகணும்.' பிள்ளைகள் பள்ளிக்கூடம் போய்விட்டது தெரிந்து சத்தம் போட்டுக் கேட்டாள்.

'எதுக்கு?'

'ம்... ராத்திரிலே கல்ல விட்டெறிஞ்சியே அதுக்கு?'

'பெத்துக்கடி.'

'முட்டையிடற கோழிக்கில்ல வலி தெரியும், உனக் கென்ன வலிக்குதா?'

'பெத்துக்கடி.'

'இந்தா மருவாதி கெட்டுடும். கலாவும் அடுத்தது மாசமாயிருக்காளாம். மருமவன் முகத்திலே எப்படி முழிக்கிறது.'

'எங்கிட்ட காசு இல்லடி இப்போ?'

'சீ... நீ காசு குடுத்தா குடு... குடுக்காட்டினா போ. இருக்கவே இருக்கு மூக்குத்திய வித்து செலவு பாத்துக் கறேன்.'

'பாத்துக்கடி யாரு வேணான்னது?' அவன் சென்றதும்,

'அவளுக்குப் பச்சைக்கல் பதக்கம் போட்டான். அவ லாரிக்காரனோட ஓடி வித்துப்புட்டு வந்துட்டா. உசுரை அழிக்கிற சமாச்சாரத்துக்குக் காசு கேட்டா மூக்குத்திய வித்துக்கடின்னு போயிட்டான்... இருக்கற இருப்பப் பாத்தாக்க என்னையும் புள்ளங்களையும் அநாதியா விட்ருவாம் போலத் தெரியுது' என்று ஏக வசனத்தில் வயிறெரிந்து கொண்டிருந்தாள்.

அன்றே சொல்லாமல் கொள்ளாமல் வஹிதாவிடம் போய் விட்டாள். போய் வந்தவள் மூலை வீட்டில் ஒடுங்கிப் படுத்து விட்டாள். அவளிடமிருந்து ஈஸ்... ஈஸ்..ஸென்ற மெல்லிய ஒலி சரியான இடைவெளி கொடுத்து வந்து கொண்டிருந்தது.

'என்னக்கா வலிக்குதா?'

'ஈ...ஸ்.'

'ரொம்ப வலிக்குதாக்கா?'

'ஈ...ஸ்.'

'பெத்துக்கறதுகூட பெத்துக்கலாமாம். செஞ்சுக் கறதுதான ரொம்ப வலிக்கும்னு சொல்றாங்க.'

'ஈ...ஸ்.'

'என்ன அம்மவுாக்கு?' பதறிக்கொண்டு கேட்ட தனத்துக்கு 'காய்ச்சல்மா' என்று பதில் சொன்னாள் லெச்சுமி. உடம்பு காய்ந்து கொண்டுதானிருந்தது. 'வேக்காடு பாரு அப்படிதானிருக்கும்.' நாலைந்து நாட்கள் படுத்திருந்த ஆனந்தாயிக்கு முறையான பணிவிடை செய்தாள் லெச்சுமி.

மூன்றாம் நாள் காலையில் தனம் அம்மாவின் புடவைகளைத் துவைப்பதற்காகச் சுருட்டிக்கொண்டு போய் தண்ணீர் ஓடும் வாய்க்காலில் போட்டாள், தண்ணீர் சிறிது நேரம் சிவப்பாக ஓடியது. தனத்துக்குப்

புரிந்து விட்டது.

'காலம் போன காலத்தில்... சீ... வீட்ல வயசுப் பிள்ளைங்க இருக்காங்களேன்னு கொஞ்சமாவது அக்கறையிருக்கா? இந்த வீட்ல இருக்கறதைவிட எந்தக் கழுதைக்காவது கழுத்தை நீட்டிட்டுப் போலாம்.' இளம் மனது தறிகெட்டு ஓடியது.

ஆனந்தாயிக்கு உடம்பு தேறியது என்றாலும் முழு ஆரோக்கியம் பெறவில்லை. லெச்சுமி காட்டுக்குச் சென்றிருந்த சமயம் இவள் தாங்கடையில் சாதத்தைக் கொட்டி விட்டு எழுந்தாள். கட்டியான உதிரம் 'சொத்' தென்று விழுந்தது. தொடர்ந்து ரத்த ஒழுக்கு. வாய்க்கால் போல் ஓடிய ரத்தத்தைப் பார்த்ததும் அன்பு மயக்கம் போட்டு விட்டான். மதிய உணவுக்குத் திரும்பியிருந்த அருள் அழுது கொண்டே ஒரு சாக்கை எடுத்து ரத்தத்தின் மேல் விரிக்க சிறிது நேரத்தில் சாக்கு கொச கொச வென்று ஈரமாகியது. ஆனந்தாயி மயக்கமானாள். தூங்கி யிருந்த கிழவியை எழுப்பி விஷயத்தைச் சொன்னாள் அருள். வடக்கத்தியாள் வீட்டில் யாராவது இருந்தால் அழைத்துவா என்றதும் ஓடிப்போனாள் அருள்.

ஆஸ்பத்திரிக்குத் தூக்கிச் சென்றார்கள் ஆனந்தாயி யை. லெச்சுமி செய்தி கேட்டு ஓடி வந்தாள்.

சரியாகக் 'கிளீன்' செய்யவில்லை. மிச்சம் மீதிகள் என்று கருப்பையிலிருந்து வழித்துப் போட்டார்கள். மற்றபடி ஆபத்து எதுவுமில்லை என்றார்கள். எருக்கங் குச்சி வைக்கிறது, வஹிதாகிட்ட போறது – இந்த வேலையெல்லாம் வச்சுக்கக் கூடாது. இங்கே வந்தால் சுத்தம் செய்து குழந்தை பெறாமலிருக்க ஆபரேஷனும் செய்து விடுவோமென்று சொன்னார்கள்.

மீண்டும் பத்து நாட்கள், ஆனந்தாயி படுக்கையாகி விட்டாள். கலா பார்க்க வந்திருந்தாள். மருமகன் வேறு மாமியாருக்கு என்ன ஆகிவிட்டது என்று துளைத்தெடுத்தான். கலாவுக்கும் தனத்திற்கும் அம்மா மீது வெறுப்பேறிவிட்டது. 'இந்த வயசில எதுக்கு இந்த

வேலையெல்லாம்?'

ஆனந்தாயிக்கு உயிர் போய் உயிர் வந்தது. இதற்குப் பிறகு அவளுக்குக் கடினமான வேலைகள் செய்ய முடிவதில்லை. பசுமாட்டைப் பிடித்துக் கொண்டு நிற்பாள். அதற்குள் தலை சுற்றுவது போலிருக்கும். லெச்சுமி முழு வீட்டுப் பொறுப்பையும் ஏற்றுக் கொண்டாள்.

பெரியண்ணன் மிகுந்த சிரமத்திற்கிடையில் உள்ளூரி லேயே ரோட்டு வேலை எடுத்திருந்தான். பகூதி, முத்துலிங்கம், பூங்காவனம், செல்லம்மாள் என்று எல்லோரும் ரோட்டு வேலைக்கு வந்து விட்டார்கள். கொஞ்சம் காசு பணம் புழங்கினாலும் அவன் மனம் நிம்மதியிழந்து தவிக்கிறது. எவ்வளவுதான் லெச்சுமி யிடம் ஆசை வார்த்தை பேசினாலும் அவள் பிடி கொடுக்காமல் விலகுகிறாள். எந்த நேரத்திலும் அவள் தன்னை விட்டுப் போகலாம். அவள் தன் வாழ்க்கை யில் குறுக்கிட்ட பின்னும் பழைய சகவாசங்கள் ஒன்றிரண்டு இருக்கத்தான் இருக்கிறது. என்றாலும் இவளைப்போல் தன் மனம் அவர்களை விரும்ப வில்லையே! தானாகத் தேடி வருவதால் மவுசு குறை வதும், விலகிப் போய் வேடிக்கைக் காட்டுவதனால் மவுசு கூடுவதும் உண்மைதானா?

ஆனந்தாயி அவனுக்கு ஒரு பொருட்டாகவே தெரியவில்லை. அவளை நினைக்கும் போதெல்லாம் குழந்தைகளைத் தன்னிடமிருந்து பிரித்து தனக் கெதிராக அவர்களைக் கிளப்பிவிடும் தீயசக்திபோல் தோன்றுவாள். நாளுக்கு நாள் அவள் மீது வெறுப்புக் கூடிக்கொண்டே போயிற்று. அவன் உள்மனதில் ஆனந்தாயி செத்து விட்டால் – லெச்சுமி ஒருவேளை தன்னுடன் இருந்து விடுவாளோ என்று ரகசியமாக நினைக்கத் தலைப்பட்டான். 'சொத்தை விற்றதுபற்றி கிழவி கவலைப்படுகிறாள். சொத்தென்ன சொத்து, இன்று வரும் நாளை போகும். மன அமைதியை

யும் சந்தோஷத்தையும் விடவா சொத்து பெரிதாகப் போயிற்று? இன்னார் மனைவி அவனைப் பிடிக்க வில்லை என்று வேறொருவனுடன் ஓடி விட்டாள் என்பது பெருத்த கேவலமல்லவா? அந்தக் கேவலத் திற்கு முன்னால் சொத்து எம்மாத்திரம்?' ஒரு பெரிய காண்ட்ரேக்ட் கிடைத்து விட்டால் இழந்த சொத்தை மீட்டுக் கொள்ள முடியும் என்றும் நம்பினான்.

லெச்சுமியை வயல் வேலைகளுக்கு அனுப்புவதில் பிடித்தமேயில்லை என்றாலும் அவள் போகத்தான் வேண்டும் என்று ஒற்றைக்காலில் நிற்பாளானால் நேரங் கெட்ட நேரத்தில் கிளம்பி வயலைப் பார்த்து வருகிறேன் என்று லெச்சுமியைக் கண்காணித்து வந்தான்.

கங்காணியின் வளர்ச்சி அவனைப் பலவகையில் பாதிக்கும் போல் தெரிந்தது. அடுத்த எலக்ஷன் வெகு தூரத்திலில்லையே!

பெரியண்ணன் தள்ளிவிட்டதில் கிழவிக்குக் காலில் வலி ஏற்பட்டு நடமாட்டம் குறைந்துவிட்டது. நாளாக நாளாக வலியும் கூடிக்கொண்டே போயிற்று. இரவில் தனியாகத் தோப்பு சூழ்ந்த அந்த மச்சு வீட்டில் இரண்டு விதக் கூப்பாடு கேட்கிறது.

'அடிச்சேன்னா தொடப்பக்கட்டையால... ஏட்டி எடு வெளக்கமாத்த.' தூக்கத்தில் கிழவி கத்தி உளறு கிறாள். 'ஏம் பாட்டி ராத்திரி இப்படி ஒழட்டுற' என்று ஆனந்தாயி பரிவோடு கேட்கும்போது 'கனவிலே எருமைமாட்டைப் பார்த்தேன்டி' என்றோ 'மும்மாம் பல்ல நீட்டிக்கிட்டு மேல விழுறதுக்கு வாரா ஒருத்தி' என்றோ கனவு நனவு கற்பனை எல்லாங் கலந்து சொல்வாள்.

'நான் எப்ப அதைக் கீழே தள்ளி விட்டேன். எப்பத் தள்ளி விட்டதுக்கு எப்ப வலி? வயசாச்சுல்ல எல்லாம் தன்னால வரும்' என்று பெரியண்ணன் தான் தள்ளி விடவில்லை என்று பொன்னுச்சாமி மேல் சத்தியம் செய்தான்.

இன்னொரு கூப்பாடு மெத்தையிலிருந்து வருகிறது. காசு பணமில்லாதது ஒருபுறம், தன்னை ஏமாற்றி விட்டு லாரிக்காரன் பின்னால் போனது மறுபுறம். பெரியண்ணனுக்கு வெறி பிடித்தது போலிருக்கிறது. இரவெல்லாம் அவளைச் சொறி சிரங்கு போல் நமைத்து விட்டு, லாரிக்காரன் இப்படிப் பண்ணினானா அப்படிப் பண்ணினானா என்று கிண்டிக்கிளறி, இருந்திருந்தாற் போல் லெச்சுமியின் குரல்வளையைப் பிடிக்கும்போது அவள் ஊளையிடுகிறாள். ஒவ்வொரு சமயத்தில் அவளும் பதிலுக்கு அடிப்பாள். அப்போது அவன் ஆவேசம் அதிகமாகும்.

சத்தம் தொடர்ந்தால் மணி மாடிக்கு ஓட முயல்வான். 'எலேயப்பா, அதுவ அடிச்சுக்கும் அப்புறம் புடிச்சிக்கும். அவ இன்னும் பத்துப் பேரைப் போனாலும் ஒங்கப்பன் அவளை விடமாட்டான், நீ ஏண்டா கெடந்துகிட்டுத் தாண்டுற?' ஆனந்தாயி அவனைத் தடுப்பாள்.

என்றாலும் இதெல்லாம் எங்கு கொண்டுபோய் விடுமோ என்று அடிக்கடி பயம் பிடித்துக் கொள்ளும். ஒரு சமயம் மேலே லெச்சுமி அலறிய அலறலில் அன்பு விழித்துக் கொண்டு அழுதான். ஆவேசம் வந்த ஆனந்தாயி அழும் பிள்ளையைத் தூக்கிக் கொண்டு மெத்தைக்கு ஓடினாள்.

'வெக்கமாயில்ல. அர்த்த ராத்திரி இப்படி அடிச்சிக் கிறீங்களே. பச்சைப் பாலவன் பயந்து கத்துறான். மதமெடுத்து அலையிறிங்களா ரெண்டு பேரும், பேசாமல் படுக்கல' என்று அதட்டிவிட்டு வந்தாள்.

மற்றொரு நாள் இரவு லெச்சுமி அழுதபோது தனம் எழுந்து உட்கார்ந்து கொண்டு 'என்னம்மா நடக்குது வீட்ல. பொழுது போனா பொழுது விடிஞ்சா கச்சேரி, கொஞ்ச நேரம் தூங்க முடியுதா?' தூக்கக் கலக்கத்தில் கத்தினாள்.

'ஒரு நாள் ரெண்டு நாள்னா என்னடியம்மா என்ன சண்டைன்னு வெசாரிக்கலாம். இதான் திருவிழாக்

கூத்து மாதிரிக்கி நெதம் நடக்குதே. என்னாத்தைன்னுக் கேக்குறது?' வடக்கத்தியாள் ஒரு நாள் ஆனந்தாயியிடம் விசாரித்தபோது அவள் சலித்துக் கொண்டாள்.

'அவள நான் கொற சொல்ல மாட்டேன். அவதான் நாம் போறேன் என்னை விட்டுடுங்கறா. விட்டுத் தொலைக்க வேண்டியதுதானே. அவளைப் போட்டு இப்பிடிச் சித்ரவதை பண்ணுனா நாளைக்கு ஓம் பொண்ணுங்களுக்கும் இந்தக் கதி ஆவாதுன்னு என்ன நிச்சயம்? ஒண்ணு ரெண்டுல்ல, மூணு பொண்ணு. அதுங்க கதி என்னாவும், இப்பிடியேவா இருந்துடும்?' வடக்கத்தியாள் பதிலுக்குச் சொல்வாள்.

'எதது தலையில என்ன எழுதியிருக்கோ, யார் கண்டது?' என்ற முத்தாய்ப்பு இறுதியில்.

அன்று லெச்சுமி தனியாகக் காட்டுக்குச் சென்றாள். பூங்காவனம் வரவில்லை. 'நீங்க முதல்ல போங்கம்மா பின்னாலேயே நான் வர்றேன்' என்று சொன்னவள் பிறகு வரவேயில்லை.

குனிந்து நாராயணங் கொடியையும் நண்ட செத்தையையும் அரிவாளால் அறுத்துக் கொண்டிருந்தவள்,

'பூங்காவனம் வர்ல?' என்ற குரல் கேட்டு நிமிர்ந்தாள். சிரிப்புடன் நின்று கொண்டிருந்தான் மாணிக்கம். சுருண்ட தலைமயிர் முன்னால் வந்து விழுந்திருந்தது.

லெச்சுமிக்கு அவன் யாரென்று தெரிந்திருக்க நியாயமில்லை.

'வாரேன்னுச்சி வர்ல. நீங்க யாரு?'

'நான் தெருவிலே இருக்கேன்.'

'பேரு?'

'ராஜமாணிக்கம்.'

'கல்யாணமாச்சா?'

'ஏன் கேக்குறீங்க?'

'இல்லே பூங்காவனத்தைத் தேடி அத்துவானக் காட்டுக்கே வந்துட்டீஹளே, அதனாலக் கேட்டேன்.'

'எங்க சித்தி பூங்காவனத்தை வரச் சொன்னாங்க

15

ஏதோ வேல இருக்குன்னு.'

'ஓஹோ இப்ப கங்காணிக்க பிள்ளையாக்கும்.'

'நீங்க பேசுறது வேற மாதிரி இருக்கு. கேட்டுக்கிட்டே இருக்கலாம் போல.'

'நானும் ஒங்கள மாதிரிதான் பேசுறேன்.'

'இருந்தாலும் கொஞ்சம் இழுத்துப் பேசுறீங்களே.'

'எனக்கென்னவோ நான் நல்லாப் பேசுற மாதிரித்தான் இருக்கு' சொல்லிமுடிக்குமுன்.

'நான் அப்புறம் வர்றேன்.' வேகமாக நழுவினான். தூரத்தில் வெள்ளைப் புள்ளியாய் வருவது பெரியண்ணன் என்பதைக் கண்டுகொண்டவன் கம்பங்காட்டில் நுழைந்து மறைந்து விட்டான்.

பூங்காவனத்தைத் தேர்முட்டிக்கருகில் பார்த்த பெரியண்ணன் லெச்சுமி தனியாகக் காட்டுக்குப் போயிருப்பதை அறிந்து வேவு பார்க்க வந்துவிட்டான்.

அடுத்த நாள் பூங்காவனமும் லெச்சுமியும் வந்தார்கள். பூங்காவனம் தோண்டியை எடுத்துக்கொண்டு தூரத்துக் கிணற்றில் நீர்மொண்டு வர சென்ற சமயம்.

'நேத்து நீங்க சொல்லிக்கிட்டிருக்கும் போதே போயிட்டேன். எனக்கொண்ணும் பயமில்லை. இருந்தாலும் ஒங்களைச் சந்தேகப்படுவார்னுதான் போயிட்டேன்.'

'பூங்காவனம் தண்ணி மொண்டு வரப்போயிருக்கு.'

'என்ன அந்தப் பக்கம் போடான்னு சொல்றீங்க, இல்லே?'

'சீச்சீ... அப்படியில்ல. பூங்காவனத்தைத் தேடித்தான் வந்திஹ.'

'அது நேத்து. ஆனா இன்னிக்கி ஒங்களத்தான் பார்க்க வந்தேன்.'

லெச்சுமி நிமிர்ந்து பார்த்தாள்.

'வேறொண்ணுமில்ல. உங்களப் பார்த்தா தெய்வத்தைப் பார்த்த மாதிரி இருக்கு.'

லெச்சுமிக்கு சிரிப்பு வந்து விட்டது.

'என்ன சிரிக்கிறீங்க? நான் சொல்றது பொய்யின்னா?'
லெச்சுமி சிரித்துக் கொண்டிருந்தாள்.

'திரும்பவும் சிரிக்கிறீங்க. பூங்காவனம் திரும்பி வாரத்துக்குள்ளார நான் போறேன்.'

கிளம்பி விட்டான்.

மறுநாளும்... அதற்கடுத்த நாளும்... தினமும்... கொஞ்ச வெசட்டிப் பேச்சு... சிரிப்பு... யாராவது வந்தால் நிறுத்திக் கொள்வது... உறவில் ஏதோ கள்ளத் தனம் புகுந்துவிட்டது.

பூங்காவனம் ஒருநாள் இவர்கள் இருவரும் வன்னி மரத்தடியில் வெகு நேரம் பேசிக் கொண்டிருப்பதைப் பார்த்தாள். அவனைப்பற்றி லெச்சுமி அம்மாவை எச்சரிக்க வேண்டும் என்று வாயைத் திறக்குமுன் லெச்சுமி குழந்தையைப் போல் அழுது அவனிடம் தான் பேசிக் கொண்டிருந்ததை யாரிடமும் சொல்லக்கூடாது என்று சத்தியம் வாங்கிக் கொண்டாள்.

28

தனம் பத்தாம் வகுப்பிலிருந்தாள். கவனம் படிப்பி லில்லை. யாரோ வருகிறார் போல் சாலையை அவ்வப் போது பார்த்துக்கொண்டு பரபரப்பாக இருக்கிறாள். அந்தச் சமயத்தில் அவளிடம் எது பேசினாலும் காதில் விழுவதில்லை. ஏதோ நோட்டுப் புத்தகத்தில் எளிதில் கிழிக்கும்படியான நடுப்பக்கத்தில் எழுதுகிறாள். படிக்கத் தெரியாத அவளம்மா அந்தப் பக்கம் வந்தால் கூட 'டக்'கென்று நோட்டுப் புத்தகத்தை மூடி விடுகிறாள். என்ன எழுதறேக்கா என்று யதேச்சையாக எட்டிப் பார்த்த அருளைக் கீழே விழுகிறார் போல் தள்ளி விடுகிறாள்.

ஒருநாள் கழிவறைக்குச் சென்று ஜாக்கெட் உள்ளி ருந்து ஒரு துண்டுக் காகிதத்தைப் பிரித்துப் பலமுறை படித்தாள். என்ன எழுதியிருந்ததோ அது அவளுக்குத் தானே தெரியும்? பத்திரமாக ஜாக்கெட்டில் சொருகிக் கொண்டு வெளிவருகிறாள். பள்ளிக்குக் கிழம்பும் போது பலமுறை கண்ணாடி பார்த்து தன்னை திருப்தி செய்து கொண்டபின் கிளம்புகிறாள். பருவக்கோளாறு!

'தனம்... தனம்... தனம்...' கத்திக் கத்தித் தொண்டையே வலித்து விட்டது.

இரவு எட்டு மணிக்கு தனம் எங்கே போயிருப்பாள்? மாட்டுக் கொட்டில், எலுமிச்சை மரம், கழிவறை எங்குமே அவளில்லை.

ம்... ஒருவேளை தென்னந்தோப்புப் பக்கம்... ஆனந்தாயி தென்னந்தோப்பை நோக்கிப் போகையில் பதற்றத்துடன் தனம் எதிர்கொண்டாள்.

‘இங்க என்னம்மா... இந்த நேரத்திலே?’

‘கால்ல இடிச்சிக்கிட்டேன். புண்ணாக்கு செத்தைய வதக்கிக் கட்லாம்னு வந்தம்மா.’ கையில் புண்ணாக்குச் செத்தை இருந்தது. அவள் பேசிக் கொண்டிருந்தபோது வேலி பக்கம் சலசலப்புக் கேட்டது. யாரோ ஆள் வேலியைத் தாண்டி ஓடுகிறானா அல்லது நாயா... ஆனந்தாயியால் நிதானிக்க முடியவில்லை.

‘இனிமே இருட்டுல வராத. பாம்பு பூச்சியிருக்கும்.’ ஆனந்தாயி கவலைப்பட்டாள்.

ஓடும் பாம்பை மிதிக்கும் வயதாயிற்றே. தனம் என்ன பண்ணுவாள்? இந்தத் தலைமுறையின் நியாயங் களை முந்தைய தலைமுறையல்லவோ முடிவு செய்கிறது. ஆனந்தாயி தனத்தைக் கண்டித்துக் கண்காணிப்பில் வைக்க ஆரம்பித்தாள். என்றாலும் வேர்களைச் செல்லரிக்கும்போது இலைகள் என்னாகும்? அந்த வீட்டில் அம்மாவின் அஸ்திவாரமே ஆடிக் கொண்டி ருந்தது.

ஒருநாள் தனத்தை வீட்டில் காணாமல் போகவே சத்தம் போடாமல் தென்னந்தோப்புப் பக்கம் வந்தாள். மரத்தடியில் இருளில் இருவர் ஒருவரையொருவர் அறிந்து கொள்ளும் முயற்சியில் ஈடுபட்டிருப்பது தெரிகிறது.

‘தனம்.’

விசுக்கென்று எழுந்தாள். அவன் வேலியைத் தாண்டி ஓடி விட்டான். வேதக்கார வீட்டு டானியல்!

‘ஒங்கப்பனுக்குத் தெரிஞ்சா கொடலை உருவி மாலை போட்ருவான் ஜாக்கிரதை. இந்தப் பழக்கத்தை இன்னியோட விட்ரு.’

அந்த மாதம் தனம் வீட்டுக்கு வெளியே உட்கார்ந் ததும்தான் அவள் மனம் நிம்மதியாயிற்று. இவள் உடல்நிலை சரியில்லை என்று படுத்ததினாலும், பெரியண்ணனும் லெச்சுமியும் இவளைக் கண்காணிக் காமல் விட்டதினாலும் நிலைமை மோசமாகிவிட்டது

என்று ஆனந்தாயி முடிவுக்கு வந்தாள்.

வடக்கத்தியாளை அழைத்து விபரத்தைக் கூறி வேதக்கார தேவமணியிடம் சொல்லி மகனைக் கண்டித்து வைக்கச் சொல்லுமாறு தூது விட்டாள். ‘அந்தக் கெய்வன் காதில விழுந்தது என்னையும் அந்தக் குட்டியையும் விட்டு வைக்க மாட்டான் பத்திரம்’ என்றாள்.

வேதக்கார தேவமணி மகன் டானியலை என்ன சொல்லிக் கண்டித்தாளோ தெரியவில்லை, தனம் ஏழு மணிக்கெல்லாம் போர்வையைப் போர்த்திக் கொண்டு தூங்குவது போல் நடிக்க ஆரம்பித்து விட்டாள்.

லெச்சுமிக்கு விஷயம் எல்லாம் தெரியாது என்றாலும் ஓரளவு யூகம் செய்து கொண்டாள். பாம்பின் கால் பாம்பறிந்து கொண்டது. பிறகு பூங்காவனம் மூலமாக எல்லாம் தெரிந்து கொண்டாள். ‘பாவம் சின்னஞ் சிறிசுகள், பக்குவமாகச் சொல்லித்தான் திருத்தணும்’ என்றாளே தவிர ஆனந்தாயிடம் அவள் இது பற்றிப் பேசத் துணியவில்லை.

ஒருமாத கால இடைவெளிக்குப் பின் பெரியண்ணன் பில் தொகை வசூல் செய்ய வேண்டி ப்ளாக் ஆபீஸ் சென்றிருந்தான். மிளகாய் விலை விசாரிக்க மணி பக்கத்தூரிலுள்ள மிளகாய் மண்டிவரை சென்றிருந்தான். மிளகாய்ப் பழம் பொறுக்க ஆனந்தாயி கூலியாட்களை அழைத்துச் சென்று விட்டாள். அன்புவும் அம்மாவைத் தொற்றிக் கொண்டான். லெச்சுமி மாத உபாதையினால் வீட்டிலிருந்து கொண்டாள். வழக்கமில்லாத வழக்க மாக தனம் மதிய உணவுக்கு வீட்டிற்கு வந்திருந்தாள்.

‘ஏன் தாய்?’ என்று அன்பாகக் கேட்டவளுக்கு,

‘தலை வலிக்குது’ என்று சொன்ன தனம் சாப்பிட்டுப் படுத்து விட்டாள். லெச்சுமி மெத்தைக்குப் போய் விட்டாள். தோட்டத்துச் சன்னல் வழியாகப் பார்த்த போது டானியல் வேலியைத் தாண்டிக் கொண்டி ருந்தான்.

மெல்லக் கீழிறங்கி வந்தவள் 'படபட'வெனக் கதவைத் தட்டினாள். சிறிது நேரம் கழித்து தனம் கதவை ஒருக்களித்துத் திறந்து லெச்சுமி உள்ளே வந்து விடாதபடிக்கு வழியை மறித்துக்கொண்டு 'என்ன!' என்றாள்.

'டானியல் வெளியே வா.'

'... ... ...'

'வெளியே வர்றியா? இல்லை உங்கம்மாவைக் கூட்டிட்டு வரவா?'

டானியல் வெளியே வந்தான்.

'ஒழுங்கா மரியாதையா ஒங்க வீட்டுக்குப் போ.' அவன் மெல்ல வெளியேறினான்.

'தனம்... ஒனக்கு எவ்வளவு தைரியம். பட்டப் பகல்ல நான் வீட்டிலிருக்கும் போதே...'

'ஆமா நீ ரொம்ப யோக்யந்தான்.'

'ஒங்கப்பா வரட்டும் நான் சொல்றேன்.'

'ஆமா... ஆயிரம் பேரைப் போனவள வீட்ல வச்சு குடித்தனம் பண்றான் எங்கப்பன். என் மேல கை வைக்கட்டும், நாக்கப் புடுங்கிக்கற மாதிரி கேக்றனா இல்லையா பாரு.'

'என்னமோ செறுபிள்ளை. உன் நல்லதுக்குச் சொல்லலாமேன்றுதான் சொன்னேன். பொம்பளையாப் பொறந்தவ எல்லாரும் பத்தினியில்ல தாயி.'

'இப்ப நான் என்ன பண்ணிட்டன்னு ஒரேடியா சத்தம் போடுற. வேணும்னா ஒம்புருசங்கிட்ட சொல்லு. எங்கிட்ட பேசுற வேலை வச்சுக்காத. கண்ட கண்ட தேவடியால்லாம் எனக்குப் புத்திமதி சொல்ல வந்துட்டா.'

'இந்தா. இதோட நிறுத்து. ஆமா நான் தேவிடியா தான். ஆயிரம் பேத்துக்கு முந்தானை விரிச்சவதான். நீ பத்தினியாவே இரு. முளைச்சி மூணு எலை விடல. வயசு வித்தியாசம் பாக்காத வாடி போடிங்கறயே. தாய்ங்கற சொல்லுக்கு ஒன்னை மறு சொல்லு சொல்லி யிருப்பனா. கழுதை நீ பொறந்த வம்சம் உன்னிவிட்டு

எங்கப்போகும்.'

'ஏய் சும்மா பேசாதடி நாயே. வம்சம் கிம்சம்னு பேச வந்துட்டடா. ஒங்கிட்ட எந்த நாயிடி பேச வந்தது? மயிர அறுத்துடுவேன்.'

'தூ... படிக்கிற புள்ளியாட்டமா பேசற. மயிர அறுத்துடுவேங்கிறியே, உன்னைப் பெத்தவ கூட என்னை அப்பிடிப் பேசுனதில்லை.'

'அவ ஏமாளிங்கறதுனாலதான் உன்னை மாதிரி பொறுக்கி நாய்ங்க எல்லாம் வீட்ல வந்து நொளைஞ் சிட்டாளுவ. நானாயிருந்தா வெளக்கமாத்தால அடிச்சி சிரிக்கடிச்சிருப்பேன்.'

'சின்ன நாயிங்கறது சரியாத்தாம் போச்சு. இந்த வயசிலேயே இந்த ஆட்டம் போடுற. இன்னும் என்ன கோலத்துக்கு ஆவப்போறியோ... ஒங்கப்பனே தேவலான்னு போயிடும்.'

'சாபமாடி உடுற... சாபம்....'

தனம் சின்னம்மாவின் கையைப் பிடித்து நறுக் கென்று கடிக்க, வலி பொறுக்காமல் கையை உதறி தனத்தின் தலை மயிரைப் பிடித்து சுவரில் இடித்தாள்.

'ஒரு உதைவிட்டா ஒரு நூறு பல்டி அடிக்கணும். நீயெல்லாம் எம்மேல கைத்தொடும்படி ஆயிடுச்சா?'

தனம் அவளோடு போராட முடியாமல் தோல்வி கண்டு பின்வாங்கினாள். கதவைச் சாத்திக்கொண்டு சன்னல் வழியாகத் தெருவில் போவோர் வருவோ ருக்குக் கேட்கும்படியாக அவளை 'மானாங்கானியாய்' திட்டினாள்.

கூலியாட்களைக் கலைத்துவிட்டு கிணற்றில் குளித்து விட்டு அன்புவையும் குளிப்பாட்டி நடத்திக் கொண்டு, தலையில் தட்டுடன் வாசல்மிதித்த அம்மாவைப் பார்த்ததும் 'ஓ'வென்று அழ ஆரம்பித்தாள் தனம்.

'ஏண்டி, என்னாச்சுடி?'

'அந்த நாடுமாறி என்ன அடிச்சுட்டாம்மா.'

'அந்தப்புள்ள சொல்றது நெசந்தானா?'

'இங்க பாருங்கக்கா கையை எப்படிக் கடிச்சி வச்சிருக்குன்னு.'

'என்னாடி சண்டை அப்பிடி. சக்களத்திச் சண்டை கூட தேவலாம்னு போயிடும்போல இருக்கே.'

'கேளுங்க, உங்க மகளையே கேளுங்க.'

'என்னா குட்டி?'

'அந்த ஊர்மேல போனவளையே கேளுங்க.'

'நான் அது இதுன்னு பேசிக்கிட்டிருக்கும்போதே அது என்னப் பேச்சுப் பேசுது பாருங்கக்கா.'

'அப்பிடித்தாண்டி பேசுவேன்.. நீ பெரிய ராணியாடி, நீ செவப்பா இருந்தா ஒம்புருசனுக்குத்தான் ஒஸ்தி, எனக்குப் பீச்சகால் செருப்புக்குத்தான் சமானம்.'

'இப்ப நான்தான் செவப்பு செவப்புன்னு சொல்லிக் கிட்டிருக்கனா. ஒனக்கும் ஆசை வந்தா அவனோடட ஓடு. நானா வேண்டான்னு கையப்பிடிச்சுக்கிட்டேன். அந்த வேதக்காரப்பயலை உள்ள வச்சு தாப்பா போட்டுக்கிட்டு இருந்ததைக் கண்டிச்சா என்னமோ அவளே இவளேன்னு பேசுறியே. உனக்குத்தான் பேசத் தெரியும்னு நெனச்சுக்கிட்டியா?'

'அம்மா உட்ருங்கடி ஈஸ்பரிகளா. தெருவுல போற சனம் காறித்துப்பும்டி. ஏ லெச்சுமி அவதான் சின்ன நாயின்னு போகாது, அவளோட போட்டி போடறியே.'

'என்னக்கா நீங்க, அந்தப்புள்ள என்ன கண்ட மேனிக்குத் திட்டும் போது பார்த்துக்கிட்டிருந்துட்டு என்னைய போட்டி போடறேன்கறீங்க.'

அதற்குள் தனம் ஓடிப்போய் லெச்சுமியின் கொண்டையைப் பிடித்துத் தலையை வளைத்து முதுகில் ஓங்கிக் குத்தினாள். இந்த எதிர்பாராத தாக்குதலால் நிலைகுலைந்த லெச்சுமி கையால் ஓங்கி முகத்தில் குத்துவிட்டாள். மூக்காந்தட்டை உடைந்துவிட்டது போலும். மூக்கிலிருந்து ரத்தம் பெருகி வழிந்தது. தனம் பெருகி வழிந்த ரத்தத்தைப் பார்த்ததும் மூர்ச்சை யாகினாள்.

ஆனந்தாயிக்கு ஆவேசம் வந்துவிட்டது.

'அடி... செறுக்கி வண்ணாணை... தொம்பணை... நாடோடி ராஸ்கோல் மவளே ராஸ்கோல். என் முன்னாடியே எம்புள்ளய கைதொட்டு அடிக்கிற? எம்பூத்திய செருப்பால அடிக்கணும். வந்து நொளைஞ் சன்னைக்கே வௌக்கமாத்தால சாத்தியிருந்தா இந்த ரோதனையில்லல்ல. உனக்குப் போய் பாவம் பாத்தம் பாரு, எனக்கு இதுவும் வேணும் இன்னமும் வேணும். தாப்பாப் போட்டுக்கிட்டாளாம் அதை இவ பாத்தாளாம். எம்புள்ளயப் பத்தி நீயே தமுக்கடிப்ப போலிருக்கு. எம்புள்ள தப்பு செஞ்சா எங்கிட்டல்லடி சொல்லணும். பெத்தவ நான் எதுக்கு இருக்கேன்? எம்புள்ளைய நீ எப்படித் தொடலாம். அதெல்லாம் அவன் கொடுக்கற உச்சாட்டம். அவனுக்கு உன்னைப் பிடிச்சிருக்கன்னா பிடிச்சுத் தொங்கிட்டிருக்கட்டும். எம்புள்ளங்கக்கிட்ட அந்தச் சட்டம் செல்லாது.'

லெச்சுமி வாயடைத்து நின்று விட்டாள். தனத்தின் மூக்கைத் துடைத்தவாறே,

'மலட்டு முண்டை. புள்ளைகளப் பெத்து வளத் துருந்தா அந்த அருமைத் தெரியும். எல்லாந் தொறந்த வளுக்கு என்னாத்தத் தெரியும். என்னடி நின்னு மொறச்சிப் பாக்குறவ. புடுங்கக்கூட முடியாது தெரியுமா? ஒன்ன இளுத்தாந்தவன் வருவான். அவங்கிட்டே போய் ஆட்டிக் காட்டு.'

லெச்சுமி ஏதோ பேச வாயெடுத்தாள். தனத்துக்கு ஏதாவது ஆகிவிட்டால்... அவள் தேகம் நடுக்கமுற வெளியே திண்ணைக்குப் போய்விட்டாள். திண்ணை யில் கிழவி 'அடிச்சுப் போட்டுட்டியாடி நிம்மதியா? பசபசன்னு வந்தா எவனோடவாவது போறதுதானே?' என்று அவள் முறைக்கு ஏதோ சொன்னாள். நடந்த விஷயங்கள் ஆரம்பத்திலிருந்து அவளுக்குத் தெரிய வில்லை. லெச்சுமி படியேறிப் போனாள். படுத்தவள் அழுதுகொண்டேயிருந்தாள்.

தனத்தை லெச்சுமி முன் கண்டிக்க ஏனோ ஆனந்தா யிக்கு மனம் வரவில்லை. அவளுக்கு முதலுதவி செய் வதிலே கண்ணுங்கருத்துமாக இருந்தாள்.

இரவு நேரங்கழித்து வந்த பெரியண்ணன் நேராக மாடியேறிப் படுக்கப் போய்விட்டான். வீட்டுக்கு வந்த வனிடம் தனத்தைப்பற்றி வத்தி வைப்பாள் லெச்சுமி, அடுத்தநாள் அம்மாவும் மகளும் அடிபடப் போகிறார்கள் என்று எதிர்பார்த்த கிழவிக்கு ஏமாற்றம்.

'இந்தத் தனங்குட்டிக்கு இம்புட்டு வாயி என்னாத் துக்கு. நீ பாத்துக்கிட்டேயிரு. அவ எவனியாவது இளுத்துக்கிட்டு ஓடத்தாம் போறா. காட்டுக்குப் போகும் போது அவள அளைச்சிக்கிட்டுப் போய் வெய்யில்ல விடு. தின்னுட்டுத் திரியிற கொட்டம் அடங்கிப்புடும்.' ஆனந்தாயிடம் ரகசியமாகக் கண்டித்தாள் கிழவி.

லெச்சுமி ஆனந்தாயியுடன் பேசுவதில்லை. அவளும் அப்படியே. தனத்தின் போக்கு விபரீதமாகிக் கொண்டு வந்தது. லெச்சுமி கிணற்றடிக்கு வந்தபோது தனம் பல் விளக்கிக் கொண்டிருந்தவள் அனாவசியத்துக்குத் தூ...தூ..வெனக் காறி உமிழ்ந்தாள். மோட்டாரை 'ஸ்டார்ட்' செய்து கொண்டிருந்த மணி;

'ஏம்புள்ள இப்படித்துப்புற, எங்கிட்ட அடி வாங்கி ரொம்ப நாளாவது...' என்று அவள் காறித்துப்பியதைத் தனக்கு என்று எடுத்துக் கொண்டான்.

லெச்சுமி சாப்பிட உட்கார்ந்தால், தனம் 'நம்ம வீட்லதாம்மா இதெல்லாம்... ஒவ்வொருத்திங்க வீடு மாட்டுக் கொட்டாய் விடக் கேவலமா இருக்கு' என்று லெச்சுமியின் பிறந்த வீட்டைக் கேவலப்படுத்தினாள்.

லெச்சுமி கொடியில் உலரப் போட்டிருந்த புது ஜாக்கெட் கண்ணி கண்ணியாகக் கிழிந்திருந்தது – யாருடைய வேலையாயிருக்கும்?

குளிக்க சோப்பு கொண்டு போய் வைத்துவிட்டு ஒரு கரண்டி மஞ்சள்தூள் எடுத்து வருவதற்குள் சோப்புக் காணாமல் போயிருக்கும். அல்லது தொட்டி

நீரில் சாணி கலந்திருக்கும்.

பொறுத்துப் பார்த்த ஆனந்தாயி,

'ஏ புள்ள தனம்... நீ பண்றது நல்லாருக்கா. அவ உனக்குப் போட்டியா? நூறேத்தான் இருந்தாலும் துணியைக் கிழிக்கிறது, தொட்டியில சாணியக் கரைக்கிறது... இதெல்லாம் செய்யலாமா? நானும் பாக்கறேன். இம்புட்டுக்கும் அவ பேசாம இருக்கா பாரு. இன்னொருத்தியா இருந்தா எம்புட்டுக் கூத்துக் கட்டி அடிச்சிருப்பா?'

'இங்க பாரும்மா, உனக்கு அவக்கிட்ட பேசணும்னு இருந்தா அம்மா எம்மகத் தப்பு செஞ்சிட்டா ஒங்கால்ல விழுறேண்ணு விழுவு, எங்கிட்ட அதெல்லாம் பலிக்காலு. ஒன்ன மாதிரி என்னால பயந்து விட்டுட்டு இருக்க முடியாது. அவ போய் சொல்லட்டுமே, எனக்கென்ன பயமா? ஊர்ல யார் செய்யாத தப்பை நான் செஞ்சிட்டேன். வயசுப் பிள்ளங்க வீட்ல லூட்டி அடிக்கிறாங்களே... அது என்னவாம்? நான் அப்படித் தான் செய்வேன்.'

'எப்படியாச்சும் போங்கடி. சொல்லித் திருந்தாத வளுக்குப் பட்டாதான் தெரியும். இனிமே அவ கையில் வம்பு வளத்து அடிவாங்குனா நான் குறுக்கே வர மாட்டேன். சாவட்டும்னு உட்ருவேன்.'

'இப்ப மட்டும் என்ன பண்றியாம், அதைத்தான் பண்ணிக்கிட்டிருக்க? உனக்குப் புள்ளங்களப் பற்றி என்ன கவலை. புருஷன் நம்மகிட்டப் படுக்க வர மாட்டேங்குறானேன்னுதான் கவலை.'

'சீ... நிறுத்துடி. யாராவது கேட்டாக்க உம் மூஞ்சில தான் மிய்வாங்க.'

'எதுக்கு புருஷனுக்குக் கூட்டிக் குடுக்கறேன்னா.'

'நாயே... பேசாதடி. இன்ன வரைக்கும் பிள்ளைங்க மேல கைபட்டதில்ல. ஆனா வச்சேன்...'

'நீ மேல கை வை. நான் எங்க போறன்னு பாரு.' கையை ஓங்கினவளிடம் சவால் விட்டாள்.

பயந்து போன ஆனந்தாயி கையைத் தாழ்த்திக் கொண்டு 'போடி போ. எவங்கிட்ட போயாவது மொத்து வாங்கினாத்தா புத்திவரும். அம்மாகிட்ட பேசுற மாதிரியா பேசுற... புடி... ஒன்னம் பெத்தவன் பொறைக்கு வருவான். இவளுக்கு ஒரு மூக்கணாங் கயித்தைப் போடுன்னு சொல்றேன்.'

பில் தொகை மொத்தமாகக் கைக்கு வந்திருந்தது. பெரியண்ணன், வீட்டில் முறுக்குப் பிழியச் சொல்லி யிருந்தான். ஆனால் கிழவி, 'முறுக்காம் முறுக்கு, பல்லிருக்கா அதுக்கு?' என்று முணுமுணுத்ததைக் கேட்டு விட்ட பெரியண்ணன் டவுன் பக்கமாகச் சென்றபோது நாவில் கரைவதுபோல் அல்வாத் துண்டு களை வாங்கி வந்து படிச்சந்தில் உட்கார்ந்திருந்த கிழவியிடம் நோகாமல் ஒரு பொட்டலத்தைத் தள்ளி விட்டு இன்னொன்றை மாடிக்கு எடுத்துக்கொண்டு போனான்.

அந்தப் பொட்டலத்தைப் பிரித்தவள் அன்பு வரக் கண்டு நீட்டிய கால்களுக்கிடையே மறைத்தாள் அதை.

'ஆயா... ஆயா...' கை நீட்டிக் கொண்டான்.

'உனக்குக் கொடுத்த முறுக்கத் தின்னேன்டா. எங்கிட்ட என்ன இருக்குன்னு கையை நீட்டிக்கிட்ட?'

'ஏதோ பொட்டலம் பிரிச்சியே.'

'ஒண்ணுமில்லடா.'

'எங்க, காலைத் தூக்கு?'

'காலுக்கடியில என்னாருக்கு, ஒண்ணுமில்லையே.' காலுக்கடியிலிருந்து இடது பக்கமாக மாற்றும்போது,

'இந்தா... இந்தா... நான் பார்த்துட்டேன்.'

'பார்த்துட்டாம்பாரு. கழுவு மாதிரி கண்ணு. என்னா எங்கருக்குன்னு பாத்துடுவான். ஒண்ணு வாயில போட முடியாது... மருந்துடா... சின்ன புள்ளங்க சாப்பிடக் கூடாது.'

பொட்டலத்தைப் பிரித்தவள் அதிர்ச்சிக் குள்ளான வளாக 'என்னடிது பிசுபிசுன்னு... நெத்தமாட்டம்.'

'அல்வா அய் அல்வா.'

'என்னத்த அய்வா அய்வா.' கொஞ்சம் பிட்டு அவன் கையில் கொடுத்தாள். அதை அவன் 'லபக்'கென்று விழுங்கி விட்டு மறுபடியும் நீட்டிக் கேட்டான்.

அவள் கொஞ்சம் ருசித்துச் சாப்பிடுவதற்குள் அவன் நீட்டிவிட்டக் கோபத்தில் 'ஏண்டா இத இப்படி மிய்ங்குற. மென்னுத்தின்னேண்டா படுவா.' திட்டி விட்டு இதுதான் கடைசி என்றாள். மறுபடியும் 'லபக்.' கை தானாக நீண்டது.

'இது என்னாத்தடி என்னமோ போட்ருக்கான்? நடுவுல.'

'முந்திரிப் பருப்பு ஆயா.'

'என்னால மென்னுத் திங்க சாயாது. இந்தா எடுத்துக்க.' முந்திரிப் பருப்புகளைப் பொறுக்கிக் கொடுத்தாள். அதை அவன் ஒரு வாய், இவள் ஒரு வாய் என்று தின்று அதைச் சுற்றியிருந்த காகிதத்தைச் சுருட்டியதும் திருப்தியோடு விளையாட ஓடினான்.

'என்னாத்த நல்லாருக்கு. இதப் போய் துட்டு குடுத்து வாங்கியாறான்? ஏதோ பூந்திங்கறாங்களே... அதுன்னாலும் நல்லாருக்கும். பிசுக் பிசுக்குன்னு.'

'அல்வா தின்னியா?' என்று கேட்டுக்கொண்டே ஏமாற்றத்துடன் நின்ற அருளுக்குப் பதில் சொல்லி யனுப்பினாள் கிழவி.

'பரவால்லயே அல்வா வாங்கிட்டு வந்து குடுத் துட்டாரு' என்று ஆனந்தாயி கேட்டதும்,

'உம்புள்ள அதை எங்கடித் திங்க உட்டான். எல்லாத்தையும் வித்துப்புடுவாண்டி அவன்' என்றாள்.

விளையாடிவிட்டு வந்து அம்மா மேல் சாய்ந்தான் அன்பு. ஆனந்தாயி அவனை உருவி முத்தம் கொடுத்தாள். கிழவி சொன்னதில் அவளுக்குச் சந்தோஷம்.

29

தோப்பில் மேய்ந்து கொண்டிருந்த கோழியைப் பிடிக்க வேண்டிய ஆனந்தாயி கோழிக்காக வைத்திருந்த சொங்கு போகாத சோளத்தைப் பின்வாசலில் தெறித்தாள்.

'நேத்தே சொல்லியிருக்கக் கூடாது கோழியடிக் கணும்னு. காலையில கூடையிலிருந்து தெறந்து விட்டிருக்க மாட்டேல்ல. இப்ப ஆம்புடுதோ என்னமோ.'

கோழிகள் சோளச்சொங்கைக் கொறிக்க வந்து விட்டன. ஒன்றைப் பிடித்தாள். இன்னொன்று ஏமாற்றி விட்டுப் பறந்து விட்டது. அடுத்தமுறை வேறு இடத்தில் மணிகளைத் தூவினாள். பயந்து கொண்டு மெல்ல வந்தன கோழிகள். தனம் ஒரு பக்கம், அருள் ஒரு பக்கம், மணி ஒரு பக்கம் என நான்கு பக்கமும் வளைத்துக் கொண்டனர். மாட்டிக்கொண்டன.

'மணி இதைக் கழுத்தறுத்துக் குடுடா.'

'போம்மா... நான் கொல்ல மாட்டேன்.'

'ஆக்கி வச்சா திம்பேல்ல.'

'கொன்னா பாவம் தின்னா தீரும். அறுடா.'

'ஏம்மா, துடிக்கத் துடிக்க அறுக்கறது முடியாதும்மா.'

'ஏ, புள்ள தனம்...'

'எவளாவது தாலியறுத்தவ இருப்பா அவகிட்ட குடுங்க.' ஏன் இப்படிப் பேசுகிறாள் என்று திரும்பிப் பார்த்தவள் புரிந்து கொண்டாள். லெச்சுமி அங்கு நின்றிருந்தாள்.

'ஒன்னால முடியாதுல்ல... சரி உட்டுடு.'

ஒரு சொம்பில் நீர் பிடித்து ஒரு கோழியைத் தலை

தண்ணீருக்குள் மூழ்கும்படியாக அமுக்கிக் கொண்டாள். அவள் கைகளுக்குள்ளே துள்ளித் துடித்து அடங்கியது. இரண்டாவதும் அப்படியே.

இவ்வளவு நேரம் பேசாமல் நின்று கொண்டிருந்த லெச்சுமி அடுப்பில் வெந்நீர் போட்டாள். ஆனந்தாயி 'நடந்ததெல்லாம் மறந்திடலாம்' என்ற முகபாவத்துடன் அவள் பிய்த்துப் போட்ட இறகுகளைக் கூட்டி வெளியே எடுத்துப் போட்டாள்.

லெச்சுமி மிளகாய் வற்றலை எடுத்து வைத்துக் கொண்டு அம்மியைக் கழுவினாள். 'இவ்வளவு மிளகாயா' என்று சொல்லிக் கொண்டே நாலைந்து வற்றலைப் பொறுக்கி டப்பாவில் போட்டாள்.

'இரண்டு கோழியாச்சே' என்றாள் லெச்சுமி.

'எல்லாம் இது போதும்' என்றாள் ஆனந்தாயி. குழம்பு வைத்து முடிக்கும்போது இருவரும் முகம் பார்த்துப் பேசும் நிலைக்குத் திரும்பியிருந்தனர்.

கான்ரேக்ட் பில் தொகை வந்திருப்பதறிந்து வயிற்றில் ஒரு பிள்ளையுடனும், கையில் ஒன்றுடனும் கலா வந்து சேர்ந்து விட்டாள்.

நல்ல நேரத்தில் வந்ததற்காக ஆனந்தாயி சந்தோஷப் பட்டாள்.

பெரியண்ணன் உயர் ரக மது வாங்கி வந்து மணிக்கும் கொஞ்சம் ஊற்றிக் கொடுத்தான். அப்பாவுக்குத் தெரியாமல் ஏற்கனவே வேண்டிய அளவு குடித்திருந் தான் மணி. சாப்பிட உட்காரும் போதே அவனை ஒழுங்கா உட்காரா வைக்கச் சிரமப்பட வேண்டி யிருந்தது. சாப்பிடும் போது,

'எப்படியாச்சும் எனக்கு ஒரு வேலை வாங்கிக் குடுத்துடுங்கப்பா. நீங்க எனக்கு தெய்வம் மாதிரிப்பா.'

'சர்தான் சாப்பிடு' பெரியண்ணன் சிரித்துக் கொண்டே லெச்சுமியைப் பார்த்துக் கண் சிமிட்டினான்.

அவள் வேறு பக்கம் திரும்பிக் கொண்டாள்.

ஆனந்தாயி மெதுவாக மணியின் காதில் 'சாப்பிட்டு

சீக்கிரம் எந்திரிக்கணும்' என்றாள்.

'எனக்கு வேலை கெடச்சுதுன்னா ஒன்னை எப்படியும் காப்பாத்துவேன்.'

'எலே இருக்கட்டுண்டா... தேவலாம்...' பெரியண்ணன் கடுப்பானான்.

எல்லோரும் சாப்பிட்ட பின்கூட அவன் சாப்பாட்டுத் தட்டு முன்னால் உட்கார்ந்திருந்தான். ஆனந்தாயி தண்ணீரைக் கொண்டு வந்து அங்கேயே கை கழுவி விட்டு ஒரு துணியை விரித்துப் படுக்க வைத்தாள்.

அண்ணன் சாப்பிடாமல் வைத்த கறியை அருள் எடுத்துப் போட்டுக்கொண்டு எலும்பின் உருவம் தெரியாதபடி மாவாக்கிக் குவித்திருந்தாள்.

கலாவும், ஆனந்தாயியும் வாசலில் பாய் போட்டுக் கொண்டு பேச உட்கார்ந்து விட்டனர். பேத்தி மடியில் உறங்கி விட்டாள். நிலாவும், தாரகைகளும் கூட கூட்டமாக அவர்கள் பேசுவதைக் கேட்க வாசலுக்கு வந்துவிட்டது போலிருந்தது.

'அவளுக்குக் கறியை மொண்டு மொண்டு போட்டாரு. பாத்தியாம்மா.'

'தின்னுட்டுப் போறா. இன்னுங்கூட திம்பா. தின்ன வச்சித்தான் அவளுக்கு அப்படி சதை.'

'தனமும் லெச்சுமியும் பேசறதில்லையாமா?'

'மெதுவாகப் பேசு. தனங்குட்டி கேட்டாளனா அவ்வளவுதான். அவ அந்த டானியோ டேனியோ தெரியல, வேதக்கார வீட்டு மூத்த பயல்... அவளும் அவனும் தென்னமரத்துக்கடியில ராத்திரி இந்நேரம் இருக்கும்... பாத்து கண்டிச்சேன். அதுக்கப்புறம் கூட அந்தப் பய வீட்டுக்குள்ள வந்ததைப் பார்த்து லெச்சுமி சண்டை போட்ருக்கா. வாய்த்தகராறு முத்தி சண்டை போட்டுக்கிட்டுதுவ. தனம் இருக்காளே இந்த வாயை வச்சுக்கிட்டு எங்கிட்டுப் போய்ப் பிழைப்பாளோ... பச்சை பச்சையா பேசறாம்மா.'

வெற்றிலைப் பாக்கு எடுத்துக்கொண்டு தனம்

வாசலுக்கு வரவும் ஆனந்தாயி பேச்சை நிறுத்தி விட்டாள்.

'ஏம்மா நிறுத்திட்டே... பேசு.'

'சமாச்சாரம் இருந்தா பேசறேன். இல்லாட்டினா நிறுத்திக்கிறேன்., நீ அதுக்கு என்ன அண்ணாவி?'

'உங்களால பேசத்தான் முடியும். வாய் வலிக்கிற வரைக்கும் பேசுங்க.'

'சரி, நீ போய்ப் படு.'

அவள் படுத்ததற்குப் பிறகு கலாவும் ஆனந்தாயியும் 'என்ன சொல்லிக்கிட்டிருந்தேன்?' என்று விட்டதி லிருந்து தொடர்ந்தார்கள். முதலாட்டம் சினிமா முடிந்த போது படுத்துக் கொண்டார்கள்.

மெத்தையில் பெரியண்ணன் அவளுடன் சிறிது நேரம் சிரித்துப் பேசிக் கொண்டிருந்தான். அவளும் அவன் ஆசைக்கு மறுப்புச் சொல்லவில்லை. சிறிது நேரத்தில் குறட்டையொலி வந்தது, அவனிடமிருந்து. லெச்சுமி மெல்ல எழுந்து அலமாரியைத் திறந்தாள். பில் தொகை செலவு போக மீதமிருந்தது. அந்தக் கட்டை அப்படியே எடுத்துத் தோல் பையில் திணித்துக் கொண்டாள். நாலைந்து புடவை சட்டைகளையும் உள்ளாடைகளையும் எடுத்துத் துணிப்பையில் வைத்துக் கொண்டு கதவைச் சாத்தி வெளிப்பக்கம் தாழ்ப்பாள் போட்டாள். மெல்லக் கீழிறங்கி வந்தாள். படிச்சந்தில் கிழவியின் பலகீனமான முனகல். கதவைத் திறந்து கொண்டு வாசலுக்கு வந்து கிழக்குப் பக்கமாகப் போனாள்.

நெளிக் கிராப்பு வைத்துக்கொண்டு ரவுடித்தன மாகத் திரிந்து கொண்டிருந்த ராஜமாணிக்கம் என்ற மாணிக்கத்தையும் அன்று இரவிலிருந்து யாரும் பார்க்க வில்லை. ஒன்றும் ஒன்றும் இரண்டு என்று சொல் வதற்குப் பள்ளிக்கூடத்திற்குப் போகணுமா என்ன.

'அவள மனுஷின்னு சொல்றதுக்கே லாயக்கில்ல.' ஆனந்தாயி முடிவுக்கு வந்துவிட்டாள்.

'என்னமோ கோழிக்கறி ஆக்கிக்கிட்டு ரெண்டு பேரும் கொஞ்சிக் குலாவுனீங்களே' இடித்தாள் தனம்.

'கேலிக்கூத்தாவுல்ல இருக்குது.' கிழவி மனம் உடைந்தாள்.

'எங்கையில மட்டும் கிடைச்சா, கண்டந்துண்ட மாக்கிட்டுத்தான் ஜோலி.' மணி வீராப்பில் பேசினான்.

'அந்தம்மா திரும்பி வந்தாக்க அப்பா எப்படிப் போட்டு அடிக்கப் போறாரோ.' அருளுக்குப் பீதி கிளம்பியது.

'சின்னம்மா இனிமே வரவே வராதா' அன்பு அவள் வரமாட்டாளா என்ற எதிர்பார்ப்பில் கேட்டான்.

'ஓங்க மருமவன் மெச்சிக்கப் போறாரு. ஏற்கனவே நம்ம குடும்பம் ரொம்ப லெச்சணம்.' கலாவுக்கு வேறு விதமான கவலை. பெரியண்ணன் இரண்டு நாட்கள் வீட்டை விட்டு வெளியே போகவில்லை. வீட்டில் யாருடனும் பேசவில்லை. ஆனந்தாயி பயந்துகொண்டு அருளையாவது அல்லது அன்பையாவது சாப்பிட வரச்சொல்லித் தூது விடுவாள். அவன் வராதுபோகவே மேலே சாப்பாடு கொடுத்தனுப்பினாள். கீழே வந்த பிள்ளைகளிடம் 'என்னடா பண்ணிக்கிட்டிருக்காரு' என்று அவன் க்ஷேமலாபங்களை, பாவனைகளைத் தெரிந்து கொள்வாள்.

'நம்மள அவமானப்படுத்தணும்னுதானே எதிர்க் கட்சிகாரங்க கூட ஓடிப்போனா? அரிசி தின்ன வாயும் அவுசாரிப் போனவளும் சும்மா இருக்க மாட்டாங் கிறது நிசந்தானா? என்ன அப்படி ஆசை?... அது சரி அந்தப் பயல இவ எங்க பாத்தா? எப்படிப் பேசுனா? எப்படிப் பழக்கம்?' ஆனந்தாயி இதைப் பற்றியே யோசித்துக் கொண்டிருந்தாள்.

'எவ்வளவு நெஞ்சழுத்தம்... தைரியம். அவன்மீது ஆசைப்பட்டா ஓடியிருப்பா? ராத்திரி பகலா புடுங்கல் தாங்காமப் போயிருப்பா. போறதுன்னு முடிவு பண்ணித்தான் ராத்திரி எங்கிட்ட வந்து வலுக்கட்டாய

மாப் பேச்சுக் குடுத்தாள் போலிருக்கு. அந்தாள் படுத்தி வச்சது பத்தாதுன்னு தனங்குட்டி வேறல்ல பிடுங்கி யெடுத்தா... ஒரு பக்கம் பாக்கக்குல பாவமாத்தான் இருக்கு... போன சக்காளத்தி பணத்தை அம்புட்டும் தூக்கிட்டுப் போயிட்டாளே. அதுல்ல இப்பப் பெரிய விசனமாயிருக்கு. முன்னயெல்லாம் எங்கையில் சாவி யிருக்கும். இப்ப அப்படியில்லையே. மேலே கொண்டு போயி அலமாரியில பணத்தை வப்பானேன்? மணிக்கு இந்தப் பணத்தை வச்சிக்கிட்டு வேலை ஏதாவது வாங்கிடலாம்னு பாத்தாரு. பணமிருக்கும்போதே தனத்துக்கு ஒரு மாப்பிள்ளை பாத்து முடிச்சிட சொல்லலாம்னு இருந்தேன். அவ்வளவிலயும் மண்ணைப் போட்டுட்டுப் போயிட்டாளே. இந்தாள் இனிமே குறுவிசனம் பிடிச்சுப் போயில்ல இருப்பான். இவங் கிட்ட என்னத்தைப் பேசமுடியும்?' கலாவிடம் சொல்லி ஆற்றிக் கொண்டாள் ஆனந்தாயி.

இழவு வீடு போலிருந்தது. காலையில் கம்மஞ்சோறு, மதியம் சோளச்சோறு, ராத்திரியும் கம்மஞ்சோறு என்று ஆக்கினாள் ஆனந்தாயி. பருக்கை வடித்துக் குழம்பு வைத்து விட்டால் அவன் வம்புக்கு வருவானோ என்னவோ யார் கண்டது.

30

அவர்கள் ஓடிப்போவதற்குப் பூங்காவனம்தான் கையாளா யிருந்தாள் என்ற விபரம் மெல்ல வெளி வந்தது. வடக்கத்தியாளும் சரி, பூங்காவனமும் சரி மச்சுவீட்டுப் பக்கம் தலைகூட வைத்துப் படுக்கவில்லை. பிறிதொரு சந்தர்ப்பமாக இருந்தால் அவர்களை உண்டு இல்லை என்று பண்ணிவிடலாம். ஆனால் பெரியண்ணனுக்கு நேரம் சரியில்லையே. முத்துலிங்கம், சுடலை, மகாலிங்கம் எல்லாம் வெவ்வேறு குடும்பம் என்றாலும் வடக்கத்தியாளுக்குப் பங்காளிகளே. அவர்கள் உதவி தேவைப்படும் சமயம் வேறு. வடக்கத்தியாளுக்குத் தொல்லை கொடுத்தால் இவர்கள் தன்னை எதிர்க்கா விட்டாலும் பரஸ்பரம் உதவிக்கு வரமாட்டார்கள் என்று உணர்ந்து பல்லைக் கடித்துக் கொண்டான்.

லெச்சுமியை மறுபடியும் தேடி அழைத்து வருவதில் பெரியண்ணனைப் பொறுத்தவரையில் எந்தக் குழப்ப முமில்லை. ஆனால் பணம்தான் தேவைப்படுகிறது. வீட்டின் பேரிலாவது, கழனியின் பேரிலாவது கடன் வாங்க வேண்டும். என்ன ஒரு இக்கட்டு! புதிய ஒப்பந்தங்கள் எதுவும் பெறமுடியாது. அப்படியே பெற்றாலும் ஒழுங்காக வேலை செய்வதும் கடினம். இந்த நிலைக்குத் தன்னை ஆளாக்கி விட்டாளே என்று நினைக்க ஆத்திரம்தான் பொங்கியது. 'முன்பு போல லாரிக்காரனை அல்ல எதிரியையல்லவா இழுத்துக் கொண்டு ஓடிவிட்டாள். அவன் இவளைவிட ஏழெட்டு வயதாகிலும் சிறியவனாகவல்லவா இருப்பான்? தான் தலை நிமிர்ந்து பார்ப்பது எப்படி? இனிமேல் விட்டு

வைப்பதில் பிரயோசனமில்லை. இவ்வளவு காலமும் ஒதுங்கியிருந்தேன். இனிமேல் கொடுக்கப் போகும் தொல்லையில் அவளது வம்சமே தலையெடுக்கக் கூடாது.' என்னென்னவோ குரூரமாகப் பழிவாங்கும் எண்ணங்களும் கனவுகளும் வந்து போயின. முதலில் அவளை எப்படித் தேடிப் பிடிப்பது – அதுதான் அவனது பிரதானக் கவலை.

கங்காணி வீட்டிலும் சலசலப்புத்தான். 'நொள்ளைக் கண்ணுதான் மாடுமாத்தி மருமகளுடன் உறவு பிடித்துக் கொண்டு திருமணம் வேண்டாம் என்கிறான், மாணிக்கத்துக்காவது பெண் பார்ப்போம் என்று முடிவு செய்து பெண் தேடிக்கொண்டிருக்கையில் போயும் போயும் அந்தச் சீரழிந்தவளையா இழுத்துக்கொண்டு ஓடுவான்? நொள்ளைக்கண்ணன் மனம் மாறுவான், அண்ணன் இருக்கும்போது தம்பிக்கு எப்படி மண முடிப்பது. மேலும் நீலவேணி வேறு திருமணமில்லாமல் வீட்டோடு இருக்கிறாள். இந்தக் காரணங்களால் இவனுடைய திருமணம் தள்ளிப்போய்விட்டது. அதற்காக இப்படியா நடந்து கொள்ள வேண்டும்? உறவு முறையினர் முகத்தில் கங்காணி எப்படி விழிப்பது? எவ்வளவு கேவலமான விஷயம். ஏற்கனவே அய்யாக் கண்ணுவைத் தூண்டிவிட்டுக் கொண்டிருந்தான். அதோடு இதுவுமல்லவா சேர்ந்து கொண்டது. அவன் முகத்தில் நான் விழிக்க மாட்டேன் என்று சபதம் பூண்டான். கங்காணி அவனைத் தேடும் முயற்சியில் இறங்கவில்லை. கையில் கொண்டு சென்ற பணம் கரைந்தவுடன் திரும்பி விடுவான், எங்கு போய்விட முடியும் என்ற நம்பிக்கையோடிருந்தார். மேலும் மாணிக்கத்துக்கு உடம்பு வளையாது. சுயமாக வேலை செய்து சம்பாதித்துப் போடும் திறமை கிடையாது. ஆனால் கங்காணிக்கு உள்ள கவலையெல்லாம் குடும்பம் நடத்துகிறேன் என்று சொல்லி லெச்சுமியை அழைத்து வந்து விடுவானோ என்றுதான். அவள் உள்ளே

வருவதாக இருந்தால் தன் பிணம் வெளியே போக வேண்டும் என்பதில் உறுதியாக இருந்தார்.

லெச்சுமியும், மாணிக்கமும் வெகுதூரம் ஓட முடியவில்லை. இரவில் லாரியை நிறுத்தி டவுனில் இறங்கி அங்கிருந்து பஸ் பிடித்து நீலகிரி மலைக்குச் சென்று விட்டார்கள். கங்காணியின் தூரத்துச் சொந்தத்தில் ஒருவன் டீ எஸ்டேட் ஒன்றில் மானேஜராக இருந்தான். அவனுடைய குவார்ட்டர்ஸுக்கு வந்து சேர்ந்திருந்தார்கள்.

சரியாக இரண்டு மாதத்திற்குள் அவர்கள் தங்கியிருந்த இடம் பற்றிய தகவல் தெரிந்து எம்.எல்.ஏ பெயரை பெரியண்ணன் உபயோகித்து லெச்சுமியை மீட்டுக் கொண்டு வந்தான். இரண்டு பேரையும் எஸ்டேட்டில் உதைத்தார்கள் போலிருக்கிறது. வீட்டுக்கு வந்தவளை யாரும் அடிக்கவுமில்லை திட்டவுமில்லை. இதெல்லாம் இவளிடம் வேலை செய்யாது என்று நினைத்தார்களோ என்னவோ? மணி; லெச்சுமி வந்தவுடன் அடிப்பதற்குத் தயாராக இருந்தான். பெரியண்ணன் அவனைச் சமாதானப்படுத்தி 'அவள இப்படியெல்லாம் செய்யக் கூடாது. அவளுக்கு நான் ஒரு வழி வச்சிருக்கேன்' என்றான்.

வெகுநாள் வரை அந்த வழி யாருக்கும் புலப்படவில்லை. மாறாக எடுத்துக்கொண்டு போன புடவைகளை எல்லாம் எஸ்டேட்டிலேயே விட்டு வந்து விட்டாளென்று அரை டசன் புடவைகளும், ஜாக்கெட்டுகளும் வாங்கி வந்தான். பூ வாங்கிக் கொடுத்தான். ரகசியமாக உயர்ந்த ரக தின்பண்டங்கள் கூட வாங்கிக் கொடுத்தான். ஆனால் ஒன்று, அவன் வெளியில் எங்கும் போவதில்லை. காட்டுக்கும், கிணற்றுக்கும்கூட. மெத்தையிலே செலவோடு செலவாக ஒரு குளியலறையும், கழிவறையும் சேர்ந்த அறையைக் கட்டினான். லெச்சுமி எல்லாவிதத்திலும் தனிமைப்படுத்தப்பட்டாள். நாய்க்குச் சோறு வைப்பதுபோல் வேளா வேளைக்குச்

ஆனந்தாயி ❦ 243

சோறு மேலே போகும். அவள் விரும்பினால் கீழே வந்து பின் வாசலிலோ, தண்ணீர் ஓடும் வாய்க்கால் பக்கமோ உட்காருவாள். அன்புகூட அவளிடம் பேசுவதில்லை.

ஆனந்தாயினால் எதையும் ஊகிக்க முடியவில்லை. இருப்பது போல் இருந்து ஓநாய் போல் விழுந்து பிடுங்குவானோ என்று எதிர்பார்த்தாள். அப்படி யெதுவும் நடக்காததில் அவளுக்கு ஆச்சரியமே! மாறாக புதிய ரோடு வேலைக்காக பிளாக் ஆபீஸ், ஹைவேஸ் ஆபீஸ்களுக்கு அலைந்து கொண்டிருந்தான். வீட்டின் மேல் கடன் வாங்கியதை அடைக்காவிட்டாலும் கைச்செலவுக்குப் பணம் வேண்டுமென்று அடிக்கடிச் சொல்லிக் கொண்டிருந்தான்.

அவ்வப்போது அய்யாக்கண்ணு, குள்ளன் வந்து போகிறவர்கள்தான். வழக்கு, போலீஸ் கேஸ் என்று பேசிவிட்டுப் போவார்கள். அவர்கள் இப்போது ஒவ்வொரு மாலையும் வந்துவிடுகிறார்கள். அவர்கள் வந்தவுடன் மகாலிங்கம் சுடலைக்கு ஆள் அனுப்புவான். முத்துலிங்கம் மாலை நேரங்களில் வெலாமுத்தூர் காட்டுக்குப் போய் வருகிறான். குள்ளன் விட்ட வேலையைத் தொடர்வதற்கு ஆள் வேண்டுமே; இரவு நேரத்தில் அவனும் பெரியண்ணனைத் தேடிக் கொண்டு வந்துவிடுவான். எம்.எல்.ஏவிடம் சொல்லித் 'தொழிலை'க் கண்டுகொள்ளாமல் இருப்பதற்கு ஏற்பாடு செய்தவனே பெரியண்ணன்தானே. அவன் வரும்போது 'நல்ல சரக்கு' எடுத்து வருவான். பேச்சு புது வேகத்தோடு தொடரும்.

அவர்களது குடிசைகளுக்குப் பட்டா வாங்கித் தருவதற்கு 'நானாச்சு' என்று மார்தட்டிக் காண்பித்தான் பெரியண்ணன். போதாதக் குறைக்கு இறந்துபோன மனுக்களுக்கு தாலுக்கா ஆபீஸ் சென்று உயிரூட்டினான். ஹைவேஸ் புறம்போக்கு என்பதனால் ஹைவேஸ் ஆபீஸுக்கும் சென்று வந்தான். புதிதாக எடுத்த ரோடு

வேலைக்கு அவர்களையே அமர்த்தி அவர்கள் மீது இழந்த பிடியை இப்போது இறுக்கிக்கொள்ள முடிந்தது. அவர்களும் பெரியண்ணனுக்குக் கடமைப்பட்டவர்கள் ஆனார்கள்.

'அவனைக் கைவேற, கால்வேறயா ஆக்கி, வெட்டி பொலி கொடுக்கணும்' என்று அய்யாக்கண்ணு ஆரம்பித்து வைத்தான்.

'நான் எப்படி அவமானத்தில் செத்து செத்துப் பிழைக்கிறேனோ அதுமாதிரி அவனுக்கும் அவமானம் உண்டாக்கணும். எம் பணம் தண்ணியா எப்படிக் கரஞ்சுதோ அதுமாதிரி அவன் சொத்து அழியணும்.' பல்லுக்குப் பல், பழிக்குப் பழி.

'அவனுக்கு என்னாங்க புதுசா அவமானம். அவனுடைய மச்சினிச்சி போதாதா. அந்தப்பய மாணிக்கம் அவங்க சின்னம்மாவை வச்சிக்கிட்டிருக்கானாம். ஊரே காறித் துப்புது. அதனாலத்தான் அந்த குட்டி கல்யாணம் பண்ணிக்க மாட்டேங்கறாளாம். காசு பணம் வச்சிருக்கான். அதனால வெளியே பேசறதுக்குப் பயப்படறாங்க. அந்த நொள்ளக்கண்ணு பயலும், மாடுமாத்தி மருமவள வச்சிக்கிட்டு ஒரே மானக்கேடு போங்க.'

'அந்தப் பய மாணிக்கத்தோட மச்சினிச்சிய ஒரு நாளாவது... சரி...'

'சீச்சீ, அந்தப் பேச்சு பேசக்கூடாது. என்ன இருந்தாலும் பொண் பாவம் ஆவாது. அவளா வந்தாள்னா வச்சிக்கிடலாம்... மத்தபடி அந்தத் தப்புத் தண்டா செய்யக்கூடாது. நாய் நம்மளக் கடிச்சுதுன்னு நம்ப நாயைக் கடிக்க முடியுமா?'

'நமக்குன்னு ஒரு மரியாதை அந்தஸ்துல்லாம் இருக்குல்ல. லெச்சுமி அம்மாளுக்குக் காலுல கட்டி அடிக்கக் காணாதுங்க அந்தப் புள்ள...'

'அவனுடைய பொருளுக்குச் சேதம் உண்டாக்கணும். அதைச் சொன்னீங்கன்னா சரின்னு ஒத்துக்

கிடலாம்.'

'மேலக்காட்டில சோளம் வெதைச்சிருக்கான், கம்பேனிக் கருது. தட்டை, கரும்புக் கணக்கா; கருது முத்துச்சோளம் மாதிரி நல்ல சோளம்.'

'சோளத்தை அறுத்து கருத அடிச்சு பேஜார் வேலை... பேசாம வக்கப்போருக்குத் தீயை வச்சிடலாம். ஏரி வயக்காட்ல நெல் விளைஞ்சி இருந்தா அதுக்கும் தீய வச்சிடலாம்.'

'ஏரி வயக்காட்ல எப்பவும் ஆளு இருப்பான். இவங்காட்ல இல்லாட்டினாலும் பக்கத்துக் காட்ல இருப்பான். இவனுது வக்கப்போருக்குத் தீ வச்சா பக்கத்து வயல்காரனுட போரும் எரிஞ்சிப் போகும். அது மாதிரி வெளைஞ்ச நெல்லுக்குத் தீய வச்சா பக்கத்தில அய்யாக்கண்ணு வயலும் இருக்கு. ஆபத்து. வேணுமின்னா மாட்டுக் கொட்டாயிக்குத் தீய வைக்கலாம்.'

'அய்யோ... பசுமாடு... கோமாதா... அந்தப் பாவத்துக்கு ஆளாவ வேண்டாம்.'

மேலக்காட்டில் ஒரு பகுதியைத் திருத்தி இறைப்புச் சோளம், வள்ளிக்கிழங்கு, கடலை பயிர் பண்ணி வந்தார் கங்காணி. அதற்குப் பம்புசெட் மோட்டார் எல்லாம் போட்டிருந்தார். முடிவில் அந்தப் பம்பு செட்டைக் கழற்றிக் கொண்டு அந்தக் கொட்டகைக்குத் தீ வைத்து விடுவதென முடிவாகியது.

ஆனந்தாயி சாப்பிட்டு முடித்துவிட்டு ஒரு துண்டு புகையிலையை வாயிலடக்கிக் கொண்டு முன் வாசலுக்கு வந்தாள். புதுப்பழக்கம் தலையை கிறுகிறுவென சுற்றியது.

'அதுவ தண்ணி போட்டுட்டு ஒழட்டிக் கிட்டிருக் கட்டும்' என்று கதவைச் சாத்திக்கொண்டு படுத்து விட்டாள்.

மூன்றாம் நாள் பெரியண்ணன் சந்தோஷமாக இருந்தான். பட்டைத் தண்ணீர் தாராளமாக எல்லோ

ருக்கும் வழங்கப்பட்டது. 'பம்பு செட் திருடு போனது' பற்றி போலீசில் புகார் பண்ணச் சென்றிருந்தபோது, சந்தேகம் பெரியண்ணன் பேரிலும், அய்யாக்கண்ணு பேரிலும் சாராயக் குள்ளன் பேரிலும் விழுந்தது.

கொஞ்ச நாட்கள் இவர்கள் கூடிப் பேசுவது குறைந்தது. சில நாட்கள் இடைவெளியில் மீண்டும் கூடினார்கள்.

ஒருநாள் நிலா வெளிச்சத்தில் கோணியை எடுத்து வந்து கங்காணிக் காட்டுச் சோளக் கருதுகளை முடிந்த வரை அறுத்துக் கொண்டு விட்டார்கள்.

இரவு பெரியண்ணன் வீட்டில் நடு அறையில் சோளக் கதிர்களைக் களைவெட்டுக் காயாலும், மண்வெட்டிக் கழியாலும் அடித்தார்கள். சோளத்தைப் பிரித்து எடுத்ததும் சக்கைகளைப் பெரியண்ணன் வீட்டுக் குப்பைக் குழியில் கொட்டி மேலே எருவைப் போட்டு மூடி விட்டார்கள்.

மூன்றாம் பேருக்குத் தெரியாமல் காரியத்தை முடித்தாலும் வீட்டிலுள்ளவர்களுக்குத் தெரியாமலா போய்விடும்.

'இதெல்லாம் நல்லதுக்கில்லே.'

ஆனந்தாயி முறையிட்டாள். கிழவியும்கூட 'விளைஞ்ச வெள்ளாமையை அறுத்துக்கிட்டு வந்துட்டா வெதைச்சவன் வந்து பாத்தா பகீர்ங்காது? என்று விசனப்பட்டாள்.

'எதுக்கும்மா ராத்திரியோட ராத்திரியா சோளக் கருதை நடுவீட்ல போட்டு அடிச்சிக்கிட்டிருக்காங்க?' தனம் அம்மாவைக் கேட்டாள்.

'அந்த சமாச்சாரமெல்லாம் உனக்கென்னாத்துக்கு?' அடக்கிவிட்டாள் அவளை. ஆனால் மணியும் அவர்களுடன் சேர்ந்துகொண்டு திருடப் போவதுதான் அவளுக்குப் பிடிக்கவில்லை.

போலீஸில் புகார் கொடுக்க நொள்ளைக்கண்ணன் சென்றபோது 'நூறு ரூபா, இருநூறு ரூபா சமாச்சாரத்துக்

கெல்லாமா போலீஸ் ஸ்டேஷனுக்கு ஓடியாருவீங்க' என்று அவனைத் துரத்தி விட்டார்கள்.

அதற்குப் பிறகு தீவிரமாகக் காவல் காக்க ஆரம்பித்து விட்டார்கள் கங்காணி வீட்டார்.

பழைய திருட்டுக்களால் பலம் பெற்று கங்காணி யின் கிடையில் புகுந்து நல்ல கிடாய்களாய் நான்கைத் தூக்கி வந்து விட்டார்கள் பெரியண்ணன் கோஷ்டி யினர். ரொம்ப நேரமாகவே நடுவீட்டில் ஏற்பட்ட சலசலப்பால் விழித்துக் கொண்டு எழுந்து வந்தாள் ஆனந்தாயி. வீடெல்லாம் ரத்தக்காடு. நான்கு ஆடுகள் அறுக்கப்பட்டு அறுத்த கறி மலைபோல் கிடந்தது.

விடியலில், 'அம்மா கறிக்குழம்பு' என்று அன்பும், அருளும் கேட்டபோது 'கறி ஏது? நான் கண்டனா கேட்டனா?' என்ற பதில் வந்தது அவளிடமிருந்து.

'ஏம்மா நாலு ஆடு அடித்து நமக்குக் கொஞ்சங் கூடவா இல்லை' என்று ஏமாற்றத்துடன் கேட்ட தனத்திடம்.

'சீ அந்தக் கறியை நம்ப வாயில் போடலாமா?' என்று சொல்லி விட்டாள்.

செல்லம்மாள் வீட்டிலும், பசூதி வீட்டிலும் அடுப் புக்கு மேலாக வரி வரியாக உப்பிவிட்ட கறித்தோரணம் தொங்கியது. மூன்றாம் நாள் தலையும், காலும் குழம்பு வைத்து சலிக்க சலிக்கத் தின்றார்கள். தெருவில் குழம்பு வைத்தால் தெரிந்து விடுமென்று அய்யாக்கண்ணுவும், குள்ளனும், முத்துலிங்கம் வீட்டில் ஆக்கி இரவு எடுத்துக்கொண்டு போய் சாப்பிட்டார்கள்.

இம்முறை கங்காணி போலீஸுக்குப் போகவில்லை. 'வருவது வரட்டும். போட்டுத் தள்ளுடா' என்று சொல்லி விட்டார். 'புள்ளையா குட்டியா போட்டுத் தள்ளிட்டு ஜெயிலுக்குப் போயிட்டா நானாச்சு உங்களை ஜாமீன்ல கொண்டுவர. கையில கத்தியத் தூக்குனா எந்த எம்.எல்.ஏ. வந்தாலும் என்ன பண்ண முடியும்.'

பட்டறைக்குச் சென்று பெரிய வீச்சருவாள்கள்

செய்து வாங்கிக் கொண்டார்கள். இன்றைக்கில்லா விட்டாலும் ஒருநாள் தேவைப்படலாம் அல்லவா.

'பெரியண்ணனைக் கூட உட்டுறலாம். ஏதோ பொண்டாட்டிய இழுத்துட்டுப் போய்ட்டாங்கற ஆத்திரத்தில் இதெல்லாம் பண்றான்னு. ஆனா இந்த அய்யாக்கண்ணு பயலைத்தான் விட்டுவைக்கக் கூடாது. நம்மள தெருவுக்கு இழுத்துட்டான். கோர்ட்டு கேஸுன்னு இழுக்கடிக்கிறான். அவன் ஒதுங்கிப் போனாலும் வலிய சண்டைக்கிளுத்து போட்டுத் தள்ளறதே சரி.'

'அண்ணா, இவ்வளவு நாள் வாய்ச்சொல்லுதான். இன்னிக்கு வேலையைக் காட்றதே சரி. நீ அய்யாக்கண்ணு பயல போட்டுத் தள்ளு. நான் பெரியண்ணனைப் பார்த்துக்கறேன். அவன விட்டு வச்சாத்தானே மத்தவங் களைத் தூண்டிவிட்டுக்கிட்டிருப்பான்.'

அண்ணனும், தம்பியும் உலையிலிட்ட சோளரிசி போல் கொதித்துப் புழுங்கினர்.

'கூட இந்தக் கஞ்சமலை சல்லியைக் கூட்டிக்கிங் கடா.' கங்காணி புத்திமதி சொன்னார்.

'கையாலாகாதவன்தான் ஆளு வச்சுக்குவான். நாங்க நாலு பேரு அண்ணந்தம்பி இருக்கக்குல எதுக்குத் தொணைக்கு ஆளு. இவனுங்க இன்னைக்குச் சரியா இருப்பானுங்க. சாட்சி கூண்டுல ஏறுனா பல்டியடிப்பா னுங்க. எதுக்கு இந்த வம்புலாம்?'

'ஆமாமா சொல்ல முடியாது. இப்ப இந்தப் பக்கம் பேசுவானுங்க. நாளைக்குக் குள்ளம் பயல் தண்ணியை ஊத்திக்குடுத்தா, 'உன்னை வெட்டக் கத்தி தயார் பண்ணியிருக்காங்க'ன்னு காட்டிக் குடுப்பானுக. மூணாம் பேத்துக்கு விஷயம் தெரியக் கூடாது. எப்பவும் கத்தியும் கையுமாத்தான் இருக்கணும்.'

பட்டறையில் வீச்சருவாள் செய்யக் கொடுத்தது, வாங்கியது எல்லாம் யதேச்சையாக நடப்பதுபோல் ஆர்ப்பாட்டமில்லாமல் நடந்தன.

சின்னக்கண்ணுதான் கங்காணி வீட்டில் நடக்கும் விஷயங்களை யார் யார் எந்தெந்தச் சமயங்களில் எங்கே போகிறார்கள் என்று உளவறிந்து பெரியண்ண னிடம் சொல்கிறவன். வள்ளிக்கொடி பிடுங்க கூலி ஆட்களைக் கூப்பிட நொள்ளைக்கண்ணன் இவன் வீட்டுப்பக்கம் வந்தான்.

'கிழங்கை ஆஞ்சி வண்டியில போட்டு வீடு வந்து சேத்துப்புடுங்க. இல்லாட்டினா சோளக்கருது மாதிரி போயிடப் போகுது.' கஞ்சமலை அறிவுரை சொன்னான்.

'காவலுக்கு நான் ஒருத்தனில்லை. நாலு பேரும் போறோம். ரெண்டு நாளானாலும் காட்லதான் கெழங்கு கிடக்கும்.'

சின்னக்கண்ணு இந்தத் தகவலைப் பெரியண்ண னிடம் சொன்னான். அன்று மாலையே அவசரக் கூட்டம் கூடியது. மறுநாள் பொழுதிறங்கும் சமயத்தில் காட்டுக்குச் செல்வது போல் போக வேண்டும் என்று பேசிக் கொண்டார்கள். இம்மாதிரிப் பேச்சுகள் நடக்கும்போது லெச்சுமி சாதாரணமாகக் கேட்டுக் கொள்வதில்லை. மெத்தையில் சுருட்டிப் படுத்துக் கொள்வாள். நடக்கும் சம்பவங்களெல்லாம் அவளுக்கு வருத்தத்தைக் கொடுத்தன.

கங்காணி வீட்டுப் பொருட்கள் திருடு போனபோது அவள் காதுபட 'தாயோளி செத்தான்' என்று சொல்லிச் சிரிப்பான். ஆனால் அவளை ஒரு வார்த்தைத் தப்பாகச் சொல்ல மாட்டான்.

'அவன் கால் முறியணும். அவனைக் குத்துக்கோலால் குத்திட்டு உயிர் போகாதபடிக்கு விட்டறணும். அவன் சரிஞ்ச கொடலை உள்ள சொருவிக்கிட்டு பெரியண் ணோய் உங்கால்ல விழுந்து கும்பிடறேன் உட்டுடுன்னு கும்பிடணும்' என்று உரக்கச் சொல்வான். அவள் காது கேளாதவள் போல் இருந்து விடுவாள்.

இம்மாதிரிப் பேசிக் கொண்டிருப்பது வாடிக்கை யாகிவிட்டதால் கண்டு கொள்வதில்லை எதுவும்.

அன்றும் 'இதெல்லாம் நம் காதில் விழுவானேன்' என்று படுத்துக் கொண்டாள்.

சின்னக்கண்ணு காலையில் கொடுவாளைக் கிணற்று சுற்றுப்பார் சிமெட்டியில் மணல் வைத்து சாணை பிடித்துக் கொண்டிருந்தான். சுற்றுப்பாருக்குப் பக்கத்தில் குந்தாணியில் நெல் குற்றினாள் லெச்சுமி.

'என்னம்மா தனியா குத்துறீங்க, சொன்னீங்கன்னா குத்தித் தரமாட்டேனா?'

'அவரு குஷியில இருக்கார்மா. இன்னையோட மாணிக்கங் கதை முடிஞ்சது. அதுக்கப்புறம்தான் அவருக்கு நிம்மதியான தூக்கம் வரும்.'

நெல் குத்திக் கொண்டே பலமாக யோசனை செய்தாள். தான் சொன்னதற்காக வீடு வாசல் துறந்து விட்டு வந்த மாணிக்கம் தன்னால் அநியாயமாகச் செத்துப் போவதா? இது நடக்காது. நடக்கக்கூடாது. ஆனால் நான் யார் மூலமாகத் தகவல் சொல்லி யனுப்புவது? மாலைக்குள் எப்படியாவது வழி கண்டு பிடித்தாக வேண்டும். பூங்காவனத்தை விட்டால் நமக்கு யார் இருக்கிறார்கள். அவளுந்தான் இவனுக்குப் பயந்துகொண்டு இந்தப் பக்கம் வராமலிருக்கிறாளே, என்ன செய்வது என்று யோசித்துக் கொண்டிருந்தாள். வழியொன்றும் புலப்படவில்லை.

அதே நேரத்தில் பூங்காவனம் ஒரு செய்தியை எப்படியாகிலும் தெரிவிக்க வேண்டுமென்றிருந்தாள். தேர்முட்டிக்கு அரிசி வாங்கப் போனபோது ஆஸ்பத்திரிக்குச் சென்று திரும்பிக் கொண்டிருந்த நீலவேணி அக்காவைப் பார்த்தாள்.

'என்ன பூங்காவனம், இந்தப் பக்கமே வாறதில்ல?'

'உங்களுக்குத் தெரியாதாக்கா. இந்தப் பக்கம் வந்தா அங்க பொல்லாப்பு. அவுங்க வீட்டுக்குப் போனா இங்க பொல்லாப்பு. அதான் எங்கேயும் போறதில்லன்னு செவனேன்னு வீட்டோட கெடக்கறேன். வேலைக்குக் கூடப் போறதில்ல. காதியிலே ஊதுபத்தி மாவு

வாங்கிட்டு வந்து ஊதுபத்தி உருட்டிட்டிருக்கறங்கா. எங்கம்மா படுத்த படுக்கை. அதுக்கு வைத்தியம் பாக்கவும் கஞ்சி வச்சிக் குடுக்கவும் சரியாயிருக்குக்கா.'

'அவளப் பாப்பியா?'

'யாரக்கா?'

'அவத்தான் லெச்சுமி?'

'அந்தம்மா வெளியலே வாறதில்லக்கா.'

'நீ எப்படியாவது போய்ச் சொல்லுடி. இந்தப் பசங்க நாலு பேரும் பெரியண்ணனைத் தீத்துக்கட்டறன்னு இருக்கானுங்க. நேத்து ராத்திரிகூட ரகசியமாகப் பேசிக்கிட்டானுங்க. ஜாக்கிரதையா இருக்கச் சொல்லுடி, நான் சொன்னன்னு சொல்லிடாத.'

'எக்கா நாம் போவலக்கா. எனக்கு பயமாயிருக்கு.'

'ஆனந்தாயம்மாவைப் பார்த்துச் சொன்னாலும் சொல்லு. அல்லது லெச்சுமிகிட்ட சொன்னாலும் சொல்லு. எனக்காகக் கண்டிப்பா சொல்லு.'

31

'அம்மோவ், ஒரு கொடம் தண்ணி தொட்டியிலே மொண்டுக்கறம்மோவ்.'

'யார்றி... எட்டி பூங்காவனம் அந்தய்யா உன்னைக் காங்கட்டேங்கறான். தண்ணிய மொண்டுக்கிட்டு வந்த வளியே ஓடு. அந்தய்யா இப்ப வந்துருவான்.'

ஆனந்தாயிடம் ஆபத்தைப் பற்றி எச்சரிக்கை செய்யலாம் என்று நினைத்தவள் சின்னக்கண்ணு அங்கிருப்பதைப் பார்த்துவிட்டுத் தண்ணீரை இடுப்பில் வைத்துக்கொண்டு தயங்கி நின்றாள்.

'எட்டிய... அப்புறம நிக்கிறவ? வந்து அந்தய்யா ஒதைச்சாத்தாம் போவ போலேருக்கு.'

வேண்டா வெறுப்பாக நகர்ந்தாள் பூங்காவனம். வெளிவாசலுக்கு வந்தபோது லெச்சுமி அங்கு நின்றிருந்தாள்.

'ஐயாவை வெட்டுறதுக்கு ஏற்பாடு பண்ணிக்கிட்டிருக்காங்களாம்.'

அவள் சொல்லி முடிக்கு முன்னே லெச்சுமி தான் சொல்ல வேண்டிய செய்தியை அவசரமாகச் சொன்னாள் அவளிடம்.

'இன்னைக்கு சாயந்தரம் ஆறு மணிக்கு ஆறு பேரு கிளம்பி காட்டுக்கு வருவாங்க. பாத்து ஜாக்கிரதையா இருந்துக்கச் சொல்லு. நீ எனக்குக் கூடப் பொறக்காத தங்கச்சியாட்டம்.'

இப்படிச் சொல்லித்தான் முன்பு அவளின் உபாயம் பெற்றாள். இம்முறை அவள் அழுதும் விட்டாள்.

பூங்காவனம் மேலக்காட்டுக்கு ஓடினாள். கங்காணிக்

காட்டை நெருங்கினாள். நொள்ளைக்கண்ணன் கூலி யாட்களோடு கொடி பிடுங்கிக் கொண்டிருந்தான். தங்கதுரை புதிதாக மாட்டியிருந்த பம்பு செட்டைக் கழற்றி கிரீஸ் போட்டுக் கொண்டிருந்தான். மாணிக்கத் தைக் காணவில்லை.

ஆபத்துக்குப் பாவமில்லையென்று தங்கதுரையிடம் விஷயத்தை விளக்கினாள். சொல்லிவிட்டு தான் வந்து போனதைப் பற்றி யாரும் தவறாக நினைக்கக் கூடாதே என்பதற்காக கருவேல முள்ளை வெட்டிக் கட்டிக் கொண்டு கிளம்பினாள்.

பெரியண்ணன் வீட்டு வாசல்வழியாகப் போகும் போது லெச்சுமியைப் பார்த்துச் சொல்லிவிட்டேன் என்று ஊமைச்சாடை செய்தாள்.

மாலை ஐந்துமணியிருக்கும். தனம், அருள், அன்பு மூவரையும் தியேட்டருக்குப் படம் பார்க்க அனுப் பினான் பெரியண்ணன். பின் 'பட்டை' போட்டுக் கொண்டார்கள் எல்லோரும்.

'இங்க பாரு யாரு உயிரையும் போக்கிடாத. நமக்கும் புள்ளங்க இருக்காங்க.' திருநீறு பூசிக் கொண்டிருந்த பெரியண்ணனிடம் சொன்னாள் ஆனந்தாயி.

'யார்றி பைத்தியக்காரி. இப்ப எங்கப் போறோம் நாங்கன்னு நெனச்சுகிட்டுப் பேசுறவ?'

'மணியை வீட்லருக்கச் சொல்லு.'

'நான் அவனைக் கூட்டிக்கிட்டு போகலையே. யார் சொன்னது நான் அவனைக் கூட்டிட்டுப் போறறேன்னு?'

அய்யாக்கண்ணு சிறிய கத்தி ஒன்றைத் தீட்டிக் கொண்டிருந்தான்.

'ஏண்ணா, எதுக்கு இதெல்லாம்.'

'அட நீ ஒண்ணு புள்ள. ஆட்டுக்குக் கொழை ஒடிச்சிக்கிட்டு வர்லாம்னு போறேன் நானு. காடு அளக்கணும். அவுக சங்கிலி, தடி எல்லாம் எடுத்துட்டு வர்றாங்க.'

'சாமி, சாமி... வேண்டாஞ் சாமி.'

'நான் சொல்றதில் நம்பிக்கையில்லன்னா முத்துலிங்கம் வர்றான் அவனைக் கேட்டுப் பாரு.'

'ஆமாம்மா. கிராம சேவை வர்றேன்னாரு. நிலம் வித்தமுள்ள அதில வில்லங்கம் இருக்கு. அதான் அளக்கலாம்னு.'

'எலே, என்னடா அவகிட்டே பேசிக்கிட்டு.' பெரியண்ணன் அவர்களைக் கிளப்பிக் கொண்டான்.

'எதுக்குடா கத்தி எடுத்துட்டு வாற? அதை வச்சிட்டு வா.'

'இருக்கட்டும் மச்சான். ஒரு பாதுகாப்புதானே.'

'எலே. ஆத்திரம் வந்து வயித்தில கியித்தில சொருவிப் புட்டியினா... உயிர்போகக்கூடாது. தடியாலேயே அடிச்சி மாறு கால் மாறு கை வாங்கணும். அவ்வளவு தான்.'

கத்தியை வேண்டா வெறுப்பாக வைத்துவிட்டுக் கிளம்பினான்.

பொழுதிறங்கியதுமே பெரியண்ணன் கோஷ்டியினர் வரும் வழியைக் கண்காணித்து ஆளுக்கொரு சங்கம் புதரில் ஒளிந்து கொண்டனர் மாணிக்கமும், தங்கதுரையும். வழியை ஒட்டினாற்போல் உள்ள ஈச்சங்குத்தில் உட்கார்ந்து கொண்டான் நொள்ளைக் கண்ணன்.

தூரத்திலிருந்து அவர்கள் வருவதைப் பார்த்து விட்டனர். 'ஏண்டா காட்டில் யாரும் இருக்கற மாதிரி தெரியலியே.' பெரியண்ணன் சந்தேகத்தைக் கிளப்பினான்.

'இன்னும் யாரும் காட்டை விட்டுக் கௌம்பல. போனா ஒண்ணு நம்ம வீட்டு வழியாப் போவணும், இல்ல நெல்லு மிசினுக்குப் பின்னாடியிருக்கிற கவுக்கால் சந்து வழியாப் போவணும். ரெண்டு பக்கமும் ஆள் போவலியே.

'நாம வாறது தெரிஞ்சி எங்கியாவது ஒளிஞ்சிக்

கிட்டிருப்பானவளா?'

இதற்குள் முதலில் வந்த அய்யாக்கண்ணு ஈச்சங்குத்தை நெருங்கியிருந்தான்.

கெட்ட வார்த்தையால் திட்டிக் கொண்டு மிருகம் போல பிளிறிக் கொண்டு வீச்சருவாள் பளபளக்க நொள்ளைக்கண்ணன் அய்யாக்கண்ணு மேல் பாய்ந்தான். அய்யாக்கண்ணு சுதாரித்து சிலம்பத்தடியைச் சுழற்றுவதற்குள் மோசமான வெட்டு அவன் கணுக்காலில் விழுந்தது.

''ஐயோ, வெட்டுறானே.' பின்னோக்கி ஓடினான் பெரியண்ணன் கருவேலங்காட்டுக்கு.

பின்னாலேயே துரத்தினான் மாணிக்கம்.

சுடலையும், மகாலிங்கமும் தங்கதுரையிடம் வசமாக மாட்டிக் கொள்ளத் தப்பிக்கும் வழிபார்த்து முள்ளுக் காட்டில் விழுந்தடித்துக் கொண்டு ஓடினார்கள். அவர்களைத் துரத்திவிட்டு அய்யாக்கண்ணுவிடம் போய் விட்டான் தங்கதுரை.

ஆனந்தாயி மகன் மணியை, பெரியண்ணனும் கோஷ்டியும் கிளம்பியவுடன் பின்னாலயே சென்று பார்க்கும்படி அனுப்பியிருந்தாள். அவன் தூரத்தில் வாதநாராயண மரத்தில் ஏறிக்கொண்டு ஓடையைப் பார்த்தான். இன்னும் இருட்டி விடவில்லை. வேனிற் காலம். சூரியன் பொன்னுச்சாமி காட்டுக் கோயிலில் சாய்ந்த கிரணங்களால் மங்கலான வெளிச்சம் போட்டு மேற்கில் விழுந்து கொண்டிருந்தான்.

மாணிக்கம் பெரியண்ணனைத் துரத்தவும் பின்னால் முத்துலிங்கம் ஓடினான். மேலே ஓடமுடியாதபடி மரம், முள்ளுபுதர். ஒரு சின்ன கருவேலங்குத்துக்குப் பின்னால் மறைந்து கொண்டு மாணிக்கத்துக்குப் போக்குக் காட்டினான். மாணிக்கம் நெருங்கி விட்டான். அவனுக்கும் பெரியண்ணனுக்கும் இடையில் ஒரு சிறிய கைமொத்த முள் கருவேல மரக்கிளை, அவ்வளவே. அதற்குள் 'சாமி... வெட்டிப்புடாத சாமி, புள்ளக்

குட்டிக்காரன்' என்று தன்னை வெட்டமாட்டான் என்ற நம்பிக்கையில் வலது கையால் குறுக்கே தேங்கினான்.

ஓங்கிய வீச்சருவாள் நிற்கவில்லை. முத்துலிங்கத்தின் வலது கையையும், முள்ளுமரத்தின் கிளையையும் வெட்டித் துண்டாக்கிக் கொண்டு பெரியண்ணன் வலது கையில் விழுந்தது. இரண்டாவது வெட்டு கழுத்தில் விழுந்தது.

'செத்தேன்.' ஒரு வார்த்தை. அதற்குள் குள்ளனும், சுடலையும் மாணிக்கத்தைப் பின்புறமிருந்து தடியால் தாக்கிவிட்டுப் பெரியண்ணனைக் குண்டுக்கட்டாய்த் தூக்கிக் கொண்டு

'ஓட்ரா... ஓட்ரா... ஓட்ரா... ஓட்ரா' என்று சத்தம் போட்டுக் கொண்டே ஓடினார்கள். மகாலிங்கமும் அவர்களுடன் சேர்ந்து கொண்டான்.

விழுந்த மாணிக்கம் சுதாரித்துக் கொண்டான்.

'பெரியண்ணன் செத்துட்டான்' என்ற செய்தியை தங்கதுரை தெரிவித்தான். மாணிக்கத்துக்கு நிம்மதி பிறந்தது.

மரத்துமேலிருந்து பார்த்துக் கொண்டிருந்த மணி செய்தி சொல்ல ஓடினான் வீட்டுக்கு.

ஓடையில் அய்யாக்கண்ணு விழுந்து கிடந்தான். உயிர் போய் விட்டதோ அல்லது மிச்சம் மீதி ஏதாவது இருந்ததோ தெரியவில்லை.

'இந்த வாயிதான குடிச்சிப்பிட்டு தெருவுல வந்து கத்துவது.' நொள்ளைக்கண்ணன் வீச்சருவாளை ஓங்கினான். ஏதோ தெறித்து விழுந்தது. பற்களோ?

'இந்தக் கால்தானே எம்மூட்டு ஆட்டை ஓட்டிக் கிட்டிப் போனது?' ஓங்கியது வீச்சருவாள்.

'இந்தக் கைதானே கங்காணி வீட்டுக் கதிரறுத்தது?'

'இந்தக் கைதான பம்புசெட்டைத் திருடுனது?' சொல்லிச்சொல்லி அண்ணனும் தம்பியும் மாறி மாறி கொத்தினார்கள்.

ஆனந்தாயி சின்னக்கண்ணுவை வீட்டில் விட்டு, ஆஸ்பத்திரிக்குக் கிளம்பினாள். பெரியண்ணனை நேராக ஆஸ்பத்திரிக்குத் தூக்கிச் சென்று விட்டார்கள். ஆனந்தாயி 'ஐயோ செவனே' என்று பதறிக்கொண்டும், 'போகாதே, போகாதேன்னு சொன்னனே கேக்கலியே, என்னா பண்ணுவேன்' என்று புலம்பிக் கொண்டும் வந்தாள். அவள் பின்னால் லெச்சுமியும் கிளம்பினாள் என்றாலும் அவள் தன் கூட வருவதை உணராதவள் போல் தனக்குத் தானே புலம்பிக் கொண்டாள் ஆனந்தாயி.

மணி சினிமாவுக்குச் சென்றிருந்த மூவரையும் அழைக்கச் சென்றான். கையில் முறுக்குடன் தூங்கி விட்டான் அன்பு. அவனைத் தூக்கிக் கொண்டாள் தனம்.

படிச்சந்தில் இருந்த வண்ணம் கால் நீட்டி ஒப்பாரி வைத்துக் கொண்டிருந்தாள் கிழவி. பெரியண்ணன் நிலைமை என்னவாயிருக்கும் என்று ஊகிக்க முடியா மலிருந்தாள் கிழவி. ஆழமா வெட்டிட்டானா? கபத்திலயா? தோள்பட்டையிலா என்று சின்னக் கண்ணுவை வினவிக் கொண்டிருந்தாள்.

'இத்தனை பேரு போயி எம்மவன கீழே சாச்சுப் புட்டிங்களேடா. இந்தப் புள்ளங்கள குட்டிகள வச்சிக் கிட்டு எப்படிக் காலந்தள்ளுவாளோ என்னமோ. போற கட்டை நானு. சாமி என் உசிரை எடுக்கலியே... நான் என்ன பண்ணுவேன்?'

நடு இரவு இருக்கும். வயதான கிழவி ஒருத்தி நெஞ்சிலும் வயிற்றிலும் அடித்துக்கொண்டு கன்றைத் தொலைத்துவிட்ட பசுபோல் விநோத சப்தங்கள் எழுப்பிக் கொண்டு மேலக்காட்டை நோக்கி ஓடிக் கொண்டிருந்தாள். லைன் வீட்டுக்காரர்கள் தெரு விளக்கைப் போட்டு யார் போவது என்று பார்த்தார்கள். அவர்களுக்கு அவளை அடையாளம் தெரியவில்லை. பிறகு விளக்கை அணைத்து விட்டார்கள். ரேடியோவில்

தேன்கிண்ணம் கேட்டுக் கொண்டிருந்து உறங்கப் போய்விட்டார்கள். அவள் அய்யாக்கண்ணுவின் வயதான தாய் என்பதை வெள்ளையம்மா அறிந்து கொண்டாள். அவளுக்கு உடம்பெல்லாம் பதறியது. தான் ஆடாவிட்டாலும் சதையாடும் என்பார்களே! அவளைத் தொடர்ந்து அய்யாக்கண்ணுவின் மனைவி, குழந்தைகள் எல்லாம் கதறிக் கொண்டு ஓடினார்கள்.

பசூதி உண்டாகியிருந்தாள். வலது கையிழந்து துடித்துக் கொண்டிருந்த கணவனோடு அவளும் ஆஸ்பத்திரிக்கு ஓடினாள்.

விடிந்தது. போலீஸ் பார்ட்டி ஸ்தலத்துக்கு விரைந்தது. அங்கே அய்யாக்கண்ணுவின் சடலம் கொத்துக்கறி போல் கொத்தப்பட்டு சதைப் பிண்டமாகக் கிடந்ததைப் பார்த்தார்கள். சற்று தூரத்தில் குத்துக் காலிட்டு உட்கார்ந்திருந்த கிழவியும், அய்யாக்கண்ணுவின் மனைவி, பிள்ளைகளும் இரவு முழுதும் கத்தியதில் பேசமுடியாமல் தொண்டை அடைத்துக் கொள்ள, பின்னும் அழுதார்கள். கையில்லாத வண்டிச் சக்கர 'க்ரீச்...க்ரீச்...' ஒலி வந்து கொண்டிருந்தது கிழவியிட மிருந்து.

இரவோடு இரவாகக் கங்காணியும், பிள்ளைகள் மூவரும் போலீஸில் சரணடைந்து விட்டார்கள். வெட்டிய வீச்சரிவாள்கள் போலீஸ் வசம் ஒப்படைக்கப் பட்டன. வக்கீல் ஏற்பாடு செய்து ஜாமீனுக்கும் மனுத் தயாரித்து விட்டார்கள்.

ஆஸ்பத்திரியில் பெரியண்ணன் நிலை கவலைக் கிடமாக இருந்தாலும் அவன் சாகவில்லை. தலையைச் சற்று சாய்த்ததால் கழுத்துக்கு வர வேண்டிய கொடுவாள் தோள் பட்டையில் விழுந்திருந்தது. 'காலர்' எலும்பு நொறுங்கி விட்டது. இன்னொரு வெட்டு வலது கையில் முழங்கைக்குக் கீழே விழுந்திருந்தது. நினைவு திரும்பியதும் வலி தாங்காமல் வாய்விட்டழுதான். பிள்ளைகள் கலங்கினர். லெச்சுமி ஆஸ்பத்திரியிலிருக்

கட்டும் என்று அவளை ஆஸ்பத்திரியில் நிறுத்திக் கொண்டு ஆனந்தாயியைப் பிள்ளைகளை அழைத்துக் கொண்டு வீட்டுக்குப் போகச் சொல்லிவிட்டான்.

எம்.எல்.ஏ. ராசு முதலியார் பரிவாரங்களுடனும், பழக்கூடையுடனும் வந்துவிட்டார். கட்டுக் கட்டிய நிலையில் பல போட்டோக்கள் எடுக்கப்பட்டன. அய்யாக்கண்ணுவின் சடலத்தைப் 'போஸ்ட்மார்ட்டம்' செய்து மொத்தம் எழுபத்தியாறு வெட்டுகள் விழுந்திருப்பதாகச் சொன்னார்கள். நொறுங்கிய பற்களை வாய்க்குள்ளே போட்டுத் தைத்து, புதிதாக முகமொன்றை ஏற்படுத்தி பிரம்மாக்களானார்கள் பிண அறுவை டாக்டர்கள்.

ஆஸ்பத்திரியிலிருந்து வீட்டுக்கு வராமல் அங்கிருந்தே இடுகாட்டுக்குத் தூக்கிச் சென்று விட்டார்கள்.

32

‘அவளால உசிரு போச்சே... ஒரு உசுரு போச்சே.’ புலம்பிக் கொண்டிருந்தாள் கிழவி.

‘அவளால போச்சுன்னு ஏன் சொல்ற. அத்து நேரம் வந்தது. வேண்டாம் சாமின்னு கையெடுத்துக் கும்பிட்டுக் கேட்டேன். ஆட்டுக்குத் தழை ஒடிக்கப் போறேன்னானே. சாமி, சாமி வேண்டான்னு சொல்லக் குல்ல, பாசக் கயிறைப் போட்டு அந்தப் பக்கம் எமன் இழுக்கறானே, அவன் என்ன செய்வான்?’ ஆனந்தாயி சொன்னாள்.

‘குள்ளனும், முத்துலிங்கமும் தடுக்கல அவ்வளவு தான், இந்நேரம் எருக்கு முளைச்சிருக்கும். எந்த சாமிப் புண்ணியமோ பொளச்சிக்கிட்டார்.’

‘அவங்கவங்க கொழுப்பெடுத்து ஒருத்தனை யொருத்தன் வெட்டிக்கிட்டு... ஏம்மா எமன், சாமின்னு பழியைப் போடுறீங்க?’ தனம் கேட்டாள்.

‘ஆர்றி இவ? பேசும்போது குறுக்காலே வந்துட்டா? ஒனக்கெல்லாம் என்னடி தெரியும்? படிச்சிப்பிட்டா சாமி இல்லன்னு ஆயிடுமா?’

‘சாமிதான் சின்னம்மாவை மாணிக்கத்தை அழைச் சிட்டு ஓடச் சொன்னது? இல்லே அப்பாவை ஆட்டைத் திருடச் சொன்னது?’

‘சரிக்கு சரி பேசுனா வெளக்குமாறு பிஞ்சிடும். அதது வேளை கொண்டாந்து உடுதே அப்பிடி. நீ வந்து வவுத்துல பொறந்திருக்கியே அது மாதிரிதான்.’

‘ஆமாமா. நீங்க அஞ்சு பிள்ளைகளோட நிறுத்திக் கலாம்னு பார்த்தீங்க. ஆறாவதா அன்புப் பயலை

வேறை கொண்டாந்து விட்ருக்கல்லம்மா?'

'ஓங்கிட்ட மனுச பேசுமா?'

'நாய்கிட்ட நாய்தான் பேசு, வள்...வள்...' அருள் குறுக்கிட்டாள்.

'ஓங்கப்பன் ஆஸ்பத்திரில வெட்டுப்பட்டு கெடக்குக் குல நீங்க இங்க கூத்தாக்கட்டி அடிக்கிறீங்கடி?'

'ஒரு மாசமாவா அழுதுக்கிட்டிருக்க முடியும்?'

'அவரில்லாதப்பதான் வீட்ல இந்த மாதிரி ஜாலியா திண்ணையில உக்காந்து பேச முடியும். இல்லாட்டினா வெளிய போனவரு வந்துடுவார்னு நீ எங்களைத் துரத்தியடிப்ப.'

'அம்மாடி, உக்காருங்கடி. திண்ணையிலேயே உக்காருங்க.'

உக்கார்றதுக்குத்தானே திண்ணை கட்டிப் போட்டி ருக்கு.

'ரொம்ப ஒக்கியமானவளுங்களா இருந்தா ஓங்கப்பன் இருக்கக்குலியும் இதுமாதிரி இருக்கணும், பேசணும். அவரு இருக்கும்போது ஒண்ணு, இல்லாதப்ப ஒண்ணுன்னு பேசக்கூடாது.'

'என்னம்மா அவுரு சொவுருன்னு பேசற? பதி பக்தியா?'

'அடி போங்கடி.'

'என்னப் புள்ளிங்களா திண்ணையில உக்கார்ந்து கிட்ட கதை படிக்கிறீங்க. தட்டிக் கேக்கறதுக்கு ஆளில்லைன்னு நெனப்பா?' மணி அதட்டினான்.

கப்சிப்பென் அடங்கிவிட்டார்கள். அவன் அந்தப் பக்கம் சென்றவுடன் 'படிக்கிறதில துப்புல்லன்னாலும் அதட்டலுக்கு ஒண்ணும் குறைச்சலில்ல' என்று முனகி னார்கள்.

'தனம் அருளுக்கும் இந்த மாதிரிப் பேசக் கத்துக் குடுத்துக் கெடுத்துப்புடாத.'

'ஆமா எதெதுக்குப் பயப்படறது. அப்பனுக்கு பயம். அண்ணனுக்கு பயம். வீட்ல ஒன் சக்காளத்திக்கு பயம்.

கடைசியில இவருக்குக் கூட பயப்படுனுமா?' அவள் குரலை உயர்த்திப் பேசவும், அன்பு.

'ஏலேய்... எலும்புப் பயலே, இக்கினியூண்டு இருந்துக்கிட்டு என்னடா பேசுற. நான் எங்கம்மாகூட சண்டைப் போட்டா உனக்கென்னடா வந்துச்சி?'

'எனக்கென்னா வந்துச்சா – அம்மாதானே நம்மளப் பெத்தவங்க.'

'அய்யே பாசத்தைப் பாரு. பொண்டாட்டி கட்னா அப்புறம் அம்மா மேல இருக்க பாசத்தைப் பார்ப்போம்.'

ஆனந்தாயி அவனை அணைத்து முத்தம் கொடுத்தாள்.

'இது போதும்... இது போதும்' என்று கொஞ்சினாள்.

தனமும் அவனை இழுத்து அணைத்துக் கொண்டாள்.

'விடு... விடு... அம்மா பாரும்மா.'

'போடா எலும்பு நாயே... ஒன்னப்போயி கொஞ்சுனம் பாரு.'

'என்ன எலும்புன்னு சொன்னல்லே... நீதான் கெடாச்சி.'

'அக்காவைப் போயி வாடி போடின்னுட்டு' ஆனந்தாயி கண்டித்தாள்.

'அவன் இல்லே வீட்ல. என்னா கொம்மாளம் போட்றாளுவ பொட்டச்சிவ சேர்ந்துக்கிட்டு. சம்பாதிச்சுப் போடுறவன் விளுந்து கிடக்கானேன்னு கொஞ்சமாவது கவலை இருக்குதா இவுளுகளுக்கு.'

'ஏ, கிழவி சும்மாயிருக்க மாட்டே. போடுறதைத் தின்னுட்டுப் பேசாமக் கெட. இன்னும் நல்ல புள்ளையா பெத்திருந்தா இருக்க இடத்திலே இருக்கமாட்ட. துள்ளிக்கிட்டுக் கெடப்ப.'

'எம்மா... ஆயாம்மா... வாய் கூசாம கெழவிங்கறயே.'

'கெழவி இல்லாத பின்ன கொமரியா.'

'எட்டிய... கொமறிங்கறயே... உன் வயசுல நான் எம்புட்டு வேலை செஞ்சேன். நீ உக்காந்து தேய்க்கிற யேடி. இங்க பாருடி, போறவன் வீட்ல இப்பிடி இப்பிடி நக்கணும்.' கையை முன்னும் பின்னுமாகத் திருப்பி

நாவால் நக்குவது போல் சைகை செய்தாள் கிழவி.

'பாக்கலாம்.'

'எட்டியெம்மா. உங்கூட பேசுனா சின்ன மனுஷி பெரிய மனுஷின்னு வித்தியாசமில்லாத போயிடும். நானு உள்ளே போறேண்டி. உங்கப்பனுக்கு ஆஸ்பத்திரிக்குச் சோறு போவுணும்.' ஆனந்தாயி மடியில் விழுந்து கொஞ்சிக் கொண்டிருந்த அன்பை விரட்டி விட்டு எழுந்தாள்.

அந்தச் சமயத்தில் அய்யாக்கண்ணுவின் மனைவி அங்கம்மா தன் கடைசிப் பையனை அழைத்துக்கொண்டு வந்தாள்.

'யெம்மா... நானே தெருவுக்கு வெசாரிக்க வருணும்னு பார்த்தேன். எங்க இவுரு ஆஸ்பத்திரியிலே கெடக்காறாரு... எழவுக்கு வந்ததோடு சரி...' ஆனந்தாயி சொல்லி முடிக்குமுன் அங்கம்மா சிறு குத்தாக நெஞ்சில் குத்திக் கொண்டு தாங்க முடியாத சோகத்தில் விம்மினாள். அவள் மகன் அம்மா அழுவதைப் பார்த்து தானும் அழுதான்.

ஆனந்தாயியும் இரண்டு கைகளாலும் லேசாக நெஞ்சில் அறைந்து கொண்டு அவளை எதிர் கொண்டாள். நின்ற இடத்திலிருந்தே இடமும் வலமுமாக ஒப்பாரி வைக்க ஆரம்பித்ததும்,

'உட்ரும்மா... என்ன பண்ணலாம்... உட்ரு.' ஆனந்தாயி ஆறுதல் சொன்னாள்.

'அவளை விடுடி. அழுது தீத்துக்கட்டும்.' கிழவி தடுத்தாள். வெகுநேரம் பொறுத்துப் பார்த்தும் அழுகை நிற்காததால்,

'பச்சப்புள்ள அழுவுறாம்மா... நிறுத்தம்மா... நொந்து போய்க் கெடக்கறாம்பாரு' என்று அவளின் மகனைச் சுட்டிக் காட்டவும் அழுகையை நிறுத்திக் கொண்டாள்.

ஆனந்தாயி ஆஸ்பத்திரிக்காக வடித்த நெல்லு சோற்றில் இரண்டு கை அள்ளிப் போட்டுக் குழம்பு ஊற்றி அங்கம்மா மகனிடம் கொடுத்தாள்.

'சாப்பிடய்யா' என்று அங்கம்மா சொன்னதும் அவன் சாப்பிடத் தொடங்கினான்.

'ஒருத்தர் வீட்டுக்குப் போனா வள்ளு, வதக்குன்னு அலைய மாட்டான். ஏதும் நானு வாங்கிக்கச் சொன்னாத்தான் வாங்கிக்குவான். சாப்பிடச் சொன்னாத் தான் சாப்பிடுவான். அவங்கப்பனாட்டம்.' சொல்லி விட்டு அழ ஆரம்பித்தாள். 'நீ, கம்மஞ்சோறு சாப்பிட்றியா அங்கம்மா.' கேட்டுக் கொண்டே அருக்கஞ் சட்டியில் இரண்டு உருண்டை போட்டுக் கடித்துக் கொள்ள புளி மிளகாயையும், பச்சை வெங்காயத்தையும் கொடுத்தாள்.

'வேணாம்மா. புள்ளிய இருக்கற ஊடு. நீங்க சாப்பிடுங்க.'

'சாப்பிடு கெடக்குது.'

கரைத்து வெங்காயத்தைக் கடித்து ஒரு மிடறு இறக்கியவள் தனத்தைப் பார்த்துவிட்டு,

'வயசுக்கு வந்திருச்சா.'

'ம். அது ஆவுது இரண்டு வருசத்துக்கு மேல்.'

'பின்ன ஏன் கட்டிக்குடுக்காத வச்சிருக்கிற.'

'பாத்துக்கிட்டுத்தான் இருக்கோம்.'

'மகாராஜா படிச்சிருந்தானா கேட்டுக் கட்டிக்குவேன். அவந்தான் பெயிலாயிட்டுக் காட்டு வேலை செய்யிறானே. நல்ல எடமாப்பாத்துக் குடு. உன்னோட நல்ல மனசுக்கு எல்லாம் நல்லபடியா நடக்கும். அது உசுரோட இருக்கக்குல வாய்க்கு வாய் ஒன்னபப்பத்தித் தான் சொல்லிக்கிட்டிருக்கும். எந்தங்கச்சி மாதிரி யாரும் பொறுமையா இருந்து பார்த்ததுல்ல. அந்த மனுசன் ராசாத்தி மாதிரி வச்சிக்கிட்டு குடும்பம் நடத்தலாம், புத்தி ஏன்தான் அப்படிப் போவுதோன்னு சொல்லும்.'

'நான் ஆஸ்பத்திரி போறேன். பாத்துட்டு வாரேன். வீட்டுக்கு வந்தவாட்டி சொல்லு. எங்க பய பத்துப் படிச்சி பெயிலாயிட்டு இருக்கான். அவனுக்கு ஏதாவது

கெவருமெண்டு வேலை பாத்துக் குடுக்கச் சொல்லு. ஒங்கள நம்பித்தான் இருக்கோம். யாரிருக்கா நமக்கு?' கிளம்பினாள்.

'ஏம்மா அந்தப்பய போட்ருக்கறது நம்ப அன்பு சட்டை மாதிரியில்ல, காணோம்னு தேடிக்கிட்டி ருந்தியே?' தனம் கேட்டாள்.

'நான் கெவனிச்சேன். பாவம் நம்மள விடவும் மோசம்...'

'எனக்கே வேலைக்கு அலைஞ்சி பாத்து முடியல. அவுங்க மகனுக்கு வேற வேலை வேணுங்கறாங்க.' மணி நிராசையாய்ச் சொன்னான்.

'அவ என்ன பண்ணுவா, அவ கஷ்டத்தை அவ சொல்லி அழுவறா. நாலு படி கம்பு குடுக்கலாம்னு நெனச்சேன். மறந்துட்டேன். ரோட்டப் போய்ப் பாரு. கூப்டற தூரத்திலதான் போயிருப்பா.'

மணி அழைத்து வந்தான்.

கம்பு நான்கு படி வாங்கிக்கொண்டு 'எம்புள்ளக்கி வேலை மறந்துடாதே' மறுபடியும் ஞாபகப்படுத்தி விட்டுச் சென்றாள்.

பசூதிக்கும், வடக்கத்தியாளுக்கும் தகராறு முற்றியது. வடக்கத்தியாள் உடல்நிலையைச் சாதகமாக்கிக் கொண்டு பசூதி அவள் முடியைப் பிய்த்துவிட்டாள். பூங்காவனமும் அவள் தம்பியும் பசூதியைக் கர்ப்பிணி என்றும் பார்க்காமல் உதைத்துவிட, செல்லம்மாளும் சுடலையும் பூங்காவனத்தின் தம்பியை உதைக்க...

'உன்னாலதாண்டி எம்புருஷனுக்குக் கை போச்சி' என்று பசூதி பூங்காவனத்தையும் அவள் தாயாரையும் இழுத்து வம்பு பேசியதால் வந்த விளைவு. லைன் வீட்டுக்காரர்கள், தெருவில் போவோர் வருவோர் எல்லாம் நின்று வேடிக்கை பார்த்தனர். பசூதி கீச்சுக் குரலில் கத்தினாள்.

'கத்தறாப் பாரு, ரவோண்டு தொண்டையை வச்சுக் கிட்டு 'கீ'ன்னு... உனக்குப் புள்ளயும் 'கீ'ன்னுட்டு

தாண்டி பொறக்கும்.'

'ஒனக்குப் புள்ள 'காக்கா,' 'காக்கா'ன்னு கத்திட்டுப் பொறக்குமடி.'

'சோவைச்சி, எங்கை மொத்தம்கூட கிடையாது. இவளுக்கெல்லாம் ஒரு புருஷன்... ஒருபுள்ள, ஒண்ணு பொறக்கப் போவுது.'

'எனக்காச்சும் புருஷன் இருக்கான், நீ புருஷன் இல்லாமலேயே புள்ளப் பெக்கப் போறடி.'

இதையெல்லாம் கேட்டு ரசித்துக் கொண்டு ஒரு கூட்டம் நின்றது. சண்டையைக் கேள்விப்பட்டு ஓடி வந்து மகாலிங்கம் கூட்டத்தைக் கலைத்தான்.

'கல்யாணம் பண்ணங்காட்டியும் எம்புள்ளிக்கிக் கெட்ட பேரு உண்டாக்குவதுளே சாதி சனம்! உனக்கு ஏன் இந்தத் தூது போற வேலை? நமக்கேதான் சோத்துக்கு லாட்டரி அடிக்குது. மூணு வேளையும் திங்கிற வனுவ கொழுப்பு மூண்டவும், சண்டை போட்டுக் கிட்டுத் திரிஞ்சா அதுக்கு நம்மளா பொணை? நம்ம வேலைக்குக் கூலி அம்புட்டுத்தானே, இந்தப் பெரியண்ணனாவுட்டும் இல்லே கங்காணிதான் ஆவுட்டும் என்ன படி அளக்கறது தவறிப்போவுது? ஏதாவது வேலை சொன்னா, அதெல்லாம் எனக்குத் தெரியாதுங்கோன்னு சொல்ல வேண்டியதுதானே. உன்னால எனக்கு எம்புட்டுத் தொந்திரவு?' வடக்கத்தியாள் பூங்காவனத்திற்குப் புத்திமதி சொன்னாள்.

'அவ எனக்குக் கூடப் பொறக்காத தங்கச்சினாளாம். இவ மயங்கிட்டாளாம். அவ இதுநாள் வரைக்கும் பழைய உள்பாவாடையாவது கொடுத்திருப்பாளா? பேச வந்துட்டா பேச்சு. நாம் போய் அவளக் கேக்குறேன். அவுருக்கு வேணா அவ அதிசியமா இருக்கலாம். ஏம்மா எவ்வூட்டுக் கன்னிப் பொண்ணை அங்கியும், இங்கியும் தூதனுப்பிக் கெட்ட பேரை உண்டாக்குறன்னு.'

'ஏம்மா, நாந்தான் சொன்னேல்ல. ஒம்மேலே சத்தியமா இனிமே யார் வீட்டுக்கும் போவல. யார்

கிட்டேயும் பேசல. ஏதாவது வம்பு வளத்த நானு தூக்கிலதான் தொங்குவன் பாத்துக்க.'

'நம்ம இருக்கிற பக்குவமா இருந்துக்கிட்டா வம்பு ஏன் நம்மளத் தேடி வருது.'

பூங்காவனம் கலங்கிப் போயிருந்தாள். 'நாம் தூது சென்ற விஷயத்தை யார் சொல்லியிருப்பார்கள்?'

கிட்டத்தட்ட இரண்டு மாதம் கழித்து வீடு திரும்பி யிருந்தான் பெரியண்ணன். மாவுக்கட்டை அவிழ்த்து விட்டார்கள். சிச்ருஷைகள் எல்லாம் லெச்சுமிதான். ஆனந்தாயி அவனிடம் நெருங்கி உடம்பு எப்படி யிருக்கிறது என்று விசாரித்தாலும் 'நீ போய் புள்ளங் களக் கவனி' என்று கீழே அனுப்பி விடுவான். ஆஸ்பத்திரியிலிருந்தபோது கரும்பு ரெட்டியாரிடம் வீட்டுமேல் கடன் வாங்கினான். 'உடம்புதான் முக்கியம். உடம்பு சரியாகிவிட்டால் இழந்ததையெல்லாம் மீட்டுக் கொள்ளலாம்' என்று நினைத்துக் கொண்டான். ஆனால் அவ்வப்போது விசாரம் பிடித்துக் கொள்ளும்.

அவன் வீட்டுக்கு வந்த ஒரு மாதத்திற்குள் வந்து போய் விட்டாள் அங்கம்மா. முதல் தடவை வந்தவள் மகாராஜாவுக்கு வேலைக்குச் சொன்னாள். பெரியண்ணனும் தேறட்டும், நான் பார்க்கிறேன் என்று சொல்லி சாப்பாடு கொடுத்தனுப்பினான். இரண்டாவது முறை சாப்பாட்டுக்குச் சுத்தமாக இல்லை என்று கம்பு, சோளம் என்று அதிலதில் இரண்டு மரக்கால் வாங்கிக்கொண்டு சென்றாள். 'பாவம் கம்மனாட்டி, பிளைச்சுப்போறா' என்றான்.

இதற்குப்பிறகு ஒரு மாதம் கழித்து வந்தாள். பிள்ளைகள் யாரையும் அழைத்து வரவில்லை. தனி யாகத்தான் வந்தாள்.

'வாம்மா, எப்படியிருக்கிற?'

'இருக்கறோம், சாவாத.'

'சலிப்பு இருக்குந்தான்.'

'எங்க அண்ணன்?'

'மேலத்தான் படுத்திருக்காரு'

'எங்க அவ?' குசுகுசுவென்று கேட்டாள்.

'அவளும் ஓசக்கக்கதான்.'

'அவ வேலையெல்லாம் செய்வாளா?'

'செய்யாம என்ன? அவரைக் கவனிக்கத்தான் ஏழாளு வேணுமே.'

'இல்ல, சட்டி, புட்டி களுவுறது? ஏன பானம் வெளக்கறது?'

'எல்லாஞ் செய்யறதுதான்.'

'ஆமா, உம்மவன் என்ன பண்றான்?'

'சும்மா ஊட்லதான் இருக்கான்.'

'சாப்பிட்றியா?'

'என்ன இருக்கு?'

'இருக்கறதைச் சாப்பிடு. உனக்குன்னு தனியா ஒலையா வக்கப்போறேன்?'

'போனவாட்டி இங்க வந்து வரவு சோறு தின்னுப் புட்டுப் போயி ஒரே வவுத்தாலே போச்சி.'

'அவுருக்கு மட்டும்தான் நெல்லு சோறு. நானு புள்ளிங்கள்ளலாம் வரவு சோறுத்தான். ஒத்துக்குதே.' சொல்லிக் கொண்டு கேப்பைக் களியை மொண்டு வட்டிலில் வைத்தாள்.

'இது என்ன, தொரதொரன்னு எருமை கழிஞ்சா மாதிரி; களிக்குச்சி வாங்கி வச்சிக்கிட்டு குச்சியால மயிச்சூடு. ஆப்பையால மசிச்சா இப்படித்தானிருக்கும். ஆனா ஒங்கையால குழம்பு இன்னுஞ் செத்த சாப்பிட லாம்னு இருக்கும்.'

கேப்பைக்களியும், பயிறுக் குழம்பும் சாப்பிட்டுக் கொண்டிருந்தாள். கிழவியும் பக்கத்தில் உட்கார்ந்து பேசிக்கொண்டிருந்தாள். அவள் மனது அங்கம்மா வுக்காகப் பரிதாபப்பட்டுக் கொண்டிருந்தது.

'புள்ளங்க சாப்பாட்டுக்குப் பறக்கும்போது நமக்கு வாயில போட மனசு வருதா? அது இருந்தப்போ வண்டி மாட்டை ஓட்டிக்கிட்டு ஏரி மண்ணு அடிக்க,

எருவடிக்கப் போயிரும். அருகுக்கொத்தும், கையில காசு பொரளும். நல்ல சோத்துக்கும் கொழம்புக்கும் வக்கில்லாத இப்ப நடுத்தெருவுல...' சாப்பிட்டுக் கொண்டே அழுதாள் அங்கம்மா.

'எல்லாங் கடவுளு இருக்கான் காப்பாத்துவான்... அழுவாதே. நாலும் ஆம்பளப் புள்ளைங்க. அப்புற மென்ன அழுவை?'

நான்கு படி கேழ்வரகு அளந்து கட்டிக்கொடுத்தாள் ஆனந்தாயி.

'அண்ணங்கிட்ட சொன்னியினா...'

'ஏ அன்பு, ஓடிப்போய் தெருவிலிருந்து அய்யாக் கண்ணு மாமன் பொஞ்சாதி வந்திருக்குன்னு சொல்லு.'

மெல்ல கீழிறங்கி வந்தான்.

'என்ன புள்ள?'

'... ... ...'

'ஏதாவது போட்டுக்குடுடி, சாப்டுப் போவட்டும்.'

'மவனுக்கு வேலைக்கி...'

'ஏ, புள்ள நான் என்னா வேலைய வேட்டியிலாய முடிஞ்சிருக்கேன், இந்தான்னு அவுத்துக் குடுக்க. அவனவன் ஆயிரக்கணக்கில் செலவு பண்ணிக்கிட்டு திரியறான், வேலை ஆம்புடமாட்டங்குது. ஒம்மவன் பத்துல பெயிலாயிட்டிருக்கான். எம்மவன் எஸ்.எஸ். எல்.சி. படிச்சுப் பாஸாயிட்டிருக்கான். அவனுக்கே வேலை கெடைக்க மாட்டேங்குது. நீ வேறே வந்துக் கிட்டு... ஏதோ நீ சொன்ன, நான் சரி பார்க்கறேன்னு சொல்லியிருக்கேன். திரும்பத் திருப்ப மாசத்துக்குப் பத்துவாட்டி வந்தா நான் என்ன பண்றது? சாப்ட்டுப் போ.'

'சாப்டிருச்சி.' ஆனந்தாயி பதில் சொன்னாள். 'ஏதாச்சும் குடுத்தனுப்பு பின்ன?'

'கேவுறு குடுத்தேன் நாலு படி.'

'சரி போ பார்க்கலாம்.'

கண்கலங்கியிருந்து விட்டு நகர்ந்தாள். அவள்

சென்றதும் 'யாரைக் கேட்டுடி அவளுக்கு சோறு போட்டுக் குடுத்த?' பெரியண்ணன் ஆனந்தாயியை நெருங்கினான்.

'இது ஏது வம்பாருக்கு.'

'கேக்கற கேள்விக்குப் பதில்.'

'என்னா கேள்வி?'

'ஏண்டி சோறு போட்டுக் குடுத்தேங்கறேன்.'

'எக்கல, மக்க மனுசன்னு சாப்பிடுன்னு சொல்றதில்லையா?'

'ஒங்கப்பன் ஊட்லருந்து கொண்டாந்தியாடி.'

'இதுக்குக் கூடாமா அப்பன் வீட்லிருந்து கொண்டாரணும்.'

'கேட்ட கேள்விக்குப் பதில்.'

'என்னா கேட்டே.'

'ஒங்கப்பன் ஊட்லருந்து கொண்டாந்தியா?'

'இல்ல.'

'யாரைக் கேட்டுக்கிட்டிடி கேவுறு குடுத்த.'

'யாரையும் கேக்கல.'

காலால் எட்டி உதைத்தான் அவளை.

'நாம்ம எப்படி சோறு சாப்டறம் தெரியுமா?'

'ஏன், கையாலத்தான் சாப்டறோம்.'

'நக்கலாடி பண்ற... நக்கல்.' மறுபடி எட்டி உதைத்தான்.

'எப்படி சாப்டறம்னு சொல்லு கேட்டுக்கறேன்.' விறைத்துக் கொண்டாள் ஆனந்தாயி.

'வீட்டு மேலே கடன் வாங்கி சோறு தின்னுக்கிட்டிருக்கோம்டி வல்லார...'

'அதோட நிறுத்திக்க. நானு வயல்ல பாடுபட்டனே. வீட்டுல தினமும் வடிச்சுக் கொட்டறனே. அதுக்குலாம் கூலி கணக்குப் பண்ணிக் குடுத்துடு.'

'தா... அப்புறம் அடிக்க வாற பாரு. அவ கம்மனாட்டி அவ புருசனக் கொண்டு போயி நீ ஓடையில வெட்டுங் கடான்னு தள்ளிப்புட்டு வந்துட்ட. அவ சலுவை மேல

வாறா. அவளுக்குச் சோறு போட்டுக் குடுக்காத என்ன பண்ணச் சொல்ற? அவளுக்கு நாலு படி கேவுறு குடுத்ததல எங்கியோ பொத்துக்கிட்டுப் போயிருச்சாம்? அப்ப நானும் ஒம் பிள்ளைங்களும் அவ கதிக்கு ஆளா யிருப்போம். நீ உசுரு பொளைச்சதே அவளாலத்தான். நீ என்னன்னா கேவுறு குடுத்ததுக்கு சண்டைக்கு வாற. எந்த எந்த நாயோ... கண்ட நாயி... நின்ன நாயெல்லாம் சாப்டுது... அவ பாவம்.'

'பேசாதடி நாயே. இன்னையோட ஒனக்கும், எனக்கும் ஒறவு அத்துப்போச்சி. ஒனக்குக் கணக்குத் தீத்துடறேன்.'

'அதாஞ்சரி. கணக்குத் தீத்துடு.'

அவன், அவிழ்ந்த வேட்டியைக் கட்டிக்கொள்ள முயற்சி செய்து கொண்டே வெளியேறினான்.

'அவுந்த வேட்டியக் கட்டிக்க கைக்கு நோக்க மில்லை. காலால எத்தி ஒதைக்கிறதைப் பாரு... வெட்டுப்பட்டும் புத்தி வர்ல... இந்த வீரத்தை அந்த மாணிக்கம் பயல்கிட்ட காட்றது? உட்ல இவுனுக்குப் பொண்டாட்டிதான் எதிரி...' யாருக்கும் கேட்கா வண்ணம் தனக்குள்ளே முனகிக் கொண்டாள்.

33

கிழவி படுத்துவிட்டாள். இரவு ஒன்றுக்குப் போகிறேன் என்று திண்ணைக்கு வந்தவள் கால் தவறி வாசலில் விழுந்து விட்டாள். கொஞ்ச நேரம் ஸ்மரணை தப்பி விட்டது. பிறகு 'ஆ...ஊ...' என்று குரலெழுப்பவும், பெரியண்ணன் வெட்டுப்பட்ட நாளிலிருந்து திண்ணை யில் காவலுக்குப் படுத்திருந்த மணி அவளைத் தூக்கிக் கிடத்தினான்.

நடை நின்றுவிட்டது. ஓடிக்கொண்டிருந்த சக்கரத்தின் பற்கள் நின்றுவிட்டன. எமன் கிடுக்கிப் போட்டு விட்டான். ஆனந்தாயிதான் வாரி வழித்துப் போடுகிறாள்.

'நல்லாருப்படி மவராசி. ஒனக்குக் கடவுள் எந்தக் குறையும் வக்கமாட்டான்.' உடம்பு கீழே விழுந்ததும் தான் வாயில் நல்ல வார்த்தைகள் வரும் போலும்.

'வீரப்பங்கிட்ட ஆடு புடிச்சியுட்ருந்தேன். பணத்தை வாங்கி மூக்குத்தி பண்ணி போட்டுக்க. மூக்கு மூளியா கெடக்குது, பாரு.' பாட்டி காயலாகப் படுத்ததும் வீரப்பன் கணக்கு மாற்றிவிட்டான். 'அதுங்குட்டி யெல்லாம் வித்துக் குடுத்து எவ்வளவு நாளாவுது. வயசாவுதுல்ல. கணக்குத்தெரியல போலிருக்கு' என்று சுலபமாகச் சொல்லிவிட்டான்.

ஒரு நாள் பெரியண்ணனிடம் ஆனந்தாயி சொன்னாள், அந்தப் பணத்தை வாங்கச் சொல்லி.

'யாருக்கும் தெரியாம சிறுவாடு சேத்தா இப்படித் தாண்டி ஆவும். படட்டும் அப்பத்தான் புத்தி வரும்.'

'ஆமா தள்ளாத காலத்தில் புத்தி வந்துதான் வாரிக் கட்டிக்கப் போகுதாங்காட்டியும்.'

‘அதுக்கில்லடி உனக்கு.’

‘எனக்கென்னாத்துக்கு.’

‘புருஷனுக்குத் தெரியாம சிறுவாடு சேக்குறியே.’

‘ஒங்கிட்ட யார் பேசுவா.’

வீரப்பன் காசை ஏமாற்றிவிட்டான் என்றதும் கிழவிக்கு வருத்தம் தாளவில்லை. ‘சரி, வாய்க்கரிசி போட்டுக்குவான்’ என்று வெதும்பிச் சொன்னாள்.

‘அம்பு... அம்பு, எங்க அந்த அம்புப் பயலக் காணம்.’

‘என்னாயா இங்கத்தான் நிக்கிறேன்.’

‘கண்ணு சரியா தெரிஞ்சி தொலைக்க மாட்டேங்குது. எங்கடா கையை நீட்டு.’

‘எதுக்கு.’

‘நீட்டு...’ கையைத்தடவிப் பிடித்து நமுத்துப்போன ரொட்டியை அமுக்கினாள்.

‘ரொட்டியா... வேணா.’ அவன் ரொட்டியை எறிந்துவிட்டு அருளிடம் ஓடினான்.

‘ஆயாக்கிட்டே ஒரே நாத்தம்’ என்று சொல்லி மூக்கைப் பிடித்துக் கொண்டான்.

‘முன்னயெல்லாம் வாங்கித் தின்னுட்டிருந்தியேடா.’

‘சத்தியமா இல்லபா.’ சத்தியம் என்கிற வார்த்தையைப் புதிதாகக் கற்றிருந்தான். எதற்கெடுத்தாலும், ‘சத்தியமா’ என்கிறான். ‘சத்திய’த்தைக் கேட்டதும் அருளுக்குச் சிரிப்பு வந்தது.

வெகு நாட்களுக்குப் பிறகு அங்கம்மா வந்திருந்தாள்.

‘பாட்டியா கெடந்து போச்சாமே.’

‘வாசல்ல விழுந்திருச்சி. நடக்க முடியலன்னு சொல்லிக்கிட்டுப் படுத்திருக்கு.’

‘பாட்டியா.’

‘யாருடி’

‘அங்கம்மா.’

‘என்னா புள்ள சமாச்சாரம்.’

‘ஒண்ணுமில்லண்ண சாப்பாட்டுக்குத் தெவசம் இல்ல. நெல் நட்ருக்கு. வெளைஞ்சாட்டி குடுக்கறேன்.

ஒரு எரநூறு ரூவா குடுத்தீங்கன்னா.'

'எரநூறுன்னு சுலபமாகக் கேட்டுட்டியே.'

'அது இருந்து கேட்டா குடுத்துருக்க மாட்டீங்களா.'

'அவனுக்காவத்தானே வரும்போதெல்லாம் தானியம் தவசம்னு அள்ளிக் குடுத்தேன்.'

'நான் நாலு புள்ளங்களை வச்சிக்கிட்டுக் காலத்தை ஓட்ட வேண்டாம்.'

'நானென்னா ஒரு குடும்பத்தையேவா தாங்க முடியும்.'

'சும்மா இருந்தவன, இந்த அய்யாக்கண்ணு பய பாக்கறேன்னு தீக்கறேன்னு வம்பில மாட்டி யுட்டுட்டான். நான் கோர்ட்டு அது இதுன்னு பணம் செலவு பண்ணிக்கிட்டிருக்கேன்.'

'இந்த பாருண்ணா, ஒரு மனுஷன் செத்துட்டாங் கறதுக்காக எது வேணாலும் பேசறதா.'

'ஏ, அங்கம்மா, சும்மா இரு' ஆனந்தாயி குறுக் கிட்டாள். 'நான் புருசனைப் பலிகுடுத்துட்டு பங்காம பதறாம, சிந்தாத செதறாத புள்ளைங்கள வச்சிக்கிட்டுக் காலந்தள்ளுறேன். எம்பிருசனாலெத்தான் செலவுன்னா இந்த மனசு எரியுமா, எரியாதா?'

'அதுக்கென்னா புள்ள பண்றது. நீ வந்த வழி அப்பிடி...'

'யார் வந்த வழி? உங்ககூட கூட்டுச் சேராட்டினா வீட்டோடத்தானே செவனேன்னு கிடக்கும். இப்ப எம் புள்ளங்களுக்கு யாராதரவு.'

'தா, அங்கம்மா, மாங்கா புளிச்சதா வாய் புளிச்ச தான்னு பேசக் கூடாது. எத்தினி வாட்டி இங்க வந்து அந்தண்ணன் தண்ணி போட்டுக்கிட்டு வெட்டணும் குத்தணும்னு பேசுனதை எங்காதால கேட்ருக்கேன்.'

'நீ ஏம்மா பேசமாட்ட, எம்மாதிரி கம்மனாட்டியா இருந்தா அதுக்குண்டான வருத்தம் தெரியும். தெருவுல போற நாயி ஒண்ணொன்னுங்கிட்ட நான் படுற பாடு... அந்தப் பொன்னையனுக்குத்தான் தெரியும்.' மண்ணை

வாரித் தூற்றினாள்.

‘இந்தா புள்ள. நீ பண்றது நல்லாருக்கா. நீ தாலியறுத்தியினா எல்லாரும் தாலியறுக்கணுமா. எதுக்காவ இப்ப மண்ணைத் தூத்தி உடுற.’

‘எம்புருசனைக் கொண்டு போயி சுடுகாட்டில தள்ளாத இருந்தாக்க நான் ஏன் இங்க வரப்போறேன்.’

‘அடி செருப்பால. இவ்வளவு நேரம் கம்மனாட்டிச் சிறுக்கி போறான்னு பாத்தாக்க, என்னமோ ஓம்பிருசனை நான் ஏமாத்தி மோசம் பண்ணிட்ட மாதிரி பேசுறியே. போ வெளியே.’

‘நீ நல்லவன்னு நெனச்சு உதவி பண்ணுவன்னு வந்தேன். ஊர் மேஞ்சவளை வீட்ல கொண்டாந்து வச்சுக்கிட்டு உறவுமுறையான பலி குடுத்த கொலை காரன்னு தெரிஞ்சா நான் ஏன் வரப்போறேன். நான் ஒருத்தனோட இருந்தது உண்மைன்னா நான் எப்பிடி புருஷன் இல்லாம தவிக்கிறனோ அது மாதிரி நீ பொண்டாட்டி இல்லாம தவிப்ப.’ வாசலில் திட்டிக் கொண்டே போய் விட்டாள்.

‘ஒழியிறா சிறுக்கி... என்னா ராங்கி... நானு என்னா, வச்சிக்கிட்டா இல்லைன்னு சொல்றேன்.’ பெரியண்ணன் ஒரு வழியாக நிம்மதியானான்.

‘இவுரு அந்த மாதிரி பேசியிருக்கக்கூடாது. அந்தக் குட்டிக்கும் பத்தாத குணம்’ என்று நடுநிலைமை வகித்தாள் ஆனந்தாயி.

அருளும் லீதியும் ஒரு வகுப்பில் படித்தார்கள். இரண்டு பேரும் தென்னந்தோப்பில் அரைப் பரிஷைக் காகப் படித்துக் கொண்டிருந்தார்கள். லீதி பெரியண்ணன் வீட்டுக்கு விளையாட வருவதை, படிக்கவருவதைப் பெரியவர்கள் எதிர்த்தாலும் டானியல் ஆதரித்தான், காரணமாகத்தான்.

படிப்பினிடையில் அருள் கேட்டாள்.

‘பாவத்தின் சம்பளம் மரணம்னு சொன்னியே, இப்ப அய்யாக்கண்ணுவ வெட்டிக் கொலை பண்ணிட்

டாங்களே அவங்க எல்லோரும் சீக்கிரம் செத்துப் போயிடுவாங்களா.' அங்கம்மா அவ்வப்பொழுது தன் வீட்டுக்கு வந்து அழுவதைப் பார்த்து மனம் இளகியிருந்தாள் அருள்.

'எங்கம்மா சொன்னாங்க. கர்த்தர் எல்லாப் பாவங்களையும் மன்னிச்சிடுவார்னு.' லீதி வீட்டில் தின்பண்டங்கள், வகுப்பில் ரப்பர் திருடியிருந்தாள்.

'கொலை செஞ்சாக்கூடவா.'

'கர்த்தரே எங்கள் பாவங்களை மன்னியும்னு மனமுருகி வேண்டிக்கிட்டா கொலைகாரங்களைக் கூட கடவுள் மன்னிச்சிடுவார். ஆனா கிறிஸ்தவங்களா மாறி கிறிஸ்துவை ஏத்துக்கிட்டாத்தான் அவங்களை அவர் மன்னிப்பாரு.'

'வெட்டுப்பட்டுச் செத்தானே, அவன் ஒடம்பு எப்பிடித் துடிச்சிருக்கும். அதைவிட மோசமா அவனை வெட்டுனவங்க துடிதுடிச்சி சாகணும். அந்த மாதிரி கெட்டவங்களை சாக வச்சாத்தான் யேசு கிறிஸ்து உண்மையான சாமின்னு நம்புவேன்.'

'சீ இப்பிடியெல்லாம் பேசாத. கர்த்தரை அவதூறு சொன்னியின்னா நீ படிச்சதெல்லாம் மறந்து போகும். பாடத்திலே கோழிமுட்டை தான் வாங்குவ. அப்புறம் ஒங்க வீட்ல பாம்பு வரும்.'

'ஒங்க வீட்லயுந்தான் வரும். ஏன்னா உங்கண்ணன் எங்க அக்காவை லவ் பண்றான்.'

அன்று வெள்ளிக்கிழமை. வீடு நறுவிசாகக் கழுவி விடப்பட்டிருந்தது. ஆனந்தாயி சாம்பிராணிக் கரண்டியில் அக்னியை அள்ளி சாம்பிராணி தூவி புகை மண்டலத்தைச் சமையலறையிலிருந்து கிளப்பிக் கொண்டு சுவரில் மாட்டியிருந்த புகைப்படங்கள் முன் படர விட்டாள். வெள்ளையம்மா கிழவி கொஞ்சம்கூட சிரிக்காமல் போட்டோவில் இருந்தாள்.

எல்லாம் அடுத்தடுத்து நடந்துவிட்டது. மூன்று நாள் நினைவு தப்பி 'சேட்டுமம்' இழுத்துக் கிடந்தாள்.

தெருவிலிருந்து வந்தவர்கள் யோசனை சொன்னார்கள். ‘காசு ஆசையா இருக்கும். செப்புக் காசை இழைத்து வாயில் ஊத்தினா அடங்கிடும்’ செப்புக் காசை இழைத்து வாயில் ஊற்றவும் ஊசலாடிக் கொண்டிருந்த உயிர் பிரிந்தது. மேள தாளத்துடன் ஊர்வலமாகக் கிளம்பி கிழக்கில் மறைந்து விட்டாள். அவள் சென்றதும் தன்னிலிருந்து ஒரு அங்கம் பிய்த்தெறியப் பட்டது போல் வேதனையை வெறுமையை உணர்ந்தாள் ஆனந்தாயி. சாமி பிடித்த கிழவி என்பதனால் செவ்வாய் வெள்ளிக்குத் தலைக்கு ஊற்றிக் கொண்டு கூடம் கொளுத்தி சுத்த பத்தமாய் இருந்து பக்தியைக் கடைப்பிடித்தாள்.

சாமி படங்கள் புகையில் மறையும்போது லெச்சுமி இறங்கி வந்தாள். அவள் விட்டேற்றியாக கட்டை போல் உணர்ச்சி காட்டாமல் லகான் கட்டிய குதிரை போல் நேராக சாமி படங்கள் முன்வந்து உட்கார்ந்தாள். கைகளை உயரேத் தூக்கி சூர்ய நமஸ்காரம் செய்வது போல் கும்பிட்டாள்.

‘இது என்னடி விநோதம்’ என்ற தோரணையில் அவளைப் பார்த்தாள் ஆனந்தாயி. லெச்சுமி இவளைக் கண்டுகொள்ளவில்லை. ஆணி அறைந்தது போல் அதே தோற்றத்தில் இருந்தாள். சிறிது நேரம் நின்று பார்த்து விட்டு ஆனந்தாயி கரண்டியோடு கிளம்பிவிட்டாள். அடுப்பு வேலை முடிந்து முந்தானையில் கைகளைத் துடைத்த வண்ணம் முன்னறைக்கு வந்தவள் இன்னும் லெச்சுமி அதே ‘போஸில்’ இருப்பதைப் பார்த்துவிட்டு

‘ஏ... லெச்சுமி’ மெதுவாக அழைத்துக்கொண்டே அவளை நெருங்கினாள். லெச்சுமியிடமிருந்து எந்தவித பதிலும் வராமல் போகவே ‘லெச்சுமி’ என்று சொல்லி கையைப் பற்றினாள்.

அடுத்த கணம் மின்சாரத்தைத் தொட்டவள் போல் அவள் கை தூக்கியெறியப்பட்டது. பயந்தவள் அனிச்சையா ‘அடியே... ஏண்டி... சக்காளத்தி...

என்னடி’ என்று கத்திவிட்டாள்.

லெச்சுமி காட்டுக் குரலில் ‘தொடாதே’ என்று அலறினாள். பெரியண்ணன் ஓடி வந்தான். அவன் பார்க்கும்போது லெச்சுமி கண்ணை மூடிய வண்ணம் இரண்டு கைவிரல்களையும் சங்கிலிபோல் கோத்துக் கொண்டு உயரே தூக்கி உடம்பை இந்தப் பக்கமும் அந்தப் பக்கமும் முறுக்கினாள்.

‘லெச்சுமி.’ மெதுவாக அழைத்தவாறே அவளைத் தொடப் போனான். அதற்குள் அவள் ஆவேசமாய் அலறிக் கொண்டு கண்களைத் திறந்து நாற்புறமும் உருட்டினாள். பின் கண்களை மூடிக்கொண்டாள். பெரியண்ணன் பயந்து விலகினான். ஆனந்தாயி முன் தன் தோல்வியை ஒப்புக்கொள்ள முடியாமல், ‘ஏய், என்னடி வேடிக்கைப் பாக்குற. ஓடிப்போய் சூடம் எடுத்தாடி. அவளுக்கு சாமி புடிச்சிருக்கு’ என்று துரத்தினான்.

ஆனந்தாயி திகைத்து நின்றாள்.

‘எங்காயா செத்ததுக்கப்புறம் அது மருமகளுக்கு வரும்னு சொன்னாங்க, சரியாத்தானிருக்கு.’

‘இப்படியும் நடக்குமா இவளா மருமகள்?’ என்ற பாவனையை முகத்தில் தேக்கி உள்ளே போனாள். ‘போயும் போயும் சாமிக்கு லெச்சுமிதானா கிடைச்சா. விதி தன்னை இப்படியும் ஆட்டிப் படைக்குமா? யார் யாருக்கு சூடம் காட்டுறது?’ என்று காலத்தின் கோலத்தை எண்ணி சூடம் கொளுத்தி எடுத்து வந்தாள். அவளுடைய கேலியான புன்னகை அவனை என்னவோ செய்தது. இருந்தும் விட்டுக் கொடுக்காமல் பக்தி சிரத்தையோடு சூடம் காட்டினான். பிள்ளைகள் அறைக்குள் நுழையாமல் வெளியில் நின்றவாறே வேடிக்கை பார்த்தனர். சூடம் காட்டி முடித்ததும், லெச்சுமி வந்து நின்று கண்களைத் திறந்தாள். சுற்றி நின்றிருந்த பெரியண்ணன், ஆனந்தாயி, நிலைப்படி யில் நின்றிருந்த பிள்ளைகளைப் பார்த்துவிட்டுத்

தனக்கு என்ன நடந்தது என்ற பாவனையை முகத்தில் தேக்கினாள். பின்னர் பெரியண்ணன் அவளைக் கைத்தாங்கலாக அழைத்துச் சென்றான். இருவரும் போவதைச் சிறிது நேரம் பார்த்துக் கொண்டிருந்து உதட்டைப் பிதுக்கிவிட்டு உள்கட்டுக்கு விரைந்தாள் ஆனந்தாயி.

இப்போதெல்லாம் வெள்ளி தவறினாலும் தவறும், லெச்சுமியின் முறுக்கல் தவறுவதில்லை. சொல்லப் போனால், இன்னும் அதிகமாகி விட்டது. வார்த்தை களில்லாத பிளிறல்களும், ஆக்ரோஷமான 'ம்ஹ'க் களும்மாய் நெடு நேரம் உடம்பை முறுக்கிக் கொள் கிறாள். 'அவ பாட்டுக்கு முறுக்கிக்கிட்டு கெடக்கறாள்னு போவாம... சூடங் காமிச்சிக்கிட்டு – கூத்துத்தான்... நீயாச்சு அவளாச்சு. நீ அவளுக்குக் காட்டு. அவ உனக்கு ஒரேயடியாக் காமிச்சிட்டு ஓடப்போறா' என்று முணுமுணுத்து அந்த இடத்தை விட்டு நழுவிவிடுவாள் ஆனந்தாயி.

34

மாணிக்கம் அலயஸ் ராஜமாணிக்கத்துக்கும் பெரியண்ணனுடைய இரண்டாவது சம்சாரம் என்ற ஸ்தானத்தில் உள்ள லெச்சுமிக்கும் ஏற்பட்ட கள்ளக் காதல்... அதைத் தொடர்ந்து இருவரும் வெளியேறி குடும்பம் நடத்த, பெரியண்ணன் தன்னுடன் வரா விட்டால், லெச்சுமியின் காதலனைக் கொன்று விடுவதாக மிரட்டியதும் அவள் பணிந்து பெரியண்ணனுடன் வந்துவிட்டாள். இவ்வாறு சூழ்ச்சி செய்து கள்ளக் காதலர்களைப் பிரித்ததோடல்லாமல் மாணிக்கத்துக்கும் மாணிக்கத்தின் குடும்பத்தாருக்கும் பொருட் சேதமும் உயிர்ச்சேதமும் ஏற்படுத்தும் வகையில் நடவடிக்கைகளில் இறங்கியதால், சம்பவ தினத்தன்று தங்களுடைய பாதுகாப்பிற்காக அய்யாக்கண்ணுவைக் கொலை செய்ததாகவும், பெரியண்ணன், முத்துலிங்கம் முதலியோர் வெட்டுக்காயங்கள் பெற்றதாகவும் சரணடைந்தவர்கள் நடந்த சம்பவத்தைச் சாராம்சப் படுத்தினார்கள்.

தன்னுடைய இரண்டாவது மனைவி யாருடனும் ஓடவில்லை என்றும், இது தொடர்பாகத் தனக்கும் எதிரிக்கும் எந்தவித முன்விரோதமோ வருத்தமோ இல்லை என்றும், அய்யாக்கண்ணுவுக்கும் கங்காணி குடும்பத்தினருக்கும் பத்துப் பன்னிரண்டு வருடங்களாகத் தண்ணீர்த் தகராறு இருந்து வருவதாகவும் இது தொடர்பாக சிவில் மற்றும் கிரிமினல் வழக்குகள் தனித் தனியாக நடந்து வருவதாகவும், சம்பவ தினத்தன்று பெரியண்ணன் தன் நிலத்தை விற்பது தொடர்பாக

அளக்கும்கோல் சர்வே சங்கிலியுடன் சென்றபோது எதிரிகள் மறைந்திருந்து தாக்கியதாகவும் பெரியண்ணன் தரப்பில் கூறப்பட்டது.

பெரியண்ணனுக்கும் கங்காணிக்கும் முன் விரோதம் பற்றி எந்த தஸ்தாவேஜுகளும் இல்லை. கங்காணி யின் எந்தப் புகாருக்கும் எப்.ஐ.ஆர். போட்டு கேஸ் பதிவாகவில்லை. லெச்சுமிக்கும் மாணிக்கத்துக்கும் உள்ள தொடர்புக்கு 'இன்டிபென்டன்ட் விட்னஸ்' யாருமில்லை. பெரியண்ணன் தரப்பில் இல்லை என்று மறுப்பதற்கும், கங்காணி தரப்பில் உண்டு என்று சொல்வதற்கும் அவரவர் ஏற்படுத்திய சாட்சியங்கள் மட்டுமே உண்டு.

இந்த வழக்கில் முக்கிய சாட்சி லெச்சுமிதான். தனக்கும் மாணிக்கத்துக்கும் எவ்வித உறவுமில்லை என்று கோர்ட்டில் அவள் சொல்ல வேண்டும். அதற்காக மெதுவாக பெரியண்ணன் அவளைப் பக்குவப்படுத்தத் தொடங்கினான்.

என்னதான் அவள் ஓடிப்போனவள் என்றாலும் எல்லோரும் கூடியிருக்கும் கோர்ட்டில் அதைச் சொல்வது தன்னைத்தானே கொன்றதுக்கு ஒப்பாகும் என்பாள் அல்லது மாணிக்கத்துக்கும் தனக்கும் எவ்வித உறவுமில்லை என்று அவள் கோர்ட்டில் சொல்லி விட்டால் அன்றிலிருந்து அவள் சுதந்திரமாக யாருடன் வேண்டுமானாலும் போகலாம். ஆனால் தன்னால் அவளை மறக்க முடியாது. இவ்வளவு நடந்ததற்குப் பின்னும் அவள் மீது தனக்குள்ள ஆசை குறைய வில்லை என்பதை மந்திரம் போல் திருப்பித் திருப்பிச் சொல்லிக் கொண்டிருந்தான். இவனுடைய மந்திரத்தால் லெச்சுமிக்குப் பைத்தியம் பிடித்துவிடும் என்றுகூட நினைத்தாள்.

சமயத்தில் பித்தம் தலைக்கேறியது போல் தானாகவே பிதற்றிக் கொள்வாள். வெறி பிடித்த நாய் தன் வாலையே கடித்துப் புண்ணாக்குவது போல் குழப்பம்

நிறைந்தவளாய் திடீரென்று சுவற்றில் 'மடேர்' என முட்டிக்கொள்வாள், மார்பில் ஓங்கிக் குத்திக் கொள்வாள். புதிதாக மூக்கணாங் கயிறு போட்ட மாடுபோல் நிம்மதியிழந்து வீட்டையும் தென்னை மரத்தையும் சுற்றி வருவாள். ஏதாவது யோசித்துக் கொண்டே எலுமிச்சை மரத்தடியில் உட்கார்ந்து காய்ந்த குச்சியால் பச்சை இலைகளில் கணக்கில்லா ஓட்டை போடுவாள். வீட்டில் வேலை செய்வது அரிதாகிவிட்டது. ஆனந்தாயே வீட்டு வேலை, காட்டு வேலை என்று எல்லாவற்றிற்கும் ஈடு கொடுக்க வேண்டும்.

பெரியண்ணன் ஏதாவது சாக்குப் போக்குச் சொல்லி 'வாய்தா' வாங்கிவிடுவான். இதனால் அவள் கோர்ட்டுக்குப் போவது தள்ளிப் போனாலும் என்றேனும் அவள் ஒரு நாள் கோர்ட்டுக்குப் போய்த்தானே ஆகவேண்டும்.

'ஏக்கா, நீ பாரேன், நான் செத்தாலும் எம் பொணம் என் ஊர்லதான் விழும்.' ஒரு நாள் விடியலில் சொன்னாள்.

'சரி கெடக்கட்டும், இப்ப என்னாத்துக்கு அந்தப் பேச்சி.'

'என்னக்கா, நான் சாவமாட்டேன்னு நெனைக் கிறீங்களா.'

'எல, யாரு சாவாம இந்த ஒலகத்திலே அப்பிடியே இருந்துடப் போறா. விதி முடிஞ்சாப் போய்த்தானே ஆவுணும். வர்லன்னாலும் விடவா போறான் எமன்.'

'எல்லாம் சாகத்தான் போறோம்... ஆனா என்ன சித்ரவதைப் பண்ணவங்க நல்லாயிருக்க மாட்டாங்க.' மண்ணை வாரித் தூற்றினாள்.

'அட ஏன் இப்ப மண்ணை வாரி விட்டிட்டிருக்கவ?' லெச்சுமி எழுந்து போய்விட்டாள். பகலில் சாப்பிட இறங்கி வரவில்லை. தலையில் போட்டிருந்த முந்தானியி லிருந்து ஒட்டுவாரொட்டியைப் பிடுங்கியெடுத்துக்

கொண்டே எலுமிச்சை மரத்தடியில் உட்கார்ந்திருந்த லெச்சுமியிடம்,

'என்ன பூங்காவனத்துக்கிட்ட சொல்லியழுதியாம்.'

'நான் ஒண்ணும் சொல்லலக்கா.' குளமாயிருந்த கண்களைக் கீழே தாழ்த்திக் கொண்டு சிரிக்க முயன்றாள்.

'எலும்புத் துண்டை கண்டா நாய் உடுமா. தொரத்திக் கிட்டுத்தான் அலையும். அவர் நீ எங்க போனாலும் உடப் போறதில்லை. வீட்ல வேலையை செஞ்சுக்கிட்டு செவனேன்னு கெட. கொஞ்ச நாள் ஆனா எல்லாம் சரியாப் போவும். செத்துக் கித்துப் போயிடாத. அந்தாளுக்குப் பயித்தியமே புடிச்சுடும்.'

'அக்கா உங்களை எங்கூடப் பெறந்தவங்க மாதிரி நினைக்கிறேன். உங்க மனசுல எனக்குக் கொஞ்சம்கூட இது இல்ல. உங்க புருஷனைப் பத்திதான் கவல. பைத்தியம் புடிச்சா புடிக்கட்டுமே.'

'எம்மாடி ஆசைப்பட்டுத்தான வந்த?'

'எதுக்குப் பழசைக் கௌருறீங்க? ஆமா ஆசைப் பட்டுத்தான் வந்தேன். நல்லா வச்சிக்குவார்னுதான் நெனச்சேன். இப்ப எனக்குப் புடிக்கல. என்ன விட்டுத் தலைமுழுக வேண்டியதுதானே.'

'அவுருக்குச் சொல்றது இருக்கட்டும். இல்ல தெரியாமத்தான் கேக்கிறேன், அந்தய்யாவை விட அவுனுங்கள்ளாம் ஒஸ்தியா.'

'அக்கா என்ன பேசுறீங்க நீங்க? எனக்கென்னா படுத்துக்கனும்னா ஆசை, ஒரு ஆசாபாசம்தான், ஒதவி தொணைக்குத் தொணை – ஒரு ஆதரவு, நல்ல பேச்சி நல்ல வார்த்தை – இப்பிடியா ஒரு நாளைய போல சித்ரவதை, சந்தேகம், அடி, குத்தல் பேச்சு. என்ன நீங்கப் புரிஞ்சிக்கிட்டது இவ்வளவுதாங்கா?'

அவள் சொல்றதை நம்ப முடியாதவளாய் 'என்னமோ ஒந்நாயத்தை நீ சொல்ற. நானெல்லாம் வாங்காத அடியா, ஒதையா... எல்லாம் ஒருத்தனோட இருந்துடல. இதைக் கேட்டாக்க எனக்குப் பிள்ளைங்க குட்டிங்க

வேற வழி இல்லேன்னு சொல்லுவ. அப்பிடியே அறுத்துக் கட்டினாலும் தனியாகத்தான் இருப்பேங்காட்டியும் வேற பயல நிமிர்ந்து கூட பாக்கமாட்டேன்.'

'உங்களுக்கு நான் எப்பிடிச் சொல்வேன். ஒரு பொம்பிளை அழகோ... அழகில்லையோ அது வேற சமாச்சாரம்... தனியா இருந்துட முடியுமா. இருக்க விட்டுடுவானுஹளா? பட்டாதாங்காத் தெரியும்.

'என்னமோ நான் என்னத்தயம்மா கண்டேன். எங்க இருந்தாலும் நீ சந்தோஷமா இருக்கியா இது போதும். இந்நேரம் ஆய்யா பாட்டி இருந்துச்சினா என்னடி பேச்சு, வேலை வெட்டி செய்யாமன்னு வெய்யும். அதுங்கட்டையும் காட்டுக்குப் போச்சு. அந்தப் படிச் சந்தைப் பாக்கும் போதெல்லாம் எனக்கு வயித்தை ஒட்டிக்கிட்டுப் போவுது'

'சரி, சரி. ஏன் அழுவுறே சின்னப்புள்ள மாதிரி. நானுந்தான் இவருக்கு ஆறு பிள்ளைங்களைப் பெத்துட்டேன். கொஞ்ச அடியா... நெனச்சாலே பதறுது. பெத்தது பெத்துட்டோம். வெளியில போனா, பிள்ளைங்களுக்கு மருவாதி இல்லன்னு மருவி மருவிக் கிட்டிருக்கன். இந்த வயசில உட்டுட்டுப் போனா... நாலு சனம் காரித்துப்பும். பேரம் பேத்தியெடுத்த காலத்தில புருசம் புடிக்கலன்னு வந்துட்டா பாருங்கும். ஆன காலம் ஆச்சு. சொச்ச காலத்தையும் ஓட்ட வேண்டியதுதான். அதுக்குள்ள இன்னும் என்னென்ன கண்ணறாவியெல்லாம் பாக்கப் போறனோ தெரியல.'

லெச்சுமி தலையைக் குனிந்துகொண்டு உட்கார்ந் திருந்தாள்.

35

பெரியண்ணன் ஒருக்களித்துப் படுத்திருந்த லெச்சுமியைத் தன் பக்கம் திருப்ப முயன்றான். லெச்சுமி திரும்பக்கூடாது என்ற பிடிவாதத்தில் படுத்திருந்தாள். அவள் முரண்டு பிடிக்கவும் இவனது பிடிவாதம் அதிகமாகியது. வெகு நேரம் முயற்சி செய்துவிட்டு முடியாத எரிச்சலில் காலால் அவளை நிமிண்டினான். அவனுடைய சொர சொரப்பான உள்ளங்கால் தன்னுடைய கணுக்காலில் உரசியதும் காலைத் தள்ளிவிட்டாள்.

'என்ன வெட்டிக் கொலை செய்யச் சொல்லி அவனுக்குக் கொடுவாள் தூக்கிக் குடுத்தவதானே? ஏதோ கடவுள் புண்ணியம் தப்பிச்சிக்கிட்டேன். அதையெல்லாம் மீறி நான் உம்மேல ஆசை வச்சிருக்கிறேன், உனக்காக நான் எவ்வளவு அவமானப்பட்டிருக்கேன். அப்படிப்பட்ட என் மனசு புண்படும்படி நடந்துக்கிட்டா அந்தக் கடவுள் கூட உம்மேல இரக்கங் காட்ட மாட்டான்.'

'கடவுள் எங்கே இருக்கான்? கடவுளாம்... உலகத்துப் பொம்பளங்கள்ளாம் கஷ்டப்படச் சொல்லிப் பார்த்துக் கொண்டிருப்பவனா கடவுள்?' மனதில் நினைத்தவளாய்த் திரும்பிப் படுக்காமலே இருந்தாள். முன்பெல்லாம் கைகளின் பலத்தை உபயோகித்து வற்புறுத்துவான். இப்போது வேறு வழியின்றி அவள் முகமிருந்த பக்கம் எழுந்து வந்து படுத்துக் கொண்டான். அவள் முகத்தைத் தடவினான். கண்ணீர் அருவிபோல் வழிந்தது.

'எதுக்கு அழுவுற?'

'... ... ...'

'கேக்குறேன்ல.'

'... ... ...'

அமைதியாக இருக்க முடியாமல் அவனுக்குள் ஏதோ நச்சரித்தது. அவள் முகத்தோடு தன் முகத்தை வைத்தான்.

'என்னக் கொஞ்சம் நிம்மதியா விடக்கூடாதா?'

'இப்ப நான் என்னடி பண்ணிட்டேன். நீ பண்ணாத தையா? இன்னுங் கோர்ட்டுக்குப் போயி கொஞ்சம் நஞ்சமிருக்கிறதையும் தொலைக்கல அவ்வளவுதான்.'

'கோர்ட்டுக்குப் போகாமலா இருக்கப் போறேன், இல்ல நடந்ததையெல்லாம் சொல்லாம இருக்கப் போறனா?'

'என்னத்தை சொல்லுன்னு சொன்ன?'

'ஏன் எல்லாத்தையும்தான்.'

'சொல்லிட்டு நீ உயிரோட இருக்க முடியுமா?'

அவள் எழுந்தாள்.

'எங்கேடி போற?'

எழுந்திருக்க முடியாதபடி அவள் கொண்டையைப் பற்றித் தலையைத் தொடும்வண்ணம் கீழே தலையை வளைத்து அமுக்கினான்.

'அடிக்கிற... என்னய அடிக்கிற?... இன்னைக்கு ஒன்னைக் கொல்லாம விடப்போறதில்லை' சொல்லிக் கொண்டே எழ முயற்சித்தாள். அதற்குள் அவளை முன்னிலும் அதிகமாக அமுக்கி முடியை வலிக்கும் படியாக இழுத்து,

'வேசை... வேச மவளே...' என்று சொல்லிக் கொண்டே முதுகிலே 'ணங், ணங்'கென்று குத்தினான்.

தலையிலருந்து கை விலகி முதுகுக்குச் சென்ற நேரம் விசுக்கென்று எழுந்தாள். முடியை வளைத்துக் கொண்டை போட்டு 'வாடா... இப்ப வாடா...' அவனது இடது கையை முறுக்கினாள். அவளது முழங்கால் அவன் உயிர் நிலைக்கு உயர்ந்தது.

'அடி. நீ அடி, உன்னோட ஆத்திரந் தீரும்மட்டும்

ஆனந்தாயி ☙ 287

அடி கண்டவனோட ஓடி என் மானத்தை வாங்கினதை விட என்னை அடிச்சு உன்னோட வேகத்தைத் தீத்துக்க. ஏண்டி நிறுத்திட்ட... அடி.'

'சீய், காறி அவன் முகத்தில் துப்பினாள்.

அதற்குள் வெட்டுப்பட்ட நாளாய் ஆபத்திலிருந்து காப்பாற்றிக் கொள்ள வைத்திருந்த தடியை எடுத்தான். விளாசி விட்டான்.

'எம்மாடி கதவைத் தொறடியம்மா... என்னத்தைப் போட்டுடி இப்படி அடிக்கிறான்?' சத்தம் கேட்டு ஓடி வந்த ஆனந்தாயி கதவைத் தட்டினாள்.

மூர்ச்சையாகியிருந்தாள் லெச்சுமி.

அடித்து ஓய்ந்திருந்தான் பெரியண்ணன். கதவைத் திறந்த பெரியண்ணன் வெளியேறினான். ஆனந்தாயி அவளைத் தூக்கி மடியில் கிடத்திக்கொண்டு 'இந்தப் பொன்னையனுக்கே பொறுக்காது... மெத்த ஒண்ணு வசதியா கட்டிப் போட்டுக்கிட்டு ராவாட்டம் பவலாட்டம்னு அவள இந்தக் கொடுமை பண்றான். கேட்டாக்க என்னக் குமட்ல குத்துவான். அந்தப் பாட்டி இருந்தாலும் ஏதும் சொல்லும் கேக்கும். இப்ப அதுவும் போயிடிச்சி.' புலம்பிக் கொண்டிருந்தாள். அவளுக்குத் தண்ணீர் கொடுத்து முடியை ஒழுங்கு செய்து 'அவங்கிட்ட வாய் குடுக்காத' என்று புத்திமதி சொல்லிவிட்டு இறங்கி வந்தாள். சிறிது நேரம் கழித்து பெரியண்ணன் மேலே போனான்.

அன்று கார்த்திகை தீபம். மாடி நீங்கலாக வீடு முழுவதும் கழுவி பழைய மண் விளக்குகளை அலம்பி சுத்தம் செய்து அவற்றில் விளக்கெண்ணெய் விட்டு நிரப்பி திரியை நனைத்த பின் தலைக்கு ஊற்றிக் கொண்டாள் ஆனந்தாயி. குளித்த கையோடு பச்சரிசி ஊற வைத்தாள். மாவிடிக்க அரிசி அரித்துக் கொண்டிருக்கும்போது அருள் ஒருபிடி அள்ளினாள். 'ஏம்மா சாமிக்கிப் படைக்கிறதாச்சே, எச்சி பண்ணலாமா' என்றவுடன் அள்ளிய அரிசியைப் போட்டு விட்டு

'மறந்தே போச்சு' என்று கையைத் துடைத்துக் கொண்டு ஓடினாள்.

லெச்சுமி கழிவறைப்பக்கம் போனாள். அவள் கையில் எதுவோ இருந்தது. அதை மறைத்து எடுத்துச் செல்வதற்காக அவள் விசேஷ முயற்சி செய்ததாகப் பட்டது ஆனந்தாயிக்கு.

'வீட்டுக்குத் தூரமோ என்னவோ?'

சிறிது நேரத்தில் திரும்பி வந்த லெச்சுமி அரிசியை ஒரு ஏந்தல் அள்ளிக்கொண்டாள்.

'எட்டியம்மா சாமிக்கிப் படைக்கிறதுடி.'

லெச்சுமி ஒன்றும் பேசாமல் மாடிக்குச் சென்று விட்டாள்.

'சாமிக்குப் படைக்கறதுங்கறேன், பேசாமப் போறாளே.'

தனமும் ஆனந்தாயும் மாவையிடித்துக் கொண்டிருந்தார்கள். அருள் தள்ளி விட்டுக் கொண்டிருந்தாள்.

'அருளு, அருளு... தாயீ.' மாடியிலிருந்து குரல் கேட்டது.

'என்னம்மா.'

'மேல வா.'

'நான் அரிசி தள்ளிவிடறேன். என்ன வேணும் சொல்லுங்க.'

'ஏட்டியம்மா... எதுக்குக் கூப்புடுற அவுசரமா? நான் வரட்டுமா?'

'வேணாங்க்கா, அருள வரச்சொல்லு.'

'மேயற மாட கெடுக்குமாம் நக்கற மாடு.' தனம் வில்லங்கம் படித்தாள்.

'அருளத்தான் அவ கூப்டா, உன்னைக் கூப்பிடலல்ல. பேசாம இடி.'

'இடிச்சு வச்சா வந்து மாவைப் பிட்டுகிட்டுப் போவா.'

'அவளுக்கோசரமா இடிக்கிறோம் இப்ப... ஏ, தனம்... பாத்து போடு உலக்கையை. இந்நேரம் அருள்

மேல போட்ருப்ப. ஏ அருள்... அவ கூப்பிடல்ல, போய் என்னான்னு கேட்டுட்டு வா.'

'இரும்மா, இதைத் தோண்டி குடுத்துட்டுப் போறேன்.'

'அடுப்பில வெல்லப்பாகு வச்சேன். ஓடு... கொதி வந்திருந்தா அனலை வெளிய இளுத்துடு.'

அருள் ஓடினாள்.

ஏலக்காயும் சுக்கும் பொடித்துக் கொடுத்தாள். இருட்டிக் கொண்டு வந்ததால் அகல் விளக்குகளைப் பொருத்தி கதவுக் கால்களில் இரண்டிரண்டாக வாசல் படிக்கட்டுகளில் வளைவுக்கொன்றாக வைத்து மாடிப் படிக்கட்டுகளில் விளக்குகளை வைத்துக்கொண்டே மேலே போனாள்.

'எம்மா... சின்னம்மா.' லைட்டைப் போட்டாள் எரியவில்லை. கரண்ட் பீஸ் கட்டாததால் காலையில் கட்டையைப் பிடுங்கிக் கொண்டு போய்விட்டது அப்போதுதான் அருளுக்கு ஞாபகம் வந்தது. கூப்பிட்ட குரலுக்குப் பதிலில்லை. அகல் விளக்குகளை உள்ளறை யில் வைத்து விட்டுத் திரும்பிப் பார்த்தாள். லெச்சுமி சுவரோரம் சுவரைப் பார்த்தபடி படுத்திருந்தாள்.

'எம்மோவ்... சர்தான் நல்லத் தூக்கம் போலிருக்கு.'

அவள் இறங்கி வந்தாள்.

'பீஸ் கொண்டு போயி சாயந்தரம் கட்டிட்டனே, ப்ளக் கட்டையைக் கொண்டு வந்திடுறேன்னு சொன்னானே, இன்னுமா வரல?' கேட்டுக்கொண்டே பெரியண்ணன் நுழைந்தான்.

வெட்டுப்பட்ட பின் சாமிபக்தி அதிகரித்திருந்தது. அதுவும் மாரியாயி கும்பிடுவதில் தவறுவதில்லை. கையில் படையலுக்கான இலை, வாழைசீப்பு, ஊது பத்தியோடு நுழைந்தான். சாணிப்பிள்ளையார் மீது மஞ்சள் குங்குமம், அருகம்புல் வைத்தபின் லெச்சுமி எங்கே எனக் கேட்டான்.

'மேல தூங்குதுப்பா.' அருள் சொன்னாள்.

'சரி வுங்கம்மாவை சாதம், பருப்பு, காய் எல்லாம்

வச்சி மாவிளக்கைத் தாம்பாளத்தில் வைக்கச் சொல்லு' என்றபடி மேலேறினான். மாடிப்படிச் சந்தின் வெறுமை அவனைத் தாக்கியது. சிறிது நேரம் தாமதித்தான். பின் ஏறினான்.

ஆனந்தாயி, வெல்லப்பாகு விட்டுப் பிசைந்த மாவை அச்சு வெல்லத் தோற்றத்தில் உருட்டி உயரத்தில் குழி செய்து கொஞ்சம்போல நல்லெண்ணெய்விட்டு திரியை வைத்து அழுத்தி பிள்ளையார் முன் வைத்தாள். மணி வேப்பிலைக் கொத்து ஒடித்துக் கொண்டுவந்து வைத்தான். தனம் மாரியாயிக் கயிறுக்காக வெள்ளை நூலை மஞ்சளில் தோய்த்துச் சரடு உண்டாக்கினாள். மனம் சேசுவே சேசுவே என்று சொல்லிக் கொண்டிருந்தது. அன்பு கைகளைக் குவித்து சாமி கும்பிடுவதற்குத் தயாராக இருந்தான். அருளை விலக்கிக் கொண்டு மாவிளக்கு அருகில் நின்று கொண்டான்.

'எட்டியே. ஓடியாடி...' மேலிருந்து அலறிய அலறலில் ஊதுபத்தியை வாழைப்பழத்தில் குத்திக் கொண்டிருந்தவள் பயந்து 'எட்டி சக்காளத்தி' என்று அனிச்சையாக முனகிக்கொண்டு போட்டது போட்டபடி மேலே ஓடினாள். தொடர்ந்து மணி, அருள், அன்பு. தனம் சிறிது நேரம் தாமதித்தபின் வேண்டா வெறுப்பாகப் போனாள்.

அங்கே...

பெரியண்ணன் நின்றவாறு லெச்சுமியைத் தனது முழங்கால்களில் சார்த்திக் கொண்டு அவள் முகத்தை நிறுத்த முயற்சி செய்தான்.

லெச்சுமியின் கருவிழிகள் மேலேறிக் கிடந்தன. வாயில் நுரை தள்ளியிருந்தது. இசிவு போல காலும் கையும் இழுத்தன. அகல் விளக்கின் குறைந்த வெளிச்சத்தில் அவளது தோற்றம் பயங்கரமாக இருந்தது. 'எட்டிய மருந்தைக் குடிச்சுட்டாடி... மருந்தக் குடிச்சிட்டா...' தழுதழுத்தார் பெரியண்ணன்.

'நாம் போய் டாக்டரைக் கூட்டியாரட்டா?'

'நீ இருடா, பக்கத்துல ஆஸ்பத்திரிக்குத்தான் தூக்கிட்டுப் போகணும். நாம் போய் வண்டி பார்த்துக் கிட்டு வாறேன்.'

சிறிது நேரத்தில் அவளை ஆஸ்பத்திரிக்கு எடுத்துச் சென்றார்கள். மணியும் பெரியண்ணனுமாய்... முடிய வில்லை. வண்டிக்காரனும் ஒரு கை கொடுத்தான், அன்புக்குக் கால் வெடவெடத்தது. என்னைத் தூக்கிக் கோம்மா என்று அம்மாவிடம் அடம் செய்தான்.

விடியற்காலை லெச்சுமி கண் விழித்துப் பார்த்தாள். பெரியண்ணன், அருள், ஆனந்தாயி, மணி... பார்வை எதிலும் நிலைக்கவில்லை. எதையும் அடையாளங் கண்டுகொள்ளவில்லை.

'லெச்சுமி, லெச்சுமி' என்று பெரியண்ணனும் ஆனந்தாயும் மாற்றி மாற்றி அழைத்துப் பார்த்தார்கள். அறைக்குள் அடைபட்ட பட்டாம்பூச்சி போல் பார்வை படபடத்தது. அருளும் மணியும் 'சின்னம்மா, சின்னம்மா' என்றார்கள். கலாவும் மாப்பிள்யையும் கூடத் தகவல் கிடைத்து வந்துவிட்டார்கள். அவர்களும் அழைத்துப் பார்த்தார்கள்.

'இனிமே பொழைச்சுக்குவாடா.' பெரியண்ணன் சிரித்தான். ஆனந்தாயி மெல்ல அவ்விடத்தை விட்டு எழுந்தாள். ஆஸ்பத்திரி சன்னல் கம்பிகளைப் பற்றிக் கொண்டு நின்றிருந்த கலா 'என்னம்மா அந்தம்மா பொழைச்சுக்குமா?' என்றாள்.

'கண்ணைத் தெறந்து பார்த்தவுடனே பொழைச்சிக் கிட்டாள்னு உங்கப்பன் சொல்றார். நெனவு தப்பிடுச்சி... பொ்ழைக்கிறது கஷ்டம்.'

'என்னடி குசுகுசுன்னு?' பாம்புக் காது கேட்டு விட்டது அவனுக்கு.

'ஒண்ணுமில்ல பொழைச்சிக்குமான்னு கலா கேக்குது.'

'செத்துப் போயிடுவான்னு கனவு கண்டீங்களா எல்லாரும்? உங்கத் தாலியறுக்கவாவது அவ உயிரோட

வந்துடுவா.'

'எந்த நேரத்தில எந்தப் பேச்சி...'

'நீ இங்க இருந்தாலே விடியாதுடி மூதேவி. மொதல்ல ஊட்டுக்குப் போ. போயி சும்மா உக்காந்திட்டிருக்காதே. ரெண்டு நாள் வெண்டைக்கா பறிக்கலன்னா செடியில முத்திடும். மழை வேற சொண சொணன்னு தூறல்போடுது.'

ஆனந்தாயிக்கு அவ்விடத்தை விட்டுப் போக பிரிய மில்லையென்றாலும், தயங்கி நிற்பதில் பிரயோசன மில்லை என்று கிளம்பி விட்டாள். மணியும் அருளும் மட்டும் அங்கேயே தங்கிவிட்டனர்.

பெரியண்ணன் டாக்டரை அழைத்துக் கொண்டு வரச் சென்றார். மணி டீ குடிக்கப் போய்விட்டான். பிழைத்துக் கொண்டாளே, டாக்டர் வந்தால் கேட்டு வீட்டுக்கு அழைத்துப் போக வேண்டியதுதானே. அருள் மட்டும் பக்கத்தில் உட்கார்ந்திருந்தாள். சின்னம்மாவை உற்றுப் பார்த்தாள். திறந்திருந்த கண்கள் அலை பாய்ந்து கொண்டிருந்தன. திடீரெனத் துள்ளிக்கொண்டு எழுந்தாள் லெச்சுமி. கட்டிலிலிருந்து காலை கீழே வைத்தாள். அவ்வளவுதான். 'தொபுக்கடீர்' என்று கீழே விழுந்தாள். அதற்குள் நர்ஸ் இருவர் ஓடி வந்தனர்.

'பெரியவங்க யாருமில்லையா?' அவளைத் தூக்கிப் படுக்கையில் கிடத்திவிட்டு அருளை வினவினார்கள்.

'இந்த என்ட்ரின் குடிச்ச கேஸே இப்படித்தான். பச்ச நரம்பு வேறு வெட்டி வெட்டியிழுக்கும்.'

வேடிக்கை பார்க்கச் சூழ்ந்துவிட்ட நோயாளிகளின் உற்றத்தார் கருத்துகள் பரிமாறிக் கொண்டார்கள்.

அருளுக்குத் திகில் பிடித்துக் கொண்டது. சின்னம்மா வைப் பார்ப்பதற்கே பயமாக இருந்தது. காலை சுமார் பதினோருமணிக்கு லெச்சுமி உலகத்தைத் துறந்தாள். பெரியண்ணனுக்கு நம்ப முடியவில்லையென்றாலும் நம்பத்தான் வேண்டியிருந்தது. பார்ப்போர் ஆச்சரியப் படும்படிக் குலுங்கிக் குலுங்கி அழுதான். சமுத்திரத்தின்

ஆழத்திலிருந்து புறப்படும் வீச்சுள்ள அலை போல, அழுகை உள்ளிருந்து புறமாக வெடித்து வரும். நரம்புகள் புடைக்க நாளங்கள் தெறிக்க அவனைக் குலுக்கிப் போடும் வாய் வழியே விம்மலாக அது வெடிக்கும். துண்டை வைத்து அமுக்குவான். அது வெளியேற வழி யில்லாமல் மூக்கிலிருந்து பெருமூச்சாகவும் கண்ணி லிருந்து தாரையாகவும் கொட்டும்.

இரவு கிடந்ததைக் காலையில் சாப்பிட்டுவிட்டுத் தூறலுக்குச் சாக்குப் போட்டுக் கொண்டு பிஞ்சு வெண்டைக் காய்களைப் பொறுக்கிக் கொண்டிருந்த ஆனந்தாயிக்கு வந்துவிட்டது செய்தி. அவள் எதிர் பார்த்ததுதான் என்றாலும் நெஞ்சில் கல்போல் சுமை கூடியது. திகில் பரவியது. இறுதியில் அவள் போய் விட்டாள். 'அக்கா அக்கா'ன்னுவாள். இனிமேல் யார் அவளை அப்படிக் கூப்பிடுவார்கள். உடம்பு பதற வில்லை. என்றாலும், உள் மனம் ஊமையாய் அழுதது. மணி கொள்ளி வைத்தான். அப்போது சூரியன் அஸ்த மனமாகி இருந்தான். சுடுகாட்டிலிருந்து திரும்பி வந்த அருளுக்கு உடம்பு கொதித்தது. உயரத்தை வெறித்தாள். தூக்கித் தூக்கிப்போட்டது. பத்துநாள் வரை ஜுரம் போகவில்லை.

36

அருள் பெரியண்ணனின் டைரியை எடுத்துப் பார்த்தாள். அவனில்லாத போதுதான். லெச்சுமி 400 என்று அன்றைய தேதியில் எழுதப்பட்டிருந்தது. அருள் ஒவ்வொரு பக்கமாகப் பின்னோக்கிப் புரட்டினாள். லெச்சுமி முன்னூற்றி தொன்னூற்றியொன்பது... தொன்னூற்றியெட்டு... தான் லெச்சுமியை மறக்க வில்லை என்பதற்கு அடையாளமாக ஒவ்வொரு நாளும் எழுதி வைத்திருக்கிறானே?

'அம்மா லெச்சுமி நானூறும்மா.'

'அந்தப் பித்துக் கொண்டவன் எழுதறான்னு நீ வேற பாத்துட்டு வாறயாக்கும். லெச்சுமி நானூறுன்னு நாலு நாளு வேணாம், ஒருவேளை சாப்பாட்டை நிறுத்தச் சொல்லேன் பாப்பம்.'

'பாவம்மா... அநியாயமா ஒரு உசிரை சித்ரவதை பண்ணி சாகடிச்சிட்டார்ல?'

'இன்னையோட அவ செத்து நானூறு நாளாவுதா? நான் எங்க செத்து விழுந்தாலும் எம் உடம்பிலிருந்து ஒரு துண்டக்கறி அவ பொறந்த பூமியில விழுவும்னு சொல்லிக்கிட்டிருப்பா... அது எங்க போயி விழுந்திச்சோ.'

'அருளு அருளுன்னு கூப்டா... எதுக்குத்தான் கூப்டாளோ, பாவி பொம்பள, உடனே போய் பார்த் திருந்தா ஏதாவது பண்ணியிருக்கலாம். நானாவது போய்த் தொலைஞ்சிருக்கக் கூடாது. என்ன சொல்ற துக்குக் கூப்டாளோ? எப்பேர்க்கொத்த ஒடம்பு... அவுத்துவிட்ட மயிலைக் காளை மாதிரி அதிர்ந்து நடப்பா. இந்த ரோட்ல போறவனுங்கல்லாம் கழுத்து

வலிக்குமோ வலிக்காதோ திரும்பித் திரும்பிப் பார்த்துக்கிட்டு போவானுவ, அப்படிப்பட்ட கலரு... பொன்னரளி மாதிரி... இந்த மாதிரிக்கின்னு தெரிஞ்சா அந்த மருந்த எடுத்து ஒளிச்சி வச்சிருப்பேனே.

என்னைய மாதிரி ஆளு எண்ட்ரின் குடிச்சா பொசுக்னு பூடும் உசுரு. அவளுக்குத் தின்ன ஊட்டம் பாத்துக்க... பாவம் பரிதவிச்சிப் போனா. போவட்டும். ஆத்தா ஆத்தாம்பா. சொல்லியனுப்பியும் ஒரு தோத்தாளும் வந்து எட்டிப் பாக்கல. பெத்த வயிறு கலங்கியிருக்கும். மகளே போயிட்டா இன்னமே என்னத்தை யாரு கிட்ட வெச்சிக்கறதுன்னு வராம இருந்துட்டாங்களோ என்னமோ...'

ஆனந்தாயி அவள் நினைவுகளை சத்தமாக எப்போதும் போல் நினைவுகூர்ந்தாள்.

ஊருக்குள் குறிப்பிடும்படியாகச் சில சம்பவங்கள் நடந்தன. கங்காணி மாரடைப்பால் காலமானார். இரவில் கட்டிலில் படுத்திருந்த அவரை வெட்டுப் பட்டுச் செத்துப் போன அய்யாக்கண்ணு ஏறி மிதித்து விட்டதாக ஊருக்குள் பேசிக் கொள்கிறார்கள்.

டவுனில் கள்ளச் சாராயம் பெருமளவில் விற்றுக் கொண்டிருந்த போக்கிரி ஊருக்குள் ஒரு கிளை திறந்ததில் குள்ளன் அடிபட்டுப் போனான். கள்ளச் சாராயம் விற்பவனுக்குத் துணையாகப் பெரியண்ணனின் வீட்டில் வேலை செய்து கொண்டிருந்த சின்னக்கண்ணு போய்ச் சேர்ந்தான். அவனில்லாமல் சாராயக்கடை யில் இரண்டு மூன்று அடியாட்கள் வேறு. பெண்களைக் கேலி செய்வதில் மாணிக்கத்தை மிஞ்சுகிறார்கள். மாணிக்கமாவது கேலி பேசுவான். விரும்பி வந்தால் ஏரிக்கரையோரமுள்ள மாட்டுக் கொட்டாய்க்கு அழைத்துச் செல்வான். கருத்தரித்து விட்டால் காசு கொடுத்து வைத்தியம் செய்து விடுவான். இவர்கள் அப்படியில்லையாமே. கல்யாணமான பெண்களைக் கூட 'வாறியா?' என்று கூசாமல் கேட்கிறார்களாம்.

உனக்கும் அவனுக்கும் உள்ள உறவு தெரியாதா, பெரிய பத்தினியா என்று எவனோடவாவது சேர்த்து அபாண்டமான முடிச்சுப் போடுகிறார்களாம். கேட்கவே காது கூசுகிறது. போலீஸில் ரிப்போர்ட் பண்ணியதற்கு, ரிப்போர்ட் கொடுத்தவனைச் சாராயம் விற்றதாகக் கூறிப் பிடித்துப் போட்டு விட்டார்களாம்.

எலக்ஷன் நடந்து முடிந்தது. ராசு முதலியார் தோல்வி. புது எம்.எல்.ஏ.

வீட்டுமேல் வாங்கிய கடனுக்கு ஏல நோட்டீஸ் வந்திருந்தது. பெரியண்ணனுக்கு ஏதாவது காண்ட்ராக்ட் கிடைத்தால் அட்வான்ஸ் வாங்கிக் கடனில் ஒரு பகுதி யாவது அடைக்கலாம் என்று பார்த்தான். ஆனால் இம்முறை காண்ட்ராக்டில் அவனுக்குப் போட்டியாக வந்தது மாணிக்கமல்ல. புது எம்.எல்.ஏ.வின் தூரத்து உறவினன். பெரியண்ணனால் என்ன செய்ய முடியும். ஓடியாடிச் சம்பாதிக்க வேண்டும் என்ற முனைப்பும் இல்லாததுபோல் தெரிகிறது. அதை வெளிப்படை யாகச் சொல்லவும் செய்கிறான்:

'லெச்சுமியோட அந்த லெச்சுமியும் போயிட்டா.' கார்த்திகையில் லெச்சுமி செத்தாள் மார்கழி நடுவில். அடுத்தது தை மாசம் அறுவடைக்கு வந்த நெல் எப்போதும் போலல்லாமல் அதிகமாகவே விளைந் திருந்தது. நாற்பது கலம் ஒரு போகத்தில். 'போறதுதான் போறேன்னு எனக்கு வாரிக் குடுத்துட்டாப் போலிருக்கு' என்றான்.

லெச்சுமியின் சாவுக்குப் பிறகு சற்று அடங்கி யிருந்தவன் போல் இருந்தான்.

'ஏய்யா ஒரு வெட்டுன்னாலும் அவனை வெட்டி யிருந்தா எம்மனசு ஆறியிருக்கும்' ராசு முதலியார்.

'கையில ஆயுதம் எடுக்காமப் போனது தப்பா போச்சு.'

'நீ செத்துக் கீழ விழுந்துட்டன்னு நெனச்சித்தான் அய்யாக்கண்ணு பயல மடக்குனுவளாமே, வாஸ்தவந்

தானா?'

'நடந்தது நடந்து போச்சி, இப்ப அதைப்பத்திப் பேசி என்னாகப் போவுது? எலக்ஷன்ல தோத்துட்டீங்களே அதுதான் எனக்குப் பெரிய அடியா இருக்கு?'

ஆனாலும் மணிக்குத்தான் இப்பொழுது ரொம்ப இளக்காரமாகி விட்டது. முன்பெல்லாம் அப்பாவுடன் ரெட்டியார் வீடு, எம்.எல்.ஏ வீடு, ப்ளாக் ஆபீஸ் என்று போகும்போது,

'என்ன இதுதான் ஒங்க பையனா, அடிச் சக்கை அப்பா மாதிரியே வரணும்' என்பார்கள்.

'அப்பா ரொம்ப சாமர்த்தியக்காரர்பா' என்பார்கள் தனியாக இவனிடம்.

இப்போது பாக்கி பில் தொகை, ஒப்பந்தம் பற்றி விசாரிக்கப் போகும்போது

'மீசை வச்ச ஆம்பள நீ. நீயாச்சும் ஒங்கப்பா மாதிரி யில்லாம வீரமாயிரு. என்னக்கிருந்தாலும் ஒங்கையால அந்த மாணிக்கம் பய சாகணும்' என்றும்

'பிழைக்கத் தெரியாத ஆளுய்யா ஒங்கப்பா' என்றும் சொல்கிறார்கள்.

ஒருநாள் திண்ணையில் உட்கார்ந்திருந்த பெரி யண்ணன் கலாவின் மகளை மடியில் வைத்துக் கொண்டு ஆனந்தாயிக்குக் கதை படித்தான்.

ஒரே ஒரு ஊரிலே ஒரே ஒரு ராஜா
ஒரே ஒரு ராஜாவுக்கு ஒரே ஒரு ராணி
ஒரே ஒரு ராணி பெற்றாள் ஒன்பது பிள்ளை – அந்த
ஒன்பதிலே ஒன்றுகூட உருப்படியில்லை

ஆனந்தாயி பெற்றதில் யாரும் உருப்படவில்லை என்று சுட்டிக் காட்டினான். யாருக்குப் புரிய வேண்டுமோ அது புரிந்தது.

ஆனால் உள்ளே சாப்பிட்டுக் கொண்டிருந்த மணி தன் அம்மாவிடம் 'ஒரே ஒரு ராணியாமே, ஓம்பத் ரெண்டுன்னு சரியா சொல்லச் சொல்லுங்க. புள்ளங்க உருப்படலையாம்? ராஜாவே உருப்படல. புள்ளங்க

எங்க உருப்படப்போவுது?' என்று விமர்சித்தான்.

பிறிதொரு சமயத்தில் பிள்ளைகள் தன்னிடம் ஒட்டுறவில்லாமல் இருப்பதைச் சுட்டிக் காட்டி 'கொண்டு வந்தால்தான் தகப்பன்' என்று குறைபட்டுக் கொண்டபோது,

'பொண்டாட்டிக் கொண்டு வந்தால்தான் தகப்பன்' என்று சொல்கிறாரா என்று சந்தேகங் கேட்டான் அம்மாவை.

இது அவனது காதுக்கு எட்டி விட்டது.

'படிப்புல சரியில்ல. வெய்யில்ல உடம்பு வணங்கி வேலை செய்ய மாட்டங்குறான். பொட்டச்சி மாதிரி வீட்ல உக்காந்துகிட்டு பேச்சுப் பேசறாம் பாரு. தண்டச் சோறு படவா. ஒம்பங்கைப் பிரிச்சுடுறேன். நீ என்ன பண்றன்னு நானும் பாக்கறேன்.'

'நான் ஒண்ணும் ஒங்கள மாதிரி கூத்தியாளுக்கு செலவு பண்ணமாட்டேன்.'

'என்னடா வார்த்தைக்கு வார்த்தைப் பேசிக்கிட்டி ருக்க எங்கூத்தியாரே... வெளியில வந்து பேசுடா.'

'எனக்கென்ன பயமாயிருக்கா?' வெளியில் வந்தான் மணி.

'எல போடா உள்ள. அப்பன்னு மரியாதை யில்லாம...' ஆனந்தாயி எங்கே அப்பனும் மகனும் மோதிக் கொள்ளப் போகிறார்களோ என்று பயத்தில் மகனைப் பிடித்துத் தள்ளினாள்.

'எலேய்... ஏறி மிதிச்சன்னா ஈரக்குலையெல்லாம் வெளியில வந்துடும்...' ஆரவாரம் செய்தான் பெரியண்ணன்.

'அந்தச் சவடால்லாம் மாணிக்கம் பயகிட்ட காட்றதுதானே.' திடீரென்று வேகம் தணிந்தான் பெரியண்ணன். அவன் சதை... சர்வாங்கமும் ஆடியது.

'ஏ மணி... போய்யா... போ சாமி.' ஆனந்தாயி மகனைப் பிடித்துத் தள்ளிக்கொண்டே போய் விட்டாள். பெரியண்ணன் சிறிது நேரம் நின்றுவிட்டு

அவ்விடத்திலிருந்து அகன்றான்.

எருமை மாட்டின் புண்ணைக் கொத்திப் பார்க்க காக்கைக்குத் தைரியம் வேண்டுமா என்ன?

மணி சாப்பிடாமல் படுத்துக் கொண்டான்.

'எல்லாம் இவ சொல்லிக் குடுக்கிறது. நல்லாருந்த பயலைக் கெடுத்துட்டா.' ஆனந்தாயிடம் மோதினான் பெரியண்ணன்.

'ஆமா... கெடக்குல... பச்சப்புள்ள பாரு வாயில கையக் குடுத்தா கடிக்கத் தெரியாது... நான் சொல்லிக் குடுத்துட்டேன்.'

'பேசாதடி... பல்லப் பேத்து எடுத்துருவேன்.'

'நீ பேத்து எடுக்கறவரைக்கும் தாங்கப் போவுதா... எல்லாம் ஆடிக்கிட்டு கெடக்குது.'

'திமிருத் தண்டமாவாடி பேசுற? பேசுவ பேசுவ எல்லாம் கொஞ்ச நாளைக்கு... மூதேவி... ஒம்முகத்தில முழிச்சாலே அன்னைக்கு முழுசும் ஆவாது... அவ சீதேவி போய்ட்டா, உனக்கு ஒரு வேதி வர மாட்டங்குதே.'

'கேட்டுக்க கதைய அவ சீதேவியாம் நானு மூதேவி யாம்.'

'ஆமாண்டி, உன்னாலத்தான் இந்தக் குடும்பமே அழிஞ்சுது.'

'இந்தா யாரைப் பாத்துப் பேசுற. நா வந்தப்புறம் தான் ஊடு கட்டின. காடு வாங்குன. அவ வந்தா வீட்டுப் பேர்ல கடன். காட்டுப் பேரில கடன். பிற்பாடு வித்தும் தொலச்ச. அவள எந்த நேரத்திலே தொட்டயோ எம்புள்ள போனான். கல்லுக்குண்டு மாதிரி இருந்த உங்காயா போச்சுது. அவளும் கடைசில மண்ணை வாரி வாயில பூட்டுக்கினு போய்ட்டா. நான் தான் ஓடிப்போனவளைத் தேடுறேன்னு மாச கணக்கில ஊர் ஊரா காரெடுத்துக்கிட்டு சுத்தனனா... நல்லக் கூத்துதாம் போ.'

'எட்டிய, யாரைப் பாத்துடி பேசுற...'

அடிப்பதற்காக எழுந்தான்.

'ஆமாங் காலமெல்லாம் அடிபட்டுத்தான் கிடக்கு' எழுந்து பட்டிப் பக்கம் வந்தாள்.

மாட்டுக் கொட்டில் காலியாகக் கிடந்தது. தனம் மாடுகளைப் பற்றிக்கொண்டே நெல்லறுத்துக் கிடந்த வயலில் விட்டுவிட்டு வேலையில் கண் பதித்திருந்தாள். டானியல் அவன் வீட்டுப் பின்புறம் மொட்டை வெய்யிலில் நின்று கொண்டிருந்தான். பார்த்துக் கொண்டேயிருந்தார்கள்.

மாட்டுக் கொட்டிலின் ஓரத்தில் வைக்கோல் கூளத்து மேல் தென்னங்கீற்றைப் பரப்பிப் படுத்துக்கொண்டு பாடப் புத்தகம் படித்துக் கொண்டிருந்த அருள் வேகமாய் வந்து அம்மாவைப் பார்த்ததும்,

'என்னம்மா சண்டையா?' என்றாள்.

'மூதேவிங்கறான்... மூதேவியாமே... யாரு மூதேவி...'

'உங்களுக்கும் இதே வேல. அவர் குணந்தான் தெரியுமில்ல. பேசாம இருங்களேன். கசாமுசான்னு சண்டை, கெட்ட வார்த்தை வேற எப்பப் பாத்தாலும் பேசிக்கிட்டு... வீட்ல இருக்க முடியல.'

'நாய்க்கு வெறி புடிச்சா ஒதுங்கித்தான் போகலாம், விழுந்து பிடுங்கினா துடப்பக் கட்டையால ரெண்டு விசிறலாமா? விசிறக் கூடாதா?

நிறை மாசம். நீ வயித்தில. நான் புள்ள வலிகண்டு துடிச்சிக்கிட்டு இருக்கேன். உங்கப்பன் எவளோ ஒருத்தியோட ஒசக்க பாட்டு படிச்சிக்கிட்டிருக்கான். ஒத்தையா இருந்து பெத்துப் போட்டேன். வாயில நல்ல வார்த்தையா வரும், நீயல்லாம் எனக்குப் புத்திமதி சொல்ற அளவு வந்துட்ட.... ஒனக்குப் பேரு வச்சோம் அருளுன்னு... ஒனக்கு எப்ப நல்ல அருளு வரப் போவுதோ தெரியல.

உங்க நல்லதுக்குச் சொன்னே. ஏன் எம்மேல கோபப்படுறீங்க. ஆமா ஒத்தையா இருந்து பெத்தேன் பெத்தேன்கிறீங்களே, நானா பெக்கச் சொன்னேன்.'

ஆனந்தாயி சிரித்துக்கொண்டே,

'நாளைக்கு உன்னைய உம்புள்ள கேப்பான், அப்ப என்ன பதில் சொல்றேன்னு பாப்போம்.'

'நானு கல்யாணமும் பண்ணிக்க மாட்டேன், புள்ளயும் பெத்துக்க மாட்டேன்.'

'பாப்பம்... உன்னையத்தான் ஓங்கப்பன் கட்டிக் குடுக்காத, வீட்ல வச்சிக்கிட்டு செல்லங் கொஞ்சப் போறானாங்காட்டியும்.'

'பாருங்க... பாருங்க... பாக்கத்தானே போறீங்க... அதுக்கு முன்னாடி புருஷன லெச்சணமா அவுரு இவுருன்னு பேசுங்க. சும்மா அவன் அவன்னுக்கிட்டு கேக்க சகிக்கல.'

'கேக்க சயிக்கலன்னா காதைப் பொத்திக்க. இங்க ஒரு நாய்க்கும் நான் பயந்துகிட்டிருக்க முடியாது. முளைச்சு மூணு இல விடல பேச்சைப் பாரு.'

37

தனம் படிக்கும் பள்ளியின் தலைமையாசிரியர் பெரியண்ணனுக்குக் கடிதம் ஒன்று எழுதியிருந்தார், தனியே வந்து பார்க்கச் சொல்லி. இதுவரை சிறிய பெண் வெகுளி என்று நினைத்திருந்த தனத்தை முதன்முறை யாக வேறு கண் கொண்டு பார்த்தான். 'கலாவுக்குப் பதினைந்து வயதில் திருமணம். இவளுக்கும் திருமணம் செய்துவிடவேண்டும். படிப்பென்ன படிப்பு – எவனோ ஒருவன் கூப்பிட்டனுப்புகிறான் – அவனைப் போய் நான் பார்க்க வேண்டுமா. இவளுடைய நடவடிக்கை புதிராகத்தானிருக்கிறது.'

தலைமையாசிரியர் சுற்றி வளைக்கவில்லை. 'உங்கள் பெண் பள்ளிக்கு வருவதுபோல் வந்து வெளியில் போய் விடுகிறாள். பிறகு தாமதமாக வருகிறாள்.'

அடுத்த நாள் மணி தனத்துக்குத் தெரியாமல் பின் தொடர்ந்தான். தனமும் அருளும் சேர்ந்துதான் கிளம்பினார்கள். அவரவர் வகுப்புக்கு அவரவர் சென்றதும் தனம் மெல்லக் கிளம்பினாள். மணியும் தொடர்ந்தான். டவுனில் பஸ் ஸ்டாண்டில் நின்று கொண்டிருந்த டானியலுடன் மூலையாக நின்று பேச ஆரம்பித்தாள்.

மணி டானியலை எட்டிப் பிடித்துத் தரையிலிருந்து உயரே செங்குத்தாகத் தூக்கி கீழே தள்ளி மிதித்து விட்டான். தனத்தை முகத்தில் ஓங்கிக் குத்தினான். அவ்வளவுதான், சுழன்று விழுந்தாள். 'ஐயோ ஐயோ' என்று கண்ணைப் பொத்திக் கொண்டாள். அவளைத் தரதரவென்று இழுத்து சைக்கிளில் ஏறிக் கொள்ளச்

சொல்லி வீடு வந்து சேர்ந்தான். வீடு வந்து சேர்ந்தபோது ஒரு கண் போய்விட்டதோ என்று சொல்லும்படி வெந்த கொழுக்கட்டைபோல் வீங்கிப் பழுத்திருந்தது. கண் சிவப்புக் கீற்றுபோல் உள்ளுக்குள் தெரிந்தது.

ஆனந்தாயி கெஞ்சக் கெஞ்ச தனத்தை இழுத்துச் சென்று மாடு அடைக்கும் பட்டியில் தள்ளி வேண்டு மளவும் உதைத்தான் மணி. மணி அடிப்பதை வேடிக்கைப் பார்த்துக் கொண்டிருந்தான் பெரியண்ணன். பின் இருவருமாகக் கிளம்பினார்கள் கையில் தடி யுடன். வேதக்காரர்கள் வீட்டில் டானியல் இல்லை என்ற தகவலை தேவமணி அம்மாள் தெரிவித்தாள். அவள் குரலில் பதற்றம் தெரிந்தது.

தனம் எங்கே போகிறாள் என்று ஏன் கவனிக்க வில்லை என்று அருளுக்கும் திட்டுக் கிடைத்தது. ஆனந்தாயி மகளுக்கு ஒத்துக் கொடுத்தாள் வெந்நீரால். ஆனந்தாயி அழுவதைப் பார்த்த 'அன்பு'க்கு அழுகை வந்தது. அவன் யாருக்கும் தெரியாமல் கதவு மூலையில் ஒளிந்து கொண்டு அழுதான்.

தனம் பள்ளிக்கூடம் போவது நின்றது.

தேவமணி அம்மாள் கிணற்றில் இறங்கி கருவேலி இலையை அரைத்துத் தலையில் தேய்ப்பதைப் பார்த்த பூங்காவனமும் செல்லம்மாளும் அவளைக் காப்பாற்றினர். டானியலை முன்னிட்டுக் கணவன் மனைவிக்குள் தகராறாம். இது நடந்து மூன்று நாட்கள் கழித்து தூக்கு மாட்டி இறந்துபோன டானியலை அவசர அவசரமாகப் புதைத்தார்கள் போலீஸுக்குப் பயந்துகொண்டு.

தனம் கள்ளிப் பாலைக் குடிக்கப் போய்விட்டாள். கவனமாகப் பார்த்துக்கொண்டிருந்த ஆனந்தாயி தடுத்து விட்டாள். ஒன்றன்பின் ஒன்றாக, வேகமாக, நம்ப முடியாமல் நடந்துவிட்ட சம்பவங்களால் மருண்டு விட்டாள் ஆனந்தாயி. 'சொல்ற பேச்சைக் கேட்டாத் தானே; அப்பன் பொல்லாதவன், அந்த மாதிரிப் பழக்க

மெல்லாம் வச்சுக்காதன்னு சொன்னேன். எம்பேச்சைக் கேட்டாத்தானே.' அரற்றினாள்.

கலா ஊரிலிருந்து வந்திருந்தாள், பிள்ளைகளோடு. மாப்பிள்ளை வரவில்லை.

'வாயா வா... எப்ப வந்த?'

ஆனந்தாயி வழக்கம்போல் எதிர்கொண்டாள் மகளை.

'மருமவன் வர்ல?'

'அவுருக்கு லீவு இல்லம்மா.'

'சரி, அதுக்கென்ன குளி. ஒவ்வூட்டுப் பிள்ளைங்க தான் சோளச்சோறு கம்மஞ்சோறு சாப்டாதுங்களே, ஒரு படி அரிசி வடிக்கிறேன்.'

'சாப்பிடாட்டினா என்னா. சாப்பிடக் கத்துக்கட்டும்'

ஆனந்தாயி அவளை ஆச்சரியமாகப் பார்த்தாள். ஒரு தடவை பெரியண்ணன் தான் சாப்பிடும்போது களியைக் குழந்தைக்கு ஊட்டி விட்டானென்று அவன் தலை மறைந்ததும் திட்டிக் கொண்டிருந்தாள்.

'பேரப்புள்ளைங்கன்னு கொஞ்சமாவது பாசமிருக்கா. கடையில ரெண்டு இட்லி வாங்கிட்டு வரச்சொல்லி ஊட்டி விட்டா என்னா, களியைக் குடுக்கிறீங்களே, வயித்தால போனா என்ன பண்ணுவேன்?'

'களி நல்லதும்மா. வயித்தால போகாது.' ஆனந்தாயி தன் மனதில் பட்டதைச் சொன்னாள்.

'ஆமா உங்களுக்கென்னத் தெரியும். ஒங்கப்பன் வீட்ல களி தாண்டி கிண்டிக் குடுப்பாங்க. புள்ளைங்கள அங்க எதுக்குத் தூக்கிட்டுப் போறன்னு எங்க வீட்டுக் காரர் சொன்னது சரியாத்தாம் போச்சி.'

முந்தானையை அவிழ்த்து ஆனந்தாயி காசு எடுப் பதற்கு முன்பாகவே, கலா தன் ஜாக்கெட்டுக் குள்ளிருந்து பர்ஸை எடுத்து 'இரண்டு இட்லி வெறுசா சட்னி இல்லாம வெறுசா வாங்கிட்டு வா!' அருளிடம் காசு கொடுத்தனுப்பினாள்.

ஆனால் கலாவின் தற்போதைய மாறிய போக்கைப்

பார்த்து ஆச்சரியமாகிவிட்டது. 'ஏங்...எதுனாச்சும் சண்டையா உங்களுக்குள்ள?'

கலா மௌனமாயிருந்தாள். ஏதோ தகராறு என்பதை உணர்ந்து கொண்ட ஆனந்தாயி தாங்கடையில் வடித்த சாதத்தைக் குழைத்து விடாதபடிக்கு மெல்ல கூழாத் துவது போல் இதமாக அவளைக் கேட்டாள். 'உள்ளி ருக்க வெக்கை வெளியில வரணும். அப்பத்தான் மனசு ஆறும். சொல்லு என்னா சண்டை?'

'... ... ...'

கலா பேசாமலிருப்பதைப் பார்த்தவள், 'ஒனக்குத் தான் மாமியார், நாத்திகள்னு பெரச்ன கெடையாது. உங்களுக்குள்ள என்ன சண்டை?' துருவினாள்.

'ம்... மாமியார் நாத்தனார் கிடையாது. அதுக் கெல்லாந்தான் சேர்த்து கொழுந்தனார் இருக்காரே.'

'பாவம் நல்ல மனுசனாச்சேம்மா அவுரு. அதிர்ந்து பேசத் தெரியாதே.'

'ஆமாமாம்... ரொம்பத்தான்! நீங்க என்னத்தைக் கண்டீங்க. பாக்க மொன்னையாட்டம் இருந்துகிட்டு... என்ன வினை.'

'என்ன பண்ணாரு?'

'நீங்கதாம் பாத்திருக்கீங்க. அவுரு வந்தா விழுந் தடிச்சிக்கிட்டு பண்டம் பலகாரம்னு செய்வேன் தானே. சாம்பார், காய்கறி, எது வச்சாலும் அடுத்தவங்களுக்கு வேணுமேன்னு வக்கிறதில்ல. எல்லாங் கிண்ணத்தோட சாச்சுக்கறது! பார்த்தேன், இனி சரிப்படாதுன்னுட்டு அளவா கொண்டு வந்து வச்சிட்டு, குளிக்கிற, துணு துவைக்கிற சாக்கில கொல்லைப் பக்கம் போயிடுவேன். இங்க வந்து வக்கணையா சாப்பிடத் தெரியுதல்ல, வரும்போது பிள்ளைங்க இருக்கிற வீடுதானே – சும்மா கையை வீசிக்கிட்டு வருவாரு.'

'போம்மா... இதையெல்லாம் பெரிசு பண்ணிக் கிட்டு; காட்ல வேலை செய்யறவங்க அப்பிடித்தான். வயித்துக்கு வஞ்சனை பண்ணமாட்டாங்க. பழக்க

வழக்கம் போதாது.'

'எம்மா நீங்க ஒண்ணு. கடையிலயா தீனி வாங்கிட்டு வரச்சொல்றேன்? எங்க பங்கு மோட்டாங் காட்டையும் சேத்துத்தானே பயிர் பண்றாங்க? காட்ல வெளஞ்ச பொருளுன்னு இந்தான்னு ஒரு படி சோளமோ... கம்போ கூடகொண்டு வர்றதில்லை.'

'நீங்கதான் அரிசிச்சோறு திங்கறவங்களாச்சே, கம்பு சோளத்தை என்ன பண்ணப் போறீங்கன்னு நெனச் சிருக்கலாம்லியா?'

'நீங்க ஒண்ணு. நாங்க திங்கறோம்... திங்காமப் போறோம். இல்ல காக்காய்க்குத்தான் அள்ளி வீசறோம். உனக்கென்ன அதப்பத்தி. நீ கொண்டுவரக் கடமைப் பட்ட ஆளுக் கொண்டுவந்துதான் ஆவுணும்.'

'சரி சொல்லு.'

'அப்பப்ப தம்பிகிட்ட வந்து உரத்துக்கு மருந்துக் குன்னு பணம் வாங்கிட்டுப் போவாரு. வீட்ல கேட்டாத் தெரிஞ்சு போயிடும்னு பள்ளிக்கூடத்துக்குப் போயி அங்க பணம் வாங்கிட்டுப் போயிடுவாரு. இந்த வாட்டி கடலை போட்டிருந்தாங்க. நான்தான் சொல்லியனுப் பினேன், பச்சைக்கடலை ஆசையா சாப்பிடலாமேன்னு. எம்மா... ரெண்டு படி... நம்புனா நம்புங்க நம்பாட்னா போங்க... சுத்தமா ரெண்டு படி ஒரு 'மஞ்சாப் பையில போட்டுக்கிட்டு விசுக் விசுக்னு ஆட்டிக்கிட்டு வந்தாரு. புள்ளங்க இருக்க வீடுதானே, சலிக்கத் திங்கட்டும்னு நாலு வள்ளம் கொண்டாந்தாக்க என்ன? பையை வாங்குனதும் விட்டெறிஞ்சேன். எடுத்துட்டுப் போங்க, இது என்னத்துக்கு, நாங்க அப்பிடியா ஏமாந்து கெடக் குறோம், கடையில காசை விட்டெறிஞ்சா ரெண்டு படி வாங்க முடியாதான்னேன். இவ்வளவுதாம்மா. எங்க வீட்டுக்காரருக்குக் கொம்பேறி மூக்கன் மாதிரி கோபம் 'சுர்'னு வந்தது. ஒரு ஆம்பளையை இப்படித் தான் பேசுறதான்னு, கொழுந்தனார் முன்னாடியே போட்டு அடி அடின்னு அடிச்சிப்பிட்டார். அந்த

மனுஷன் வந்து விலக்கிட வேண்டாம்? தூணாட்டமா நின்னுக் கிட்டிருந்தார். வெக்கம் மானம் இருந்தா எவ்வீட்டு வாசப்படிய மிதிக்கக்கூடாதுன்னு அனுப்பிச் சிட்டு புள்ளைங்கள்ள கூட்டிக்கிட்டு வந்திட்டேன்.'

கலா நிறுத்தியவுடன் ஆனந்தாயி பெருமூச்சு விட்டாள்.

'மருமவனைப் படிக்க வச்சது... வளத்ததெல்லாம் அவங்கண்ணந்தானே. அந்த உரிமையில பணம் கேப்பாராக்கும். அங்கே வடக்கப் பிஞ்சையில என்ன வெளையப் போகுது? அன்னைக்கிக்கூட இங்க வந்திருந்தாரு. வெள்ளாம சரியில்ல, கையில காசு பணம் இல்லேன்னு சொல்லிக்கிட்டிருந்தார். உனக்குக் கடலை வேணுமா, எங்கிட்ட சொல்லியிருந்தா இங்க யார் காட்லருந்து வெலைக்கு வாங்கியாவது அனுப்பு வனே. அதுக்குப் போயி கொழுந்தனார்கிட்டே சண்டை போட்டிருக்கிறே. நாங்கதான் படிக்காதவங்க சண்டை போட்டுக்குறோம். படிச்சவங்கக் கூட சண்டை போட்டுக்கணுமா!'

'என்ன உதைச்சா பரவாயில்ல. அப்பாவை அநா வசியமா பொறுக்கி அவன் இவன்னு திட்றாரும்மா.'

'... ... ...'

'ஏதாவது பதில் சொன்னாக்க, அம்மா இல்ல, பெண்டாட்டி மேல பெண்டாட்டி கட்டி சொத்தை யெல்லாம் அழிச்சானே உங்கப்பன், ஓங்கம்மா பொறுத்துக்கிட்டு பொறுமையா இல்ல? நீ கெடந்து என்னமோ ஆடுறியேன்னு என்னத் திட்றாரும்மா?'

'அதுக்கு நீ என்ன சொன்ன?'

'எங்கம்மாவுக்குத் துப்பில்ல. நானா இருந்திருந்தா துடைப்பத்தால விசிறியிருப்பேன்னு சொன்னேன்.'

'... ... ...'

'இரவு பேரக்குழந்தையை மடியில் வைத்துக் கொண்டே 'ஆராரோ' படித்தாள்.

'அம்மா இது தாலாட்டா இல்ல ஒப்பாரியா?'

'... ... ...'

'எதுக்குக் கேட்டன்னா நடுவில மூக்கை முந்தானையாலத் தொடைச்சுக்கிறீங்களே, அதான் கேட்டேன்.'

'... ... ...'

ஆனந்தாயி கண்களையும் மூக்கையும் அழுத்தித் துடைத்துக் கொண்டாள்.

அடுத்த நாள் கலாவைத் தேடிக்கொண்டு வந்து விட்டான் அவள் கணவன்.

'வாங்க' என்று கையெடுத்துவிட்டு உள்ளே போனாள் ஆனந்தாயி.

'இந்தா காபியைக் குடு கலா.'

'நாங் குடுக்கல, நீங்க போயிக் குடுங்க.'

பெரியண்ணன் வருவதைப் பார்த்த கலாவின் கணவன் எழுந்து தூணோடு ஒன்றிக் கொண்டு மாமனாருக்குத் தாராளமாக வழிவிட்டான்.

'என்ன ஜோலி?'

'ஒண்ணுமில்ல சும்மா.'

'லீவா!'

'இல்லைங்க.'

'அப்பப் புள்ளைங்கள அளைச்சிக்கிட்டுக் கெளம்ப வேண்டியதுதானே.'

அன்று மாலை கலா குழந்தைகளோடு கணவன் வீடு திரும்பினாள். ஆனந்தாயி குழம்பியவளாய் அவளுக்கு விடை கொடுத்தாள். 'மனம் சலித்து வந்தவ இரண்டு நாள் இருந்துவிட்டுத்தான் போகட்டுமே, அதற்குள்ள இப்படித் துரத்தியடிச்சுட்டாரே. தாயி புள்ளன்னு ஒட்டி உறவாடக் கூடாது, பார்க்கப் பொறுக்காது. என்ன செம்மமோ?' தவித்தாள்.

38

'அவன் கையில கருவை ஏந்துவானா?'

பெரியண்ணன் தன் மகன் மணிக்கு சாபம் விட்டுக் கொண்டிருந்தான்.

'ஏம்மா அப்பா அண்ணனைத் திட்டுறாரு.' அருள் கேட்டாள். மணிக்குத் திருமணமாகி அவன் பங்கைப் பிரித்துக்கொண்டு தனிக்குடித்தனம் போய்விட்டான். வேறு வேலை எதுவும் செய்ய முடியாமல் அப்பாவின் காண்ட்ராக்ட் தொழில்தான் செய்தான். அவனுக்குப் பிரிந்த பங்கை விற்று செலவு செய்துகொண்டான். குடிப்பழக்கம் வேறு.

ஆனந்தாயி அவ்வப்போது மகனுக்கு ஏதாவது அருள் கையில் கொடுத்து அனுப்புவாள். அருளும் பள்ளிக்கூடம் போகும் வழியில் அண்ணன் வீட்டுக்குள் நுழைந்து அதைக் கொடுத்துவிட்டுப் போவாள். என்னவாயிருக்கும். ஏதாவது முருங்கைக்காய், ஒரு கற்றை புளிச்சைக்கீரை, தேங்காய் இப்படி ஏதாவதுதான்.

'ஆமா உங்கப்பா பெரிய வால்மீகி சாபம் உட்டா உடனே பலிக்கறதுக்கு. கெடக்குல வேலையப் பாரு. இவரு காண்ரைட்டு மனுவு போடுற தாவுல இவனும் போட்டுட்டானாம். அதுக்குத்தான் இந்தக் குதி. பெத்த புள்ளய கையில கரு ஏந்துவானான்னு சொல்ற ஆளு இந்த ஒலகத்தில உங்கப்பனாத்தான் இருக்க முடியும்.'

'அண்ணிக்கு எப்பம்மா குழந்தை பிறக்கும்?'

'பொறக்கும் பொறக்கும், பொறக்காம இருக்கப் போகுதா என்ன? அதிருக்கட்டும், அண்ணன் என்ன சொன்னான்?'

'என்ன சொல்லிச்சி, கடன் வாங்கித்தான் சாப்பிட் டுட்டிருக்காங்களாம். இனிமே ரொம்ப கஷ்ட்டம், அதனால நம்மகூட வந்து ஒண்ணா இருக்கப் போறாங் களாம்.'

'இங்க வந்து ஒண்ணா இருக்கறதுக்கு எதுக்குப் பின்ன கான்ரைட்டுக்கு மனுவு போட்டானாம், போய்ச்சொல்லு, மனுவை வாபஸ் வாங்கச் சொல்லி.'

பெரியண்ணன் மோட்டாங்காட்டையும், வீட்டின் பின்புறமுள்ள கழனியில் ஐந்து செண்டும் விற்று வீட்டு மேலிருந்த கடனை அடைத்தான். மணிக்குப் பிரித்த கழனியை அவன் விற்றுவிட்டதால், அதை வாங்கிய வர்கள் வீடு மனைகளாகப் பிரித்து வீடு கட்டிவிட்டனர். எஞ்சியிருப்பது அன்புக்குள்ள ஒரு பகுதியும் பெரி யண்ணனின் பங்கு சிறு பகுதியுமே.

ஐந்து வருடங்கள் ஓடிவிட்டன. அதற்குள் என்னென் னவோ மாற்றங்கள். அன்புக்குப் பிரிந்த நிலத்தை மட்டும் விவசாயம் செய்து கொண்டு மீதியை விற்பதாக உத்தேசம். நெடுஞ்சாலையை ஒட்டிய நிலம். பக்கத்தில் வளர்ந்துவரும் டவுன்ஷிப். நல்ல விலைக்குப்போகும். விற்று தனத்துக்குத் திருமணத்திற்காக வாங்கிய கடன், ஜவுளிக்கடைக் கடன், பழைய சில்லறைக் கடன்கள் அடைக்க வேண்டும். கான்ட்ராக்ட் செய்த இடத்தில் அட்வான்ஸை வாங்கிச் செலவு செய்துவிட்டதால் வேலை நின்று போயுள்ளது. கைப் பணத்தைப் போட்டு அதை முடிக்க வேண்டும். அருள், அன்பு இவர்களைக் கரையேற்ற வேண்டும். சொச்சமும் சாப்பாட்டுக்காக வேண்டும். போறாத காலம் மணியும் அவன் மனைவி யும் வேறு ஒன்றாக வந்துவிட்டார்கள். சிரம தசைதான்.

மணியின் மனைவி சரோஜா குளிக்கிற சோப்பு முதல் தலைக்கு வைக்கும் எண்ணெய் வரை பூட்டிப் பத்திரமாக வைத்துக்கொண்டாள்.

பெரும்பாலும் காலை, மதிய நேரங்களில் கரைத்த கூழும், பழைய சாதமுமே இருக்கும். இரவு சாதம்

வடிப்பாள் ஆனந்தாயி. சாதம் வடித்ததும் வடிக்காதது மாக மணியும் சரோஜாவும் சாப்பிட்டு விடுவார்கள்.

மணி இரவு நேரங்களில் வீடு திரும்பக் காலதாமத மானால் சரோஜா காய், குழம்பு இவற்றைத் தனியாக ஊற்றி வைத்து விடுவாள். அநேகமாக அன்புக்கும் அருளுக்கும் பற்றாமல் போகும். அந்நாட்களில் ஒருநாள் இரவு மணி வீடு திரும்பும்போது பேப்பர் சுருணையை எடுத்துக்கொண்டு வந்தான்.

'என்னப்பா இது?'

'ஒண்ணுமில்லம்மா கேலண்டர்.'

அடுத்தநாள் வாசல் கூட்டிய ஆனந்தாயி பேப்பரும் அதற்குள்ளே கிடந்த காய்ந்த வாழையிலையையும் அதில் ஒட்டியிருந்த தோசைத் துகளையும் பார்த்து விஷயத்தை ஊகித்துக் கொண்டாள்.

'ஏ சரோஜா கம்மஞ்சோத்துக்கு ஒலைய ஊத்திப் போடு.'

'எனக்குத் தெரியாதுங்க.'

'என்ன ஒல ஊத்தத் தெரியாதா, தனியா இருக்கும் போது எப்படிப் பொங்கி சாப்பிட்ட?'

'நாங்க கம்மஞ்சோறுதான் சாப்டமா. அதுக்குக் காலையில ஓட்டல்தான். மத்தியானமும் ஓட்டல்தான். ராத்திரிதான் சோறு வடிப்போம்.'

'சரி தெரியலனா கத்துக்க.'

'கத்துக்கிட்டு என்ன கல்யாண சோறு ஆக்கப் போறாளா. உம்புருஷன் பொண்டாட்டி கொண்டு வந்தான். அவளுக்கு மட்டும் சோறாக்கி மெத்தையில கொண்டு போயி கொடுக்கத் தெரிஞ்சதா?' மணி தன் மனைவிக்காகப் பரிந்து கொண்டு வந்தான்.

அடிக்கடி மணியும் சரோஜாவும் மூலைவீட்டில் கதவைச் சாத்திக் கொண்டார்கள். படம் தவறாமல் இரண்டாவது ஆட்டம் சினிமாவுக்குப் போய் வந்தார்கள்.

தனம் வந்திருந்தாள் அன்று. தனம் அடிக்கடி மாமனார், மாமியார், புருஷன் என்று மாறி மாறி வரும்

சண்டையில் கோபித்துக் கொண்டு வரக்கூடியவள் தான் என்றாலும் இம்முறை அவள் புருஷன் அவளைக் காட்டுத்தனமாக அடித்துவிட்டான். சதை அங்கங்கே கன்றிப் போயிருந்தது.

'அறிவு கெட்டவன். பைத்தியம் கியத்தியம் புடிச் சிடுச்சா. இப்படிப் போட்டு அடிச்சிருக்கான். வரட்டும் இங்கே, கேக்கறேன். இதுவரைக்கும் முன்னால நின்னு பேசல. இப்படிப் போட்டு அடிச்சவனுக்கு என்ன மரியாதை? வரட்டும்...' பெரியண்ணன் காதுபடப் பேசினாள் ஆனந்தாயி.

பெரியண்ணன் என்ன சங்கதி என்றதும் மாட்டை அடிக்கிற மாதிரி அடிச்சிருக்கானே தாங்குவாளா என்று கணவனிடம் அங்கலாய்த்தாள்.

'நல்லா வேணும். வாயடங்கி கையடங்கி இருந்தா புருஷன் எதுக்கு அடிக்கிறான்?'

'வாயடங்கி கையடங்கி இருக்காமத்தான் இவ்வளவு நாள் குடும்பம் நடத்துனனாக்கும்.' தனம் அப்பாவை முறைத்தாள்.

'என்னடி வாயாடுற? இப்படித்தானே போன இடத் திலயும் இருந்திருப்ப? எதுனாச்சும் பேசுனா, போடி வெளியன்னு கழுத்தைப் பிடிச்சுத் தள்ளிடுவேன்.'

'அப்பன் வீட்ல தங்க உடமாட்டான்னுதான் போற எடத்தில தொசங்கட்டியடிக்கிறாங்க. பிறந்த வீடு சரியாயிருந்தா புகுந்த வீடும் சரியாயிருக்கும்.'

'ஏய் அவள பேசாம இருக்கச் சொல்லு. இல்லாட்டினா எங்கையால அடிவாங்கி சாவப்போறா... சொல் லிட்டேன்.'

'அப்படியாச்சும் சாவறேன். ஏற்கனவே இந்த வீட்ல ஒருத்தியக் கொன்னதுதானே, புதுசில்லையே!'

'எட்டியம்மா... பேசாம இருடி. யாரையோ கொன்னாங்களாம், இவ பாத்துக்கிட்டிருந்தாளாம். அவ மதமெடுத்து ஓடுனா, முடியாததுக்கு மருந்தக் குடிச்சிட்டா. அதுக்கு எல்லாரும் பெணையா?'

ஆனந்தாயி மகளை அடக்கினாள்.

மகளை அடிக்க வந்த பெரியண்ணன் கையைத் தாழ்த்திக் கொண்டு அவ்விடம் பெயர்ந்தான்.

'மனுஷன் வாழ்க்கையில நிம்மதியா இருக்க முடியாது போலிருக்கு. வீட்டுக்கு வந்தா இதே லொள்ளு.'

வெகுநேரம் அழுது கொண்டிருந்தாள் தனம். அவள் குழந்தையும் அவளைப் பார்த்து அழுதது.

'ஏம்மா இந்த மாதிரி அவரை சப்போர்ட் பண்ணிப் பேசறீங்க?'

'அவரை சப்...போர்ட்டு பண்ணாத யாரைப் பண்றது? ஒரோரு கழுதையின் யோக்யத்தையும் பாத்தாச்சு.'

'இதுவரைக்கும் அப்பா மட்டுந்தான் இல்லன்னு நெனச்சேன். இப்பதான் புரியுது எனக்கு அம்மாவும் இல்லன்னு.'

ஆனந்தாயி தான் பேசியதற்காக வருத்தப்படுபவள் போல்,

'அங்கதான் ஒம்புருஷன் அடிச்சிட்டான்னு வந்திருக்க. இங்க வந்து இந்தக் கழுதைகிட்ட வாயைக் குடுத்தியின்னா அவனும் அடிப்பான். என்னை என்னப் பண்ணச் சொல்ற? பொம்பளையாப் பொறந்துட்டா வாயடங்கி கையடங்கித் தாம் போவணும்?'

'பொம்பள... பொம்பள... சீ... எதுக்கெடுத்தாலும் வாயடங்கி... கையடங்கி...'

'அடங்காட்னா பட்டுத்தெரிஞ்சுக்கோ!'

ஆனந்தாயி குழந்தையின் அழுகையை அடக்கி, அவனுக்குப் பானையில் கிடந்த கம்மஞ் சோற்றைக் கரைத்து நெளிந்த தம்ளரில் ஊற்றிக் கொடுத்தாள்.

பார்த்துக்கொண்டேயிருந்த தனம்,

'எந்த நேரத்தில் பொறந்தானோ அங்கயும் கம்மஞ் சோறு இங்கயும் கம்மஞ்சோறு. நாங்க என்ன மாசச் சம்பளக்காரங்களா மதிப்பும் மரியாதையும் கொடுக்

கறதுக்கு? எம்புருஷன் என்ன ரொக்க ரொக்கமாவா சம்பாதிக்கிறான், காட்டு வேலை செய்யறவந்தானே. ஒரு வயித்துல பெறந்ததுக்கு ஒரு கண்ணுக்கு வெண்ணெயும் ஒரு கண்ணுக்கு சுண்ணாம்பும்.'

'தனம், காட்டை வித்தாச்சி, வயல்ல வெளைஞ்ச நெல்ல வித்துக் கடன் கொஞ்சம் அடைச்சாரு. பத்தலன்னு கொஞ்சம் கம்பு வெதைச்சம். அதுதான் சாப்பாட்டுக்கு. நாளு கிழமைக்கு வேணும்னு ரெண்டு மூட்டை நெல்லு வச்சிருக்காரு. ராத்திரிக்கு அரிசி வடிக்கிறேம்மா, அதுக்குள்ள பொரிஞ்சா எப்படி. இருக்குதா முன்னமாதிரி எடுத்தோம் கவுத்தோம்னு இருக்கிறதுக்கு?'

தனம் சாப்பிட்டுப் படுத்தவள் அழுதுகொண்டேயிருந்தாள். பள்ளியிலிருந்து திரும்பிய அருள் திண்ணையில் கருத்த அடிக்கோளம் தெரியும்படியாகப் பிய்ந்து கிடந்த துலுக்கன் சாமந்திப் பூக்களைப் பார்த்தவள் 'தனம் வந்திருக்காம்மா' என்று கேட்டாள். அவள் பிள்ளைதான் இவ்வாறு பூக்களைப் பிய்த்துப் போடும் என்பது தெரியும்.

'பாத்தியாம்மா, மதிப்பா இருந்தா அக்காம்பா. மதிப்பு கெட்டுக் கெடக்குறேல்ல, அதான் பேர்விட்டு தனங்கறா.'

'வந்தவுடனே வம்பு வளக்குறியா. உங்கட்ட யார் பேசுவா. அம்மா பசிக்குதும்மா. திங்கறதுக்கு எதுனாச்சும் இருந்தா குடுங்க.'

'திங்கறதுக்கென்ன இருக்கு, கம்மஞ்சோறு இரண்டு உருண்டை கிடக்கு. வேணும்னா எடுத்துப் போட்டு குடி. தீனி... தீனி...'

அருள் அடுப்படியில் அடுக்குப் பானைகளை உருட்டினாள். அவளுக்குக் கிடைத்தால் தனக்கும் கொடுப்பாள் என்ற நம்பிக்கையில் தனத்தின் பிள்ளை அங்கேயே நின்று கொண்டிருந்தான். அவனைப் பார்த்ததும் கம்மஞ்சோற்றை ஊற்றிக் கொண்டு

வந்தாள்.

'வேணுமாடா.'

'வேணாம்' என்று தலையாட்டிவிட்டு துலுக்கன் சாமந்தியை வைத்து விளையாடப் போய்விட்டான்.

இரவு தனக்கும் தன் கணவனுக்குமிடையே நடந்த சண்டையை விலாவரியாகச் சொல்லிக் கொண்டிருந்தாள் தனம். காட்டுக்குப் போங்களேன், விதைச்ச கொல்லையில ஆளிருந்தாதான் நல்லது என்றாளாம். முகத்தைப் புருபுருவென்று வைத்துக்கொண்டு கிளம்பினானாம். வீட்டில் படுத்து விட்டத்தைப் பார்த்துக் கொண்டு, வெறுமே கண்ணை மூடிக்கொண்டிருக்கப் பிடிக்குமாம். இல்லையென்றால் சாடை பேசுதல், வீண் வம்பு பேசுவது அவனுக்குப் பிடித்தமாம். எல்லா ஆண்களைப்போல இவனுக்கும் சாய்ந்தரமானால் வேட்டியை வளைத்துக்கொண்டு, டீக்கடையில் டீ குடித்து, புகை பிடித்துக் கொண்டு சளசளவென்று பேசிக் கொண்டிருக்கப் பிடிக்கும். ஒரு பிள்ளையை வைத்துக் கொண்டு அடுப்பை ஊதி ஊதி வேலை செய்து கொண்டே சமைக்கும் இவளுக்கு எந்த ஒத்தாசையும் கிடையாதாம். நம்மைக் காட்டுக்குத் துரத்துகிறாளே என்ற கோபத்தில் போனானாம். மாலை பால் கறக்கப் பசு மடியில் கை வைத்ததும் மாடு உதைத்து விட்டதாம். அவ்வளவுதான். குண்டாந் தடியை எடுத்து வந்து சாத்தோ சாத்து என்று மாட்டை சாத்தி விட்டானாம். இவள் 'வாயில்லாத ஜீவனை இப்படிப் போட்டு கொல்றியே நீ மனுஷனா மிருகமா' என்றாளாம். அதற்கு அவன் எவனோடோ போய் சீரழிந்தவளைத் தன் தலையில் கட்டிவிட்டார்கள் என்று பெரியண்ணனையும் ஆனந்தாயியையும் இழுத்துப் பேசினானாம். அப்புறமும் மொண்டு குடிக்க மொந்தையில்லாம இந்த வீட்டுக்கு வந்தவ நீன்னு அதே குண்டாந் தடியால் இவளையும் அடித்தானாம். காலால் உதைச்சானாம். உதையானாலும் உதை, அப்படிப்பட்ட

உதையாம். அவள் மாமியார், நீ ஏன் எதுத்துப் பேசுற, அதனாலத்தான் அடிக்கிறான் என்றாளாம். அடிக்கிறவனை அடிக்கக்கூடாதுன்னு சொல்றதை விட்டுட்டு அப்பிடிதான் அடிப்பான்றியே நீ ஒரு பொம்பிளையா என்று மாமியாரைக் கேட்டாளாம். அதற்கு மாமியார் பிலுபிலுவென சண்டைக்கு வந்துவிட்டாளாம். இப்படி ஒண்ணு போட்டு ஒண்ணு சண்டை வந்து ஓடு ஒங்கப்பன் வீட்டுக்குன்னு துரத்தி விட்டாங்களாம்.

நான்கு நாட்கள் வரை தனத்தின் கணவன் வருவதாயில்லை. தனம் சோறுபோட்டுக்கொண்டு சாப்பிடும்போது பெரியண்ணன் முகத்தைக் கடுப்பாக்கிக் கொண்டு குறுக்கும் நெடுக்குமாக நடந்தான். யார் யாரிடம் கஷ்டப்பட்டுக் கடன் வாங்கினேன்; மூணு வேளை நல்ல சாப்பாடு சாப்பிடுவதற்கு எவ்வளவு சிரமம் என்று விவரித்தான். தனம் வேண்டா வெறுப்பாய் விழுங்கிவிட்டு முதல் சோற்றோடு கைகழுவிக் கொண்டாள். அவன் தலை மறைந்ததும் இரண்டாவது சோறு போட்டு ரசம் ஊற்றிக்கொண்டு 'பெத்தப் புள்ளைங்க சாப்பிடறது கூட பொறுக்கல' என்று நிதானமாகச் சொல்லி சாப்பிட்டெழுந்தாள்.

விடிந்தெழுந்ததும் அப்பா பார்க்கட்டுமே என்று பட்டியில் சாணம் வாரினாள். இடித்த புளியை எடுத்து வைத்துக் கொண்டு கொட்டையும் கோதையும் தனித் தனியாகப் பிரித்தாள் என்றாலும் அவன் கண்ணுக்குத் தெரியாமல் சாப்பிடுவதை வழக்கமாகக் கொண்டாள்.

நாட்கள் பத்தாகியும் அவன் வரவில்லை. பெரியண்ணன் ஆள் விட்டனுப்ப வேண்டியிருந்தது. வந்து தனத்தை அழைத்துக்கொண்டு போனான்.

'இனிமே கோவிச்சுக்கிட்டு இந்தப் பக்கம் வராதே' என்று தனத்தை எச்சரித்தான், பெரியண்ணன்.

'இந்தப் பக்கம் வராதேன்னா அவ வேறப்பக்கம் ஓடிடப் போறா. அப்பிடியா புத்திமதி சொல்றது. சண்டைச் சச்சரவு போட்டுக்காதீங்க, வாய்த் தகராறுக்கு

மேலக் கையை வைக்கக்கூடாதுன்னு மருமவங்காரங் கிட்ட சொன்னாத்தானே அவனுக்கு நெஞ்சில பயமிருக்கும்.'

அவள் பேசியது அவன் காதில் விழாதவண்ணம் பார்த்துக் கொண்டாள் ஆனந்தாயி.

39

பூங்காவனம் நாயக்கர் கொல்லைக்கு அடிக்கடி வேலைக்குப் போய்க்கொண்டிருந்தாள். அந்த வகையில் அவளுக்கும் அவள் காட்டில் வேலை செய்து கொண்டிருந்த துரைசாமிக்கும் காதல் பிறந்தது. அதோடு வயிற்றுக்கும் வந்துவிட்டது. தாலியைக் கட்டுகிறேன் என்று காலங்கடத்திவிட்டு எங்கேயோ போய்விட்டான். போன திசை தெரியவில்லை.

'நல்லாருந்த பயல... நல்லா வேலை செஞ்சுக் கிட்டிருந்த பயலைக் கெடுத்துட்டாளே...' நாயக்கர் புலம்பினார்.

'முத்தாட்டம் வேலை செய்வா. அதது வயசுக்கு வராதுங்காட்டியும் அலையுதே. ஏம்புள்ள வயசுக்கு வந்ததும் எத்தனை வருஷம் தான் உண்டு தன் வேலை யுண்டுன்னு இருந்தா. அப்பிடியாப்பட்ட புள்ளையைக் கெடுத்துட்டுப் போயிட்டானே.' வடக்கத்தியாள் பிலாக்கணம் வைத்தாள்.

'இத்தினி மாசம் பேசாம இருந்துட்டு இப்ப வர்றயே. கலைச்சா உயிருக்கே ஆபத்து' வஹிதா கைவிரித்து விட்டாள்.

பூங்காவனம் குழந்தையைப் பெற்றெடுத்தாள். குழந்தை பிறந்து மூன்று மாதங்கூட ஆகவில்லை. வடக்கத்தியாள் பந்தங்களை அறுத்துக்கொண்டு போய் விட்டாள். வெகுநாள் காயலாகப் படுத்துக் கொண்டிருந்தவள் அதிக நேரம் இழுத்துப் பறித்து விட வில்லை. ஒரு விக்கல்; அவ்வளவுதான் நின்றுவிட்டது. பூங்காவனத்தின் அண்ணன் திருமணமாகித் தனியாகக்

குடிபோய்விட்டான். தம்பி திருட்டு கேஸ்களில் மாட்டிக் கொண்டு நாடாறு மாதம் காடாறு மாதமென ஜெயிலுக்குப் போவதும் தலைமறைவாயிருப்பதுமாய் இருந்தான்.

இடையில் வீட்டில் யாருமில்லை என்று தெரிந்து கொண்டு துரைசாமி வந்திருந்தான்.

'யாரு வீட்ல'

'... ... ...'

'பூங்காவனம்'

'... ... ...'

மெல்ல உள்ளே நுழைந்தான். குழந்தை தூளியில் உறங்கிக் கொண்டிருக்க பூங்காவனம் அடுப்பிலிருந்த புளிச்சக் கீரையை இறக்கிப் பாதங்களுக்கிடையில் சட்டியை வைத்துக்கொண்டு அகப்பையால் மசித்துக் கொண்டிருந்தாள்.

அழுக்குப் பாய் கிடந்தது. அதை எடுத்துப்போட்டு சம்மணங்கொலி உட்கார்ந்தான் துரைசாமி.

'வெளியே போடா நாயே.'

'... ... ...'

'வெக்கம், மானம், சூடு, சொரணை கொஞ்ச மாவது இருந்தா வெளிய போடாங்கறேன்.'

மெதுவாக எழுந்து தூளியை விலக்கிக் குழந்தை யைப் பார்த்தான். தூக்கப் போனான்.

'கை வச்சே கொடலை உருவிடுவேன்.'

அரிவாளைக் கையில் எடுத்துக் கொண்டாள்.

'என்னோட குழந்தைதானே?'

'யார் சொன்னது. நான் இதை உனக்குப் பெத்தேன்னு யார் சொன்னா.'

'யார் சொல்லணும். மூஞ்சிதான் என்ன மாதிரி இருக்குதே.'

'நாந்தான் சொல்றேன். நான் உனக்குப் பெக்கலன்னு. அதைவிட உனக்கென்ன சொல்ல முடியும்... தூ...'

'காறித் துப்பு... நல்லாத்துப்பு.'

‘வெளிய போடாங்கிறேன்.’ வெறிக் கத்தலாய்க் கத்தினாள். அதற்குள் செல்லம்மா, பசூதி, மகாலிங்கம், ஒற்றைக் கையுடன் முத்துலிங்கம் எல்லாம் வெளிப் பட்டனர்.

‘அவந்தான் நீ வேணும்னு வந்திருக்கானே, நீ ஏம்புள்ள இப்பிடி வெரட்டியடிக்கிற. ஒரு மஞ்சக் கயித்தைக் கழுத்தில கட்டிக்கிட்டு ஒழுங்கா பொழப்பை நடத்து.’

‘உங்க பேச்செல்லாம் இங்க யாரும் கேக்கற மாதிரியில்ல. இவன் இந்த இடத்தைவிட்டு வெளியில போவுலன்னா இந்த அரிவாளால் நான் கழுத்தை அறுத்துக்குவேன் சொல்லிட்டன்.’

மகாலிங்கமும் செல்லம்மாளும் துரைசாமியை வெளியே அழைத்து வந்துவிட்டனர்.

‘இப்பக் கோவமாயிருக்கு... கொஞ்சநாள் போனா எல்லாம் சரியாப் போகும். ஆமா, ஏன் சொல்லாதப் போயிட்ட?’

அவன் பேசாமல் உட்கார்ந்திருந்தான்.

மறுநாள், அதற்கடுத்த நாள் என்று பூங்காவனம் பார்வையில் படும்படியாக நிற்பதும் நடப்பதுமாக இருந்தான். ஒரு சமயம் வழியை மறித்தான். இவள் போட்ட கூச்சலில் அக்கம் பக்கத்திலிருந்து வந்து அவனை விரட்டினர்.

‘புடிக்கலன்னா, விட்றேம்பா.’

பசூதி சினிமாவுக்குக் கிளம்பினாள். பூங்காவனத் துடன் ஏற்பட்ட பழைய பகைமை மறந்தாயிற்று. பூங்காவனமும் குழந்தையைத் தோளில் சார்த்திக் கொண்டு கிளம்பினாள். இரண்டாவது ஆட்டம். தரை டிக்கட்டுக்குப் பெண்கள் வரிசையில் நின்றபோது யாரையோ எங்கேயோ பார்த்தது போல் பட்டது.

‘பூங்காவனம் நீ?’

‘ஆமா... நீ.’

‘மலர்க்கொடி. பார்த்தா தெரியல.’

"ஐயோ... என்னா மலரு இப்படியாயிட்ட... குண்டா அழகாயிருப்பயே உனக்கா இந்த கதி.'

'அதையேங் கேக்கிற' என்று ஆரம்பித்தவள் சினிமா முடிவதற்குள் தன் கதையைச் சொல்லி முடித்தாள்.

வடக்கே கிராமத்தில் வாழ்க்கைப்பட்டு இரண்டு குழந்தைகள் பெற்றதும் பக்கத்து வீட்டிலிருந்த விதவைப் பெண்ணோடு தொடர்பு ஏற்பட்டதாம். இவள் நாக்கைப் பிடுங்கிக் கொள்கிற மாதிரி நடுத்தெருவில் விதவை யின் மானத்தை வாங்க, மருந்தைக் குடித்துச் செத்து விட்டாளாம். அதிலிருந்து மனைவி பிள்ளைகளை வெறுத்து நாடோடி போலக் கிளம்பி விட்டானாம். எங்கிருக்கிறான் என்றே தெரியவில்லையாம். சில வருடங்கள் புக்ககத்தில் இருந்தாளாம். கிழட்டு மாமனார் இவளிடம் வம்பு பண்ணவே குழந்தைகளை அழைத்துக்கொண்டு பிறந்தகம் வந்துவிட்டாளாம். ஒரே பெண் என்று வயல்வேலைக்குப் பழக்காமல் இருந்தார்களாம். இப்போது வயல் வேலை வீட்டு வேலை செய்து பிள்ளைகளைக் காப்பாற்றுகிறாளாம். கொஞ்ச கஷ்டமில்லையாம் அவள் பட்டது. சொல்லச் சொல்ல சொல்லிக்கொண்டே இருக்கலாமாம்.

'உம்புருஷன் வந்து கூப்டா போவியா மலரு?'

'ஆமா இவ்ள கஷ்டப்பட்டாச்சு. இன்னுங் கொஞ்ச வருசம் இந்தப் பிள்ளைங்க தலையெடுத்தா அரை வயிறுக் கஞ்சிதானே. இனிமே புருஷனை வச்சு லோல்பட முடியாது. போதும்பட்டது. ஆமா உனக்கு இவன் ஒருத்தன்தானா. வீட்டுக்காரர் என்ன பண்றார்.'

சினிமா முடிந்துவிட்டது. அப்புறம் பார்ப்பதாகக் கிளம்பினார்கள்.

பூங்காவனம் வைராக்கியம் எடுத்துக்கொண்டாள். 'இனிமேல்... ம்ஹூம்... வருவது வரட்டும்... சமாளித்து தான் பார்ப்போமே.'

கடந்த இரண்டு வருடமாக ஊரில் மழையில்லை. கடும் வறட்சி. பேசக் கற்றுக்கொண்ட குழந்தைகள்

'மழைன்னா என்னாம்மா, அது எப்படியிருக்கும்?' என்று அம்மாக்களைக் கேட்குமளவுக்கு மழை அரிதாகி விட்டது.

எந்த வறட்சியையும் தாக்குப் பிடிக்கும் பெரியண்ணன் கிணற்றில் கூட நீர் வற்றிவிட்டது. இரவு முழுவதும் ஊறினால் கூட இரண்டு வாளித் தண்ணீர் கிடைப் பதில்லை. தூரத்தில் ஆழ்குழாய் கிணறு அமைத்திருந் தார்கள். அங்கும் பெண்கள் மண்பானைகளோடும் தவலைகளோடும் தவமிருந்தார்கள். பூங்காவனம் அங்கு சென்று இரண்டு நடை எடுத்து பெரியண்ணன் வீட்டிற்கு ஊற்றினாள். அது போதாது என்று ஆனந்தாயும் இரண்டு குடங்களை எடுத்துக்கொண்டு கிளம்புகிறாள்.

'அம்மோவ், தண்ணிக்கு வர்றீங்களாம்மோவ்.'

'யாரு பூங்காவனம்... வாரண்டி... கொஞ்சம் இரு.'

ஆனந்தாயி கொஞ்சம் புளி எடுத்துக் குடத்தில் போட்டுக் கொண்டு கிளம்பினாள். அருளும் ஒரு குடத்தை எடுத்துக்கொண்டு அம்மா பின்னால் நடந்தாள்.

'ஏண்டி அந்தத் துரைசாமிப் பய வந்து இங்கதான் சுத்திக்கிட்டிருக்கானாமே.'

'... ... ...'

'என்னடி நான் கேக்கறேன், பதில் பேசாமலே வாற.'

'அந்தப் பேச்சைப் பேசாதீங்க.'

'பொம்பிளங்க புருஷனோட வாழ்ந்தாத்தான் அழகு.'

'புருஷன் செத்துப் போயிட்டா.'

'அதுக்கென்னா வயசிருந்தா இன்னோரு கல்யாணம் பண்ணிக்கிறது.'

'அவன்தான் தாலியே கட்டுலயே, அப்புறம் எப்படி புருஷன்.'

'தாலி கட்டாம ஏன் வயித்தில வாங்கிக்கிட்ட?'

'அது தப்புதான். செருப்பால அடி. ஆனா அவனோட போய் இருக்கச் சொல்லாத, அவன் இன்னொரு

புள்ளயக் குடுத்துட்டுப் போய்ட்டா... ஒரு தடவை பட்டாச்சு, பட்டும் புத்தி வர்லன்னா...'

'அதுசரி, அந்தக் காலம்... நாங்க சிறு பிள்ளையா இருக்கும்போதே தாலியேறிடும்... என்னத்தைக் கண்டோம். அடங்கி ஒடுங்கி இருந்தோம். இப்ப அப்படியில்ல... நானெல்லாம் எப்பிடி அந்தய்யாக் கிட்ட காலந்தள்ளுனேன்னு இப்ப நெனச்சாலும் அருக்குளுப்பு எடுக்குது... யே... சாமி' சிலிர்த்துக் கொண்டாள். ரோமங்கள் குத்திட்டு நின்றன.

பூங்காவனம் குடங்களைப் புளி போட்டுத் தேய்த் தாள். அருள் அவள் அம்மாவைத் தனியே அழைத்து

'எம்மா அவக்கிட்ட உங்களுக்கென்ன பேச்சி? வீட்டு விவகாரத்தையெல்லாம் அவக்கிட்ட சொல்லிக் கிட்டு... அவ வயசென்ன, உங்க வயசென்ன?'

'யே...உவ்வயசென்ன; எவ்வயசென்ன... போடி... புத்தி சொல்ல வந்துட்டா பெரிய்ய இவளாட்டம். ஏ அரைகுறையாப் படிச்சவளே... உம்படிப்பு இங்க பாரு... எங்கால் தூசுக்குச் சமானம்.'

'எம்மா போதும் நிறுத்துங்க, கத்தாதீங்க... அதுக்குத் தான் அப்படி உங்களைப் போட்டு அடிக்கிறாரு, வேறெதுக்கு... உங்களை வச்சி அவரு எப்பிடித்தான் காலந்தள்ளுனாரோ...?'

'இவ பேசுறதைப்பாரு. உங்கப்பன் ஒழுங்கா கிழுங்கா இருந்திருந்தா உன்னையெல்லாம் கையில புடிக்க முடியாது... எனக்கு ஜன்னி வந்து ஒதறுச்சு ஒங்கப்பன் எட்டிக்கூடப் பார்க்கல. அப்ப இவளுக்கு அம்மா வடக்கத்தியாதான் உன்னைத் தூக்கிப் பால் குடுத்தா தெரியுமா? இவங்கப்பந்தான் போயி சித்த வைத்தியரைக் கூட்டிக்கிட்டு வந்தான் தெரியுமா? பெரிய்ய பேச்சுப் பேச வந்துட்டா...'

'யம்மோவ்... அது கெடக்குது... சும்மா விடும்மா சின்ன புள்ள தெரியாமப் பேசுது.'

'இப்பத் தெரியாது... கட்டிக்கப் போறவன் ஆப்பு

வச்சி அடிச்சான்னா அப்பத் தெரியும்.'

'அன்னைக்கு பூங்காவனத்துக்குப் பெரியப்பன் மவக்காரன் முத்துலிங்கம் போவுலன்னா ஓங்கப்பனைக் காலி பண்ணியிருப்பாங்க தெரியுமில்ல.'

'இவ அன்னைக்கு எதிரிக்குப் போய் தூது சொல்ல லைன்னா அநியாயமா ஒரு உயிர் போயிருக்காது, அது உங்களுக்குத் தெரியுமில்லே.'

'அன்னைக்கு இவ போய்ச் சொல்லியிருக்காட்டி ஓங்கப்பன் அவனுகள்ள யாரையாவது கொன்னுட்டு ஜெயிலுக்குப் போயிருப்பாரு. பன்னிக் குட்டியில எந்தக் குட்டி நல்ல குட்டிங்கற மாதிரி இருக்கு இவ பேசுறது... பேசாம வா... கெடக்குது.'

ஆனந்தாயியும் அருளும் வீட்டிற்கு வந்தபோது உள்ளறைக் கதவு ஒருக்களித்து மூடியிருந்தது. உள்ளிருந்து பேச்சுக் குரல் கேட்டது. கதவைத்திறந்த ஆனந்தாயி,

'ஏண்டி கூடை முறம் கட்றவ வெளியில, திண்ணை யில உக்காந்து கட்டுவாளா, உள்ளூட்ல வந்து உக்காந்து கிட்டு... எந்திரிச்சி ஓட்றி.' கூடை முறம் கட்டுபவள் பிரம்புகளைப் பொறுக்கிக் கொண்டு வெளியே வந்தாள். இளம் பெண் அவள்.

'உள்ள உக்காந்து கட்டினா என்னடி?'

பெரியண்ணன் பின்னாலேயே வெளியே வந்தான்.

'இந்த வயசிலயும் புத்தி போகல பாரு!'

மணியும் அவன் மனைவியும் காலையிலே தண்ணீர் கிடக்கும் கிணறாகப் பார்த்துக் குளித்துவரக் கிளம்பி யிருந்தார்கள்.

'ஓங்கப்பன்... ஓங்கப்பன்னு பேசினீயே, ஓங்கப்பன் பவிசைப் பாத்தல்ல.'

ஆனந்தாயி அருள் புரிந்து கொள்ளட்டும் என்று சொன்னாள்.

'முன்னாடி சின்னக்கண்ணுகூட அம்மா அம்மான்னு கூப்பிட்டுக்கிட்டு உள்ளூடு வரைக்கும் வருவான்...

அதுக்குன்னு...'

'சீ... நிறுத்தடி... அப்பனை உட்டுக்குடுக்க மாட்டா...' அருள் சிரித்தாள்.

'சிரிப்படி சிரிப்ப... ஒங்கப்பன் ஆடுற ஆட்டத் துக்குக் கடைசியில சீப்புடிச்சி... பக்கவாதம் வந்து கைய கால இளுத்துக்கிட்டுத் தண்ணி மொண்டு குடுக்கக்கூட ஆளில்லாமத்தான் சாவப்போறான். நீ வேணா பாத்துக் கிட்டே இரு, எவ்வார்த்தைப் பொய்யாப் போவாது.'

அருள் பலமாகச் சிரித்தாள்.

நாட்கள் உருண்டோடின. எலுமிச்சை மரத்தின் கிளைகளை முறித்துக்கொண்டு, இலைகள் உதிர்ந்து, காய்கள் சிறுத்துக் குன்றி, முதிர்ந்து புளிப்பில்லாத சலிப்புடன்... கிடைத்தவற்றையெல்லாம் பறித்துக் கொண்டு போகும் கொள்ளைக்காரனைப் போல் நாட்கள் ஓடிவிட்டன. எஞ்சியிருப்பவை காய்ந்த முட்கள். தொட்டால் கீறி ரணம் உண்டாக்குகிற முட்கள். சூரியனின் கதிர்களை வீரியமுள்ளதாகத் திரட்டி சுருட்டிக் கீழே அனுப்புகிறது. அது தன் வேரையே சுட்டுப் பொசுக்கிக் கொள்கிறது. நிழலுக்குக்கூட அதன் கீழே உட்கார முடிவதில்லை.

சுற்றிலும் ஈசல்போல் வீடுகள்... மாட்டுத் தொழுவம் கூட வீடாக்கப்பட்டது. களம், எருக்குழி, வைக்கோற் போர் எதுவுமில்லை. நெடுஞ்சாலையின் கண்ணைக் கூசும் ஒளி வெள்ளத்துடனும், பகலில் சவ்வுகளை அறுத்தெரியும் வீரியத்துடனும் ஒலியெழுப்பிக்கொண்டு விரைகின்றன வாகனங்கள்.

அருகிலிருந்த நகரம் தாலுகாவாகிவிட்டது. பெரியண்ணன் குடியிருக்கும் இடமோ முக்கியமான இடம். சாலையையொட்டினாற்போல் கழனியை வீட்டு மனைகளாக்கி விற்றதில் கணிசமான அளவு பணம். கையோடு கையாக சிமெண்ட் ஸ்டீல்... இவற்றிற்கான ஏஜன்ஸி எடுத்துக் கடை போட்டு விட்டான். மணியும் அன்பும் அதில் முழு நேரமும்.

அவர்களிருவரும் எப்போதும்போல் அப்பாவின் ஆதிக்கத்தின் கீழ். ஏதாவது வம்பு செய்தால் சல்லிக்காசு கிடைக்காது, வீட்டை விட்டு வெளியேற வேண்டும் என்ற நிபந்தனை. மணிக்கு ஐந்து குழந்தைகள், அன்புக்கு இரண்டு.

மாலையானால் மணி அப்பாவைத் தன் பின்னிருக்கையில் உட்கார வைத்து மோட்டார் சைக்கிளில் டவுனுக்கு அழைத்துச் செல்வான். மணி இரவே வீடு திரும்பிவிடுவான். ஆனால் பெரியண்ணன் சில சமயங்களில் விடியற்காலைதான் வருவான். அவன் எங்கே போகிறான் என்ன செய்கிறான் என்று யாரும் கேட்கக்கூடாது, கேட்கவும் முடியாது.

'ஏண்டா, உங்கப்பன் திரியறானே இப்பிடி...' என்று ஆனந்தாயி தொடங்கினால்,

'அந்தக் காலத்திலிருந்து எங்கள அடக்கி அடக்கி வச்ச... இப்ப நாங்க என்னத்தைக் கேக்குறது' என்பான்.

கடையிலிருந்து சுமாரான வருமானம் என்றாலும் பெரியண்ணன் வீட்டில் எப்போதும் பஞ்சப்பாட்டுத் தான். பத்துப் பேருக்கு மேல் உள்ள குடும்பத்திற்கு, தான் ஒருவனாக இருந்து உழைப்பதாக வேறு பஞ்சாங்கம்...

அருளுக்குத் திருமணமாகியிருந்தது. திருமணமாகி இரண்டு குழந்தைகள் பெற்றபின் அம்மா மீது பாசம் அவளுக்குக் கரைபுரண்டது. அவள் கணவன் ஆனந்தாயி பாஷையில் 'ஆப்பு வைத்து' அடித்தானோ என்னவோ... அடிக்கடி பிறந்தவீடு வந்து போய்க் கொண்டிருந்தாள். அவள் ஒருத்திதான் அப்பாவின் அதிர்ஷ்டத்துக்குக் காரணமாயிருந்தவளாதலால் அப்பாவிடம் முகம் பார்த்து பேசிக் கொண்டிருந்தாள். அதற்கும் ஒருநாள் பங்கம் வந்துவிட்டது.

ஆனந்தாயியை ஏதோ திட்டிக் கொண்டிருந்தான். ஒருநாள் 'உன்னால வர்றது எல்லாம்.' ஒன்றுமில்லை. மணி கல்லாப்பெட்டியிலிருந்து செலவுக்குப் பணம்

கேட்காமல் எடுத்துவிட்டான்.

'அண்ணன் பணம் எடுத்தா அம்மா என்னபப்பா பண்ணும்?' என்றாள். கேட்கும்போது குரல் உயர்ந் திருந்தது அவளுக்கு. பெரியண்ணன் நின்று முறைத்தான். பல்லை நெறு நெறுவெனக் கடித்தான். அருள் நடுங்கி விட்டாள்.

இருந்தும் பிறிதொரு நாள் பெரியண்ணன் சந்தோஷ மாக இருக்கையில் மணி குடித்துச் சீரழிவதாகச் சொல்லிக் கவலைப்பட்டான்.

அருளும் தந்தையின் நல்லதிற்குத்தானே என்று, 'நீங்கள் குடிப்பதை நிறுத்தினால் அண்ணனும் நிறுத்தும்' என்றாள்.

துள்ளி எகிறும் கிட்டிப்புள் போலக் குதித்தெழுந்து இவளை அடிக்காத குறையாக நெருங்கினான். இவள் பயந்து சமையலறைக்குள் பதுங்கிவிட்டாள்.

வானம் கறுத்த 'மேகத்திரை' போர்த்து மழை வருமோ என்ற மயக்கத்தை ஏற்படுத்தியிருந்தது. சாலையையொட்டிய ஓடையில் பகட்டில்லாத முள்ளுப் பூக்களின் கசந்த நெடியைச் சுமந்து மிதமான காற்று. ஆனந்தாயி படிச்சந்தில் சுருண்டு படுத்திருந்தாள். வாய்வுப் பிடிப்பு போல் அங்கங்கே வந்து பிடித்துக் கொள்கிறது. எப்பொழுது கையைப் பிடிக்கும், அல்லது இடுப்பைப் பிடிக்கும் என்று சொல்ல முடியாது. கால்களையும்கூட ஓநாய் கவ்வுவது போல் கவ்விப் பிடிக்கிறது. அப்போது இயலாமையால் ஐயோ ஐயோ எனக் கூக்குரல் எழுப்புவாள். அன்புவின் பிள்ளைகள் கும்மாளமிட்டபடி ஓடி வந்து பீடிக்கும் இடத்தில் ஏறி மிதிப்பார்கள். சமயத்தில் பிடிப்பு நின்றுபோகும் அல்லது கூடுதலாகவும் ஆகும்.

இன்று அரைக்கண் மூடி மெல்லிய தூக்கத்திலி ருந்தாள். பற்பல காட்சிகள் கனவுபோல் வந்துபோயின... ஏரியில் மீன்கள் பிடிப்பதற்கான வேட்டுச்சத்தம் கேட் கிறது. கரையிலிருந்த மக்கள் குட்டைத் தண்ணீராய்,

சுருண்டிருக்கும் ஏரிக்குள் திமுதிமுவெனச் சேற்றைக் கலக்கிக் கொண்டு நுழைகிறார்கள். மீன்கள் கரைப் பக்கம் அலை மோதிக் கொண்டு வெளிவருகின்றன. சில மீன்கள், வெயிலுக்கு வெள்ளிபோல் துள்ளி சேற்றில் புதைகின்றன. இவள் 'கற்றால்' போட்டு சேற்றுத் தண்ணீரில் அலசி அரித்து எடுக்கிறாள். கனமென்றால் கனம் தூக்கவே முடியவில்லை. ஏகப்பட்ட மீன்கள் வலையில்; சிரமப்பட்டு மேலே தூக்குகிறாள். கற்றாலின் அடியைப் பிடித்துக் கூடைக்குள் கவிழ்க்கும் போது ஒரு பெரிய நீர்ப்பாம்பு... 'அடிச் சக்காளத்தியூட்டுது... மொள மொளன்னு.' துள்ளியெழுகிறாள். அதற்குள் பாம்பு மாயமாய் மறைய மீன் செதில்கள் வண்ண வண்ணமாய் வளைய வளையமாய்... நீண்டு... மயிரிழையாய் கறுப்பாய்... பின்னர் வெறுமையாய் மாறிப் போகிறது.

சிறுபருவத்துக் குழந்தை, பிறந்ததுமே தாய் இறந்து போனாள். சில வருடங்களில் தந்தையும். சிறிய தகப்பனார் வீட்டில் சிரமத்தினூடே சூரியனுக்காக சூம்பிப் போன தண்டுடன் தவமிருக்கும் சூரியகாந்தி யைப் போல சிறிய தேயிலைத் தோட்டத்தில் வேலை செய்கையில் தோட்ட முதலாளியின் ஒரு வயது குழந்தையைப் பார்த்துக் கொள்ள சின்னமலரைப் பணிக்கின்றான்.

குழந்தைக்குப் பிஸ்கோத்துக் கொடுத்துவிட்டுச் சென்ற வீட்டுக்காரி, இவளை வாயை ஊதச் சொல்லி மோப்பம் பிடிக்கிறாள். பிஸ்கோத்து தின்றாயா என்று கேள்வி கேட்டும் மிரட்டுகின்றாள். பிஸ்கோத்துக்கான ஏக்கத்துடன் திருட்டுப் பட்டத்தின் அவலமும் சேர்ந்து கொள்ள... 'சித்தப்பா, நா போகல சித்தப்பா, எனக்கு அங்க போகப் பிடிக்கல சித்தப்பா.' அடிகளையெல்லாம் வாங்கிக் கொண்டும் போகமுடியாது என்று முரண்டு பிடிக்கிறாள். சவாத செம்பட்டை முடியைப் பிடித்துத் தரதரவென்று இழுத்துச் சென்று தோட்ட முதலாளி

வீட்டில் விட்டு வருகின்றான்.

பனி தங்கிய தேயிலைக் காட்டுக்குள் ராகமிழுத்துப் பாடியவாறு பட்டாம்பூச்சி போல் திரிந்து விளையாடிய அவள், முதலாளி வீட்டுத் திண்ணையில் விபரமறியாத குழந்தையுடன்...

குழந்தை அழுகிறாள், வீரிட்டு அழுகிறாள்... அடக்க அடக்க அழுகை ஓயவேயில்லை. கடவுளே நான் என்ன செய்வேன். குழந்தையின் வாயைப் பொத்தி அமுக்குகிறாள்... பார்த்துவிட்ட வீட்டுக்காரி ஆவேசத் துடன் அடித்துத் துரத்துகிறாள். இவள் தேம்பிக் கொண்டே வந்து வீட்டில் விழவும்... தலையை வலித்தது. கடுமையான ஜுரம்... அம்மா அம்மா.. ஏங்கி அழுதாள். விழித்துப் பார்த்தாள் ஆனந்தாயி. வாய் பிளந்திருந்தது. தொண்டை காய்ந்து வறண்டிருக்க லேசாகச் செருமினாள். கண்களிலிருந்து கரகரவென நீர் வழிந்தது.

‘டமடம’வென மேளச்சத்தம். சிவப்பாள் வளர்த்தி யாய் உள்ள அவன்தான் மாப்பிள்ளை.

‘வலிக்குது...வலிக்குது... உடு என்னை... வலிக்குதுங் கறேன்... கத்தக் கத்தவா பண்ற... இரு நறுக்.’

‘சீ... நீ பொம்பளையா... இல்ல... நாயாடி... ரத்தம் வர்ற மாதிரி கடிச்சி வச்சிருக்க பாரு...’

‘இனிமே நீ என்னோட படுத்துக்கடி.... டேய் பச்சப் புள்ளடா அவ.’ மாமியாரிடம் படுத்துக் கொண்டாள்.

அப்போதெல்லாம் இவன் யாரிடம் போய் வந்தான் என்பது இவளுக்கு அத்துபடி. தனக்கு வலிக்காத வரைக்கும் எங்கேயாவது போய்த் தொலைகிறான்... யாருக்கென்ன போச்சாம்... சீ... எப்படி வலிக்குது.

சோளம் விளைந்திருக்கிறது கொல்லையில். வெண் சாமரை சோளம் விசிறிபோல்... அதன் குச்சங்களில் உருண்டையான வழவழப்பான முத்துக்கள்... பச்சை யாக.. ஐந்து கதிர்கள் அறுத்திருப்பாள் நெருப்பில் வாட்டித் தின்ன காலிலே ரத்தத்தோடு... பாதங்கூட

நனைந்துவிட்டது.

'ஆய்யா பாட்டி.... சோளத்தட்டை கிளிச்சிருச்சி ரத்தமா ஊத்துது.' தூரத்தில் 'கொள்ளுச் செடி' பிடுங்கிக் கொண்டிருந்தாள் வெள்ளையம்மா.

'பச்சை மண்ணை எடுத்து அப்பிடி சரியாப் போவும்.' கருப்பு மண்ணை உதிர்த்து கல்போக 'தெக்கி'விட்டு தூள் போலிருந்ததை ரத்தக்கொட்டில் தெளிக்கவும்...

அன்று மாலை பச்சை ஓலை கட்டப்பட்ட குடிலுக்குள் உட்கார்ந்திருந்தாள்.

'சுத்த பத்தமா இல்லாட்டினா தேளு, பூரான் வரும்டி.' இரவு முழுவதும் தூங்காமல் விழித்திருந்தாள். இரத்தக் காட்டேரிக்கும் தேளுக்கும் பூரானுக்கும் பயந்து கொண்டு...

யாரோ பச்சை ஓலையைப் பிடுங்கினார்கள். ஐந்து விரல்கள் விரிந்த நிலையில் ஒரு கை மட்டும்.

''ஐயோ... அம்மா... ஐயோ... அம்மா.'

'நேத்து ராத்திரி யாரோ...'

'யாரோ என்னடி யாரோ.. அந்தப் பயலாத்தான் இருப்பான்.'

ஆனந்தாயின் கொண்டையவிழ்ந்து கறுப்பும் வெளுப்புமாய்க் கூந்தல் முக்கால் வட்டமாய் விரிந்திருந்தது.

'பாட்டி நான் உங்களுக்குப் பேன் பாக்கட்டுமா பாட்டி.' அன்புவின் மகள்.

'ஆயான்னு சொல்லு, பாட்டி பாட்டிங்கற.'

'போ, பாட்டி, ஆயான்னு சொல்லக்கூடாதுன்னு எங்கம்மா சொல்லியிருக்காங்க.'

'சரி பாருடி.... தலையக் கடிக்குது.'

'தாத்தா எங்கே.'

'பாட்டி உங்கத்தலையில பேன் ஒண்ணுக்கூட இல்ல.'

'நல்லா பாராயா, கடியா கடிக்குது.'

'பாத்துட்டேன், ஒண்ணுமேயில்லை.'

‘தாத்தா மாடியில இருக்காரு.’

‘என்னா பண்றாரு.’

‘தெரியல பாத்துட்டு வரட்டுமா?’

‘வேணாம், அதைத் தெரிஞ்சுகிட்டு என்ன பண்ணப் போறேன், முழிச்சிருந்தார்னா வெத்தல பாக்குக்கு காசு வாங்கிட்டு வா.’

‘நாம் போய்க் கேட்டா திட்டுவாரு. நாம் போய் அம்மாக்கிட்ட காசு வாங்கிட்டு வரட்டுமா?’

‘வேண்டாம்.’

சம்பாஷனையை மேலிருந்து கேட்டுக் கொண்டு மெல்ல படியிறங்கி வந்த பெரியண்ணன்,

‘நீ ஆடுன ஆட்டத்துக்கு கடவுள் எங்கக் கொண்டாந்து நிறுத்திட்டான் பாத்தியாடி... வெத்திலைப் பாக்குக்குக் கூட வக்கில்லாத... இந்தா பிடி...’

எட்டணாக் காசு ஒன்று உருண்டு படுத்திருந்த ஆனந்தாயின் மேலே விழுந்தது. அதையெடுத்து அவள் விட்டெறிந்தாள். பெரியண்ணனுக்கு முன்னால திண்ணையில் ‘டங்’ என்ற சப்தத்துடன் விழுந்தது.

‘திமிரு அடங்கல பாத்தியா.’ முணுமுணுத்தவாறே வெளியேறினான்.

●